పుస్తకానికి వచ్చిన ప్రశంసలు

'సివిల్ సర్వీసెస్‌లోకి వచ్చే వారి కృషిని ఈ పుస్తకంలో అద్భుతంగా చిత్రీకరించారు. పుస్తక రచయిత స్వయంగా ఈ మార్గంలో పట్టుదలగా సాగి విజయం సాధించారు,కనుక ఈ పోరాటంలో జయించటానికి అవసరమైన తపనకి స్ఫూర్తిని అందించాడు'.

– మనోజ్ కుమార్ శర్మ, ఐపీఎస్ (*12th* ఫెయిల్ చిత్రం కథానాయకుని పాత్రకు స్ఫూర్తి)

ఈ పుస్తకం, స్వీయ సందేహం వల్ల కలిగిన నిస్సహాయతతో, ఎక్కడో దూరంగా కాంతి పుంజంలా కనిపించిన యూపీఎస్సీలో, విజయం సాధించడానికి కష్టపడిన ఔత్సాహికుల మార్గాన్ని పాఠకులకు చూపెడుతుంది. దృఢనిశ్చయము, పట్టుదల, కృషి, మొక్కవోని ధైర్యం, పరిమితులకి లొంగని ఆత్మబలం తో నిండిన ఈ కథలు, పాఠకులకు స్ఫూర్తినిస్తాయి. ప్రతి ఒక్కరు తప్పక చదవాల్సిన పుస్తకం'.

– శివిన్ చౌదరి, ఐఆర్ఎస్

'ఏడుగురి యుపిఎస్‌సి హీరోల'స్వీయ కథనం నవలలాగా ఉంది. ఆ కథనం ఈ పుస్తకాన్ని చదవింప జేస్తుంది. వాస్తవ పరిస్థితులలో ఎదురైన అనుభవాలని అందిస్తుంది, పాఠకుడు అసంకల్పితంగా పాత్రలను ఊహించుకుంటూ, వారి స్వరాలను కూడా వినడం ప్రారంభిస్తాడు. ఈ పుస్తకం కేవలం యూపీఎస్సీ ఔత్సాహికులకు మాత్రమే పరిమితం కాలేదు. పోటీ పరీక్షలు రాసే అందరినీ ఆకర్షిస్తుంది. మూడు మాటల్లో చెప్పాలంటే, ఈ పుస్తకం జ్ఞానం, ఉత్తేజం, వినోదాల కలయిక'.

– బాలాజీ డి.కె., ఐఏఎస్ అధికారి, రచయిత

‘ఇటీవల యూపీఎస్సీ సివిల్ సర్వీసెస్ పరీక్షలో ఉత్తీర్ణత సాధించిన వ్యక్తిగా, ఈ పుస్తకం వ్యక్తిగతంగా నన్ను నేను చూసుకున్నట్టుంది. ఈ ఏడుగురు టాపర్‌ల కథలు వారి ప్రిపరేషన్‌లో, నా పోరాటాలని, సందేహాలని, విజయం అందించిన జ్ఞాపకాలను గుర్తుచేసాయి. ఈ పరీక్షకుతయారు కావడంలో మీ భావోద్వేగల ఒడిదుడుకులను ఈ పుస్తకం అద్భుతంగా చిత్రీకరిస్తుంది–నిద్రలేని రాత్రులు, అంతులేని పునశ్చరనలు, వదిలిపెట్టని ఒత్తిడితోపాటు ఈ ప్రయాణంలో ఎదురయ్యే మానవీయ కోణాన్ని ప్రదర్శిస్తూ, పట్టుదలతో, ధైర్యంగా కష్టతరమైన అసమానతలను కూడా అధిగమించగలరని తెలియ చేస్తుంది. ఈ కష్టతరమైన మార్గాన్ని లక్ష్యంగా చేసుకునే ఏ ఆశావహులకైనా అద్భుతంగాస్ఫూర్తినందించే పుస్తకం!’

– అనిరుద్ధ్ యాదవ్, ఐఏఎస్ 2022

‘ఈ పుస్తకంలో కాశ్మీర్ నుండి కేరళ వరకు ఐఏఎస్‌ల ఔత్సాహికుల వైవిధ్యమైన ప్రయాణాలను సంగ్రహంగా అందించారు. కుటుంబ బాధ్యతలు, అతి సాధారణ ప్రారంభం, శారీరక అవరోధాలు, కెరీర్ రిస్క్ వరకు వివిధ సవాళ్లను ఎదుర్కోవడం,ఇలా ప్రతి కథ మనకు తెలిసిన పాత్రలు లేదా మనకు సంబంధం ఉన్న పరిస్థితులతో సజీవంగా ఉంటుంది. అంతేకాకుండా, ప్రతి కథ ఆచరణలో పెట్టగల సలహాలతో, స్ఫూర్తితో ముగుస్తుంది. ముఖ్యంగా, పరీక్షలో విజయం సాధించిన తర్వాత పబ్లిక్ సర్వీస్ మొదట్లో ఎదురైనా అనుభవాలను కూడా అందిస్తుంది. నా అభిప్రాయం ప్రకారం, సివిల్ సర్వెంట్ కావాలనుకునే వారు, కెరీర్‌లో అంతకు మించి గణనీయమైన కృషి చేయాలనుకునే ఎవరైనా ఈ పుస్తకాన్ని తప్పక చదవాలి.

– వికాస్ దివ్యకీర్తి, ఐఏఎస్ – దృష్టి వ్యవస్థాపకుడు

‘ఈ పుస్తకం పరీక్ష దానికి సంబంధించిన పోరాటాల గురించి గొప్ప అవగాహనని అందించడంలో విజయం సాధించింది. ఏడు అపురూపమైన కథలపై దృష్టి సారించడం ద్వారా, అభ్యర్థుల విజయంలో అత్యంత ముఖ్య అంశాలైన ధైర్యము, పట్టుదల ల ప్రాముఖ్యతని తెలియజేస్తాయి. యుపీఎస్సీ ప్రయాణంలో పాల్గొన్న ఆశావాదులందరికీ ఈ పుస్తకాన్ని సిఫార్సు చేస్తున్నాను’

– అనుదీప్ దురిశెట్టి, ఐఏఎస్ అధికారి, రచయిత

యూపీఎస్సీ శిఖరాగ్రం చేరుకుందాం

సజ్జన్ యాదవ్ ఇండియన్ అడ్మినిస్ట్రేటివ్ సర్వీస్ (ఐఏఎస్) 1995 బ్యాచ్, అరుణాచల్ ప్రదేశ్-గోవా-మిజోరం, కేంద్ర పాలిత ప్రాంతం (ఏజీఎంయూటీ) క్యాడర్‌కి చెందిన అధికారి. 'ఇండియాస్ వ్యాక్సిన్ గ్రోత్ స్టోరీ: ఫ్రమ్ కౌపాక్స్ టు వ్యాక్సిన్ మైత్రి'పేరుతో ఆయన రాసిన పుస్తకం స్పానిష్ తో పాటు పదహారు భారతీయ భాషల్లోకి అనువదించి ప్రచురితమైంది. ప్రఖ్యాత జాతీయ, అంతర్జాతీయ, జర్నల్స్ లో, మ్యాగజైన్లలలో, వార్తాపత్రికల్లో విస్తృతంగా రచనలు చేశారు.

ఈయన, ప్రతిష్ఠాత్మక లండన్ స్కూల్ ఆఫ్ హైజీన్ అండ్ ట్రాపికల్ మెడిసిన్ (ఎల్ ఎస్ హెచ్ టి ఎం) నుంచి ప్రజారోగ్యంలో డాక్టరేట్, అమెరికాలోని మిన్నెసోటా విశ్వవిద్యాలయం నుంచి పబ్లిక్ పాలసీలో మాస్టర్స్, ఫ్యాకల్టీ ఆఫ్ మేనేజ్మెంట్ స్టడీస్, ఢిల్లీ యూనివర్సిటీ నుంచి ఎంబీఏ పట్టా పొందారు.

ప్రస్తుతం భారత ప్రభుత్వ ఆర్థిక మంత్రిత్వ శాఖలోని ఫైనాన్స్ విభాగంలో అదనపు కార్యదర్శిగా ఉన్నారు. యాదవ్ కు విధాన రూపకల్పన, అమలులో, కేంద్ర, రాష్ట్ర ప్రభుత్వాల్లో, వివిధ సీనియర్ నాయకత్వ పదవుల్లో ముప్పై ఏళ్ల విశేషానుభవం ఉంది.

కేంద్ర ప్రభుత్వంలో ఆర్థిక శాఖతో పాటు ఆరోగ్య, కుటుంబ సంక్షేమం, మహిళా శిశు సంక్షేమం, భారీ పరిశ్రమలు, పబ్లిక్ ఎంటర్ప్రైజెస్, కార్పొరేట్ వ్యవహారాల మంత్రిత్వ శాఖల్లో పనిచేశారు. జాతీయ పోషకాహార మిషన్ (పోషణ్ అభియాన్) డైరెక్టర్‌గా, జాతీయ గ్రామీణ ఆరోగ్య మిషన్ డైరెక్టర్‌గా, ఢిల్లీలో ఫుడ్ అండ్ సప్లైస్ కమిషనర్‌గా, ఢిల్లీ జల్ బోర్డు సీఈఓగా, వ్యాట్ కమిషనర్‌గా, ఎక్సైజ్, ఎంటర్టైన్మెంట్ అండ్ లగ్జరీ ట్యాక్స్ కమిషనర్‌గా, ఈస్ట్ ఢిల్లీ మున్సిపల్ కార్పొరేషన్ కమిషనర్‌గా యాదవ్ గతంలో బాధ్యతలు నిర్వర్తించారు. అరుణాచల్ ప్రదేశ్, మిజోరాం, రాజస్థాన్ రాష్ట్రాలతో పాటు ఢిల్లీ, దాద్రా నగర్ హవేలీ, డామన్ డయ్యూ కేంద్రపాలిత ప్రాంతాల్లో పనిచేశారు. అరుణాచల్ ప్రదేశ్ లోని తూర్పు కమెంగ్, తవాంగ్ జిల్లాలకు జిల్లా మేజిస్ట్రేట్ / డిప్యూటీ కమిషనర్‌గా, ఢిల్లీలోని ఎన్‌సిటీ దక్షిణ ఢిల్లీ జిల్లాలో కూడా సేవలందించారు.

2017-2018 సంవత్సరానికి గాను నేషనల్ ఈ-గవర్నెన్స్ అవార్డు, జనాభా గణన కార్యకలాపాలలో విశేష కృషి చేసినందుకు రాష్ట్రపతి మెడల్ తో సహా ప్రజా సేవలో అసాధారణ కృషికి గాను యాదవ్ కు అనేక అవార్డులు లభించాయి.

'ప్రతి సంవత్సరం ప్రభుత్వోద్యోగంలోకి ప్రవేశించడానికి ప్రయత్నించే లక్షలాది మంది సామాన్య కుటుంబాలకి చెందిన యువతకు ఈ పుస్తకం స్ఫూర్తినిస్తుంది. అందరూ తప్పక చదవాల్సిన పుస్తకం'.

– శ్యామ్‌లాల్ యాదవ్, సీనియర్ అసోసియేట్ ఎడిటర్,
ఇండియన్ ఎక్స్‌ప్రెస్

యూపీఎస్సీ శిఖరాగ్రం చేరుకుందాం

యువ ఐ.ఎ.ఎస్ అధికారుల స్ఫూర్తిదాయక కథనాలు

సజ్జన్ యాదవ్

తెలుగు అనువాదం: ఆకెళ్ళ శివప్రసాద్

MANJUL
మంజుల్ పబ్లిషింగ్ హౌస్

First published in India by

MANJUL

Manjul Publishing House
Corporate and Editorial Office
•2nd Floor, Usha Preet Complex, 42 Malviya Nagar, Bhopal 462 003 – India
Sales and Marketing Office
•C-16, Sector 3, Noida, Uttar Pradesh 201301 – India
Website: www.manjulindia.com
Distribution Centres
Ahmedabad, Bengaluru, Kochi, Kolkata, Chennai,
Hyderabad, Mumbai, New Delhi, Pune

Scaling Mount UPSC by Sajjan Yadav – Telugu edition

This Telugu paperback edition first published in 2025
Second impression 2025

ISBN 978-93-5543-668-9

Translated by : Akella Sivaprasad

Printed and bound in India by Thomson Press (India) Ltd.

నా జీవితభాగస్వామి సునీత,
నా ముద్దుల కూతురు సియా,
నా ముద్దుల కొడుకు కరణ్ కు

నా తల్లితండ్రులు, దివంగత సావిత్రి దేవి,
సుబేదార్ మేజర్ రఘుబీర్ సింగ్ (రిటైర్డ్)ల ప్రేమపూర్వక జ్ఞాపకార్థం!

వారి విలువలు, జ్ఞానం ప్రతిరోజూ నాకు
మార్గనిర్దేశం చేస్తూనే ఉన్నాయి

విషయసూచిక

సంక్షిప్త పదాల జాబితా

ఏఐఈఈఈ (AIEEE)	ఆల్ ఇండియా ఇంజినీరింగ్ ప్రవేశ పరీక్ష
ఎఐఐఎమ్ఎస్ (AIIMS)	ఆల్ ఇండియా ఇనిస్టిట్యూట్ ఆఫ్ మెడికల్ సైన్సెస్
ఏటీఐ (ATI)	అడ్మినిస్ట్రేటివ్ ట్రైనింగ్ ఇన్ స్టిట్యూట్
బీడీవో (BDO)	బ్లాక్ డెవలప్ మెంట్ ఆఫీసర్
బీడీఎస్ (BDS)	బ్యాచిలర్ ఆఫ్ డెంటల్ సైన్స్
బిఐపిఎఆర్ డి (BIPARD)	బీహార్ ఇన్ స్టిట్యూట్ ఆఫ్ పబ్లిక్ అడ్మినిస్ట్రేషన్ అండ్ రూరల్ డెవలప్ మెంట్
బిపిఎస్ సి (BPSC)	బీహార్ పబ్లిక్ సర్వీస్ కమిషన్
క్యాడ్ (CAD)	కంప్యూటర్–ఎయిడెడ్ డిజైన్
సీఏపీఎఫ్ (CAPF)	సెంట్రల్ ఆర్మ్ డ్ పోలీస్ ఫోర్సెస్
సిఏఎస్ఆర్ఎఈ (CASRAE)	సెంటర్ ఫర్ అడ్వాన్స్ డ్ స్టడీస్ అండ్ రీసెర్చ్ ఇన్ ఆటోమోటివ్ ఇంజినీరింగ్
క్యాట్ (CAT)	కామన్ అడ్మిషన్ టెస్ట్
సిబిఎస్ఇ (CBSE)	సెంట్రల్ బోర్డ్ ఆఫ్ సెకండరీ ఎడ్యుకేషన్
సిజిఎమ్ (CGM)	చీఫ్ జనరల్ మేనేజర్
సిపిఐ (CPI)	సంచిత పనితీరు సూచిక (క్యుమిలేటివ్ పర్ఫార్మెన్స్ ఇండెక్స్)

సిఎస్ఎటి (CSAT)	సివిల్ సర్వీసెస్ ఆప్టిట్యూడ్ టెస్ట్
సిఎస్ఇ (CSE)	సివిల్ సర్వీసెస్ పరీక్ష
సివి (CV)	కరికులం విటే
డిఎఫ్ (DAF)	వివరణాత్మక దరఖాస్తు ఫారమ్
డిజి (DG)	డైరెక్టర్ జనరల్
డిటిసి (DTC)	ఢిల్లీ ట్రాన్స్‌పోర్ట్ కార్పొరేషన్
డిటియు (DTU)	ఢిల్లీ టెక్నలాజికల్ యూనివర్సిటీ
ఇడబ్ల్యూఎస్ (EWS)	ఎకనామికల్లీ వీకర్ సెక్షన్
జిఎస్–1 (GS–1)	జనరల్ స్టడీస్–1
జిఎస్–2 (GS–2)	జనరల్ స్టడీస్–2
హెచ్ఎస్సి (HSC)	హమ్దర్ద్ స్టడీ సర్కిల్
ఐఎఎస్ (IAS)	ఇండియన్ అడ్మినిస్ట్రేటివ్ సర్వీస్
ఐఎఫ్ఎస్ (IFS)	ఇండియన్ ఫారెస్ట్ సర్వీస్
ఐజిఎన్ఓయు (IGNOU)	ఇందిరా గాంధీ నేషనల్ ఓపెన్ యూనివర్సిటీ
ఐఐఎమ్ (IIM)	ఇండియన్ ఇనిస్టిట్యూట్ ఆఫ్ మేనేజ్‌మెంట్
ఐఐటి–జెఇఇ (IIT–JEE)	ఇండియన్ ఇనిస్టిట్యూట్ ఆఫ్ టెక్నాలజీ–జాయింట్ ఎంట్రన్స్ ఎగ్జామినేషన్
ఐమెక్ఇ (IMechE)	ఇన్స్టిట్యూషన్ ఆఫ్ మెకానికల్ ఇంజనీర్స్
ఐపిఎస్ (IPS)	ఇండియన్ పోలీస్ సర్వీస్
ఇంటర్వ్యూ	మౌఖిక పరీక్ష
జెఎన్ యూ (JNU)	జవహర్‌లాల్ నెహ్రూ యూనివర్సిటీ
ఎల్బిఎస్ఎన్ఎఎ (LBSNAA)	లాల్ బహదూర్ శాస్త్రి నేషనల్ అకాడమీ ఆఫ్ అడ్మినిస్ట్రేషన్
ఎం.హెచ్ (M H)	మోడర్న్ హిస్టరీ
ఎంపీపీఎస్సీ (MPPSC)	మధ్యప్రదేశ్ ప్రొవిన్షియల్ సివిల్ సర్వీస్
ఎన్ ఏబీ (NAB)	నేషనల్ అసోసియేషన్ ఫర్ ది బ్లైండ్

ఎన్ఎబిఎఆర్ డి (NABARD)	నేషనల్ బ్యాంక్ ఫర్ అగ్రికల్చర్ అండ్ రూరల్ డెవలప్ మెంట్
ఎన్సీఈఆర్టీ (NCERT)	నేషనల్ కౌన్సిల్ ఆఫ్ ఎడ్యుకేషనల్ రీసెర్చ్ అండ్ ట్రైనింగ్
ఎన్ హెచ్ఏఐ (NHAI)	నేషనల్ హైవేస్ అథారిటీ ఆఫ్ ఇండియా
ఎన్ ఐటీ (N IT)	నేషనల్ ఇన్ స్టిట్యూట్ ఆఫ్ టెక్నాలజీ
ఓఆర్ ఎన్ (ORN)	ఓల్డ్ రాజేంద్ర నగర్
పీజీ (PG)	పేయింగ్ గెస్ట్
పిహెచ్ క్యూ (PHQ)	పోలీస్ హెడ్ క్వార్టర్స్
పిఐబి (PIB)	ప్రెస్ ఇన్ఫర్మేషన్ బ్యూరో
పిడబ్ల్యుడి (PWD)	పబ్లిక్ వర్క్స్ డిపార్ట్మెంట్
ఆర్ బిఐ (RBI)	రిజర్వ్ బ్యాంక్ ఆఫ్ ఇండియా
ఆర్సీఏ (RCA)	రెసిడెన్షియల్ కోచింగ్ అకాడమీ
ఆర్డీవో (RDO)	రూరల్ డెవలప్మెంట్ ఆఫీసర్
ఆర్ఎంఎల్ (RML)	డాక్టర్ రామ్ మనోహర్ లోహియా హాస్పిటల్
ఎస్డీఎం (SDM)	సబ్ డివిజనల్ మేజిస్ట్రేట్
యూజీసీ (UGC)	యూనివర్సిటీ గ్రాంట్స్ కమిషన్
ఎస్ ఎస్ బీ (SSB)	సర్వీసెస్ సెలక్షన్ బోర్డు
ఎస్ డి జిస్ (SDGs)	సస్టెయినబుల్ డెవలప్మెంట్ గోల్స్
యూఐడీఏఐ (UIDAI)	యూనిక్ ఐడెంటిఫికేషన్ అథారిటీ ఆఫ్ ఇండియా
యూపీఎస్సీ (UPSC)	యూనియన్ పబ్లిక్ సర్వీస్ కమిషన్
వీఎస్ఎస్సీ (VSSC)	విక్రమ్ సారాభాయ్ స్పేస్ సెంటర్
వైఏఎస్ హెచ్ఎడిఏ (YASHADA)	యశ్వంత్ రావ్ చవాన్ అకాడమీ ఆఫ్ డెవలప్ మెంట్ అడ్మినిస్ట్రేషన్

ముందుమాట

భారతీయ యువతలో అపరిమిత సామర్థ్యం, సేవ చేయాలనే ప్రగాఢ ఆకాంక్ష, ప్రతికూల పరిస్థితులను అధిగమించాలనే సంకల్పం ఉన్నాయి. ప్రపంచంలోనే అత్యంత సవాలుతో కూడుకున్న పరీక్షల్లో ఒకటైన యూపీఎస్సీ సివిల్ సర్వీసెస్ పరీక్షలో ఉత్తీర్ణత సాధించాలనే అసమాన నిబద్ధతను ఏటేటా ప్రదర్శిస్తున్న ఇండియన్ అడ్మినిస్ట్రేటివ్ సర్వీస్ (ఐఏఎస్) ఆశావహుల్లో కనిపించినంతగా మరెక్కడా ఇది కనిపించదు. **యూపీఎస్సీ శిఖరాగ్రం చేరుకుందాం** అనే ఈ పుస్తకం ఆ సవాలును జయించిన ఏడుగురు యువకుల అసాధారణ ప్రయాణాలను వివరిస్తుంది.

ఐఏఎస్ అంటే కేవలం కెరీర్ మాత్రమే కాదు. ఇది జాతి నిర్మాణానికి పిలుపు, ఈ ఉన్నతమైన దేశ ప్రజలకు సేవ చేయడానికి, పరివర్తనాత్మక మార్పును తీసుకురావడానికి ఒక అవకాశం. సివిల్ సర్వీసెస్ ఎగ్జామినేషన్ యొక్క కఠినమైన ప్రయాణాన్ని చేపట్టడానికి ధైర్యం చేసే ఔత్సాహికులు భారతదేశ అభివృద్ధికి దోహదపడటంతో పాటు, దేశ భవిష్యత్తును రూపొందించే వ్యవస్థలో అంతర్భాగం అవుతారు. ఈ ఏడు కథలు సివిల్ సర్వీసెస్ లో విజయ సాధించిన వారి ధైర్యాన్ని, పట్టుదలను, త్యాగ స్ఫూర్తిని ప్రతిబింబిస్తాయి.

ఈ పుస్తకంలోని ప్రతి కథ మానవ సంకల్ప బలానికి నిదర్శనం. ఆర్థిక ఇబ్బందులను, సామాజిక అడ్డంకులను అధిగమించడం నుంచి వ్యక్తిగత సౌకర్యాలను త్యాగం చేయడం, వైఫల్యాలను తట్టుకోవడం వరకు ఏ కల కూడా అసాధ్యమైనది కాదని ఈ యువ సాధకులు మనకు చూపిస్తారు.

విజయం అంటే కేవలం ర్యాంకు సాధించడం మాత్రమే కాదని, ఆ ప్రయాణం, అందులో నేర్చుకున్న పాఠాలు, ప్రతి వైఫల్యం తర్వాత ఎదగడానికి కావలసిన ధైర్యసాహసాలని వారు గుర్తు చేస్తున్నారు.

21వ శతాబ్దంలో భారతదేశం గ్లోబల్ లీడర్‌గా ఎదిగే దశలో ఉంది, ఈ మార్పులో మన సివిల్ సర్వెంట్లు ముందంజలో ఉన్నారు. ప్రజాసేవకు తమ జీవితాలను అంకితం చేయడానికి సిద్ధంగా ఉన్న ఇలాంటి దృఢ సంకల్పం కలిగిన వ్యక్తుల చేతుల్లోనే మన దేశ భవిష్యత్తు ఆధారపడి ఉంది. నూతన ఆవిష్కరణలు, సంస్కరణలు, విధానాలను అమలు చేసే వారి సామర్థ్యం 2047 నాటికి 30 ట్రిలియన్ డాలర్ల ఆర్థిక వ్యవస్థగా, అభివృద్ధి చెందిన దేశంగా ఎదిగే దిశగా భారతదేశ ప్రయాణాన్ని నిర్వచిస్తుంది.

దేశానికి సేవ చేయాలని కలలు కనే అసంఖ్యాక ఔత్సాహికులకు ఈ పుస్తకం ప్రేరణగా నిలుస్తుందని ఆశిస్తున్నాను. మిన్ను పి.ఎం., సత్యం గాంధీ, భరత్ సింగ్, లవిష్ ఓర్డియా, అంజలి శర్మ, వసీం అహ్మద్ భట్, శృతి శర్మల కథలు ప్రతి పాఠకుడికి స్ఫూర్తినిస్తాయి, వారు ఎంచుకున్న మార్గంలో రాణించడానికి ప్రయత్నించాలని ప్రోత్సహిస్తాయి.

ఈ పుస్తకాన్ని ఎంచుకునే భావి ఔత్సాహికులు, విజయానికి మార్గం తరచుగా సవాళ్లతో కూడుకున్నదని గుర్తుంచుకోండి. కానీ అచంచలమైన సంకల్పం, క్రమశిక్షణ, తనపై తనకున్న నమ్మకంతో యూపీఎస్సీ పర్వతం వంటి ఎత్తైన పర్వతాలను సైతం అధిరోహించవచ్చు.

22 అక్టోబర్ 2024

అమితాబ్ కాంత్
ఐఏఎస్ (రిటైర్డ్)
జి –20 షెర్పా, భారత ప్రభుత్వ
నీతి ఆయోగ్ మాజీ సిఇఒ

నాంది

ప్రపంచంలోనే అత్యంత కఠినమైన పరీక్ష ఎదుర్కొన్న హీరోలు

అమ్మా, నేను కలెక్టర్ అయ్యాను

ప్రతి సంవత్సరం, పది లక్షల కంటే ఎక్కువ మంది భారతీయ యువత ప్రతిష్ఠాత్మకమైన ఇండియన్ అడ్మినిస్ట్రేటివ్ సర్వీస్ (ఐఎఎస్), అలాగే ఇతర ప్రధాన సివిల్ సర్వీసులలో చేరడానికి, గౌరవనీయమైన సివిల్ సర్వీసెస్ ఎగ్జామినేషన్ (సిఎస్ఇ) లో ఉత్తీర్ణత సాధించాలనే తమ కలను సాకారం చేసుకోవాలనుకుంటారు. యూనియన్ పబ్లిక్ సర్వీస్ కమిషన్ (యూపీఎస్సీ) నిర్వహించే ఈ పరీక్ష ప్రపంచంలోనే అత్యంత విస్తృతమైన, కఠినమైన, పోటీ పరీక్షల్లో ఒకటి.

మూడు దశాబ్దాల క్రితం, ఈ ఎవరెస్ట్ శిఖరాన్ని అధిరోహించడానికి అవసరమైన భారీ సన్నాహాల్లో మునిగిపోయిన ఔత్సాహికులలో నేనూ ఒకడిని. హర్యానాలో అతి సాధారణ నేపథ్యం నుండి వచ్చిన నాకు పాఠశాల రోజుల నుంచే ఐ.ఎ.ఎస్ కావాలనే కల ఉండేది. అకడమిక్స్ లో యూనివర్శిటీ గోల్డ్ మెడల్ సాధించడం నా ఆత్మవిశ్వాసాన్ని మరింత పెంచింది. అయినా, ఇండియన్ ఇన్ స్టిట్యూట్ ఆఫ్ టెక్నాలజీ (ఐఐటీ)లకు చెందిన ఇంజినీరింగ్ విద్యార్థులకి ఆప్షనల్ సబ్జెక్టుల్లో వస్తున్న అత్యధిక మార్కులు, ఆ కథనాలు నన్ను కలవరపెట్టాయి.

యూపీఎస్సీలో నా తొలి ప్రయత్నం 1993లో జరిగింది. మొదటి రెండు దశలను దాటి కీలకమైన వ్యక్తిత్వ పరీక్ష(పర్సనాలిటీ టెస్ట్) కోసం న్యూఢిల్లీలోని యూపీఎస్సీ ప్రధాన కార్యాలయమైన ధోల్పూర్ హౌస్‌లోకి అడుగుపెట్టినప్పుడు నా ప్రయాణం ప్రారంభమైంది. కానీ, జీవితం మనకు తరచుగా గుర్తు చేసే విధంగా, విజయం ఒక ఒడిదుడుకుల సమాహారం. విజేతల జాబితాలో నా పేరు కనిపించకపోవడంతో అంతదాకా ఉన్న ఆనందం, ఒక్కసారిగా చెదిరిపోయి ఆందోళన సృష్టించింది.

అయితే, ఈ ఎదురుదెబ్బ నా ఆత్మస్థైర్యాన్ని అణచి వేయలేకపోయింది; రెట్టింపు సంకల్పబలం తో తిరిగి పైకి లేచేలా చేసింది. అచంచల సంకల్పంతో, నేను నా విధానాన్ని పునఃసమీక్షించుకున్నాను, రాబోయే 1994 ప్రిలిమ్స్ సన్నాహాల్లో మునిగిపోయాను. నేను నా సాధారణ అధ్యయనాలు, వ్యాస రచనలను మెరుగుపరచడంపై తీవ్రంగా దృష్టి పెట్టాను, ఈ అంశాలలో తగిన స్థాయిలో లేనని నాకు తెలుసు.

తుది ఫలితం కోసం ఎదురు చూస్తున్నప్పుడు ఉదిగ్న వాతావరణం నెలకొంది. 1995 జూన్ 22 సాయంత్రం నా కాలేజ్ హాస్టల్ గోడల మధ్య ఆనందోత్సాహాలు వెల్లివిరిశాయి: 1994 సిఎస్ఇలో ఇరవై ఆరవ ర్యాంకు సాధించాను. ఉత్సాహానికి అవధులు లేవు. విజయం యొక్క తీపి రుచి ఇంకా మిగిలి ఉండగానే, హర్యానా రోడ్ వేస్ బస్సు ఎక్కాను, ముస్సోరి పట్టణంలోని ప్రతిష్ఠాత్మక లాల్ బహదూర్ శాస్త్రి నేషనల్ అకాడమీ ఆఫ్ అడ్మినిస్ట్రేషన్ (ఎల్బిఎస్ఎన్ఎఎ)లో నా కలల పయనాన్ని ప్రారంభించాను.

కొన్నేళ్లుగా యూపీఎస్సీ తన పరీక్షా విధానంలో గణనీయమైన మార్పులను అమలు చేసింది. ఇప్పటికే కఠినమైన పరీక్షను మరింత జటిలం చేసింది. ప్రిలిమ్స్ లో సివిల్ సర్వీసెస్ ఆప్టిట్యూడ్ టెస్ట్ (సీశాట్), మెయిన్స్‌లో ఎథిక్స్ పేపర్ ప్రవేశపెట్టడం ఈ ప్రక్రియ లో సంక్లిష్టతని పెంచింది. ఆప్షనల్ సబ్జెక్టులను రెండు నుంచి ఒకటికి కుదించగా, రాయాల్సిన వ్యాసాల సంఖ్య పెరిగింది. అదనంగా, భారత ఆర్థిక వ్యవస్థ సరళీకరణతో యువతకు వైవిధ్యమైన, ఆకర్షణీయమైన కెరీర్ అవకాశాలకు తలుపులు తెరిచింది. అయితే, ఈ మార్పులు, ప్రత్యామ్నాయ మార్గాలు అందుబాటులో ఉన్నప్పటికీ యూపీఎస్సీ సివిల్ సర్వీసెస్ ఎగ్జామినేషన్‌పై ఉన్న ఆకర్షణ పెరుగుతూనే ఉండడంతో పోటీ తీవ్రమైంది.

2023లో ఆశ్చర్యకరంగా 10,16,850 మంది అభ్యర్థులు సీఎస్ఈకి దరఖాస్తు చేసుకోగా, 5,92,141 మంది ప్రిలిమినరీ పరీక్షలు రాశారు. ఈ విస్తారమైన సమూహం నుంచి కేవలం 14,624 మంది అభ్యర్థులు మాత్రమే రెండో దశకు చేరుకున్నారు. అందులో కేవలం 2855 మంది మాత్రమే మెయిన్స్ లో ప్రతిభ ప్రదర్శించి, వ్యక్తిత్వ పరీక్షకు పిలుపును పొందారు. అంతిమంగా, కేవలం 1016 మంది అభ్యర్థులు మాత్రమే శిఖరాగ్రానికి చేరుకున్నారు, ఐ.ఎ.ఎస్ కోసం 180 మంది మాత్రమే సిఫార్సులు పొందారు.

నమ్మశక్యం కాని తక్కువ విజయ అవకాశాలు గల ఈ కఠినమైన సవాల్ని ని స్వీకరించడానికి ఈ వ్యక్తులను ప్రేరేపించేది ఏమిటి? దీనికి సమాధానం ఐఏఎస్ అధికారి వృత్తిలో ఉంది. ఇది విభిన్న రంగాలలో పనిచేయడానికి అసమానమైన అవకాశాలను అందిస్తుంది, అనేక సవాళ్లను ఎదుర్కోవలసి ఉంటుంది, ప్రజాసేవలో ఆనందాన్ని అనుభవించడం,వారి ఆకాంక్షలను నెరవేర్చడంలో కృషితో పాటు ఐ.ఎ.ఎస్‌కి ముడిపడి ఉన్న అధికారం, గౌరవం, పలుకుబడి సీఎస్ ఈని జాతీయ స్థాయిలో వ్యామోహం(నేషనల్ ప్యాషన్)గా మార్చాయి. 'అమ్మా, నేను కలెక్టర్ అయ్యాను' అని ఏదో ఒక రోజు సగర్వంగా ప్రకటించాలన్న ప్రగాఢ ఆకాంక్షతో ఆశావహులు ఈ కఠినమైన సవాలులో స్వచ్ఛందంగా మునిగిపోతారు.

శిఖరాగ్ర యూపీఎస్సీని అధిరోహించడం

కఠినమైన సీఎస్ఈలో మూడు కఠినమైన దశలు ఉన్నాయి: సివిల్ సర్వీసెస్ ప్రిలిమినరీ ఎగ్జామినేషన్ (ప్రిలిమ్స్), సివిల్ సర్వీసెస్ మెయిన్ రాత పరీక్ష (మెయిన్స్), పర్సనాలిటీ టెస్ట్ (ఇంటర్వ్యూ). ప్రిలిమ్స్ కు దరఖాస్తులను ఆహ్వానిస్తూ, ప్రతి ఏడాది ఫిబ్రవరిలో యూపీఎస్సీ ప్రకటన విడుదల చేయడంతో ఈ మాంథాన్ ప్రారంభమవుతుంది.

ఈ పరీక్షలో 1 శాతం కంటే తక్కువవిజయావకాశాల (సక్సెస్ రేట్) తో తీవ్రమైన పోటీ ఉంటుంది. పరీక్ష సారాంశం క్రింది చిత్రంలో చూపించబడింది

సివిల్ సర్వీసెస్ ఎక్సామ్ అవుట్-లైన్

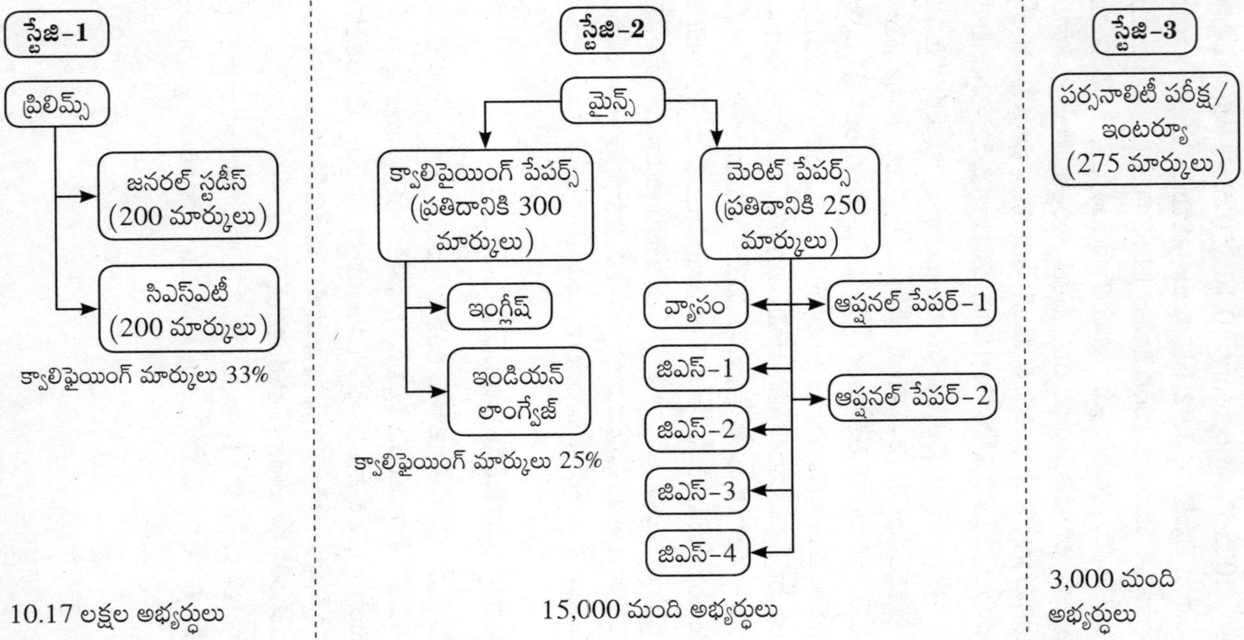

ప్రిలిమ్స్‌లో రెండు తప్పనిసరిఅయిన, ఆబ్జెక్టివ్ ప్రశ్నాపత్రాలు ఉంటాయి, ఒక్కొక్కటి రెండు గంటల పాటు 200 మార్కులు కలిగి ఉంటాయి. జనరల్ స్టడీస్-1 (జీఎస్-1)లో వర్తమాన సంఘటనలు, భారతీయ చరిత్ర, భౌగోళికం, రాజకీయాలు, ఆర్థిక వ్యవస్థ, పర్యావరణం, సాధారణ శాస్త్రంతో సహా అనేక రకాల అంశాలు ఉంటాయి. నెగెటివ్ మార్కింగ్ వర్తిస్తుంది, ప్రతి తప్పు సమాధానానికి మూడింట ఒక వంతు మార్కులు కోత విధిస్తారు. జీఎస్-2 లేదా సీశాట్ పేపర్ కు అర్హత సాధించాలంటే అభ్యర్థులు కనీసం 33 శాతం మార్కులు సాధించాలి. కాంప్రహెన్షన్, లాజికల్ రీజనింగ్, డెసిషన్ మేకింగ్, జనరల్ మెంటల్ ఎబిలిటీ, బేసిక్ న్యూమరసీని పరీక్షిస్తుంది.

ప్రిలిమినరీ పరీక్షలో అర్హత సాధించిన అభ్యర్థులకు మెయిన్ పరీక్షకు దరఖాస్తు చేసుకోవడానికి, అర్హులైన అభ్యర్థులను షార్ట్ లిస్ట్ చేయడానికి స్క్రీనింగ్ పరీక్షగా ఉపయోగపడుతుంది. ప్రిలిమ్స్ లో వచ్చిన మార్కులను మెరిట్ లిస్ట్‌ని నిర్ణయించడానికి పరిగణనలోకి తీసుకోరు. ఎంపికైన అభ్యర్థుల సంఖ్య మొత్తం ఖాళీల సంఖ్యకు పన్నెండు నుంచి పదమూడు రెట్లు ఉంటుంది.

మెయిన్స్ పరీక్ష వివరణాత్మకమైనది, అభ్యర్థి యొక్క లోతైన అవగాహన, విశ్లేషణాత్మక ఆలోచన, రచనా నైపుణ్యాలను పరీక్షిస్తుంది. అభ్యర్థులు సామాజిక-ఆర్థిక లక్ష్యాల ప్రాధమిక అంశాలను స్పష్టంగా,తప్పులు లేకుండా వ్యక్తీకరించాలని ఆశిస్తుంది.

మెయిన్స్ పరీక్షలో తొమ్మిది పేపర్లు ఉంటాయి, వీటిలో రెండు-ఆంగ్లం, ఇంకొకటి ఒక భారతీయ భాష-ఇవి అర్హతా పరీక్షలు. రాజ్యాంగంలోని ఎనిమిదో షెడ్యూలులో పేర్కొన్న వాటి నుంచి అభ్యర్థులు తమ భారతీయ భాషను ఎంచుకుంటారు. మెట్రిక్యులేషన్ లేదా తత్సమాన ప్రమాణాలతో వుండే ఈ తప్పనిసరి పేపర్‌కు గరిష్టంగా 300 మార్కులు ఉంటాయి. ఉత్తీర్ణత సాధించాలంటే కనీసం 25 శాతం మార్కులు సాధించాలి.

తప్పనిసరి పేపర్లలో అభ్యర్థి అర్హత ప్రమాణాలను చేరుకోవడంలో విఫలమైతే మిగిలిన ఏడు పేపర్ల మార్కులను యూపీఎస్సీ లెక్కించదు.

మిగిలిన ఏడు పేపర్లు (పేపర్-I నుండి పేపర్-VII వరకు) ఒక్కొక్కటి 250 మార్కులతో తుది ర్యాంకుకు దోహదపడతాయి. అవి:

- వ్యాసం
- జనరల్ స్టడీస్–1: భారతీయ వారసత్వం, సంస్కృతి, చరిత్ర, భూగోళ శాస్త్రం, ప్రపంచం, సమాజం
- జనరల్ స్టడీస్–2: పాలన, రాజ్యాంగం, రాజనీతి, సామాజిక న్యాయం, అంతర్జాతీయ సంబంధాలు
- జనరల్ స్టడీస్–3: సాంకేతిక విజ్ఞానం, ఆర్థిక అభివృద్ధి, జీవ వైవిధ్యం, పర్యావరణం, భద్రత, విపత్తుల నిర్వహణ
- జనరల్ స్టడీస్–4: ఎథిక్స్, ఇంటెగ్రిటి ఎండ్ ఆప్టిట్యూడ్
- అప్షనల్ సబ్జెక్టు–1
- ఆప్షనల్ సబ్జెక్టు–2

అభ్యర్థులు యూపీఎస్సీ అందించే జాబితా నుంచి ఏదైనా ఒక ఐచ్ఛిక సబ్జెక్టును ఎంచుకోవచ్చు. ఒక్కో పేపర్ వ్యవధి మూడు గంటలు.

275 మార్కులతో కీలకమైన ఇంటర్వ్యూ/పర్సనాలిటీ టెస్ట్ సీఎస్ఈ పరీక్షకి ముగింపు. సాధారణంగా ఇంటర్వ్యూలకు పిలిచే అభ్యర్థుల సంఖ్య ఖాళీల సంఖ్యకు రెట్టింపు ఉంటుంది. ఈ దశలో అభ్యర్థులు తమ బుద్ధి కుశలతను, వ్యక్తిగత సామర్థ్యాన్ని, ప్రజాసేవలో కెరీర్ కోసం నాయకత్వ లక్షణాలని అంచనా వేసే బోర్డును ఎదుర్కొంటారు.

పదిహేను నెలల పాటు సాగే ఈ కఠినమైన ప్రయాణం అనిశ్చితి, తీవ్రమైన ఒత్తిడి, అప్పుడప్పుడు నిరాశతో నిండి ఉంటుంది. అభ్యర్థులు సామాజిక, శారీరక, ఆర్థిక అడ్డంకులను ఎదుర్కొంటారు, త్యాగాలు చేస్తారు, రిస్క్ తీసుకుంటారు. నెలల తరబడి ఔత్సాహికులు వ్యక్తిగత, సామాజిక విషయాలను త్యాగం చేస్తూ, కఠోర అధ్యయనంలో మునిగిపోతారు. కొందరు త్వరగా విజయం సాధిస్తే, మరికొందరు విజయాన్ని రుచి చూడడానికి ముందు పదేపదే ఎదురుదెబ్బలు తింటూ ఉంటారు. విజయం సాధించిన ప్రతి అభ్యర్థి ప్రయాణం కలలు, పోరాటాలు, వైఫల్యాలు, అచంచల సంకల్పం, చివరికి విజయాన్ని అందించిన కథే.

ప్రతిష్ఠాత్మక ఐ.ఎ.ఎస్‌లో చేరేందుకు గత ఐదేళ్లలో, కఠినమైన యూపీఎస్సీ పర్వతాన్ని అధిరోహించిన ఏడుగురు అసాధారణమైన జీవిత

ప్రయాణాలను ఈ పుస్తకం అందిస్తుంది. ఈ కఠినమైన పరీక్షలో ప్రతి దశను దాటడానికి ఈ హీరోలు ఎదుర్కొన్న క్లిష్టమైన సవాళ్లను, వారు ఉపయోగించిన తెలివైన వ్యూహాలను కూడా వెలుగులోకి తెస్తుంది.ప్రతి కథనం కృషి, అంకితభావం, అచంచలమైన ఆత్మవిశ్వాసానికి నిదర్శనంగా నిలుస్తుంది.

మన ఏడుగురు హీరోలు

కేరళ పోలీసు శాఖలో జూనియర్ క్లర్క్‌గా పనిచేస్తున్న **మిన్ను పి.ఎం.,** కఠినమైన యుపిఎస్సి పర్వతాన్ని అధిరోహించడానికి ఐదేళ్లు అలుపెరగని పోరాటం చేసింది. 12వ తరగతిలో ఉండగానే ఆమె తండ్రి చనిపోవడంతో మిన్ను ఎన్నో సవాళ్లను ఎదుర్కొంది. చిన్నవయసులోనే పెళ్లి చేసుకున్న ఆమె రెండేళ్ల చిన్నారి బాధ్యత, ఇంటి పనులు, ఒత్తిడి తో కూడుకున్న ఉద్యోగం వంటి బాధ్యతలను కూడా నిర్వర్తించింది. ఏళ్ల తరబడి చదువుల ప్రపంచానికి దూరమైన మిన్ను ప్రయాణం వీరోచితంగా సాగలేదు. ప్రిలిమ్స్ లో మూడుసార్లు విఫలమైనా, ఒకసారి ఇంటర్వ్యూ దశలో తడబడినా ఆమెలోని అలుపెరగని స్ఫూర్తి ఏమాత్రం తగ్గలేదు.

బీహార్‌లోని సమస్తిపూర్ జిల్లాలోని ఓ పురాతన గ్రామానికి చెందిన **సత్యం గాంధీ** అనే 21 ఏళ్ల యువకుడు తన తొలి ప్రయత్నంలోనే ప్రతికూల పరిస్థితులను అధిగమించి విజయ లక్ష్యాన్ని సాధించాడు. ఐఐటీ-జేఈఈలో విఫలమై, నేషనల్ డిఫెన్స్ అకాడమీ నుంచి తిరస్కరణను ఎదుర్కొన్న తర్వాత సత్యం లో దృఢసంకల్పం, పట్టుదల పెరిగాయి. తన చదువు కోసం తల్లిదండ్రులు అధిక వడ్డీలకు అప్పులు చేస్తున్నారని తెలుసుకున్న సత్యం గ్రాడ్యుయేషన్ చివరి సంవత్సరంలో తన ప్రయత్నాలు ప్రారంభించాడు. సరైన ఆహారం లేకపోవడం, ఆర్థిక ఇబ్బందులు, ప్రొఫెసర్ల అవహేళనలు, అనారోగ్యం, కొవిడ్-19 వంటి వాటిని సహిస్తూ, చక్కగా ఆలోచించి ప్రణాళిక ప్రకారం రోజుకు పద్నాలుగు గంటలు చదువుకున్నాడు. సిఎస్ఇ-2020లో పదో ర్యాంక్ సాధించాడు.

ఐఏఎస్ అధికారుల సేవకుల నివాసాల నుంచి స్వయంగా వారిలో ఒకరిగా పెరిగిన **భరత్ సింగ్** ప్రయాణం ఎంతో స్ఫూర్తిదాయకం. 6వ తరగతిలో ఉన్నప్పుడు అతని తల్లిదండ్రులు, హిందీ మీడియం ప్రభుత్వ

పాఠశాల నుండి ఉన్నత ఆంగ్ల మాధ్యమ పాఠశాలకు మార్చడంతో, పోరాటం ప్రారంభమైంది.

రోజూ నాలుగు గంటల పాటు శ్రమించి న్యూనతా భావాన్ని, ఒంటరితనాన్ని అధిగమించి మెకానికల్ ఇంజనీర్‌గా ఎదిగాడు. అప్పుడే భరత్ ఒక గొప్ప నిర్ణయం తీసుకున్నాడు. టాటా మోటార్స్ లో ఆకర్షణీయమైన ఉద్యోగాన్ని విడిచిపెట్టి, తన ఐ.ఎ.ఎస్ కలలను కొనసాగించడానికి వచ్చిన కొత్త హోదాని, గౌరవాన్ని త్యాగం చేశాడు. నాలుగేళ్లు వరుస వైఫల్యాలు, ఆర్థిక ఒత్తిడి, మానసిక ఆందోళనలని ఎదుర్కొని విజయం సాధించాడు.

ఐఐటీ బాంబేలో గ్రాడ్యుయేట్ అయిన **లవిష్ ఓర్దియా** అమెరికాలోని హ్యూస్టన్‌లో విలాసవంతమైన జీవితాన్ని గడిపారు. సౌకర్యవంతమైన అపార్ట్ మెంట్, అధిక ధర కలిగిన ఎస్‌యూవీ, బిజినెస్ క్లాస్ ప్రయాణం, ఎంతో ఎక్కువ జీతంతో ఆనందంగా గడిపారు. అయితే కార్పొరేట్ హవా కంటే ఐ.ఎ.ఎస్‌ల పిలుపు బలంగా అనిపించింది. అన్ని సౌకర్యాలను వదిలేసి, ఢిల్లీలోని ఒక హాస్టల్ లో షేరింగ్ నాన్-ఏసీ గదికి మారాడు. స్మార్ట్ ప్లానింగ్, కఠినమైన స్టడీ షెడ్యూల్, లక్ష్యాలకు ఖచ్చితంగా కట్టుబడి ఉండటం వంటి వాటితో లవిష్ తన తొలి ప్రయత్నంలోనే పద్దెనిమిదవ ర్యాంకు సాధించాడు.

సిక్కింకు చెందిన ఓ ఫ్యాక్టరీ కార్మికుడి కుమార్తె **అంజలి శర్మ** పదో తరగతిలో కంటిచూపు కోల్పోవడంతో ఆమె జీవితం అంధకారంలో మునిగిపోయింది. అయినప్పటికీ, ఈ ఓటమి యుపిఎస్సీ పట్ల ఆమె దృష్టి కోణాన్ని స్పష్టం చేసింది. దృష్టిలోపం ఉన్నవారికి అందుబాటులో ఉండే సహాయాలు గురించి తెలియని, అంజలి అన్ని అసమానతలతో పోరాడాల్సి వచ్చింది. గ్రాడ్యుయేషన్ పూర్తయిన వెంటనే యూట్యూబ్ ద్వారా స్వీయ-అధ్యయనంపై ఆధారపడి సీఎస్ ఈకి సిద్ధం కావడం ప్రారంభించింది. యూట్యూబ్ లో నాణ్యత లేని రచయితలు, సరైన పఠనా సామగ్రి లేకపోవడం, తీవ్రమైన ఆరోగ్య సమస్యల వల్ల పదేపదే వైఫల్యాలతో పోరాడినప్పటికీ, ఆమె సంకల్పం, కృషి తన కలలను సాకారం చేయడానికి సహాయపడ్డాయి.

జమ్ముకాశ్మీర్‌లోని అనంతనాగ్‌కు చెందిన తేనెటీగల పెంపకందారుడి కుమారుడు **వసీం అహ్మద్ భట్** మొదట్లో ఇంజినీరింగ్ పట్ల ఆకర్షితుడయ్యాడు. యువ కాశ్మీరీ ఐఎఎస్ అధికారులు, షా ఫైసల్, అథర్ అమీర్ తమ కళాశాలకు రావడం, ఐఎఎస్ కలను సాకారం చేసుకోవడానికి

ప్రేరేపించింది. ఆకర్షణీయమైన ఉద్యోగ అవకాశాలను వదులుకున్న వసీం ఐఏఎస్ ఆశావహులకి మక్కా అయిన ఢిల్లీలోని ఓల్డ్ రాజేంద్ర నగర్‌కు మకాం మార్చాడు. చక్కటి నోట్స్‌ని తయారు చేసుకోవడం, రచనా శైలిని మెరుగుపరుచుకోవడం, పద్నాలుగు గంటల అధ్యయనంతో సీఎస్ఈ-2022లో ఏడో ర్యాంకు సాధించాడు.

పక్కింటి అమ్మాయిలా వుండే **శృతి శర్మ** సీఎస్ఈ-2021లో అగ్రస్థానంలో నిలిచి లక్షలాది మందికి ఆశాకిరణంగా, స్ఫూర్తిగా నిలిచింది. ఉత్తరప్రదేశ్ లోని బిజ్నోర్ లోని పురాతన గ్రామానికి చెందిన ఆమె ప్రయాణం పట్టుదల, సంకల్పంతో నిండినప్పటికీ, హృదయవిదారకమైనది. పొరపాటున తప్పుడు పరీక్షా మాధ్యమాన్ని ఎంచుకోవడం దగ్గర్నుంచి, ప్రిలిమ్స్ లో ఫెయిల్ అవుతాననే భయంతో, అనుకున్న దానికంటే తక్కువ స్థాయి లో ఇంటర్వ్యూ ఇచ్చిన వరకు శృతి మార్గం సాఫీగా సాగలేదు. ఆమె పోరాటానికి ఆమెకెంతో ఇష్టమైన తల్లి మద్దతు ఇచ్చారు. తల్లి త్యాగాలు, ప్రోత్సాహం ఆమె మార్గాన్ని సుగమం చేశాయి.

'ఒక ఐఏఎస్ అధికారిగా మారడం: ఆ విజయ సూత్రాలు' అనే శీర్షికతో ఉన్న ఈ పుస్తకంలోని చివరి అధ్యాయం ఏడుగురు యువ సాధకుల స్ఫూర్తిదాయక కథల ఆధారంగా యూపీఎస్సీ పర్వతాన్ని జయించడానికి సమగ్ర మార్గదర్శకాన్ని అందిస్తుంది.

విభిన్న నేపథ్యాలు, సవాళ్లు ఉన్న ఏడుగురు వ్యక్తుల ఆకర్షణీయమైన ఈ జీవిత కథలు, లక్షలాది మంది సివిల్ సర్వీసెస్ ఆశావాదులకు స్ఫూర్తినివ్వడమే కాకుండా, కఠినమైన యూపిఎస్సీని జయించడానికి ఐఏఎస్ కలను సాధించడానికి అమూల్యమైన మార్గదర్శకత్వాన్ని అందిస్తాయి.

మిన్ను పి. ఎమ్

అధ్యాయం 1

గుమస్తా నుంచి కలెక్టర్ వరకు: ఓ అమ్మ ప్రయాణం

పోలీస్ యూనిఫామ్ లో దేవదూత

కేరళలోని తిరువనంతపురంలో జూనియర్ క్లర్క్ గా పనిచేస్తున్న మిన్ను పి.ఎం.కు ఆ ఆగస్టు ఉదయం మామూలు విషయం కాదు. రాష్ట్రమంతా రుతుపవనాలు కమ్ముకున్నాయి–వర్షపు బిందువుల లయబద్ధమైన చప్పుళ్లతో కిందకు వేలాడుతున్నాయా అన్నట్టు గావున్న మేఘాలతో ఆకాశం వెలిగిపోయింది. తడిసిన నేల నుండి వచ్చే సువాసనను గాలి మోసుకువెళ్తోంది.

కానీ మిన్ను వీటన్నిటినీ పెద్దగా పట్టించుకోలేదు. దళసరి బంగారురంగు అంచుఉన్న క్రీమ్ కలర్ చీర కట్టుకుని ఉంది. ఆమె దృష్టి అంతా అదనపు డైరెక్టర్ జనరల్ ఆఫ్ పోలీస్ సూర్యకాంత్ పాండా (పేరు మార్చాం) పైనే ఉంచి ఆయన చెప్పేది శ్రద్ధగా వింటూ నిలబడి ఉంది.

అంతకు ముందు రోజు సాయంత్రం హోంమంత్రిత్వ శాఖకు కీలకమైన నోట్, లేఖను సిద్ధం చేశారు. ఆ పని చేయడానికి అర్ధరాత్రి వరకు తన కార్యాలయంలోనే ఉండాల్సి వచ్చింది, దీనివలన తన అత్తమామల నుండి ఇబ్బందిని ఎదుర్కోవలసి వచ్చింది. పాండా లేఖలోని విషయాలను

నిశితంగా పరిశీలిస్తుండగా, అతని ముఖంలో ఒక తృప్తి కనిపించి, వెంటనే ఆ లేఖపై సంతకం చేసాడు.

'గుమాస్తాగా జీవితాన్ని ఎందుకు వృధా చేస్తున్నావు? సీఎస్ఈ రాసి ఆఫీసర్ అవ్వడం గురించి ఆలోచించు'అని పాండా చిరునవ్వుతో చెబుతూ ఆ భారీ ఫైల్ ని మిన్ను వైపు నెట్టాడు.

పాండా చిరునవ్వు, ఆమాటలు, మిన్నుకు ఎంతో ఉపశమనం కలిగించాయి. ముందు రోజు రాత్రి ఆమె ఉద్యోగంలో పడిన శ్రమకు ఇది నిదర్శనం. ఆమె పని తీరు పై ప్రశంసలు అందుకోవడం ఇదే మొదటిసారి కాకపోయినా, ఈసారి ఎందుకో అంతకు ముందులా అనిపించలేదు. పాండా మాటలు మిన్నులో ప్రత్యేకమైన భావోద్వేగాలను రేకెత్తించాయి, సందేహపు నీడతో నిండిన ఆనందం.

'నేను చేయగలనని అనుకోవడం లేదు సార్' మిన్ను మాట తడబడింది. పాండా సూచించిన మార్గం ఎంతో దూరం, దాన్ని అర్థం చేసుకోలేనంత అవాస్తవికంగా అనిపించింది.

'నీవల్ల ఎందుకు కాదు? చిన్నవయసులోనే వున్నారు... తెలివైనవారు, కష్టపడి పనిచేసేవారు, పోస్ట్ గ్రాడ్యుయేట్ లో విశ్వవిద్యాలయంలో ర్యాంక్ సాధించారు. ఫైళ్ల లో మీ అద్భుతమైన నోట్స్ చూశాను' అన్నాడు పాండా నమ్మకంగా.

'కానీ సర్, ఈ పరీక్ష చాలా కఠినమైనది, తయారు కావడానికి సంవత్సరాలు పడుతుంది. నాకు అవకాశం వస్తుందని అనుకోవడం లేదు'అంది మిన్ను సంకోచంగా.

'మోల్ (అమ్మాయి)... నీ సామర్థ్యాన్ని తక్కువ అంచనా వేయకు. పరీక్షకు ప్రిపేర్ కావడానికి సెలవు మంజూరు చేస్తాను' పాండా సీరియస్ గా అన్నాడు.

'నేను ఈ విషయ గురించి గట్టిగా ఆలోచిస్తాను. ధన్యవాదాలు సార్', మిన్ను అంతకుమించి వాదించలేకపోయింది. వెంటనే పాండా డెస్క్ నుండి తన ఫైలును తీసుకొని ఆ ఛాంబర్ నుండి బయటకు వచ్చింది. ఆమె గుండె వేగంగా కొట్టుకుంది.

పాండా ఛాంబర్ నుంచి తన సెక్షన్ కి వేసిన ఆ ముప్పై అడుగుల్లో మిన్ను వేరే లోకంలో విహరించింది. ఐఏఎస్ కావాలన్న తన చిరకాల స్వప్నంపై పేరుకుపోయిన దట్టమైన ధూళి పొరను పాండా మాటలు కదిలించాయి.

ఆ పరీక్ష కోసం సీఎస్ఈ–2012 ప్రిలిమ్స్ పరీక్షకు కూడా హాజరయ్యారు.

పోలీస్ హెడ్ క్వార్టర్స్ లో ఓ చిన్నారి

విధి ఆడిన ఆట కారణంగా మిన్ను పోలీస్ హెడ్ క్వార్టర్స్ లో జూనియర్ క్లర్క్ గా చేరింది. కేరళ పోలీసు శాఖలో కానిస్టేబుల్ గా పనిచేస్తున్న ఆమె తండ్రి 2007లో చనిపోవడంతో 'విధి నిర్వహణలో చనిపోయిన వారి కుటుంబంలో ఒకరికి ఉద్యోగం'అనే నిబంధన కింద ఆమెకు ఈ ఉద్యోగం లభించింది. కారుణ్య నియామకం కావడంతో, మొదట్లో సహోద్యోగులు చులకనగా చూసారు. మిన్ను, కష్టపడి పనిచేసి, అంకితభావంతో ద్వారా తన సత్తాని నిరూపించుకుంది. సీనియర్ ఐపిఎస్ అధికారుల ప్రశంసలు తో పాటు సహోద్యోగుల అసూయను సైతం భరించవలసి వచ్చింది.

తన సెక్షన్ కి తిరిగి వచ్చాక, మిన్ను ప్రశాంతతను తిరిగి పొందడానికి తన కుర్చీలో కూర్చుంది. తన తలను తన డెస్క్ చల్లని ఉపరితలంపై సున్నితంగా వుంచి, కళ్ళు మూసుకుని నెమ్మదిగా, ప్రయత్న పూర్వకంగా శ్వాస తీసుకుంది. కొన్ని నెలల క్రితం పాండా తన మొదటి రోజున ఏర్పాటు చేసిన సిబ్బంది సమావేశాన్ని మురిపెంగా గుర్తు చేసుకుంది. ప్రతి ఒక్కరూ తమను తాము పరిచయం చేసుకోవాలని, తమ విధులని వివరించాలని కోరారు.

'ఇక్కడ ఈ చిన్న పిల్ల ఏం చేస్తుంది?' మిన్ను వంతు వచ్చినప్పుడు పాండా చిరునవ్వుతో నవ్వాడు. ఆమె వేప్రాయపు రూపం, అసలు వయస్సు కంటే చిన్నఅమ్మాయిగా కనిపించేలా చేసింది. ఆ మాట ఆ గది లో తేలికపాటి నవ్వులు ప్రతిధ్వనించేలా చేసింది.

'సర్, నేను కేరళ యూనివర్సిటీ నుంచి బయోకెమిస్ట్రీలో పోస్ట్ గ్రాడ్యుయేట్ ని. పేరు మిన్ను పీఎం. ఆయుధాలు, నిర్మాణాల రికార్డుకి సంబంధించిన విధులను చేస్తాను 'అని సిగ్గుపడుతూ మిన్ను బదులిచ్చింది.

ఈ సమావేశం అనంతరం పాండా ఆమెకో సవాల్ విసిరారు. 'మిన్ను, ప్రస్తుతం జరుగుతున్న అన్ని నిర్మాణ ప్రాజెక్టులపై సమగ్ర గణాంకాలు, కేరళ పోలీసు శాఖలలో గల ఆయుధాల గురించి సమగ్ర సమాచారం నాకు కావాలి. ఎప్పుడు ఇవ్వగలరు?' అని అడిగారు.

భయపడిపోయిన మిన్ను తన బాస్ శ్యామ్ శర్మ (పేరు మార్చాం) అసిస్టెంట్ ఇన్స్పెక్టర్ జనరల్ ఆఫ్ పోలీస్ వైపు చూసింది.

''సార్, రేపటికల్లా వివరాలు రెడీ అయిపోతాయి'' శర్మ మిన్నూకి వత్తాసు పలికినట్టు చెప్పాడు.

'ఈ రోజే అవి నాకు కావాలి. రేపు అనేదే లేదు' అన్నాడు పాండా కఠినంగా.

'తప్పకుండా సార్. ఆ వివరాలు ఈరోజే సేకరిస్తాను' అంది మిన్ను తన సంకల్పం చూసి తానే ఆశ్చర్యపోతూ. ఇది కష్టమైన పని, అయినా ఐపిఎస్ అధికారులు నిర్దేశించిన సవాలుతో కూడిన డెడ్ లైన్ లకు అలవాటు పడిన మిన్ను అవసరమైన సమాచారాన్ని క్రోడీకరించే పని హడావిడిగా మొదలు పెట్టింది. గంటల తరబడి శ్రమించిన దానికి ఫలితం దక్కడంతో సమగ్రమైన నోట్ ను సిద్ధం చేసింది. పాండా తన కష్టాన్ని గుర్తించకుండా వెళ్లిపోతాడనే భయంతో, ఆయన కార్యాలయానికి పరుగెత్తింది. అక్కడ ఆయన ఒక సమావేశంలో ఉండడాన్ని చూసింది. ఆయన కోసం ఎదురు చూడాలని నిశ్చయించుకుని, దగ్గర్లోని ఒక సెక్షన్ లో వేచి ఉంది.

సూపరింటెండెంట్‌తో మాట్లలో మునిగిపోయిన ఆమె ధ్యాసను అకస్మాత్తుగా వినిపించిన విసుగు స్వరం వైపు మళ్లించింది. ''మిన్నూ, నువ్వెందుకు వచ్చావు? ఈ రోజు పొద్దున్నే ప్రిపేర్ చేయమని చెప్పిన నోటు ఏమైంది?'' ఆమె ఆ మాటలు వినిపించిన వైపు చూసేసరికి పాండా గదిలోకి వెళ్తూ అడిగాడు.

'సార్ రెడీగా ఉంది' అంది మిన్ను తన చేతుల్లో గట్టిగా పట్టుకున్న ఫోల్డర్ ని చూపించింది, గొంతు కొద్దిగా వణికింది.

'నిజమేనా? తీసుకురా చూద్దాం' అంటూ చెప్పిన పని చేయనందుకు మిన్ను క్షమాపణలు చెబుతుంది అని ఎదురుచూసిన పాండా, ఆమె సమాధానంతో ఆశ్చర్యపోయాడు.

ఆ నోట్ చదవగానే పాండా మొహం నిజమైన ఆనందంతో నిండిపోయింది. ఒక యువ గుమాస్తా నుంచి ఇంత సమగ్రమైన, విశ్లేషణాత్మకమైన నోట్ వస్తుందని అతను ఊహించలేదు. 'ఇది చాలా బాగుంది'అని పాండా మెచ్చుకుంటూ ముగ్ధుడయ్యాడు.

భావోద్వేగ తుఫాను

కళ్లు మూసుకుని పాండాతో గతంలో జరిగిన విషయాలను, ఆయన నాటిన ఆలోచనను గుర్తు చేసుకుంది మిన్ను. తన అసలైన సామర్థ్యం గుమాస్తా పాత్ర కన్న ఎక్కువైనదని ఎల్లప్పుడూ అనుకునేది. అయితే, జీవితం ఆమెను పెళ్లి బాధ్యతల్లోకి లాగింది. భర్తను, అత్తమామలను చూసుకోవడం, ఉద్యోగం చేయడం, కుటుంబాన్ని నడపడం, చిన్న కుమారుడిని పెంచడం వంటి రోజువారీ బాధ్యతల్లో ఆమె కల సమాధి అయింది.

'నేను నిజంగా దీన్ని సాధించగలనా? యువ ఆశావహుల తో పోటీగా నేను కూడా నిలబడగలనా? ఆమె భర్త జోషి ఈ ఆలోచనను సమర్థిస్తాడా? అత్త, మామ ఎలా స్పందిస్తారు?' సమాధానాల కంటే ప్రశ్నలే ఎక్కువగా ఉన్నాయి.

ఈ ఆలోచనల మధ్య ఆమెకి ఒక సుపరిచిత స్వరం వినిపించింది. 'మిన్నూ, అంతా బాగుందా? పాండా సార్ మిమ్మల్ని మందలించారా?" పక్కనే ఉన్న ఆమె సహోద్యోగి తన డెస్క్ పై నుంచి మిన్ను డెస్క్ పైకి వంగి అడిగింది.

'లేదు, అక్క (చెచీ), పాండా సార్ నా పనిని మెచ్చుకున్నారు. నా కెరీర్ డెవలప్మెంట్ గురించి నిజంగాపట్టించుకుంటున్నారు, నేను సీఎస్ఈ రాసి ఐఏఎస్ అధికారిని కావాలని సూచించారు' అంటున్న మిన్ను ముఖంలో చిరునవ్వు మెరిసింది.

ఆందోళనతో కూడిన ఆమె సహోద్యోగి ముఖం మెల్లగా ప్రోత్సహిస్తున్న చిరునవ్వుగా రూపాంతరం చెందింది. పాండా సలహాను ఆమెకూడా సమర్థించింది. 'నా ముద్దుల దేవదూత (ఎంటే సుఖ పెటల్), నువ్వు దీని గురించి గంభీరంగా ఆలోచించాలి' అని మిన్నూ భుజాన్ని తడుతూ అభినందించింది.

పాండా సలహాను తన భర్తతో పంచుకోవాలనే ఆత్రుతతో మిన్నీ హృదయం ఉప్పొంగింది. సాయంత్రం 5 గంటలకు ఆమె కార్యాలయం నుంచి బయటకు వెళ్లేందుకు సిద్ధమవుతుండగా కేరళ పోలీసు శాఖలో పనిచేసిన ఆమె బంధువు దిదీష్ ప్రత్యక్షమయ్యాడు. అతన్ని చూసి మురిసిపోయిన మిన్ను,' దిదీష్, నేను ఒక ముఖ్యమైన విషయం గురించి చర్చించాలి.

జోషీ నా కోసం కింద ఎదురు చూస్తున్నాడు. మనకిష్టమైనటీ స్పాట్ కి వెళ్దాం' అంది.

మిన్ను భర్త జోషి తిరువనంతపురంలోని విక్రమ్ సారాభాయ్ స్పేస్ సెంటర్ (వీఎస్ఎస్సీ)లో టెక్నీషియన్‌గా పనిచేస్తున్నాడు. మిన్ను అతన్ని ఆప్యాయంగా చెట్టన్ అని పిలుస్తుంది.

'చెట్టన్, మనం ఇంటికి వెళ్ళే ముందు 'మనవీయం–వీధిలో' ఆగుదాం. ఈ రోజు ఒక చారిత్రాత్మకమైన ఘటన జరిగింది, దానిని చెప్పడానికి ఎంతో ఉత్సాహంగా ఉన్నాను' అని అంది మిన్ను . ఆమె హెల్మెట్ పెట్టుకుని జోషి బైక్ వెనుక సీటులో కూర్చున్నప్పుడు, ఆమె గొంతు ఉత్సాహంతో వణుకుతోంది. దిదీష్ వెనకాల అనుసరించాడు.

ఒక కప్పు టీ తాగే లోపు చాలా జరగవచ్చు

నగర సాంస్కృతిక ప్రాంతమైన' మనవీయం–వీధి' ఎన్నో కళాఖండాలు, సాంస్కృతిక ప్రదర్శనలు, ఫుడ్ జాయింట్స్ కు ప్రసిద్ధి చెందింది. ముగ్గురూ తమకు ఇష్టమైన ప్రదేశంలో కూచున్నారు. పొగలు చిమ్ముతున్న వేడి వేడి తేనీరు కప్పులు వారి టేబుల్ మీద ఉన్నప్పుడు, మిన్ను ఆ రోజు జరిగిన సంఘటన గురించి ఉద్వేగభరితంగా వివరించింది––పాండాతో సమావేశం, సిఎస్ఇ ప్రిపరేషన్ గురించి అతను ఇచ్చిన సలహా అలాగే ఇతర ఐపిఎస్ అధికారుల నుండి ప్రశంసలు. ఆ తర్వాత సరదాగా నవ్వుతూ, 'మీరిద్దరూ ఏమనుకుంటున్నారు? సీఎస్ఈకి ఒక ప్రయత్నం చెయ్యనా?'అని ప్రశ్నించింది. ఆమె అడిగిన విధానంలో భావోద్వేగాలు మిళితమయ్యాయి.

'ఎందుకు చేయకూడదు? నువ్వు ఎంతో ఎక్కువ అర్హతలు గలదానివని నాకు తెలుసు. జెర్మియా పుట్టక ముందు, మనం సిఎస్ఇ మార్గదర్శకత్వం కోసం ఒక కోచింగ్ అకాడమీకి కూడావెళ్ళడం నాకు గుర్తుంది. మనకి సంతానం కావాలని కోరుకోవడం వల్ల ఆ ఆలోచన విరమించుకున్నాం' అని

జోషీ వెంటనే సమాధానమిచ్చాడు, అతని కళ్ళు తన భార్యపై ప్రశంసలతో నిండిపోయాయి.

జోషి మాటలకు మిన్ను హృదయం ఆనందంతో ఉప్పొంగింది, కానీ ఆ ఉత్సాహం వెంటనే భయాందోళనలతో నిండిపోయింది.

కానీ రెండేళ్ల చిన్నారిని పెంచవలసిన గొప్ప బాధ్యత నా మీద ఉంది. నా కలలను సాకారం చేసుకోవడానికి, వాడి గురించి పట్టించుకోకుండా ఉండడ మన్న విషయాన్ని క్షణం కూడా ఆలోచించలేను'అన్న మిన్నులోని మాతృ స్వభావం ఆమెను వెనక్కి లాగింది.

'ఇప్పుడు కూడా నువ్వు ఆఫీసులోనే ఎక్కువ సమయం గడుపుతున్నావు, జోషి తల్లిదండ్రులే వాడిని సంతోషంగా చూసుకుంటున్నారు. నువ్వు వాళ్లని ఒప్పించగలిగితే, మరింత బాధ్యతను పంచుకోవడానికి వాళ్లు సిద్ధమవుతారు' అని దిధీష్ అన్నాడు.

మిన్ను ఆత్రుతగా, అనిశ్చితంగా ఉంది.ఆమె స్వరం మనస్సులోని ఆందోళనను ప్రతిబింబిస్తుంది. 'ఇది చాలా సవాలుతో కూడుకున్న మూడు దశల పరీక్ష. కొన్నేళ్లుగా నేను చదువుకు దూరంగా ఉన్నాను, మా కార్యాలయంలో పనిభారం కూడా విపరీతంగా ఉంది. ఏళ్ల తరబడి కష్టపడినా, మొదటి దశలోనే నేను బోర్లా పడతానేమో'అని ఆమె తనలోని భయాలను పంచుకుంది.

అయితే, ఇటువంటి భయాందోళనలో మిన్ను ఒక్కరికే కాదు. ఉత్తీర్ణత రేటు 0.01 శాతం తక్కువగా ఉండటంతో ఐఏఎస్ ఆశావహులందరూ ఇలాంటి అనిశ్చిత పరిస్థితులను ఎదుర్కొంటున్నారు.

ఆమె చేసిన గణనీయమైన త్యాగాలను గ్రహించిన జోషీ, మిన్నూను గట్టిగా ప్రోత్సహించాడు. జీవన గమనంలో కెరీర్ గురించి ఆలోచించకుండానే, పెళ్లి చేసుకోవడం, కుటుంబానికి ప్రాధాన్యమివ్వాలనే ఆలోచనతో తన సీఎస్ఈ ఆకాంక్షలను వాయిదా వేసుకోవడం ఎన్నోసార్లు ఆలోచింపజేసింది. ఇంటి పనులు చక్కబెట్టడం, జెర్మియాను జాగ్రత్తగా చూసుకోవడం, కార్యాలయంలో పని వల్ల మిన్నుకు తనకంటూ తక్కువ సమయం వుంటోందనే అపరాధ భావానికి తరచూ లోనయ్యేవాడు... అందుకే ఈ విషయంలో ఆమె ఆకాంక్షలకు అండగా నిలవాలని నిశ్చయించుకున్నాడు.

'మిన్నూ, వచ్చే ప్రిలిమ్స్ కు దాదాపు ఏడాది సమయం ఉంది. సెలవు తీసుకుని నీ ప్రయత్నంలో నువ్వుండు. నువ్వు సాధించగలవన్న నమ్మకం నాకుంది' అని జోషి ఆమెకు ధైర్యం చెప్తే, దిధిష్ అంగీకారంగా తల ఊపాడు.

మిన్ను, జోషి ఇంటికి బయలుదేరారు. ఈ పోటీ లో విజయం సాధించడానికి జోషీ తల్లిదండ్రుల తోడ్పాటు చాలా కీలకం. రాత్రి భోజనంలో, పులుసుతో అప్పంను ఆస్వాదిస్తూ, జోషీ తన తల్లిదండ్రులకు ఆ రోజు జరిగిన సంఘటనలను వివరించాడు. సీనియర్ ఐపిఎస్ అధికారుల నుండి మిన్ను పనికి లభించిన గుర్తింపు, సిఎస్ఈ రాయాలన్న ఆమె ఆకాంక్షను నొక్కి చెప్పాడు.

ఆకలి చచ్చిపోయిన మిన్ను వారి ప్రతిస్పందన కోసం ఆదుర్దాగా ఎదురుచూసింది.

'మోల్, ఇది నిజంగా నువ్వు కోరుకునే విషయమా? దాని గురించి బాగా ఆలోచించడానికి సమయం తీసుకున్నావా?' హఠాత్తుగా బయటపడిన విషయాన్ని తెలుసుకోవడానికి జోషీతండ్రి భోజనం ఆపి అడిగాడు.

'కాలేజీలో చదువుతున్నప్పటినుంచి ఇదే నా ఆశయం అప్పా. పోస్ట్ గ్రాడ్యుయేషన్ సమయంలో కూడా ఒకసారి ప్రయత్నించాను'అని మిన్ను వినయంగా సమాధానమిచ్చింది, ఆమె కళ్ళు ఆమె సంకల్పాన్ని ప్రతిబింబించాయి.

'అప్పా, మిన్ను ఎప్పుడూ అకడమిక్ గా రాణిస్తూనే ఉంది. చిన్నవయసులోనే పెళ్లి చేసుకుంది, ఈ క్లరికల్ ఉద్యోగం ఆమె అర్హతలకు సరిపోదు'అని జోషి జోక్యం చేసుకుని, తన తండ్రి తక్షణ తిరస్కరణను ఆపడానికన్నట్టు అన్నాడు.

"ఇది చాలా కష్టమైన పరీక్ష అని, ప్రిపేర్ కావడానికి సుదీర్ఘ కాలం సెలవు అవసరమంటారు. ఆర్థికంగా ఎలా మేనేజ్ చేస్తారు?' అని పరీక్ష క్లిష్టతని అర్థం చేసుకున్న జోషి తండ్రి ప్రశ్నించాడు.

'అప్పా, కొన్ని నెలలు సెలవు తీసుకుంటుంది.దానివల్ల మనం తాత్కాలిక ఆర్థిక ఇబ్బందులను ఎదుర్కోవచ్చు, కానీ జాగ్రత్తగా పొదుపుగా గడిపితే ఆ ఇబ్బందులు దాటగలం. అది కూడా పనిచేయకపోతే, తిరిగి తన ఉద్యోగానికి వెళ్తుంది' అని జోషి ఉద్వేగంగా చెప్పాడు.

'ఆమెకు అంత దృఢ సంకల్పం ఉంటే తన కలలను నిజం చేసుకోనివ్వండి. మిన్ను సామర్థ్యాన్ని నేను నమ్ముతాను. ఇల్లు, మా ముథే (ముత్యం) విషయాలు మేము చూసుకుంటాం'అని నిశ్శబ్దంగా తింటున్న అత్తగారు చిరునవ్వుతో అంది. జోషీ తల్లిదండ్రులు ప్రేమగా జెర్మియా ను ముథే అని పిలిచేవారు.

మిన్ను హృదయం ఆనందంతో ఉప్పొంగింది, జోషి తల్లి పట్ల ఆమెకు ఉన్న అభిమానం స్పష్టంగా కనిపించింది. ఆమెకు అభ్యంతరాలు ఉన్నప్పటికీ, తన అత్తగారు మహిళల విద్య, సాధికారతకు విలువ ఇస్తారని, తన నిర్ణయానికి మద్దతు ఇస్తారని తెలుసు.

గోల్డ్ స్మెల్టర్ లోకి ప్రవేశం

చిన్నప్పటి నుంచి మిన్ను ఎక్కువ కుతూహలంతో, కష్టపడి పనిచేసే, ప్రతిభావంతురాలు. తన పాఠశాల, కళాశాలలో చదువుకునే సంవత్సరాల్లో, ఆమె వివిధ క్విజ్, వ్యాసరచన, వక్తృత్వపోటీలలో పాల్గొని విజయం సాధించింది. ఆమె తండ్రి పాల్ రాజ్ ప్రపంచం గురించి తెలుసుకోవాలి అని దాని ప్రాముఖ్యతను నొక్కి చెప్పారు. కొద్దిపాటి ఆదాయం ఉన్నప్పటికీ, ఆయన వార్తాపత్రికలు, పుస్తకాలు, మ్యాగజైన్లను కొనేవాడు. చదవడంపై ప్రేమను పెంపొందించాడు. తన తోటి విద్యార్థులు పాఠ్యపుస్తక విషయాల గురించి చర్చిస్తుండగా, మిన్ను ప్రపంచ వర్తమాన సంఘటనల వైపు ఆకర్షితురాలైంది, 'నువ్వు ఏదో ఒక రోజు కలెక్టర్ వి అవుతావు'అని స్నేహితులు చెప్పారు.

అయితే విధి ఊహించని మలుపు తిరిగి కలెక్టర్‌గా కాకుండా గుమస్తాగా మారింది. ఐఏఎస్ కావాలన్న ఆమె కల రోజువారీ బాధ్యతల్లో కూరుకుపోయింది.

ఆ రాత్రి, మిన్నూ ఎగిరి గంతేస్తే, ఆమె మనస్సు యుపిఎస్సీ పర్వతాన్ని అధిరోహించాలనే ఆలోచనలతో నిండిపోయింది. కోచింగ్ అకాడమీలో చేరి తన సమయాన్ని పూర్తిగా కేటాయించకుండా స్టడీ మోడ్ లోకి రీఎంట్రీ ఇవ్వడం, అవసరమైన విస్తారమైన పరిజ్ఞానాన్ని సంపాదించడం అసాధ్యం.

మరుసటి రోజు ఉదయం,ఆమె తన ఉద్యోగంలో మూడు నెలల సెలవు కోసం దరఖాస్తు చేసుకుంది. ఆ రోజే జోషితో కలిసి మిన్ను ఓ ప్రైవేట్ కోచింగ్ అకాడమీని సందర్శించింది. ఇది వివిధ పోటీ పరీక్షలను అభ్యసించే

విభిన్న శ్రేణి విద్యార్థులకు సేవలందించే ఒక సాధారణ సంస్థ. మిన్నూను చేర్చుకోవడానికి అకాడమీ డైరెక్టర్ అంగీకరించినప్పటికీ రూ.25 వేలు ఫీజు డిమాండ్ చేశారు. జోషి తను పనిచేస్తున్న చోటు నుండి నుండి రుణం పొందడానికి సిద్ధంగా ఉన్నప్పటికీ, మిన్ను తన బంగారు గాజులను తాకట్టు పెట్టాలని పట్టుబట్టింది.

నూతన ఉత్సాహంతో మిన్ను ఒక ఖచ్చితమైన టైంటేబుల్ ను రూపొందించుకుని విద్యారంగంలోకి తిరిగి ప్రవేశించింది. ప్రతిరోజూ ఉదయం 8 గంటల నుండి రాత్రి 8 గంటల వరకు అకాడమీలో తరగతులకు హాజరయ్యింది. అక్కడ షెరిన్, దీపల రూపంలో ఆమెకు మద్దతు నిచ్చే ఇద్దరు స్నేహితులు దొరికారు. కొంతకాలంగా విద్యాసంబంధమైన చదువులకు దూరమైన ఆమె నేషనల్ కౌన్సిల్ ఆఫ్ ఎడ్యుకేషనల్ రీసెర్చ్ అండ్ ట్రైనింగ్ (ఎన్ సీఈఆర్ టీ) పుస్తకాలతో 6వ తరగతి నుంచి ప్రారంభించి, క్రమంగా మరింత అధునాతన పాఠ్యాంశాలు చదవడం మొదలు పెట్టింది.

చరిత్ర, భూగోళ శాస్త్రం, ఆర్థిక శాస్త్రం, రాజకీయ శాస్త్రం వంటి అంశాల పట్ల మిన్నకు ఉన్న మక్కువ,ఆమెను పరీక్షకు సంసిద్ధం కావడంలో ముందడుగు వేయించింది. హైస్కూలులోనే ఆమెకు మానవీయ సంబంధాల పట్ల ఆసక్తి కలిగింది, కానీ ఆమె తల్లిదండ్రులు ఆమెను ఇంజనీర్ లేదా వైద్యురాలిగా ఊహించారు. ఒక రోజు సాయంత్రం వారి డాబాపై, తీవ్రమైన వాగ్వివాదం జరిగింది, చివరకి, ఆమెకి మద్దతు ఇచ్చే అమ్మమ్మ మధ్యవర్తిత్వం ఉన్నప్పటికీ, ఆమె తల్లిదండ్రులే విజయం సాధించారు.

రోజూ రెండు వార్తాపత్రికలు శ్రద్ధగా చదువుతూ, కీలక సమాచారాన్ని రాబట్టుకుంటూ, వివరంగా నోట్స్ రాసుకుంటూ, సంపాదకీయాలు, ముఖ్యమైన వార్తాకథనాలు, ఆకర్షణీయమైన ఛాయాచిత్రాలను తన నోట్స్ రిజిస్టర్ లో భద్రపరుచుకుంది.

విశ్లేషణాత్మక నైపుణ్యాలు, రీజనింగ్ ఎబిలిటీ, ఆప్టిట్యూడ్ను అంచనా వేసేందుకు రూపొందించిన సివిల్ సర్వీసెస్ ఆప్టిట్యూడ్ టెస్ట్ (సీశాట్) ఆమెకు ఒక ముఖ్యమైన సవాలు. మిన్ను తన బలాలు, బలహీనతలను విశ్లేషించింది. గణితంతో కుస్తీ పడుతున్న సమయంలో ఆంగ్లం పట్ల ఆమెకున్న అవగాహన అనుకూలంగా నిలిచింది. కాబట్టి, ఆమె మొదటి గణితం మీద దృష్టి పెట్టాలని నిర్ణయించుకుంది. రీజనింగ్, ప్రాథమిక గణిత నైపుణ్యాలపై శ్రద్ధ పెట్టింది.

మిన్ను కృషి, కఠోర శ్రమ ఆత్మవిశ్వాసాన్ని నింపడం ప్రారంభించాయి. కాలం గడిచింది, ఆమెకు తెలియకముందే, ప్రిలిమ్స్ యొక్క భయంకరమైన సవాలు 2016 ఆగస్టులో వచ్చింది. అయితే, జోషీ, అతని కుటుంబ సభ్యులకు నిరాశ కలిగించే విధంగా, మిన్ను ఈ మొదటి అడ్డంకిని అధిగమించలేకపోయింది. ఎదురుదెబ్బ తగిలినా ఆమె అధైర్యపడలేదు.

'దగ్గర దాకా వెళ్లాను. సీశాట్ లో అర్హత సాధించాను, జనరల్ స్టడీస్ లో మంచి మార్కులు వచ్చాయి. నా తర్వాత ప్రయత్నంలో తప్పకుండా గెలుస్తాను'అని తృప్తికరమైన చిరునవ్వుతో చెప్పింది.

ఆ సంవత్సరం చివరలో, మిన్ను, జోషీ, అతని తల్లిదండ్రులతో 'హోలీ ల్యాండ్'తీర్థయాత్రను ప్రారంభించింది. కేరళ వెలుపల తన పరిధిని విస్తరించింది. ఇజ్రాయెల్, పాలస్తీనా వంటి ఆధునిక రాజ్యాలకు సమానంగా ఉండే హోలీ ల్యాండ్ ఆమెలో ఒక కొత్త మెరుపును రగిలించింది. ఐఏఎస్ అధికారి కావాలని, విస్తృత ప్రపంచ సౌందర్యాన్ని అన్వేషించాలనే ఆమె ఆకాంక్షలకు అనుగుణంగా ఒక కొత్త వెలుగును ప్రసరింపజేసింది.

'ఈ కష్టతరమైన ప్రయాణంలో నాకు మార్గనిర్దేశం చేయడానికి నాకు పేరున్న కోచింగ్ అకాడమీ అవసరం'అనుకుంది. ఆమె సంకల్పం రోజురోజుకూ బలపడుతోంది.

ఒక దివ్య ఆశీర్వాదం

హోలిల్యాండ్ నుండి తిరిగి వచ్చిన కొద్దికాలానికే, మిన్ను తన స్నేహితురాలు షెరిన్ (పేరు మార్చబడింది) ద్వారా ఒక దివ్య బహుమతిని అందుకుంది. 'దీదీ, నీకోసం ఒక ఉత్తేజకరమైన వార్తను తెచ్చాను' అని షెరిన్ ఒక వార్తాపత్రిక ప్రకటనను ఊపుతూ అరిచింది. చెన్నైలోని ప్రఖ్యాత ఐఏఎస్ అకాడమీ తిరువనంతపురంలో తమ బ్రాంచ్ ను ప్రారంభిస్తోంది.

ఈ అకాడమీకి వెల్లువెత్తి వస్తున్న ప్రశంసలు గురించి విన్న మిన్ను కళ్ళు ఆశతో వెలిగిపోయాయి. అయితే మరుక్షణం అనిశ్చితి మేఘం ఆ ఆనందాన్ని మసకబార్చింది. 'కానీ షెరిన్, ఇది పెద్ద ఇన్ స్టిట్యూట్, వాళ్ల ఫీజు నేను భరించలేను' అంది, ఉత్సాహం సన్నగిల్లుతుంటే.

షెరిన్ వెంటనే మిన్ను ఆందోళనను తగ్గిస్తూ. 'దీదీ, జాగ్రత్తగా చదవండి. చాలా చౌకగా 'టెస్ట్ సిరీస్' తో ప్రారంభిస్తున్నారు. రీడింగ్ రూమ్

కూడా ఏర్పాటు చేస్తున్నారు. మనం ప్రస్తుతం చదువుకుంటున్న ప్రదేశం కంటే ఇది చాలా బాగుంటుంది.'

షెరిన్ భరోసా ఇచ్చినప్పటికీ, మిన్ను ఆర్థిక భారం గురించి ఆందోళన చెందింది. డిన్నర్ తర్వాత తన ఆందోళనను జోషితో చెప్పింది. 'కంగారు పడకు మిన్ను. యేసు డబ్బును కూడా సమకూర్చాడు. ఈ రోజు నాకు కొంత వేతన బకాయిలు వచ్చాయి', అని హాయిగా చిరునవ్వుతో చెప్పాడు. ఆ మాటలు మిన్నుకు పెద్ద ఉపశమనం కలిగించాయి.

2016 డిసెంబర్ 1 నాడు అకాడమీలో జరిగే టెస్ట్ సిరీస్ లో తన పేరు నమోదు చేసుకుంది. మిన్ను రాబోయే ప్రిలిమ్స్ పరీక్ష కోసం కఠినమైన సన్నాహాలను ప్రారంభించింది. ప్రతిరోజూ ఆఫీసు నుంచి తిరిగొచ్చిన తర్వాత చదువుకు అంకితమై, అప్పుడప్పుడు తెల్లవారుజాము వరకు చదువుకునేది. వారాంతాలు, సెలవు దినాలు అయితే పూర్తిగా చదువుకే అంకితం చేసింది.

ఆమె గతంలో రోజూ సిద్ధమైనట్టు కాకుండా, ఈసారి తన విధానాన్ని కేవలం చదువుకి మాత్రమే పరిమితం చేయలేదు. అకాడమీ నుంచి వచ్చిన టెస్ట్ సిరీస్లు, గత సంవత్సరాల ప్రశ్నపత్రాలు, వివిధ కోచింగ్ సంస్థల వెబ్ సైట్లుల లో ఉంచిన ప్రశ్నలకి జవాబులు శ్రద్ధగా రాసేది . తారాస్థాయిలో సిద్ధమవుతూ, మిన్ను ప్రతిరోజూ పది నుండి పదకొండు గంటల సమయం తన చదువు కోసం కేటాయించింది.

అయితే తన కొడుకుతో తగినంత సమయం గడపలేకపోతున్నాననే భావన నిరంతరం వెంటాడుతూనే ఉంది. వాడు పడుకునేటప్పుడు కథలు చెప్పడం, ఆహారం పెట్టడం, ఇంటికి తిరిగి వచ్చిన తరువాత వాడితో ఆడుకోవడం, వాడి ప్లేస్కూల్ కార్యక్రమాలకు హాజరు కావడం వంటి అతిసాధారణ ఆనందాల కోసం తపనపడింది. తన చేతివేళ్లలోంచి జారిపోతున్న ఆ అమూల్యమైన క్షణాల కోసం బెంగపడింది.

ఇన్ని త్యాగాల మధ్య, కోచింగ్ సంస్థలో జరిగే పరీక్షలో ప్రతి రౌండ్లోనూ తన స్థాయి ని మెరుగుపడడంతో మిన్ను ఉపశమనం పొందింది. క్రమంగా, స్థిరంగా అధిక మార్కులు సాధించగలిగింది. తరచుగా టెస్ట్ సిరీస్ లో అగ్రస్థానాం రావడంతో ఆత్మవిశ్వాసాన్ని పెరిగింది. జోషి తనకి బలమైన పునాదిగా ఉన్నాడు. భావోద్వేగాలు పంచుకోవడం, ఆర్థిక సహాయం

అందించడం, కుటుంబ బాధ్యతలను నిర్వహించడం, బాబు సంరక్షణ, సామాజిక ఒత్తిళ్ళ నుండి మిన్నును రక్షించడం, అలాగే ఒత్తిడి,తన మీద తనకే సందేహం కలిగిన సమయాల్లో ఉత్సాహాన్ని అందించే నాయకుడిగా వ్యవహరించేవాడు.

'ఛెట్టన్, ఆన్సర్ కీతో నా సమాధానాలను క్షుణ్ణంగా చూసుకున్నాను. ప్రిలిమ్స్‌లో ఉత్తీర్ణత సాధిస్తాననే నమ్మకం నాకుంది' అని 2017 ప్రిలిమ్స్ పరీక్ష అనంతరం జోషీతో మిన్ను ఆనందంగా చెప్పింది.

మెయిన్స్ కు షార్ట్ లిస్ట్ అయిన అభ్యర్థుల జాబితాలో తన రోల్ నంబర్ కనిపించడంతో మిన్నూ వూహించింది నిజమైంది. దీంతో జోషి కుటుంబం మొత్తం ఆనందంతో ఉప్పొంగిపోయింది.

వైల్డ్ కార్డ్ ఎంట్రీ హృదయాలను గెలుచుకుంది

మరుసటి రోజు తెల్లవారుఝామున మెయిన్స్ పరీక్ష అనే ఒక కష్టమైన సవాలు వాస్తవ రూపంలో ఎదురయ్యింది. మిన్నుకు భౌగోళిక శాస్త్రం పట్ల గాఢమైన ప్రేమ ఉంది, దానిని తన ఐచ్ఛిక సబ్జెక్టుగా ఎంచుకున్నప్పటికీ, హైస్కూల్ నుండి దాని గురించి పెద్దగా తెలుసుకోలేదు.

'ఛెట్టన్, మెయిన్స్ సబ్జెక్టు లో వైవిధ్యమైన, ఎంతో పరిజ్ఞానం గల సుదీర్ఘ సమాధానాలు రాయాలి. నైపుణ్యం కలిగిన ట్యూటర్ మార్గదర్శకత్వంలో జవాబులు రాయడం ప్రాక్టీస్ చేయాలి' అని ఉదయం కాఫీ తాగుతూ జోషీతో చెప్పింది. ఆమె ముఖంలో ఆందోళన దాచుకుంది.

"కంగారు పడకు మిన్ను, బాగా ప్రిపేర్ చేయించడానికి పేరున్న అకాడమీ దొరుకుతుంది." జోషీ ఆమె ఆందోళనను తగ్గించడానికి ప్రయత్నిస్తూ, సున్నితంగా తట్టాడు.

సమగ్రంగా వెతికేకా, మిన్ను, జోషి తిరువనంతపురంలో ఒక అకాడమీని ఎంచుకున్నారు. పరీక్ష రాస్తున్న మరో అభ్యర్థి ఆ సంస్థ లో వున్న స్టెలర్ జాగ్రఫీ ఫ్యాకల్టీ గురించి గొప్పగా చెప్పాడు.

ఆ అకాడమీకి వెళ్లినప్పుడు, మిన్ను, జోషిలని దాని సహ వ్యవస్థాపకులలో ఒకరు స్వాగతించారు. అయితే ఆదరంగా ఆహ్వానించినప్పటికీ ముందున్న సవాలు గురించి మాత్రం నోరు మెదపలేదు. 'మీరు కళాశాల లో జాగ్రఫీ చదవలేదు, మెయిన్స్ పరీక్షకు ఇంకా మూడు నెలల సమయం మాత్రమే ఉంది.

సిలబస్ కవర్ చేయడం చాలా కష్టం' అని హెచ్చరించాడు. ఆ మాటలను విన్న వెంటనే మిన్ను, జోషిలపై నిరాశ ఛాయలు అలుముకున్నాయి.

'మీ జవాబు రాసే నైపుణ్యాన్ని పరీక్షించిన తర్వాత మిమ్మల్ని తీసుకునే అంశాన్ని పరిశీలిస్తాను' అని ఆయన చెప్పడంతో ఒక ఆశాకిరణం మెరిసింది.

ఆ రోజే జవాబులు రాసే సెషన్ కు మిన్ను హాజరయ్యింది. ఆమె రచనా శైలికి ముగ్ధులైన అధ్యాపకులు,ఆమెను చేర్చుకోవడానికి అంగీకరించారు. విస్తృతమైన సిలబస్‌ను కవర్ చేయడానికి, వారు తప్పనిసరిగా పాటించవలసిన ఒక షెడ్యూల్ ను సిఫారసు చేశారు—ఉదయం 6 గంటల నుండి 8 గంటల వరకు మరియు సాయంత్రం 4.30 గంటల నుండి 6.30 గంటల వరకు రోజుకిరెండు సెషన్లు.

ఈ కొత్త దినచర్య మిన్నూకు మాత్రమే కాదు, పనికి వెళ్ళే ముందు ఆమెను అకాడమీలో దింపి, సాయంత్రం తీసుకెళ్లడానికి తిరిగి వచ్చే బాధ్యత తీసుకున్న జోషికి కూడా సవాళ్లను విసిరింది. మిన్ను రోజంతా అకాడమీలోనే ఉండి, తన భౌగోళిక సెషన్ల మధ్య ఇనిస్టిట్యూట్ లో వున్న రీడింగ్ రూమ్ ను ఉపయోగించుకుంది.

మెయిన్స్ పరీక్షలో వివిధ రకాల సబ్జెక్టులు, పేపర్లను చదవడానికి మిన్ను సమగ్ర వ్యూహాన్ని రచించింది. రెండు క్వాలిఫయింగ్ లాంగ్వేజ్ పేపర్లలో ఇంగ్లీష్ కు ఎలాంటి ఇబ్బందులు ఎదురుకాలేదు. అయితే, పాఠశాల లో చదువుకోని మళయాళంపై పట్టును పునరుద్ధరించుకోవాల్సిన అవసరం ఏర్పడింది. మలయాళ ఉపాధ్యాయురాలైన ఆమె తల్లి బోధించి, సమాధానాలను మూల్యాంకనం చేసే బాధ్యతను తీసుకుంది.

జనరల్ స్టడీస్‌లో, ప్రిలిమ్స్ పరీక్షకు కవర్ చేయని అంశాలతో మిన్ను ప్రారంభించింది. తన పరిమిత కాలాన్ని అధిగమించడానికి, మిశ్రమ విధానాన్ని అవలంబించింది, ప్రతిరోజూ అన్ని పేపర్లను అధ్యయనం చేయడానికి సమయాన్ని కేటాయించింది.

తన ఐచ్ఛిక సబ్జెక్టు కోసం, మిన్ను ఒక వ్యూహాత్మక విధానాన్ని అవలంబించింది. మొదటి పేపర్లో హ్యూమన్ జాగ్రఫీ నుంచి వీలైనన్ని ఎక్కువ ప్రశ్నలకు సమాధానాలు రాయడంపై దృష్టి పెట్టాలని నిర్ణయించుకుంది, ఇది వేరే భాగమైన ఫిజికల్ జాగ్రఫీతో పోలిస్తే బాగా నచ్చింది. రెండో పేపర్లో ఇండియన్ జాగ్రఫీపై యూపీఎస్సీ ఎక్కువగా సాధారణ ప్రశ్నలు

సంధించింది. మొదటి పేపర్ లోని సైద్ధాంతిక భావనలను/అంశాలను తెలివిగా రెండో పేపర్ లో సమాధానాలకి అనుసంధానించి జవాబులని సుసంపన్నం చేసింది.

తన సోషల్ మీడియా ఖాతాలన్నింటినీ నిలిపివేసింది. స్నేహితులతో చాట్ చేయడం మానేసింది. సామాజిక కార్యక్రమాలకు దూరంగా ఉంది. బయటకు వెళ్లి డిన్నర్ చేయడం మానేసింది. తన కార్యాలయ కమిట్మెంట్ల గురించి కొంతకాలం మర్చిపోయింది. మహాభారత ఇతిహాసంలో అర్జునుడు తాను కొట్టమని కోరిన పక్షి కన్నుపై మాత్రమే దృష్టి సారించినట్లే, మిన్ను చూపు పూర్తిగా తన మెయిన్స్ పరీక్షపైనే కేంద్రీకృతమై, మిగిలిన ప్రపంచాన్ని తాత్కాలికంగా ఆమెకు కనిపించకుండా చేసింది.

మిన్ను మెయిన్స్ పరీక్షలో ఉత్తీర్ణత సాధించడంతో ఆమె అలుపెరగని కృషి ఫలించింది. ఇది మిన్నుకి, ఆమె కుటుంబానికి ఒక అపురూపమైన సందర్భం. ఈ వేడుక కొన్ని గంటల తరబడి కొనసాగింది.

'అమ్మా, నేను ఇంటర్వ్యూ స్టేజ్ కి వచ్చానంటే నమ్మలేకపోతున్నాను. గ్రాండ్ స్లామ్ ఫైనల్‌కు వైల్డ్ కార్డ్ ఎంట్రీ ద్వారాచేరుకోవడంలాంటిది' అని మిన్ను తన అత్తగారితో గర్వంగా అంది

సునామీని ఎదుర్కొంటూ

ఆ రాత్రి దూరమైన తన తండ్రిగుర్తుకొచ్చి మిన్నూ హృదయం తీవ్రవేదనకి గురైంది. ఆమె తండ్రితో గాఢమైన అనుబంధం ఉండేది. ఆయన తమని అంత త్వరగా ఎందుకు విడిచిపెట్టాడో అని వాపోయింది. అతను ఆమె హీరో, శక్తికి, భద్రతకి ప్రతిరూపం.

'ఈ రోజు నాన్న బతికి ఉంటే గర్వంతో, ఆనందంతో ఉప్పొంగిపోయేవాడు' అనుకుంది మిన్ను. ఆమెలో భావోద్వేగాల తుఫాను చెలరేగింది, దాని తరంగాలు ఆమె కళ్ళలో కనిపించాయి. 2007 జూన్ లో బాధతో తండ్రి చేసిన పోరాటం, విషాదంగా ముగిసిన ఆ జ్ఞాపకాలు, మనసును ముంచెత్తాయి.

మిన్ను విద్యలో కనబరిచిన ప్రతిభని పురస్కరించుకుని వారి చర్చి వారు సన్మానించిన రోజున, ఉత్సాహంగా తన తండ్రితో కలిసి షాపింగ్ ట్రిప్ ప్లాన్ చేసింది. కానీ అదే వారి చివరి కలయిక అని ఆమెకు తెలియదు.

'నేను డాక్టర్ దగ్గరకు వెళ్లి మెడికల్ సర్టిఫికేట్ తెచ్చుకుంటాను'అంటూ మిన్నూను ఇంటి దగ్గర డ్రాప్ చేసి వెళ్లాడు పాల్ రాజ్. అతను తిరిగి ఇంటికి రాకపోవడంతో కుటుంబ సభ్యులు తీవ్ర ఆందోళనకు గురయ్యారు. ఆ మరుసటి రోజే, ఆయన మరణవార్త ఆ కుటుంబాన్ని శోకసంద్రంలోకి నెట్టేసింది. దుఃఖం నేపథ్యంలోలో గుసగుసలు,తిట్లు తండ్రి మరణానికి ఆమే కారణమని నిందిస్తూ మిన్నుని వెంటాడాయి.

వీధిలో నడుస్తుంటే, 'చూడు, ఆమే తన తండ్రి మరణానికి కారణమైన అమ్మాయి'అంటోన్న బాధాకరమైన గుసగుసల నుండి మిన్ను తప్పించుకోలేకపోయింది. బస్ స్టాప్ లో జులాయి యువకులు మనసును బాధపెట్టేలా. 'ఇప్పుడు నిన్ను ఎవరు చూసుకుంటారు? వచ్చి మాతో కలిసి జీవించు'అని ఎగతాళి చేశారు.

కానీ తుఫాను మధ్య, మిన్ను తన అమ్మమ్మ ఇచ్చిన స్థిరమైన ఓదార్పు తో పాటు ఆమె మామయ్య జాన్ మద్దతు పొందింది. వారి ప్రేమ ఆమెను లోకపు క్రూరత్వం నుండి కాపాడింది.

మిన్ను గ్రాడ్యుయేషన్ పూర్తవుతున్న కొద్దీ పెళ్లి గురించిన చర్చలు జోరందుకున్నాయి. మిన్ను చుట్టూ ఉన్న గాసిప్స్ గురించి ఆందోళన చెందిన ఆమె కుటుంబం, త్వరగా వివాహం చేసుకోవడం ఆమెను రక్షిస్తుందని భావించింది. తండ్రి చనిపోయినప్పటి నుంచి తనను వెంటాడుతున్న ఇంటి నుంచి తప్పించుకోవాలని మిన్ను కూడా ఆరాటపడింది. అలా 2011లో జోషి నుంచి పెళ్లి ప్రపోజల్ వచ్చినప్పుడు, పెద్దగా ఆలోచించకుండా మిన్ను అంగీకరించింది.

క్రిస్మస్ కానుక

కేరళ ప్రభుత్వ సర్వీసులో ఉండగా పాల్ రాజ్ మరణించిన తర్వాత ఆయన కుటుంబంలో ఒకరికి గ్రూప్-సి ప్రభుత్వ ఉద్యోగం పొందే అవకాశాన్ని 'డెత్ ఇన్ హార్నెస్' అనేనిబంధనతో కల్పించింది.ఆ ఉద్యోగానికి మిన్నూను నామినేట్ చేశారు. మేనమామ జాన్ మార్గదర్శకత్వంలో ఆమె దరఖాస్తు ప్రక్రియను ప్రారంభించింది.

'ఏ ఉద్యోగానికి అప్లై చేయాలనుకుంటున్నావ్ మిన్ను? పోలీస్ కానిస్టేబుల్ లేదా క్లర్క్?' ఆప్షన్లను సమీక్షిస్తూ అడిగాడు జాన్.

తండ్రి జ్ఞాపకాలు చెదిరిపోతుండగా మిన్ను ఆలోచిస్తూ. 'కానిస్టేబుల్‌గా ఉండటానికి శారీరక బలం, అలాగే వేళా పాళా లేని పని గంటలు ఉంటాయి' అంది.

జాన్ తల పంకించాడు, 'నిజమే, కానీ గుమాస్తా జాబ్కి సుదీర్ఘమైన వెయిటింగ్ లిస్ట్ ఉంది. కానిస్టేబుల్ ఉద్యోగాలకు ఎక్కువ అవకాశాలు తరచుగా వస్తాయి.'

కఠినమైన పోలీసు శిక్షణ గురించి ఆందోళన చెందిన మిన్ను సంకోచిస్తూ, 'నేను క్లర్క్ జాబ్ కోసం వేచి ఉంటాను, నా చదువుపై దృష్టి పెడతాను'.

సరదాగా నవ్విన జాన్,'నాకు తెలుసు, నువ్వు పోలీసు బలగానికి సరిపోని సోమరిపోతువి'అని ఎగతాళి చేశాడు.

దీంతో కారుణ్య ప్రాతిపదికన నియామకాల కోసం ఆశావహుల జాబితాలో మిన్ను పేరు చేరింది. అయితే ఈ జాబితా నత్తనడకన సాగడంతో ఈ ప్రక్రియ అంతులేకుండా సాగింది. నెల గడుస్తున్న కొద్దీ మిన్ను ఆశలు కోల్పోవడం మొదలుపెట్టింది. జాబ్ లెటర్ తొందర్లోనే, ఆమె చేతుల్లోకి వస్తుందని భరోసా ఇస్తూ జోషీ నిరంతరం ప్రోత్సహించాడు.

సెప్టెంబరు 2012లో, మిన్ను బయోకెమిస్ట్రీలో పోస్ట్ గ్రాడ్యుయేషన్ పూర్తి చేసింది, విశ్వవిద్యాలయంలో రెండవ ర్యాంకు సాధించింది. ఎట్టకేలకు ఎంతోకాలంగా ఎదురుచూస్తున్న ఆఫర్ లెటర్ డిసెంబర్ మొదటి వారంలో కేరళ పోలీసు శాఖలో క్లర్క్ ఉద్యోగం ఇస్తూ వచ్చింది. 2012 డిసెంబర్ 26న పోలీస్ హెడ్ క్వార్టర్స్ (పీహెచ్ క్యూ)లో రిపోర్టు చేయాలని ఆదేశించారు.

ఆ రోజు తండ్రిని స్మరించుకున్న మిన్ను హృదయం భావోద్వేగాలతో ఉప్పొంగింది. ఆమె తల్లికి కూడా కన్నీళ్లు వచ్చాయి. మిన్ను ఉదయాన్నే లేచి, చర్చికివెళ్లి, ఆఫీసులో చేరే తన మొదటి రోజు కోసం సిద్ధమైంది.

'నువ్వు అదృష్టవంతురాలివి. పీహెచ్ క్యూకు కేటాయించబడ్డావు. పేపర్ వర్క్ కోసం మొదటి అంతస్తులోని రూమ్ నంబర్ 121కి వెళ్లండి' అని పీహెచ్ క్యూ రిసెప్షన్‌లో ఉన్న ఓ పెద్దావిడ ఆమెకు తెలియజేసింది.

మిన్ను హృదయం ఆనందంతో ఉప్పొంగింది. తిరువనంతపురం లేదా సమీపంలో పోస్టింగ్ పొందాలనేది ఆమె ప్రగాఢ వాంఛ. తరువాత

మూడు సంవత్సరాల పాటు, మిన్ను పిహెచ్ క్యూ లో తన పనికి తనను తాను మనస్ఫూర్తిగా అంకితం చేసుకుంది. పాండా సలహా ఆమె ప్రయాణ గమనాన్ని మార్చే వరకు ఆమె మార్గం స్థిరపడిన్నట్లు గా అనిపించింది.

అందుకోలేని శిఖరాగ్రం

2018 మార్చికి తిరిగి వెళ్తే-సీఎస్ఈ-2017 మెయిన్స్ పరీక్షా ఫలితాలు వెలువడిన మరుసటి రోజే సంబరాలు చేసుకున్న మిన్ను ఉత్సాహంగా ఇంటర్వ్యూకు సిద్ధమయ్యింది. అంతిమ సవాలును ఎదుర్కోవడానికి, జోషితో కలిసి న్యూఢిల్లీకి కేరళ ఎక్స్ ప్రెస్ ఎక్కింది.

ఇంటర్వ్యూ రోజు, మిన్ను సాధారణంగా కంటే ముందుగానే నిద్రలేచింది. ఒత్తిడి వల్ల అల్పాహారం తినలేకపోయింది. హడావుడిగా తన ప్రొఫైల్‌ను, సాధించిన విజయాలను సమీక్షించి, ఆనాటి వార్తాపత్రికను తిరగేసింది. తాము ఉంటున్న కేరళ హౌస్ నుంచి జోషితో కలిసి ఆటో ఎక్కి షాజహాన్ రోడ్డులోని యూపీఎస్సీ కార్యాలయమైన ధోల్పూర్ హౌస్‌కి వెళ్లింది.

ధోల్పూర్ హౌస్ శోభ మిన్నును విస్మయానికి గురిచేసింది. భద్రతా తనిఖీల అనంతరం తోటి ఆశావహులతో నిండిన విశాలమైన వెయిటింగ్ హాల్లోకి ప్రవేశించారు. యూపీఎస్సీ అధికారి వారికి శుభాకాంక్షలు చెప్పి, ఇంటర్వ్యూ విధానాన్ని వివరించారు.

టెన్షన్ లో ఉన్న మిన్ను ఎక్కువగా తనలోతాను ఆలోచించుకుంటూ, ఇతర ఔత్సాహికులతో పరిమితంగామాట్లాడింది. సుదీర్ఘ నిరీక్షణ తర్వాత ఎట్టకేలకు మధ్యాహ్న భోజనానికి ముందు ఆమె వంతు వచ్చింది.

ఆమె లోపలికి వెళ్లగానే, బోర్డు చైర్ పర్సన్ ఆమెను పలకరించి ఆలస్యమైందని అంగీకరిస్తూ. 'మనం మధ్యాహ్న భోజనానికి దగ్గరలో ఉన్నాం, కాబట్టి క్లుప్తంగా... దయచేసి స్వీయ పరిచయంతో ప్రారంభించండి'అని అన్నారు.

చిరునవ్వు చిందిస్తూ మిన్ను తన ప్రయాణాన్ని వివరించడం మొదలుపెట్టింది. చైర్ పర్సన్ సావధానంగా విన్నాడు, ఆ తరువాత అడిగిన ప్రశ్న ఆమెని కలవరపెట్టింది. 'మీ డిటైల్డ్ అప్లికేషన్ ఫామ్ (డీఏఎఫ్)లో పేర్కొలేనిది ఏదైనా ఉందా?' అని ప్రశ్నించారు.

సమాధానం కోసం తంటాలు పడ్డ మిన్ను. 'సార్, అంతకుమించి ఏమీ లేదు. నేనొక పాఠకురాలిని, ప్రయాణికురాలిని' అని తడబడుతూ చెప్పింది.

'అది మీ డీఏఎఫ్ లో ఉంది. దాన్నిమళ్లీ చెప్పాల్సిన అవసరం లేదు'అని మిన్నులో భయాన్ని పెంచాడు. ఆయుధ లైసెన్సులు జారీ చేసే కేరళ పోలీసుల అధికారం, జీవశాస్త్ర నేపథ్యం ఉన్నప్పటికీ, భౌగోళిక శాస్త్రాన్ని తన ఐచ్ఛిక సబ్జెక్టుగా ఎంచుకోవాలన్న ఆమె నిర్ణయంపై ప్రశ్నలతోపాటు ఇంటర్వ్యూలో ఆమె చేస్తున్న పని, అకడమిక్ ఎంపికల గురించి కూడా ప్రశ్నించారు. 'ఎంతోకాలంగా తిరువనంతపురంలో నివసిస్తున్న మీరు ఎప్పుడైనా ఆ నగరం నుంచి వెళ్లిపోవాలని ఆలోచించారా?'అని బోర్డు సభ్యుల్లో ఒకరు ప్రశ్నించారు.

మిన్నుకీ ప్రశ్నలుచాలా యాదృచ్ఛికంగా అనిపించాయి; ఆమె తన డిఎఎఫ్ నుండి జాగ్రత్తగా సిద్ధం చేసుకున్న అంశాలపై చాలా వరకు దృష్టి పెట్టలేదు. 15 నిమిషాల కంటే తక్కువ సమయం మాత్రమే సాగిన ఈ ఇంటర్వ్యూ మిన్నుని నిరుత్సాహానికి గురిచేసింది.

ఇంటర్వ్యూ తరువాత, తనని తాను నిశితంగా విశ్లేషించుకుని, ఎన్నో బలహీనతలను గుర్తించింది: కేరళలోజరిగిన మాక్ ఇంటర్వ్యూలలో ప్రతికూల ఫీడ్ బ్యాక్ కారణంగా ఆత్మవిశ్వాసం క్షీణించింది, బాడీ లాంగ్వేజ్ భయాలకు గురి చేసింది,

దేశవ్యాప్తంగా ఉన్న ఆశావహులను ఢిల్లీలో చూసినప్పుడు ఆత్మవిశ్వాసం దెబ్బతిని, సమాధానం తెలిసినా తెలియకపోయినా ప్రతి ప్రశ్నకు ప్రతిస్పందించే ధోరణి ఏర్పడింది.

కుప్పకూలిన స్వప్నం

ఏప్రిల్ 27, 2018 ఉదయం, మిన్ను తన అధైర్యస్థితితో పోరాడింది. టెలిగ్రామ్ యాప్ గ్రూప్ ద్వారా ఫలితాలు త్వరలో విడుదలవుతాయని పుకార్లు వ్యాపించాయి. తన పనిపై దృష్టి పెట్టడం సవాలుగా భావించిన పదేపదే తన ఫోన్ వైపు చూసింది. చివరకు సాయంత్రానికి విజయవంతమైన అభ్యర్థుల పేర్లతో కూడిన పీడీఎఫ్ జాబితా కనిపించింది. మిన్ను ఊపిరి బిగబట్టి ఆ జాబితాను పరిశీలించింది, ఆమె పేరు కనిపించకపోవడంతో గుండె బరువెక్కింది.

నిరాశ స్పష్టంగా కనిపించింది. ఆమె కుటుంబ సభ్యులు అందరితో కలసి రాత్రి భోజనానికి కూర్చున్నప్పుడు ఆ నిరాశ నీడ డైనింగ్ టేబుల్ దగ్గర కనబడి, వారి కళ్ళలో కన్నీళ్లు తిరిగాయి. కానీ చీకటి మధ్య, మిన్ను ధైర్యంగా ఉండి, వారిని ఓదార్చడానికి ప్రయత్నించింది. 'దయచేసి అంతలా కంగారు పడకండి. నేను ఇంటర్వ్యూ దశకు చేరుకోవడం చెప్పుకోదగ్గ విజయమే కదా. వచ్చే ఏడాది కచ్చితంగా నా పేరు ఈ జాబితాలో ఉంటుంది' అని భరోసా ఇచ్చింది.

అయితే, ఆమె సంకల్పాన్ని, మానసిక బలాన్ని మరింత పరీక్షించాలని కాలం నిర్ణయించింది. ఫలితాల వల్ల కలిగిన ఆందోళన, వైఫల్యం, నిరాశ, కేవలం రెండు వారాల తర్వాత జరగబోయే తదుపరి ప్రిలిమ్స్ కు తగిన విధంగా సిద్ధం కాలేకపోయింది.

ప్రిలిమ్స్-2018 సరిగ్గారాయలేకపోయినప్పటికీ మెయిన్స్ దశకు చేరుకుంటానని మిన్ను ఆశాభావం వ్యక్తం చేసింది. అయితే మెయిన్స్ పరీక్షకు షార్ట్ లిస్ట్ చేసిన అభ్యర్థుల జాబితాలో తనపేరు కనిపించకపోవడంతో అవాక్కయ్యింది. మార్కులు పబ్లిష్ చేసినప్పుడు జనరల్ స్టడీస్ లో మంచి మార్కులు సాధించినా సీశాట్ లో అర్హత సాధించలేకపోయానని గుర్తించింది.

నిరాశ, భయం వల్ల కలిగినభారంతో సతమతమవుతున్న మిన్ను ఆ ఎదురుదెబ్బ తర్వాత తన సహచరులను ఎదుర్కోలేక మరింత కృంగిపోయింది. భయంతో ఆఫీసుకు తిరిగి వెళ్లకుండా ఇంటికే పరిమితమయ్యింది. జోషీ ఎంతగా ప్రయత్నించినా, నిరాశా నిస్పృహల్లో చిక్కుకుపోయింది.

కానీ జోషీ ఆమెకి తన మద్దతును గట్టిగా తెలిపాడు. తిరిగి ఆమెను నెమ్మదిగా రంగంలోకి దింపాడు. అయిష్టంగానే, మిన్ను తన సహోద్యోగుల విచక్షణారహితమైన చూపులకు తనను తాను సిద్ధం చేసుకుంటూ ఆఫీసుకు తిరిగి వచ్చింది. క్రమంగా, వారి సూటిపోటి మాటల నుండి బయటపడే శక్తిని తెచ్చుకుంది, ఇది ఆమె అచంచలమైన స్ఫూర్తికి నిదర్శనం.

సెలవులకు దరఖాస్తు చేసుకుని ప్రిలిమ్స్-2019ను ఎదుర్కొనే శక్తిని కూడగట్టుకుంది. అయితే సీశాట్ ఆమె ఆకాంక్షలను మరోసారి భగ్నం చేయడంతో విధి ఆమెపై మరో క్రూరమైన దెబ్బ కొట్టింది.

మహమ్మారి జీవితాన్ని అందంగా మార్చేసింది

ఫిబ్రవరి 12, 2020న, మిన్ను సివిఎస్ఇ -2020 పరీక్ష కోసం యుపిఎస్సీ నుండి ప్రకటన చూసింది. దాన్ని చూడగానే ఆమెలో ఉద్వేగం, దుఃఖం, ఆశ, నిస్పృహ వంటి భావోద్వేగాల కలయిక మొదలైంది. ఆమె తన ఆఫీసుబయటకు వచ్చి ప్రకటన తాలూకా ఫోటో కాపీని తీసుకుంది. కారులో కూర్చొని దాన్ని జోషికి చూపించింది.

'నేను ఆ ఛాన్స్ తీసుకోవాలా? మళ్ళీ ఫెయిల్ అయితే?' కళ్ళల్లో నీళ్ళు తిరిగాయి మిన్నుకు.

'విజయం అనేది కాలానికి సంబంధించిన విషయం మాత్రమే మిన్ను. సెలవు తీసుకుని శ్రద్ధగా ప్రిపేర్ అవ్వు. నాకోసంఈసారి ప్రయత్నించు 'అంటూ జోషీ ఆమె చేతిని సున్నితంగా పట్టుకున్నాడు.డూడుల్ (జర్మియా) ఎదుగుతున్న అమూల్యమైన క్షణాలతో సహా ఇప్పటికే చాలాపోగొట్టుకున్నాను. అదృష్టం మీద ఆధారపడి ఈ ఆటను ఇక నిరవధికంగా కొనసాగించలేను. ఇదే నా చివరి ప్రయత్నం'అని గట్టిగా అంది.

మరుసటి రోజు ఉదయం, మిన్ను సరి కొత్త సంకల్పంతో తన సన్నాహాలను ప్రారంభించింది. అయితే, కోవిడ్-19 మహమ్మారి ప్రారంభంతో ఆమె పురోగతి ఆగిపోయింది. వైరస్ వ్యాప్తిని అరికట్టడానికి, కేరళ ప్రభుత్వం 2020 మార్చి 8 నాడు కోచింగ్ ఇనిస్టిట్యూట్లను మూసివేయాలని ఆదేశించింది,యుపిఎస్సీ పరీక్షను నిరవధికంగా వాయిదా వేసింది.

కోట్లాది మందిలాగే ఇంటికే పరిమితమైన సమయంలో మిన్ను తన జీవితంలోని అనేక అంశాల విలువను పునఃసమీక్షించుకుంది. ఆమె భర్త జోషీ అత్యంత కీలకంగా మారాడు.

'మేము ఎప్పుడూ ఒకరినొకరు తక్కువగా పట్టించుకోవడం వల్లే మా వైవాహిక జీవితం సాఫీగా పనిచేస్తుందని నమ్మేదానిని. కానీ అది తప్పని రుజువైంది. లాక్ డౌన్ సమయంలో మేమిద్దరం కలిసే ఉన్నాం. కలిసే వంట చేసుకున్నాం. టీవి చూశాం. గంటల తరబడి మాట్లాడుకున్నాం. ఒకరి సాంగత్యాన్ని మరొకరు ఆస్వాదించాము. నేను ఇప్పుడు జోషీని సరిగ్గా అర్థం చేసుకున్నాను' అని జూమ్ కాల్ సందర్భంగా మిన్ను తన బెస్ట్ ఫ్రెండ్‌తో చెప్పింది.

మిన్ను ఐఏఎస్ పరీక్షకు మద్దతు తెలపడాన్ని జోషీ స్నేహితులు తరచూ ప్రశ్నించేవారు.

'మీ భార్య ఐఏఎస్ అయినప్పుడు ఎలా వుంటారో? మీరు కేవలం టెక్నీషియన్ మాత్రమే. ఆమె కంటే అనేక ర్యాంకులు కింద ఉంటారు. ఆమె కారులో వెళ్తుంది, బంగ్లాలో ఉంటుంది, ఎంతో అధికారాన్ని కలిగి ఉంటుంది' అనేవారు.

ఒకరోజు జోషి సరదాగా 'నువ్వు పరీక్షలో ఉత్తీర్ణత సాధించి ఐఏఎస్ అయ్యాక నాతో బైక్ రైడ్ చేస్తావా?' అని సరదాగా అడిగాడు.

మిన్ను మనస్ఫూర్తిగా నవ్వి అతన్ని కౌగిలించుకుంది. 'నేను నా వృత్తిని మార్చుకుంటాను, కానీ వేరే వ్యక్తిని కాను. నీతో బైక్ రైడ్ చేయడాన్ని నేను ఎప్పటికీ గుర్తుంచుకుంటాను'అని బదులిచ్చింది.

కోచింగ్ అకాడమీ నుంచి బహుమతి

కోవిడ్-19 మహమ్మారి సమయంలో, మిన్ను తన బెస్ట్ ఫ్రెండ్ అశ్వతి (పేరు మార్చబడింది) తో కలిసి జూమ్‌లో చదువుకుంది. ఒకరోజు అశ్వతి మిన్నుతో, నీకు తెలుసా మన కోచింగ్ అకాడమీకి ఒక స్వంత ఫ్లాట్, అకాడమీకి దగ్గర్లో ఉందని తెలుసా? మనం అక్కడే ఉండి పరీక్షకు సిద్ధం మౌతామని అకాడమీ ఇంచార్జి ను ఎందుకు అడగ కూడదు? అకాడమీ నిర్వహించిన టెస్టు సిరీస్ లో నువ్వే అద్భుతమైన ప్రదర్శన చూపించావు, నువ్వు వారిని అడిగితే వారు తప్పక అంగీకరించవచ్చు'అని అంది.

ఆ ఆలోచనతో మిన్ను కళ్ళు మెరిశాయి, కానీ నెలల తరబడి తన కొడుకును, భర్తను విడిచిపెట్టాలనే ఆలోచనతో అంతలోనే అది మసకబారింది. తన ఉద్దేశాన్ని మార్చుకోవాలని భావించింది . అయితే ఆ సంభాషణ విన్న జోషి ఆమెను ఒప్పించాడు. 'అశ్వతితో కలిసి నువ్వు ఫ్లాట్ కి మారితే, చదువుపై బాగా దృష్టి పెట్టగలుగుతావు' అని అన్నాడు.

మరుసటి రోజు మిన్ను సెంటర్ ఇన్చార్జితో మాట్లాడం, ఆయన వెంటనే అంగీకరించడం జరిగిపోయింది.

మిన్ను తన బ్యాగులను సర్దుకుంటున్నప్పుడు, ఆమె నరనరాలలో ఉత్సాహం ప్రవహించింది. అయితే, ఆ క్షణం దగ్గరపడుతున్న కొద్దీ,ఆమెలో

విషాదపు అలలు ఎగిసిపడ్డాయి. నెలల తరబడి కొడుక్కి, జోషికి దూరమవుతున్నానన్న ఆలోచన ఆమె గుండెల్లో గుబులు పుట్టించింది.

ఆ రాత్రి, చీకటి ఆమె గదిని చుట్టుముట్టడంతో, నిద్ర ఒక సుదూర జ్ఞాపకమైంది.నిద్ర పట్టలేదు. దానిబదులు, ఆమె మనస్సు జ్ఞాపకాల గ్యాలరీగా మారింది. ప్రతి ఫ్రేమ్ లో ఆమె పిల్లాడి ప్రకాశవంతమైన చిరునవ్వులతో, జోషీ ఓదార్పు ఉనికితో అలంకరించబడింది. నిశ్శబ్దంగా ఆమె చెంపల నుంచి కన్నీళ్ళు కారుతున్నాయి.

మరుసటి రోజు ఉదయం బ్రేక్ ఫాస్ట్ చేసి మిన్ను తన సూట్‌కేస్‌ను కారు డిక్కీలో పెట్టింది. కొడుకు ఆమెను అంటిపెట్టుకున్నాడు. వాడి చేతులు ఆమె మెడ చుట్టూ గట్టిగా చుట్టుకున్నాయి. రోజూ వీడియో కాల్స్ చేస్తానంటూ భరోసా ఇచ్చి, త్వరలోనే వస్తానని మాట ఇచ్చి కన్నీళ్లు దాచుకుని కారులో కూర్చుంది. యూపీఎస్సీ అనే శిఖరాన్నిజయించాలనే ఒత్తిడి ఇప్పుడు తీవ్రమైంది.

అపార్ట్ మెంట్‌లోకి అడుగు పెట్టగానే మిన్ను, అశ్వతి రెట్టించిన ఉత్సాహంతో చదువులో మునిగిపోయారు. సమయాన్ని ఆదా చేయడానికి, వారు ప్రతి రెండు రోజులకు ఒకసారి వంట చేసి, వారానికి ఒకసారి అపార్ట్ మెంట్ ని శుభ్రం చేశారు. తీవ్రమైన సన్నద్ధత మధ్య, వారి కుటుంబాలకు రోజువారీ కాల్స్ జీవనాధారంగా మారాయి.

చివరకు ప్రిలిమ్స్ పరీక్ష 2020 అక్టోబర్ 4న జరిగింది. మిన్ను బాగా సన్నద్ధమైనప్పటికీ సీశాట్ భయాన్నిమాత్రం వీడలేకపోయింది. 'ఛెట్టన్, నాకు జనరల్ స్టడీస్ మీద నమ్మకం ఉంది, కానీ సీశాట్ లో అర్హత సాదించాలేమోననే భయం నన్ను వెంటాడుతోంది'అని పరీక్షా కేంద్రానికి వెళ్తూ జోషికి చెప్పింది.

'నిన్ను సీశాట్లో పాస్ చేసే ట్రిక్ నా దగ్గర ఉంది. కానీ జనరల్ స్టడీస్ పేపర్ అయ్యాక చెబుతాను' చిరునవ్వుతో ఆమెకు భరోసానిచ్చాడు జోషీ. మిన్ను మునుపటి ప్రయత్నాలలో జోషీ ఒక నమూనాను గమనించాడు. జనరల్ స్టడీస్ పేపర్ తర్వాత, సీశాట్ ముందు ఫోన్, ప్రశ్నాపత్రంతో కారులో కూర్చొని తన సమాధానాలను నిర్ధారించుకునే ప్రయత్నం చేసేవారు. కొన్ని తప్పు సమాధానాలను కనుగొనడం ఆమె మానసిక స్థితిని దెబ్బతీసింది. సిశాట్ ముందు అదే ఆమె ఆత్మవిశ్వాసాన్ని దెబ్బతీసింది.

మిన్ను జనరల్ స్టడీస్ పేపర్ పూర్తి చేసిన తర్వాత జోషీ ప్రశ్నాపత్రాన్ని, తన ఫోన్‌ను ఆఫ్ చేశాడు. 'నేను ఇంతకు ముందు ప్రస్తావించిన సీశాట్ ను క్లియర్ చేసే ట్రిక్ ఇది. సీశాట్ పూర్తయ్యే వరకు ఫోన్, ప్రశ్నాపత్రం తిరిగి ఇవ్వను'అని పట్టుబట్టాడు.

ఫలితంగా సీశాట్ పై ఘన విజయం సాధించి తదుపరి రౌండ్‌కు దూసుకెళ్లింది.

ఆఖరి పోరాటం

ప్రిలిమ్స్ ఫలితాల కోసం ఎదురుచూడకుండా మిన్ను, అశ్వతి మెయిన్స్ కు ప్రిపేర్ కావడం ప్రారంభించారు.

మిన్ను 2017లో ఆమె తీసుకున్న చివరి మెయిన్స్ పరీక్షలో తన పనితీరు విశ్లేషించుకుంది. తనకు అంత బాగారాని అంశాల పై దృష్టి సారించింది. ప్రతి పేపర్ కోసం టెస్ట్ సిరీస్‌లో పాల్గొని, చక్కటి సమాధానాలు రాయడాన్ని అభ్యసించడంలో మునిగిపోయింది. ఆమె తన ప్రతిస్పందనలను మెరుగుపరచడానికి మూల్యాంకణ చేసే వారి అభిప్రాయాన్ని సమర్ధవంతంగా ఉపయోగించుకుంది.

మిన్ను, అశ్వతి ఇద్దరూ మెయిన్స్ పరీక్షల్లో ఉత్తీర్ణత సాధించడంతో కష్టానికి ఫలితం దక్కింది. తిరువనంతపురంలో ఇంటర్వ్యూ కోచింగ్ సంస్థలకు గల పరిమితులను గుర్తించిన మిన్ను, అశ్వతితో కలిసి ఢిల్లీలో ఒక నెల రోజులు గడపాలని నిర్ణయించుకుంది. ఢిల్లీలో గడిపిన సమయం అంతా మాక్ ఇంటర్వ్యూలలో పాల్గొనడంతోనే సరిపోయింది. ఇది ఆమెలో ఆత్మవిశ్వాసాన్ని బాగా పెంచింది.

మిన్ను, అశ్వతి కూడా ఒకరితో ఒకరు మాక్ ఇంటర్వ్యూలను నిర్వహించుకున్నారు. అశ్వతి ఇంటర్వ్యూ తర్వాత మిన్ను తల్లి, ఢిల్లీలో ఆమెదగ్గరకు వచ్చింది. తన తల్లితో మాక్ ఇంటర్వ్యూలు మిన్నుకు ఆమె సంయమనం, వ్యక్తీకరణపై విలువైన ఫీడ్ బ్యాక్‌ను అందించాయి.

ఇంటర్వ్యూకు ముందు, మిన్ను తనను పరీక్ష రాయడానికి ప్రేరేపించిన ఐపిఎస్ అధికారి పాండా నుండి మార్గదర్శకత్వం కోరింది. అతని సలహా సరళమైనది కానీ లోతైనది: 'మీరు నాతో ఎంత స్వేచ్ఛగా

మాట్లాడుతున్నారో బోర్డుతో కూడా అంతే స్వేచ్ఛగా మాట్లాడండి. నువ్వు మంచిదానివి, నువ్వు నీలాగే ఉండు'. ఈ మాటలు మిన్నులో ఆత్మవిశ్వాసాన్ని పెంచాయి.

సెప్టెంబర్ 21, 2021 నాడు, అందమైన ఆకుపచ్చ చీరను ధరించి, మిన్ను తన పర్సనాలిటీ టెస్ట్ కోసం యుపిఎస్సీ సెంట్రల్ హాల్ కి తిరిగి వచ్చింది. మధ్యాహ్న భోజనానంతరం ఆమె ఇంటర్వ్యూ జరగాల్సి ఉంది. ప్రశాంతంగా, సంయమనంతో,తన వంతు కోసం ఎదురుచూస్తూ తోటి ఔత్సాహికులతో స్నేహపూర్వక సంభాషణలు జరిపింది. సాయంత్రం 5.30 గంటలకు మెసెంజర్ వచ్చి మిన్నును ఇంటర్వ్యూ జరిగే గదికి తీసుకు వెళ్లేందుకు మార్గ నిర్దేశం చేసాడు.

ఆమె గదిలోకి ప్రవేశించగానే బోర్డు మెంబర్ ఒకరు 'మా మనవరాలి పేరు కూడా మిన్ను'అని తేలికగా నవ్వుతు చెప్పడంతో, ఆమెలోనులి వెచ్చని చిరునవ్వులు చిగురించాయి. ఈ తేలికపడ్డ ఆ క్షణం మిన్నుకు ఎంతగానో ఉపశమనం కలిగించింది, చక్కటి చిరునవ్వుతో ప్రతిస్పందించింది.

బయోకెమిస్ట్రీ, జాగ్రఫీ, పోలీస్ ఫోర్స్ అనుభవాలతో సహా ఆమె డిఎఎఫ్ యొక్క వివిధ అంశాలను బోర్డు ప్రశ్నలు కవర్ చేశాయి. ఆమె ప్రయాణాలు, ఆమె సందర్శించిన రాష్ట్రాలు, విదేశాల్లో ఆమె అనుభవాల గురించి అడిగి తెలుసుకున్నారు. ప్రశ్నల కి జవాబులు చెబుతున్నప్పుడు, అవి అంత సంక్లిష్టంగా లేవనిపించింది.

గ్రాండ్ ధోల్పూర్ హౌస్ నుంచి బయటకు వచ్చిన మిన్ను తన ఇంటర్వ్యూ ని గుర్తుచేసుకుంది. 'ఇది చాలా బాగా లేదా చాలా పేలవంగా ఉంటుంది. ఏదేమైనా, ఇది నిస్సందేహంగా నా చివరిది. దీనితో నా యూపీఎస్సీ ప్రయాణాన్ని ముగిస్తున్నాను' అనుకుంది.

రాణి గారి ఆరోహణ

సెప్టెంబర్ 24, 2021నాడు, రానున్నదానిని ఊహించుకుంటూ ఆ అనుభూతితో మిన్ను తన కార్యాలయంలోకి అడుగు పెట్టింది. సీఎస్ఈ–2020 ఫలితాలు త్వరలో విడుదల కానున్నాయనే వార్తలు వాట్సాప్, టెలిగ్రామ్ లలో హల్ చల్ చేశాయి. పనిమీద దృష్టి పెట్టలేక మిన్ను నిరంతరం తన ఫోన్ చెక్ చేసేది. ఈ టెన్షన్ మధ్య ఉదయం 11 గంటల సమయంలో జోషి నుంచి మిన్నుకు ఫోన్ వచ్చింది.

'మిన్ను, మీ రెండో కోవిడ్–19 వ్యాక్సిన్ షాట్ ఈ రోజు వివిస్సిలో షెడ్యూల్ చేయబడింది. నువ్వు రాగలవా, నేను నిన్ను తీసుకెళ్లాలా?'' అని అడిగాడు జోషి.

ఉద్వేగానికి లోనైన మిన్నూ, 'స్వీట్ హార్ట్, నేను ఈ రోజు బస్సు ఎక్కి రాలేను. ఫలితాలు ప్రకటిస్తారని చెబుతున్నారు. నాకు చాలా ఉద్విగ్నంగా ఉంది.. దయచేసివచ్చి నన్ను తీసుకెళ్లండి'.

జోషి ఆమెకు ధైర్యం చెప్పి, 'నేను వెంటనే వస్తున్నాను.. రిలాక్స్.. ఈసారి నువ్వు తప్పక విజయం సాధిస్తావ్'అతని మాటలు ఓదార్పు నిచ్చాయి.

టీకా తీసుకున్న తర్వాత, జోషీ ఆమెను తిరిగి కార్యాలయానికి తీసుకువెళతానని మాట ఇచ్చాడు, కాని జోషీతో ఉండటానికే ఆమె ఇష్టపడింది. అందుకే కార్యాలయానికి తిరిగి వెళ్ళనంది. 'ఛెట్టన్, నేను చాలా ఒత్తిడికి గురయ్యాను. సెకండాఫ్ సెలవు తీసుకుని బీచ్ కి వెళ్ళిపోదాం' అంది.

ఆమె ఆందోళనను అర్థం చేసుకున్న జోషీ వెంటనే అందుకు అంగీకరించాడు. బీచ్ కు వెళ్లారు, కాని బైట వేడి వాళ్లని కారులోనే ఉంచింది. మిన్ను ఒత్తిడివల్ల రకరకాల ఆహారాలు కావాలని అడిగింది, వాటిని జోషీ సంతోషంగా తెచ్చాడు.

రోజు గడుస్తున్న కొద్దీ ఆందోళన పెరుగుతోంది. అకస్మాత్తుగా ఆమె, 'ఛెట్టన్, నేను అశ్వతిని కలవాలనుకుంటున్నాను. ఆమెను తీసుకుని బీచ్‌కి వచ్చేద్దాం' అంది.

అశ్వతి ఇంటికి వెళ్లి తిరిగి బీచ్‌కు చేరుకున్నారు. ఫలితంపై సందేశాల వెల్లువతో టెన్షన్ పెరిగింది. చివరకు రాత్రి 7 గంటల సమయంలో టెలిగ్రామ్ లో రిజల్ట్ షీట్ల ఫొటోలు ప్రత్యక్షమయ్యాయి.

నిశ్శబ్దంగా ప్రార్థిస్తూ, గుండెలు బరువెక్కుతుండగా, మిన్ను, అశ్వతి ఫలితాలని డౌన్ లోడ్ చేసుకుని, వణుకుతున్న వేళ్ళతో వాటిని స్క్రోల్ చేశారు. విజయోత్సాహం ఆ నిశ్శబ్దాన్ని బద్దలు కొట్టింది: 'కంగ్రాట్స్ మిన్నూ, నువ్వుసాధించావు. సీరియల్ నెంబర్ 150' అంది అశ్వతి. ఆనందంతో జోషీ హర్షం వ్యక్తం చేస్తూ, 'మిన్ను, నీ కష్టానికి ఫలితం దక్కింది. నాకు చాలా సంతోషంగా, గర్వంగా ఉంది!'

మిన్ను తన పేరు, రోల్ నంబర్ ని సరి చూసుకుంది. ఆందోళన తగ్గి, ఆమె కళ్ళలో ప్రకాశవంతమైన చిరునవ్వు, ఆనందబాష్పాలతోవెల్లి విరిసింది.

అయితే, అశ్వతి పేరు వెతుక్కుంటూ, తమ విజయాన్ని కలిసి సెలబ్రేట్ చేసుకోవాలనే తపనతో ఆమె కళ్లు ఆ జాబితాలోనే ఉండిపోయాయి.

వారు జాబితాను పదేపదే స్క్రోల్ చేశారు. కానీ అశ్వతి పేరు కనిపించలేదు. ప్రియమైన స్నేహితురాలు ఎంపిక లేకుండా ఈ మిన్ను విజయా నందం చేదుగా ఉంది. వారి అయిదేళ్లప్రయాణం ఎత్తుపల్లాలతో నిండిపోయింది. ఒంటరిగావిజయాన్ని జరుపుకోవడం ఆమెకి అసంపూర్ణంగా అనిపించింది.

ఒక నక్షత్రం పుట్టింది

అశ్వతి అడగడంతో ఆమెను ఇంట్లో దింపారు. మిన్ను ఫోన్ ఎడతెరిపి లేకుండా మోగుతోనేవుంది. జోషీ కాల్స్ ను మేనేజ్ చేస్తున్నాడు. కళ్లు మూసుకుని ఉన్న మిన్నుకి శూన్య భావన కలిగింది. విజయం పూర్తిగా ఆస్వాదించలేకపోయింది. అది ఒక కలగా భావిస్తూ, అది నిజమని ధృవీకరించాల్సిన అవసరం ఉందని భావించి, తనను గిల్లమని జోషీని ఒకటి కంటే ఎక్కువసార్లు అడిగింది.

'మిన్నూ, కోచింగ్ అకాడమీ నుంచి మీ భూగోళ శాస్త్రం సార్ లైన్లో ఉన్నారు' ఫోన్‌ని ఆమె వైపు చాచి జోషీ అన్నాడు. మిన్నుకి ఆనందం వెల్లివిరిసింది.

'కంగ్రాట్స్ మిన్ను, మీరు మా అందరికీ గర్వకారణంగా నిలిచారు' అతని ఆప్యాయమైన మాటలు ఫోన్ ద్వారా ప్రవహించాయి. ఆమెలో తాను సాధించేను అనే అనుభూతిని నింపాయి.

'దయచేసి వెంటనే అకాడమీకి రండి'అని ఆమెతో చెప్పాడు. పెద్దగా ఆలోచించకుండా వారు అకాడమీకి వెళ్ళారు, అక్కడ అధ్యాపకులు ఆమెను రిసీవ్ చేసుకోవడానికి గేటు వద్ద వేచి ఉన్నారు.

'థ్యాంక్యూ సో మచ్ సర్'అంటూ చెక్కిళ్ళ నుంచి కారుతున్న కన్నీళ్ల మధ్య మిన్ను తన భౌగోళికశాస్త్రం చెప్పిన గురువుకు, మార్గదర్శకుడికి కృతజ్ఞతలు తెలిపింది.

అకాడమీ లోపల, మిన్నుకు ఒక ఆహ్లాదకరమైన ఆశ్చర్యం ఎదురైంది. అకాడమీ వ్యవస్థాపకురాలు, ఒక ప్రముఖ మంత్రితో సహా ఆమె సాధించిన

విజయాన్ని సెలబ్రేట్ చేసుకోవడానికి ఒక సమావేశాన్ని ఏర్పాటు చేశారు. ఈ క్షణాన్ని బంధించడానికి మీడియా సిబ్బంది కూడా గుమిగూడారు, వారి కెమెరాలు కార్యకలాపాల సుడిగాలిలో మెరుస్తున్నాయి. ఫలితాలు వెలువడిన కొద్ది నిమిషాల్లోనే మిన్నూ వెలుగులోకి వచ్చింది, ఆమెకి కొత్తగా వచ్చిన స్టార్‌డమ్ తో గాలిలో తేలినట్టనిపించింది

ఆ సన్నివేశాన్ని చూసిన జోష్ చాలా సంతోషించాడు, తానే ఐఏఎస్ అధికారి అయినట్టు భావించాడు. గత ఆరేళ్లుగా మిన్ను చేసిన అలుపెరగని కృషిని, ఆమె చేసిన లెక్కలేనన్ని త్యాగాలను గుర్తు చేసుకున్నాడు. తమ బిడ్డకు దూరంగా ఉంటున్నందుకు మిన్నూ పడిన బాధను తలుచుకున్న అతని కళ్లు చెమ్మగిల్లాయి.

ఒక గంట తర్వాత ఎందరో పాత్రికేయుల ఇంటర్వ్యూల సుడిగాలి మధ్య, ఒక మూలన నిశ్శబ్దంగా నిలబడి ఉన్న తన భర్తను మిన్ను చూసింది. జోషీ నిస్సందేహంగా గర్వంతో, చిరునవ్వుతో ఆమె వైపు చూస్తున్నాడు. మిన్ను చుట్టూ అల్లకల్లోలంగా ఉన్న గందరగోళం క్షణకాలం దూరమయినట్టనిపించింది, తన భర్త చూపులు కలిసినప్పుడు ఆమెలో ప్రేమ, కృతజ్ఞత తరంగాలుగా మెదిలాయి. తన చిన్నతనంలో విజయం సాధించినప్పుడల్లా తన తండ్రి ప్రదర్శించిన అదేరకమైన గర్వాన్ని, మద్దతును ఆమె అతని చూపుల్లో గుర్తించింది.

రాత్రి 10.30 గంటల సమయంలో మిన్ను, జోషి ఇంటికి తిరిగి వచ్చారు. వారి కుమారుడు, తల్లిదండ్రులు ఆనందబాష్పాలతో వారికి స్వాగతం పలికారు. బంధువులు, మీడియా సిబ్బంది రాకతో ఇల్లు కిక్కిరిసిపోయింది.

తన తల్లిదండ్రులను చూడగానే జెర్మియా పరుగెత్తి తల్లిని కౌగిలించుకున్నాడు. తన తల్లి పోరాటం, విజయం గురించి వాడిమీద మీడియావారు ప్రశ్నలు సంధించారు. అప్పటికే తన తల్లి చాలా పెద్ద పని చేసిందని వాడికి అర్థమైంది. మిన్ను తల్లి, భావోద్వేగంతో నిండిన స్వరంతో, 'ఈరోజు మనతో ఈ ఆనందాన్ని పంచుకోవడానికి మీ నాన్న జీవించి ఉంటే బాగుండేది'అని మిన్నును హృదయపూర్వకంగా కౌగిలించుకుంది.

తన విజయానికే కాదు, తన కుటుంబ స్థైర్యానికి కూడా మిన్నూ హృదయం ఆనందం, గర్వం మేళవింపుతో ఉప్పొంగింది. ఈ

సంబరాల మధ్య, తన తండ్రి మరణానంతరం తన తల్లి పడిన కష్టాలను గుర్తుచేసుకోకుండా ఉండలేకపోయింది, చాలాకాలంగా అణచివేసుకున్న భావోద్వేగాల సుడిగాలిచుట్టుకుంది.

హిమాలయాల్లో సేదతీరిన కోస్తా తీరం అమ్మాయి

ఆ తర్వాత రెండు నెలలు సంబరాలు, ఇంటర్వ్యూలు, రీయూనియన్ల సుడిగాలితో గడిచాయి. నవంబర్ 30, 2021 న, మిన్ను విమాన మెక్కి ఢిల్లీకి వెళ్ళడానికి సిద్ధం అయింది. ముస్సోరీలోని లాల్ బహదూర్ శాస్త్రి నేషనల్ అకాడమీ ఆఫ్ అడ్మినిస్ట్రేషన్ (ఎల్బీఎస్ఎన్ఏఏ)కు అవసరమయ్యే వస్తువుల జాబితా కోసం గత కొన్ని రోజులుగా షాపింగ్ చేసింది. జోషి తన సామాను కారు ట్రంకులోకి లోడ్ చేస్తుండగా అశ్వతి పుష్పగుచ్ఛంతో వచ్చింది. ఆమె మిన్నును హృదయపూర్వకంగా కౌగిలించుకుని శుభాకాంక్షలు తెలిపింది. మిన్ను భావోద్వేగానికి లోనయ్యింది. 'వచ్చే ఏడాది నిన్ను అకాడమీలో ఆఫీసర్ ట్రైనీగా చూడాలని ఆత్రుతగా ఎదురు చూస్తున్నాను'అంది అశ్వతిని ఆప్యాయంగా కౌగిలించుకుంటూ.

డిసెంబర్ 1, 2021 న, మిన్ను, మరో విజయవంతమైన అభ్యర్థి మిథున్ తో కలిసి న్యూఢిల్లీ నుండి ముస్సోరీకి టాక్సీ ఎక్కింది. ఆమె రాగానే సుందరమైన హిల్ స్టేషన్ ఆమెను విస్మయానికి గురిచేస్తూ ఆహ్వానం పలికింది. ఎల్బీఎస్ఎన్ఏఏ తొలి సన్నివేశం భావోద్వేగాల తుఫానును ఆవిష్కరించింది, ఆమె ఆరేళ్ల పోరాటం మనస్సులో రీల్ లాగా తిరిగింది. తన జీవిత గమనాన్ని మార్చివేసిన ఆ విధిలిఖితమైన రోజు పాండాతో తాను జరిపిన సంక్షిప్త సంభాషణను ఆమె ప్రేమగా గుర్తు చేసుకుంది. కొద్దిసేపటికే మిన్ను నర్మదా హాస్టల్ లో తనకు కేటాయించిన గదిలోకి చేరింది. ఆమె లోపలికి అడుగు పెట్టగానే ఆప్యాయంగా, స్నేహపూర్వకంగా చిరునవ్వుతో స్వాగతం పలికింది. 'వెల్ కమ్ మిన్ను. మిమ్మల్ని కలుసుకోవడానికి ఎదురు చూస్తున్నాను'అని ఇండియన్ ఇన్ఫర్మేషన్ సర్వీస్ కు ఎంపికైన ఆమె రూమ్ మేట్ చెప్పింది. మిన్ను నవ్వుతూ ఆమెను కౌగిలించుకుంది.

'నువ్వు నాకంటే పెద్దదానివి. నేను నిన్ను ''అక్క'' అని సంబోధిస్తాను, అంటే తమిళంలో పెద్ద సోదరి అంటే అక్క అని అర్థం'అని ఆమె అన్నారు.

దయతో, ఆప్యాయతతో 'ఎంత సంతోషం అలాగేపిలు' అంది మిన్ను.

ఆ రోజు ఎల్బీఎస్ఎన్ఏఏలో చేరిన ఇతర అధికారులను కలవడం తో మొదటి రోజు గడిచింది. సాయంత్రం భోజనానికి మెస్ కు వెళ్లారు. హాస్టల్ నుంచి పైకి ఎక్కే సమయంలో మిన్నుకు ఊపిరాడక ఇబ్బందిగా అనిపించింది. అలసట, తలనొప్పి, ఆహారం నచ్చకపోవడంతో ఆమె తినలేకపోయింది. కానీ ఎంతో మంది యువ, ఉత్సాహంగా ఉన్న అధికారులను కలుసుకోవడం చాలా సంతోషంగా ఉంది, చిరకాల స్వప్నాన్ని సాధించినందుకు చాలా సంతోషంగా ఉంది.

ముస్సోరీ కఠినమైన వాతావరణం మిన్నుకు అలవాటైన వెచ్చదనానికి చాలా తేడా ఉంది. మొదట్లో ఆమె అనారోగ్యం, కోవిడ్–19 వ్యాప్తి ఆమెని హాస్టల్ గదికే పరిమితం చేసింది. అయితే 2022 రిపబ్లిక్‌డే నాటికి అకాడమీలో ఆమె ప్రపంచం వెలుగులు పంచింది. ఆమె తన తోటివారితో కలవడం, ఈవెంట్లకు హాజరు కావడం, ప్రతి క్షణాన్ని ఆస్వాదించడం ప్రారంభించింది. తన కాలేజ్ రోజులకి తిరిగి వచ్చినట్లు అనిపించింది.

ఉద్యోగ విధివిధానాలను నేర్చుకోవడం

తన ఫౌండేషన్ కోర్సు సమయంలో, మిన్ను తన క్యాడర్ కేటాయింపును అందుకున్నప్పుడు, ఆ వార్త ఆశ్చర్యం, సంతృప్తిల మిశ్రమాన్ని తీసుకువచ్చింది. ఆమె రెండవ ఎంపిక అయిన మహారాష్ట్ర ఆమెకి నూతన ఆవాసమిప్పుడు. పుణెలోని యశ్వంతరావ్ చవాన్ అకాడమీ ఆఫ్ డెవలప్మెంట్ అడ్మినిస్ట్రేషన్ (యషాడా)లో కొంత శిక్షణ పొందిన తర్వాత, మిన్ను, ఆమె సహచరులకు, ఈ శక్తివంతమైన రాష్ట్రం గురించి వారికి పరిచయం చేయడానికి 'మహారాష్ట్ర దర్శనానికి'కు తీసుకెళ్లారు.

ఆ తరువాత, ఆమెకి శిక్షణ కోసం వాషిమ్ జిల్లాను కేటాయించారు. అక్కడ కలెక్టర్ షణ్ముగరాజన్ ఎస్ ఆమెకు సాదర స్వాగతం పలికారు, తరువాత రోజుల్లో అతను గొప్ప మార్గదర్శి అని నిరూపించాడు.

మిన్ను స్థానిక సంస్కృతిని స్వీకరించి మరాఠీ నేర్చుకోవడానికి ప్రయత్నాలు ప్రారంభించింది. వచ్చీ రాని భాషను ఉపయోగిస్తూ, నిజాయితీతో కూడిన వాక్యాల్లో మాట్లాడటానికి చేసిన ప్రయత్నాలు ఆమె సిబ్బంది, స్థానిక ప్రజల మెప్పుని పొందాయి. వివిధ ప్రభుత్వ కార్యాలయాల్లో

పని చేసిన తర్వాత మిన్నుకు వాషిమ్ మునిసిపల్ కౌన్సిల్, చీఫ్ ఆఫీసర్‌గా బాధ్యతలను అప్పగించారు. అక్కడ చేరిన రెండు వారాల తర్వాత మిన్నును షణ్ముగరాజన్ పిలిపించారు.

'నగరం ఆక్రమణలతో సతమతమవుతోంది. వీధులు గుర్తుపట్టలేనంతగా మారడంతో ప్రజలు తీవ్ర అసౌకర్యానికి గురవుతున్నారు. ఈ ఆక్రమణల తొలగింపునకు వెంటనే ప్రణాళికను సిద్ధం చేయండి'. షణ్ముగరాజన్ సూటిగా చెప్పవలసింది చెప్పాడు.

మిన్నులో అశాంతి ఉప్పొంగింది; ఆక్రమణలను తొలగించాలనే ఆలోచన వల్ల చాలా మంది ప్రజలు తమ ఇళ్లను, వారి జీవనోపాధిని కోల్పోతారు. తన మృదువైన, స్నేహపూర్వక ప్రజా ఇమేజ్ దెబ్బతినే అవకాశం ఉందని ఆమె ఆందోళన చెందారు. మానవతా దృక్పథంతో 'కానీ సార్, ఇది వేలాది మందికి తీవ్ర ఇబ్బందులను కలిగిస్తుంది, అనేక కుటుంబాలు జీవనోపాధిని కోల్పోతారు'అని ఆమె అన్నారు.

అయితే షణ్ముగరాజన్ మాత్రం పట్టు వదల్లేదు. 'ఈ నిర్మాణాలు అక్రమ మార్గాల్లో ఆక్రమణలకు గురయ్యాయి. ఈ ఆక్రమణల వల్ల కష్టాలను భరిస్తున్న ఇంకా చాలా మంది దుస్థితిని గమనించండి' అని కఠినంగా అన్నాడు.

మిన్నూ కాస్త ధైర్యం తెచ్చుకుని, డ్రైవ్‌ను చేపట్టకుండా ఉండేందుకు ఒక మార్గాన్ని కనుగొని, 'నేను అంగీకరిస్తున్నాను సార్. కానీ దృఢమైన శాశ్వత, పాక్షిక నిర్మాణాలు ఉన్నాయి. ఇది చాలా సంక్లిష్టమైనపని అవుతుంది, దీనిని సాధారణ చీఫ్ ఆఫీసర్ నిర్వహించాలి," అని ఆమె విజ్ఞప్తి చేసింది.

కలెక్టర్ స్థిరంగా నిలబడి ఇలా అన్నాడు, "ఇది ఒక భయంకరమైన ఆపరేషన్ అని నాకు తెలుసు. అయితే, మీలాంటి యువ అధికారులే ఇలాంటి క్లిష్టమైన, సంక్లిష్టమైన పనులను ఎలాంటి భయం, పక్షపాతం లేకుండా నిర్వహించగలరు. ఇది మీకుఒక అమూల్యమైన అనుభవం అవ్వబోతోంది; మీ భవిష్యత్ నియామకాల్లో కఠినమైన సవాళ్లను ఎదుర్కోవడంలో మీకు సహాయపడుతుంది, 'అతను ఆమెను ప్రేరేపించడానికి ప్రయత్నించాడు.

'ఈ డ్రైవ్‌కు అవసరమైన అన్ని రకాల సహాయకచర్యలను అందిస్తాను. వెంటనే సన్నాహాలు ప్రారంభించండి, ఇది రెండు వారాల్లో పూర్తవుతుందని ఆశిస్తున్నాను' అని ఆయన ఆదేశించారు.

కలెక్టర్ నుంచి స్పష్టమైన ఆదేశాలు రావడం, ఆక్రమణల కారణంగా పౌరులు ఎదుర్కొంటున్న అసౌకర్యాలను తొలగించాలనే సంకల్పంతో మిన్ను సమాజపు స్నేహపూర్వక ముఖం నుండి బలమైన శక్తిగా మారారు.

సవాళ్లు తలెత్తాయి, అత్యంత వేగంగా న్యాయపోరాటం మొదలైంది. జిల్లా కోర్టులో ఆమెతో పాటు కలెక్టర్‌పై 150 కేసులు నమోదయ్యాయి. అనంతరం మిన్ను జిల్లా ప్రధాన న్యాయమూర్తితో సమావేశం అయ్యారు. ఆమె తన బలమైన వాదనతో అన్ని పిటిషన్లను కొట్టివేయించారు. అయితే, ప్రధానంగా స్థానిక నేతల నుంచి రాజకీయ ఒత్తిళ్ల రూపంలో మరిన్ని సవాళ్లు ఎదురుకానున్నాయి. డ్రైవ్ రోజు పెద్ద ఎత్తున గుమిగూడి నినాదాలు చేయగా, కొందరు రాళ్లు రువ్వారు. కానీ మిన్ను ధృడంగా స్పందించి అస్థిర పరిస్థితులను చక్కదిద్ద గలిగారు.

చివరకు ఆక్రమణలను తొలగించినప్పుడు, నగరంలో జరిగిన పరివర్తనను చూసి మిన్ను ఆశ్చర్యపోయింది. వాషిమ్ ప్రజలు కూడా తమ కళ్లను తామే నమ్మలేకపోయారు. మొదటిసారిగా, వారు తమ నగరపు అంతర్లీన సౌందర్యాన్ని నిజంగా గ్రహించారు.

విశాలమైన వీధులు, అందమైన ఫౌంటెయిన్లు, ఒకప్పుడు ఆక్రమణల బారిన పడి, ఆలోచనాత్మకంగా, అందంగా ప్లాన్ చేయబడిన నగరాన్ని ఆవిష్కరించాయి.

ఆగస్టు 2022లో జిల్లా శిక్షణ పూర్తయిన తర్వాత మిన్ను వాషిమ్‌ను విడిచిపెట్టినప్పుడు, ఆమెకు వీడ్కోలు పలికేందుకు సర్క్యూట్ హౌస్ వద్ద పెద్ద సంఖ్యలో జనం గుమిగూడారు. ఆమె ప్రయాణానికి ఆమె డ్రైవర్, పీఎస్ ఓ కుటుంబ సభ్యులు ప్యాక్ చేసిన భోజనాన్ని తీసుకువచ్చారు. మిన్ను భావోద్వేగానికి లోనయ్యింది. కృతజ్ఞత వ్యక్తం చేసిన తరువాత, ఆమె తన కారులో కూచుని, కొత్త జిల్లాలో, కొత్త సవాళ్లను ఎదుర్కోవటానికిప్రయాణం ప్రారంభించింది.

★★★

మిన్ను కథలోని కీలక అంశాలు

1. **మీ ఐఏఎస్ కలను సమాధి చేయవద్దు:** భారతదేశంలో చాలా మంది మహిళలు వివాహం లేదా మాతృత్వం తర్వాత తమ ఐఏఎస్ కలలను వదులుకుంటారు. మీ కుటుంబ బాధ్యతలను, ఇంట్లో లేదా పనిలో ఇతర తీవ్రమైన సవాళ్లను సమతుల్యం చేస్తూ సంకల్పంతో మీరు మీ ఐఏఎస్ కలను సాధించవచ్చని మిన్నూ ప్రయాణం చూపిస్తుంది.
2. **వయసు కేవలం ఒక సాకు మాత్రమే:** యూపీఎస్సీ నిర్దేశించిన పరిధిలో ఏ వయసులోనైనా మీ ఐఏఎస్ కలను సాకారం చేసుకోవడానికి మీ ప్రయాణాన్ని ప్రారంభించవచ్చు. యువ ఔత్సాహికులతో పోటీ పడాలనే ఆలోచనతో నిరుత్సాహపడకండి. కష్టించి పనిచేయడం, క్రమశిక్షణతో కూడిన అధ్యయన షెడ్యూల్ తో, మీరు ఏ అంతరాన్ని అయినా పూడ్చవచ్చు. మీ వయస్సు, జీవిత అనుభవాలను అవరోధాలుగా కాకుండా ఆస్తులుగా ఉపయోగించండి.
3. **వైఫల్యాలను సోపానాలుగా స్వీకరించండి:** సీఎస్ఈలో వైఫల్యాలు సర్వసాధారణం, వాటిని అభ్యాసన అనుభవాలుగా చూడాలి. అన్ని దశల్లో ఉత్తీర్ణత సాధించిన తర్వాత ప్రిలిమ్స్ లో ఫెయిలవడం కూడా జరుగుతుంది. నిరుత్సాహపడకండి. వైఫల్యాలను ఆయుధాలుగా ఉపయోగించి మీ సంకల్పాన్ని బలోపేతం చేసుకోండి, మీ సంకల్పానికి ఆజ్యం పోయండి, మీ తదుపరి ప్రయత్నంలో మరింత పైకి దూకండి.
4. **సీశాట్ ను తేలిగ్గా తీసుకోకండి:** సీశాట్ క్వాలిఫయింగ్ పేపర్ కావచ్చు, కానీ ఇది కీలకం. జనరల్ స్టడీస్ లో మంచి ప్రతిభ కనబరిచినప్పటికీ ప్రతి ఏటా చాలా మంది ఆశావహులు తమ ఐఏఎస్ కలలను ఛిన్నాభిన్నం చేస్తుంటారు. మీ బలాలు, బలహీనతలను విశ్లేషించుకోండి. దానికి అనుగుణంగా మీ సమయాన్ని సి శాట్ ప్రిపేర్ అవడానికి ఉపయోగించండి. సిశాట్ ముందు హాయిగా విశ్రాంతి తీసుకోండి, జిఎస్ లో రాసిన దానిమీద దృష్టి పెట్టకండి. దానిని ప్రశాంతంగా, ఏకాగ్రతతో తర్వాత పరిశీలించుకోవచ్చు.

5. **పోటీకి భయపడవద్దు, ఆత్మ నూన్యతకి లోనుకావద్దు:** పోటీకి భయపడవద్దు లేదా ఢిల్లీ లేదా ఇతర మెట్రోపాలిటన్ నగరాల నుండి వచ్చిన ఔత్సాహికుల కంటే తక్కువని భావించకండి. మీ కృషి, క్రమశిక్షణ, పట్టుదల చాలా ముఖ్యం. మీతో మీరు పోటీ పడండి, నిరంతరం మెరుగుపడండి, న్యూనత మిమ్మల్ని అడ్డుకోనివ్వవద్దు.
6. **ఇంటర్వ్యూలో ప్రశాంతంగా, ఆత్మవిశ్వాసంతో, నిజాయితీగా ఉండండి:** ఇంటర్వ్యూ అనేది మీ జ్ఞానానికి పరీక్ష మాత్రమే కాదు, మీ వ్యక్తిత్వానికి ప్రతిబింబం. ఆత్మవిశ్వాసంతో, నిజాయితీతో, ప్రశాంతమైన ప్రవర్తనతో ఎదుర్కోవాలి. సమాధానం తెలియనప్పుడు ఒప్పుకోవడానికి భయపడకండి. విజ్ఞానం ఎంత ముఖ్యమో అలాగే నిజాయితీని కూడా బోర్డు ప్రశంసిస్తుంది. మీ ఇంటర్వ్యూను సంభాషణగా భావించండి, మీలాగే మీరు ఉండండి, మీ నిజమైన వ్యక్తిత్వాన్ని ప్రతిబింబించండి.

సత్యం గాంధీ

అధ్యాయం 2

తొలి ప్రయత్నంలోనే ఛేదించడం

ఆనందోత్సాహాల ఘోషతో రేగర్ పురా దద్దరిల్లింది

సెప్టెంబర్ 24, 2021. సెంట్రల్ ఢిల్లీలో కరోల్ బాగ్ రేగర్ పురా వీధుల్లో వెచ్చని సూర్యాస్తమయ వర్ణాలు పరుచుకుంటున్నాయి. స్థానిక కేఫ్‌లు, రోడ్డు పక్కన తినుబండారాలు సంగీతంతో, జనసందోహంతో సందడిగా ఉన్నాయి.

ఒకప్పుడు తోలు కర్మాగారాల కేంద్రంగా ఉన్న రేగర్ పురా నేడు దుకాణాలు, పేయింగ్ గెస్ట్ (పీజీ) వసతి గృహాలతో కళకళలాడుతోంది. అందుబాటు ధరలలో వసతి, అనేక ప్రసిద్ధ కోచింగ్ సంస్థలకు సమీపంలో ఉండటం తో రేగర్ పురా సివిల్ సర్వీస్ ఆశావహులకు తగిన గమ్యస్థానంగా మారింది.

ఆ రోజు సాయంత్రం 6.45 గంటల సమయంలో రద్దీగా ఉండే ప్రాంతంలోని నాలుగంతస్తుల భవనం హర్షధ్వానాలతో హోరెత్తింది. దాని గ్రౌండ్ ఫ్లోర్ ఉత్సాహభరితమైన భావోద్వేగాలతో సందడి చేసింది.

అకస్మాత్తుగా మొదలైన సందడితో అదే అంతస్తులో ఉంటున్న ముగ్గురు కుర్రాళ్ళు హడావిడిగా ఘటనా స్థలానికి చేరుకున్నారు. అది సత్యం గాంధీ అనే యువకుడు నివసించే ఒక చిన్న గది. ఏడాదిన్నర క్రితం ఈ భవనంలోకి అడుగుపెట్టిన అతను తన ఉంటున్న గది బైట అరుదుగా కనిపించేవాడు.

ఆవేశంతో ఓ కుర్రాడు తలుపును తోసేడు. ఆశ్చర్యకరంగా అది అప్రయత్నంగా తెరుచుకుంది. లోపల కట్టబడిన దృశ్యం వారిని ఆకట్టుకుంది. యాభై చదరపు అడుగుల స్థలంలో పుస్తకాలు, వార్తాపత్రికలు, మ్యాగజైన్లు ఉన్నాయి. అవన్నీ అందుబాటులో ఉన్న ప్రతి చోటుని అలంకరించాయి – టేబుల్, నేల, మంచం కూడా.

ఈ గందరగోళం మధ్య, వారు సత్యం గాంధీని ఉత్సాహంగా చూశారు. చిన్నపిల్లాడిలా ఉత్సాహంగా తన మంచం మీద ఎగిరి గెంతుతున్నాడు, అతని గొంతు అరుపులు, ఆనందం, ఏడుపుల కలయికగా ఉంది. 'నేను సాధించాను! తొలి ప్రయత్నంలోనే ... అంటే నన్ను నేనే నమ్మలేకపోతున్నా!' అని అరిచాడు.

కుతూహలంతో ఉక్కిరిబిక్కిరి అయిన ఒక కుర్రాడు 'బ్రో ఏమైంది?' అని అడిగాడు.

ఈ ముగ్గురూ హఠాత్తుగా ప్రవేశించడంతో కాస్త ఇబ్బంది పడిన సత్యం చిరునవ్వు చిందించాడు. 'నేను సీఎస్ ఈలో ఉత్తీర్ణత సాధించాను. తొలి ప్రయత్నంలోనే పదో ర్యాంకు సాధించాను' అంటూ వణుకుతున్న చేతులతో ఆనందంతో కన్నీళ్లు తుడుచుకుంటూ చెప్పుకొచ్చాడు.

సత్యం సీఎస్ ఈకి ప్రిపేర్ అవుతున్నాడని కుర్రాళ్లకు కొంతవరకు తెలుసు. వారు అతని అంకితభావాన్ని చూశారు, ఎల్లప్పుడూ తన గదికే పరిమితం కావడాన్ని గమనించారు. అయితే సత్యం సాధించిన ఘనత వారిని ఆశ్చర్యానికి గురిచేసింది. తమ పొరుగింటి యువకుడు టాప్ ర్యాంక్ తో సీఎస్ ఈలో ఉత్తీర్ణత సాధిస్తాడని వారు ఊహించలేదు.

'అది నమ్మశక్యం కానిది బ్రో, నిన్ను చూసి మేం చాలా గర్వపడుతున్నాం' అంటూ కుర్రాళ్లు ముక్తకంఠంతో అరిచారు. వారు ఆ చిన్న గదిలో ఖాళీగా ఉన్న ఎక్కనైనా కూర్చోడానికి ముందు హృదయపూర్వక కరచాలనం, ఆత్మీయ ఆలింగనాలు, మనఃపూర్వక అభినందనలు తెలియజేశారు. ఎడతెగని అభినందన సందేశాలతో మారుమోగుతున్న ఫోన్ తో బిజీగా ఉన్నాడు సత్యం. ఆ చిన్న గది స్పష్టంగా, ఆ ముగ్గురికి ఆ సంభాషణలను వినడానికి వీలు కల్పించింది.

'నాన్నా, నేను యూపీఎస్సీలో ఉత్తీర్ణత సాధించాను. నాకు పదో ర్యాంకు వచ్చింది' అని సత్యం ఫోన్ లో చెప్పడం విని అతని తండ్రిఆనందంతో ఉప్పొంగిపోయారు.

'అరే వాహ్, బేటా! నీ మీద నాకు పూర్తి నమ్మకం ఉంది' అన్నాడు తండ్రి ఎంతో గర్వంతో.

'సునియే జి, ఆప్కా బేటా ఐఏఎస్ బన్ గయా హై [ఇదిగో, మీ అబ్బాయి ఐఏఎస్ ఆఫీసర్ అయ్యాడు]' అని సత్యం తండ్రి వంటగదిలో బిజీగా ఉన్న తన భార్యకు చెప్పాడు. హడావుడిగా వంట మానేసి భర్త చేతిలో ఉన్న ఫోన్ లాక్కుంది.

'అమ్మా, దేవుడు నీ ప్రార్థనలను ఆలకించాడు' అంటూ తల్లి గొంతు వినగానే కన్నీటి పర్యంతమయ్యాడు సత్యం.

సత్యం తల్లి ఆనందంతో, కృతజ్ఞతతో,ఆనంద భాష్పాలతో అన్నమాటలు కుర్రాలకు వినిపించాయి. ఒక క్షణం తర్వాత ఆమె తనని తాను సంభాళించుకుని, 'శివుడు ఈ రోజు మమ్మల్ని' ఆశీర్వదించాడు. బాగుంది బేటా, నువ్వు మమ్మల్ని గర్వపడేలా చేశావు. ఇంతలో సత్యం కాలేజ్ ఫ్రెండ్స్ లో ఒకడైన నతాన్ష్ ఒక చిన్న కేక్ తో వచ్చాడు. సత్యం కేక్ కట్ చేస్తుండగా సరదాగా సత్యం ముఖానికి కేక్ ని పూసి తలో ఒక ముక్కను రుచి చూశారు.

'బయటకు వెళ్లి సెలబ్రేట్ చేసుకుందాం' అని నతాన్ష్ అన్నాడు. అయితే, జల్సాగా పార్టీకి ఖర్చు పెట్టడానికి సత్యం దగ్గర డబ్బుల్లేవు. కరోల్ బాగ్ సమీపంలోని గురు గోవింద్ సింగ్ మార్కెట్‌లో ఒక సాధారణ టీ దుకాణంవద్దకు వెళ్లారు. ఘన విజయం సాధించినా, నిరాడంబరంగా ఆ వేడుక టీ, లడ్డూల ఆత్మీయ ఆదరణతో ముగిసింది.

దిగ్రాలో మొట్ట మొదటి గాంధీ

బీహార్ లోని సమస్తిపూర్ జిల్లాలోని దిగ్రా అనే చిన్న గ్రామానికి చెందిన వాడు సత్యం. అతని తండ్రి అఖిలేష్ కుమార్ పూసా సమీపంలోని రాజేంద్ర వ్యవసాయ విశ్వవిద్యాలయంలో చెరుకు విభాగంలో సహాయకుడిగా పనిచేశాడు. సత్యం తల్లి మంజుదేవి చాకచక్యంగా ఇంటిని చూసుకునేది.

తన చిన్నతనంలోనే, సత్యం ఒక విశిష్టమైన ప్రత్యేకతను సాధించాడు. తన గ్రామంలో 'గాంధీ' బిరుదుతో అలంకరించబడిన మొదటి వ్యక్తిగా గుర్తింపు పొందాడు. అదెలా జరిగిందన్నది ఓ విశేషం.

పాఠశాల సెలవులు, వారి తల్లిదండ్రుల దేవఘర్ తీర్థయాత్రల నడుము, సత్యం, అతడి సోదరుడు శివం ముజాఫ్ఫార్పూర్ లో తమ మేనమామ, ప్రేమ్ రంజన్, మేనత్త సిద్ధితో గడిపారు.

'సత్యం చాలా ప్రశాంతమైన పిల్లాడు. గాంధీజీ లాగే అహింసను పాటిస్తాడు. తనకు ఇష్టమైన బొమ్మలు, మిఠాయిలను సంతోషంగా ఇతరులతో పంచుకుంటాడు' అని ఒకరోజు సాయంత్రం సిద్ధి అంది.

'అవునవును. వేరే వాళ్ళతో నువ్వు ఇచ్చింది ఏదైనా సంతోషంగా తింటాడు, అది కాకరకాయ అయినా కూడా' అంటూ గదిలో ఒక మూల ఆడుకుంటున్న సత్యం వైపు చూస్తూ ప్రేమ్ రంజన్ చిరునవ్వుతో అన్నాడు.

'అందుకే ఆతన్ని గాంధీ, మా గాంధీ బాబా అని పిలవడం మొదలుపెట్టాను' అని సిద్ధినవ్వింది.

అలా సత్యం, సత్యం గాంధీగా మారాడు. అతని తండ్రి ఈ ముద్దు పేరుని ఎంత ప్రేమగా అంగీకరించాడంటే, 2005 లో రాజేంద్ర యూనివర్సిటీలోని కేంద్రీయ విద్యాలయంలో ప్రవేశ పత్రాన్ని నింపినప్పుడు, అతను అధికారికంగా తన కుమారుడి పేరును సత్యం కుమార్ నుండి సత్యం గాంధీగా మార్చాడు.

సత్యం కూడా 'గాంధీ' పేరును అభిమానించాడు. పాఠశాలలో ఫ్యాన్సీ డ్రెస్ పోటీలప్పుడు మహాత్మాగాంధీ గెటప్ తో అదరగొట్టాడు.

సత్యం తన గ్రామంలో గౌరవనీయమైన వ్యక్తి అయిన సచ్చిదానంద్ రాయ్ కి ఇష్టమైన మనవడు. ఆయన రాజేంద్ర యూనివర్శిటీలో అసిస్టెంట్ గా పనిచేసి రిటైర్ అయ్యారు. ప్రతిరోజూ సాయంత్రం ఆ చుట్టుపక్కల పిల్లలు సచ్చిదానంద్ ఇంటికి వచ్చేవారు .అప్పుడు ఆయన వారు చదువుకొనేటప్పుడు సాయం చేసేవారు . ఆకట్టుకునే కథలు, పిట్టకథలు కూడా చెప్తుండేవాడు.

'మా గ్రామానికి టెలివిజన్ వచ్చినప్పుడు, స్క్రీన్ లోపల ఎవరో కూర్చుని మాట్లాడుతున్నారని ప్రజలు అనుకునేవారు' అని ఆయన తన కళ్ళతో నవ్వుతూ అన్నారు.

మరొక ఆహ్లాదకరమైన సంఘటనను గుర్తు చేసుకుంటూ-'ఎవరైనా మొదటిసారి టార్చ్ లైట్ తీసుకువస్తే, అది వారి చేతులను కాల్చేస్తుంది అని ప్రజలు భావించారు, అందుకే దానిని తాకడానికి భయపడ్డారు' అని అతను నవ్వారు,

సత్యం తాతగారు ప్రతిరోజూ వార్తాపత్రికలోని ఒక పేజీని వాడికి ఇచ్చి, చదవడం పట్ల ప్రేమను పెంపొందించారు. కలెక్టర్లు గ్రామాల్లో పర్యటించి స్థానిక సమస్యలను పరిష్కరిస్తున్న కథలు సత్యాన్ని ఉత్తేజపరిచాయి, ఈ ప్రభావవంతమైన వ్యక్తుల గుర్తింపుపై ఆసక్తిని రేకెత్తించాయి. ఒక రోజు సాయంత్రం తన కుతూహలాన్ని ఆపుకోలేక తన దాదాజీ దగ్గర వాటి వివరాలని అడిగాడు.

'బేటా, కలెక్టర్ అనే అతను ఒక జిల్లాకు ప్రభుత్వాధినేత. ఐఏఎస్‌లు మాత్రమే కలెక్టర్లు కాగలరు' అని దాదాజీ చెపుతుంటే సత్యం శ్రద్ధగా విన్నాడు.

తన కళ్ళలో ఆశాజనకమైన మెరుపుతో, దాదాజీ ఇలా అన్నారు, 'మాకు ఇంత పెద్ద కుటుంబం ఉంది. నా మనవళ్ళలో ఒకరయినా ఐఏఎస్ అధికారి అవుతారని ఆశిస్తున్నాను.

'దాదాజీ, మీ కోరిక తీర్చి ఏదో ఒక రోజు కలెక్టర్ అవుతాను' అన్నాడు సత్యం. అతడి కళ్ళు దృఢ సంకల్పంతో, వాగ్దానంతో మెరిశాయి.

ఆ క్షణం నుండి, ఐఏఎస్ అధికారి కావాలనే ఆకాంక్ష సత్యం హృదయంలో స్థిరపడింది. దాదాజీకి అప్పటికే 85 సంవత్సరాల వయస్సు ఉండడంతో, ఎంత త్వరగా వీలైతే అంత త్వరగా ఐఏఎస్ కావాల్సిన పరిస్థితి ఏర్పడింది.

సానబెట్టితే వజ్రం మెరుస్తుంది

దిగ్రాలోని ఒక అతి సాధారణ గదిలో నివాసం ఉంటున్న సత్యం తల్లిదండ్రులకి సూర్యుడు దిగంతాన్ని ముద్దు పెట్టుకున్నప్పుడు దినచర్య ప్రారంభమవుతుంది. మంజు దేవి వంట చేసి, పైన ఉన్న చిన్న బాల్కనీలో నిద్రిస్తున్న సత్యం, అతని సోదరుడు శివంలను సున్నితంగా మేల్కొల్పేది.

అఖిలేష్ మాములు రవాణా సౌకర్యాన్ని సిద్ధం చేసుకునేవాడు. — అది ఒక పాత సైకిల్. దాని చువ్వ చుట్టూ రెండు టవల్స్ కట్టి అలంకరించబడి ఉంటాయి. ఈ తువ్వాళ్లు రెండు సత్యం, శివంలకు సీట్లుగా అయ్యాయి. సైకిల్లో ముందు సీటు కోసం ప్రతి రోజూ పోరాటం జరిగేది. సరిగ్గా ఉదయం 6.30 గంటలకు గ్రామం నుంచి బడికి ఐదు కిలోమీటర్ల ప్రయాణం సాగేది.

సత్యం తెలివైన, ఉత్సాహవంతుడైన విద్యార్థి.వక్తృత్వపుపోటీలు, జనరల్ నాలెడ్జ్ పోటీలు, విజ్ఞాన ప్రదర్శనల పట్ల అతనికున్న మక్కువ అతని మేధస్సుకి స్పష్టమైన తార్కాణంగా నిలిచాయి. 10వ తరగతిలో ఉన్నప్పుడు,

పూసాలో వాతావరణ మార్పులను ప్రదర్శిస్తూ అతడు తయారుచేసిన నమూనా జాతీయ స్థాయి చిల్డ్రన్స్ సైన్స్ కాంగ్రెస్ లో స్థానం సంపాదించుకుంది.

కౌమారదశలో, ప్రజలు తరచుగా వివిధ రకాలైన వృత్తి నైపుణ్యాలపై కలలను కంటూ ఉంటారు. ఐఏఎస్ అధికారి కావాలనే తపనతో పాటు, సత్యం సాయుధ దళాలు, ముఖ్యంగా భారత వైమానిక దళం (ఐఏఎఫ్) పట్ల ఆకర్షితుడయ్యాడు. యుద్ధ విమానంలో ఎగరాలని, సాహసోపేతమైన విన్యాసాలు చేయాలని కలలు కన్నాడు. 12వ తరగతి తర్వాత నేషనల్ డిఫెన్స్ అకాడమీ (ఎన్డీఏ) పరీక్షలో ఉన్నత ర్యాంకు సాధించడం ద్వారా ఐఏఎఫ్ లో చేరడానికి ప్రవేశం సుగమం అవుతుంది అని ఇంటర్నెట్ లో పరిశోధనచేసి మరీ తెలుసుకున్నాడు. తన లక్ష్యాలను సాధించాలని నిశ్చయించుకున్న సత్యం 9 వ తరగతి నుండి ఆంగ్ల దినపత్రికను పూర్తిగా చదవడం ప్రారంభించాడు. ఈ అభ్యాసం అతని ఆంగ్ల భాషా నైపుణ్యాలను పదును పెట్టడమే కాకుండా వర్తమాన వ్యవహారాలపై ఎంతో సమాచారం అందించింది.

పదో తరగతి ఫలితాలు వెలువడగానే ఆ కుటుంబం మొత్తం ఆనందంలో మునిగిపోయింది. సత్యంకి వచ్చిన 10/10 జీపీఏ 'హల్వా' వేడుకకు దారితీసింది. ఆ సంతోషం నడుమ, అఖిలేష్ కుమార్ తన కొడుకు ఇంజనీర్ కావాలని కలలు కన్నాడు. సాధారణంగా ఇది చాలా మంది తల్లిదండ్రుల కలే.

'మంజు, నీ కొడుకు త్వరలో ఇంజనీర్ అవడంఖాయం.' అని వేడిగా ఉన్నహల్వా రుచిని ఆస్వాదిస్తూ అఖిలేష్ కుమార్ ఆనందంతో అన్నాడు 'కానీ నాన్నా, నాకు హ్యూమానిటీస్ అంటే చాలా ఇష్టం, ఆర్ట్స్ స్ట్రీమ్ చదవాలనుకుంటున్నాను' ఊహించినట్టుగా తండ్రి అన్న మాటలకి ఆశ్చర్యపోతూ, తన అయిష్టతని మాటల్లో వ్యక్తం చేశాడు సత్యం.

'లేదు, నువ్వు సైన్స్ సబ్జెక్టులు చదవాలి. సరైన గ్రేడ్లు రానివారు లేదా అంకితభావం లేని వారు మాత్రమే హ్యూమనిటీస్ ఎంచుకుంటారు' అని అఖిలేష్ అసమ్మతి వ్యక్తం చేశారు.

అఖిలేష్ కుమార్ నిర్ణయం, దాని అమలు కఠినంగా, అసమంజసమైనదిగా అనిపించినప్పటికీ, ఇది భారతదేశంలోని అనేక ప్రాంతాల్లో ప్రబలంగా ఉన్న వాస్తవికతను ప్రతిబింబిస్తుంది. ఇక్కడ పిల్లలు

తరచుగా వారి తల్లిదండ్రులు ఎంచుకున్న, విధించిన విద్యా భారాన్నే భరిస్తుంటారు.

సత్యం సైన్స్ విభాగాన్ని ఎంచుకున్నాడు. ఆ తర్వాత 12వ తరగతిలో ఉన్నప్పుడు ఇండియన్ ఇన్ స్టిట్యూట్ ఆఫ్ టెక్నాలజీ (ఐఐటీ)లో ప్రవేశం కోసం జాయింట్ ఎంట్రన్స్ ఎగ్జామినేషన్ (జేఈఈ) రాయాలని తండ్రి బలవంతం చేశాడు. ఇంజినీరింగ్‌పై ఆసక్తి లేక, తగిన ప్రిపరేషన్ కూడా లేకపోవడంతో అనుకోకుండా అతను టెలిఫోన్ నంబర్ ను పోలిన ఆరు అంకెల ర్యాంకు సాధించాడు.

అయితే, ఇవేవీ పట్టించుకోని సత్యం చూపు ఢిల్లీ యూనివర్శిటీపై పడింది.

ఒక కల చిన్నాభిన్నం అయ్యింది

సెప్టెంబర్ 2017, సాయంత్రం బెంగళూరులోని కరియప్ప కాలనీలోని 17-సర్వీసెస్ సెలక్షన్ బోర్డు (ఎస్ఎస్బీ) క్యాంపస్‌లోని నలభై మంది యువకుల గుండెల్లో తుఫాను పుట్టింది. 18 నుంచి 20 ఏళ్ల మధ్య వయసున్న వారు ఎన్డీయేలో చేరాలని, సాయుధ దళాల్లో చేరాలని కలలు కన్నారు. ఆ గ్రూపులోని వారందరిలోనూ విజయం సాధించాలనే ఆత్రుత కనిపిస్తోంది. మీటింగ్ హాల్ లో శ్రద్ధగా కూర్చొన్న వారు ఉత్కంఠ, ఆశల మేళవింపుతో ఫలితాల ప్రకటన కోసం ఆసక్తిగా ఎదురు చూస్తున్నారు. గత ఏడు రోజులలో, వారి మానసిక ధారుఢ్యం, తెలివితేటలు, శారీరక దృఢత్వం, సృజనాత్మక ఆలోచన, కమ్యూనికేషన్ నైపుణ్యం, నాయకత్వ సామర్థ్యాన్ని అంచనా వేయడానికి రూపొందించిన పరీక్షలు, ఇంటర్వ్యూల నిరంతర పరంపర కొనసాగింది.

ఎస్ ఎస్ బి అధికారి ఫలితాల కాగితాన్ని పట్టుకుని లోపలికి ప్రవేశించడంతో ఉద్రిక్తత మరింత పెరిగింది. ఆయనకు స్వాగతం పలికేందుకు అందరూ లేచి నిలబడ్డారు.

'శుభ సాయంత్రం, అబ్బాయిలు. ఈ గదిలో వున్న మీ ఆందోళన నాకు తెలుసు. నేను ఫలితాలను ఎలా తెలియ చేయమంటారు? ఎలాచేతికొస్తే అలానా? లేక మీ చొక్కాలపై ఉన్న సంఖ్యల క్రమంలోనా? అని అడిగాడు.

'ఎలా చేతికొస్తే అలా సార్!' అంటూ అందరూ పెద్ద ఎత్తున ముక్త కంఠంతో చెప్పారు.

'చాలా బాగుంది... అయితే జాగ్రత్తగా వినండి. సిఫారసు పొందిన అభ్యర్థుల ఛాతీ సంఖ్యలు ముప్పై తొమ్మిది, ఐదు, పదకొండు, ఇరవై ఎనిమిది.'ఛాతీ నంబర్ పదకొండు'అన్న మాట, సత్యం చెవుల్లో మధుర సంగీతంలా ప్రతిధ్వనించింది. క్షణకాలం అపనమ్మకం అతన్ని పట్టిపీడించింది- అతను తన ప్రారంభ ప్రయత్నంలో నిజంగానే ఎస్.ఎస్.బిని జయించాడా? మరి కొన్ని క్షణాల తర్వాత ఆనందం మనసులో నిండిపోయింది... ఐఏఎఫ్‌లో చేరి పైలట్ కావాలన్న తన కల ఇప్పుడు నెరవేరనుంది.

మరుసటి రోజు తెల్లవారుజాము నుంచే ఎంపికైన నలుగురు అభ్యర్థులు సమగ్ర వైద్య పరీక్షల కోసం బెంగళూరులోని కమాండ్ ఆసుపత్రిలో ఉన్నారు. ఐదు రోజుల పాటు జరిగిన ఈ పరీక్షల్లో అభ్యర్థుల వైద్య ప్రమాణాలు, ఫిట్ నెస్ ను క్షుణ్ణంగా పరిశీలించారు.

వైద్య పరీక్షల చివరి రోజును కళ్ల పరీక్షకి కేటాయించారు. ఆత్మవిశ్వాసంతో నిండిన సత్యంలో కంటిచూపు పరీక్షలో కూడా పాస్ అవుతాననే నమ్మకం వుంది. రైలు ఎక్కి స్వగ్రామానికి వెళ్లాలని ఉవ్విళ్లూరుతున్నాడు.అక్కడ తన కుటుంబంతో వేడుకలు జరుపుకోవాలి. తన మనస్సులో, అతను అప్పటికే యూనిఫాం ధరించి, అనంత నీలి ఆకాశంలో యుద్ధ విమానాన్ని నడుపుతూ, ఉత్కంఠభరితమైన విన్యాసాలను చేస్తునట్టు దృశ్య రూపకంగా ఊహించుకుంటున్నాడు.

కంటిచూపు పరీక్షతో ఆ రోజు ప్రారంభమైంది.ఈ అడ్డంకిని సత్యం అవలీలగా అధిగమించాడు. దాని తరువాత, అతను రహస్యమైన 'లాంతరు పరీక్ష' (ల్యాన్ ట్రెన్ టెస్ట్) కోసం మసక వెలుతురు ఉన్న గదిలోకి వెళ్లాడు. చుట్టూ వివిధ రంగుల ఎల్ఈడీ లైట్లు ఉండటంతో ఎగ్జామినర్ అడిగిన ప్రతి రంగును ఆత్మవిశ్వాసంతో చెప్పాడు. అయితే, మిగతా ముగ్గురు అభ్యర్థులు నవ్విన నవ్వు అతనిని అయోమయానికి గురిచేసింది. 'ఎందుకు నవ్వుతున్నారు?' అని ఆశ్చర్యపోయాడు. 'సరే సత్యం, మనం మరో పరీక్షకు వెళ్దాం. దాన్ని ఇషిహరా పరీక్ష అంటాం' అని డాక్టర్ ప్రకటించారు. వారు పక్కగదిలోకి వెళ్ళారు, అక్కడ డాక్టర్ సత్యంకు ఒక పుస్తకాన్ని అందించాడు.

పుస్తకంలోని ప్రతి పేజీ దట్టమైన చుక్కలతో చేసిన రంగురంగులతో కూడిన ప్రక్రియలా ఉంది.

'ప్రతి పేజీని నిశితంగా పరిశీలించి దానిపై రాసిన సంఖ్యను చెప్పండి' అని డాక్టర్ ఆదేశించారు.

సత్యం శ్రద్ధగా పేజీలను తిప్పి, దాగివున్న అంకెలను అర్థం చేసుకోవడానికి ప్రయత్నించాడు. 'సార్, నేను ఏ పేజీలోనూ నంబర్ చూడలేను. చుక్కలు మాత్రమే ఉన్నాయి' అని ఒప్పుకున్నాడు, అతని ముఖ కవళికలను అయోమయం కప్పివేసింది.

అంతే. డాక్టర్ దారుణమైన వార్తని బాంబుల పేల్చాడు. 'మీరు సాయుధ దళాలలో చేరడానికి అనర్హులు' అని ప్రకటించారు.

సత్యం ఆ మాటలను అర్థం చేసుకోలేకపోయాడు. 'ఏం చెబుతున్నారు? ఎందుకలా అంటున్నారు?' అకస్మాత్తుగా, ఊహించని పరిణామాలతో అతని మనసు ఉక్కిరిబిక్కిరి అయ్యింది.

'సార్, దయచేసి అలా అనకండి.నేనెంతో ఆరోగ్యవంతుడ్ని. ఏ చిన్న సమస్య ఉందని చెప్పినా చికిత్స చేయించుకుంటాను' అంటూ కన్నీటితో, ఆందోళన నిండిన గొంతుతో ఉక్కిరిబిక్కిరిఅయిపోతూ అడిగాడు.

'మీరు వర్ణాంధులు (కలర్ బ్లైండ్) సత్యం. రంగుల మధ్య తేడాను గుర్తించలేరు' అని ఆందోళన చెందుతున్న సత్యానికి చెప్పాడు'.

'సర్, నేను చికిత్స చేయించుకుంటాను. ఏదైనా మందో, శస్త్రచికిత్సో అందుబాటులో ఉండే ఉంటుంది,' 'అంటూ నిస్పృహతో నిండిన గొంతుతో బతిమాలాడు'. 'దురదృష్టవశాత్తు, ఇది జన్యుపరమైన పరిస్థితి, దీనికి చికిత్స లేదు.' అంటూ ఓదార్పునిచ్చే ప్రయత్నం చేశాడు డాక్టర్.

ఆ రాత్రి సత్యం కన్నీళ్ళు అడ్డు లేకుండా ప్రవహించాయి. 'నాకే ఎందుకిలా? ఇందులో నా తప్పేముంది?' అని ఆలోచించాడు.

క్రమక్రమంగా భారంగా అనిపించే ఆ కఠిన వాస్తవాన్ని గ్రహించాడు. సాయుధ దళాల తలుపులు తనకిక పూర్తిగా మూత పడినట్టే! ఆ చేదు సత్యం హృదయంలో ప్రతిధ్వనిస్తుంటే, ఒక నిశ్శబ్ద సంకల్పం అతడి మస్తిష్కంలో ఊపిరి పోసుకుంటోంది.

'నా కుటుంబాన్ని ఉన్నతంగా ఉంచడానికి, గౌరవప్రదమైన జీవితాన్ని పొందడానికి ఒకే ఒక మార్గం మిగిలి ఉంది. బహుశా, నా భవితవ్యం సాయుధ దళాల్లో కాదు, ఐఏఎస్ లలో ఉందనడానికి ఇది దేవుడు చేసిన సూచన కావచ్చు'అని తనలో తాను గుసగుసలాడుకున్నాడు.

ఆదర్శ వ్యక్తి ఎదురయ్యాడు

సత్యం ఢిల్లీ యూనివర్సిటీకి చెందిన దయాల్ సింగ్ కాలేజీలో పొలిటికల్ సైన్స్ లో బీఏ (ఆనర్స్) కోసం చేరాడు. మొదటి సంవత్సరం చివరలో, కళాశాల నోటీసు బోర్డులో ఒక ఆకర్షణీయమైన ప్రకటనను చూశాడు: రాంచీలోని కలెక్టర్ కార్యాలయంలో వేతనం లేని వేసవి ఇంటర్న్ షిప్. అతను వెంటనే దరఖాస్తు చేసుకున్నాడు. కొన్ని రోజుల తరువాత తన ఎంపికకు సంబంధించిన సందేశం రావడంతో చాలా సంతోషించాడు.

కలెక్టర్ కార్యాలయంలోకి అడుగుపెట్టిన, పన్నెండు మంది ఇంటర్న్‌ల బృందం మధ్య తానూ ఉన్నాడు. కలెక్టర్ మహిమపత్ రే సమక్షంలో ఒక ఓరియంటేషన్ సెషన్ వారి కోసం ఏర్పాటు చేశారు. సత్యానికి కలెక్టర్‌తో మొదటి సమావేశం ఉత్సాహం, ఉత్సుకతల సంతోషకరమైన సమ్మేళనమైంది.

రే తన అద్భుతమైన తెలివితేటలు, హుషారుతో ఆకట్టుకున్నాడు. ఆయన ఇంటర్న్ ల పట్ల తన అంచనాలను జాగ్రత్తగా నిర్దేశించాడు. ప్రభుత్వ గ్రామీణాభివృద్ధి పథకాల అమలును అధ్యయనం చేసి, వాటి ప్రభావంపై ఒక నివేదికను సంకలనం చేయాలి.

ప్రతి ఇంటర్న్‌కి ఒక నిర్దిష్ట బ్లాక్‌ని కేటాయించారు. సత్యంకు పశ్చిమ బెంగాల్ సరిహద్దులో ఉన్న సిల్లి బ్లాక్ కేటాయించారు. ఇక్కడ, అతను బ్లాక్ డెవలప్మెంట్ ఆఫీసర్ (బీడీవో) రోజువారీ కార్యకలాపాలలో ఒకటిన్నర నెలలు గడిపాడు. పథకాల ప్రభావాల మూల్యాంకనానికి మించి, సత్యం 'లీడర్ ఆఫ్ లైట్' అనే ప్రత్యేకమైన ప్రాజెక్టులో పాల్గొన్నాడు. సౌర దీపాలను ఎలా సమీకరించాలో నేర్పించడం ద్వారా మహిళా స్వయం సహాయక బృందాలకు (ఎస్ హెచ్ జి లు) సాధికారత కల్పించడం దీని లక్ష్యం.

ఈ అనుభవం సత్యానికి అపారమైన సంతృప్తినిచ్చింది. ఒక ఐఏఎస్ అధికారి పనిలోని వైవిధ్యం, ప్రభావవంతమైన స్వభావం, తన ఇంటర్న్ షిప్ సమయంలో అనుభవించాడు. అతనిలో ఉద్యోగం పట్ల గాఢమైన అభిరుచి

మొదలైంది. ఇంటర్న్‌షిప్ ముగింపు రోజున, రే తన విశాలమైన బంగ్లాలో ఇంటర్న్‌ల కోసం విందు ఏర్పాటు చేశాడు. స్నేహపూర్వక వాతావరణంలో, ప్రతి ఒక్కరూ తమ అనుభవాలను పంచుకోవాలని ఆయన ప్రోత్సహించారు. సత్యం, రేలో ఒక రోల్ మోడల్ ను కనుగొన్నాడు.

లజ్‌పత్ నగర్‌లో ఆనందం వెల్లువెత్తింది

ఢిల్లీలో వున్న ఎన్సీఆర్లో సత్యం మొదట్లో కొంతకాలం ఉన్న తర్వాత నోయిడాలోని సెక్టార్ 62లోని తన మామయ్య ఇంటికి వెళ్లాడు. పురాతన గ్రామం నుంచి వచ్చిన అతను ఢిల్లీలోని ఎత్తైన భవనాలు, భారీ మెట్రో పట్టాలు, ప్రజల సమూహాన్ని చూసి ఆశ్చర్యపోయాడు. ఏదేమైనా, నోయిడా నుండి దయాల్ సింగ్ కళాశాలకు ప్రయాణించడం సరైనది కాదని, ఖర్చుతో కూడుకున్నది. ప్రతిరోజూ మూడు గంటలకు పైగా సమయం వృథా అయిపోతోందని కొన్ని నెలల్లోనే గ్రహించాడు.

రెండవ సంవత్సరం మొదలవడంతోనే సత్యం తన కాలేజీకి దగ్గరలో వసతి కోసం వెతకడం మొదలుపెట్టాడు. బాగా వెతికిన తర్వాత, నెలకు రూ.7 వేల అద్దెకి ల్జ్‌ఫత్ నగర్ లో వసతి లభించింది. ఢిల్లీలో మొదటి ఇల్లు ఒక సాధారణ బర్సాతి. ఒక భవనం యొక్క డాబాపై ఉన్న ఒక చిన్న తగరపు రేకు పైకప్పుఉన్న నిర్మాణం. పరుపు కొనుక్కోలేక ఒక చిన్న చాప, వంట కోసం చిన్న గ్యాస్ స్టవ్ పెట్టుకున్నాడు.

అయినప్పటికీ, వంటకి సంబంధించి ఇబ్బందులు చాలా ఎదురయ్యేయి. బయట భోజనం చేయడం ఎంతో ఖరీదుతో కూడుకున్నది. భోజనానికి 100 రూపాయలు ఖర్చు అయ్యేది. ఖర్చులను తగ్గించుకోవడానికి, సత్యం భోజనాన్ని దాటవేయడం ప్రారంభించాడు, ఇది ఆరోగ్యాన్ని దెబ్బతీసింది. రెండో సంవత్సరం ముగిసే సరికి అతని బరువు 65 కిలోల నుంచి 52 కిలోలకు తగ్గిపోయింది.

తన కుటుంబ కష్టాలకు ముగింపు పలకాలనే లక్ష్యంతో, ఐఎఎస్‌ను సాధించాలనే అతని సంకల్పానికి ఈ కష్టాలు ఆజ్యం పోశాయి. సివిఎస్ఇకి కావాల్సిన వాటికోసం, అత్యంత ప్రభావవంతమైన తయారీ వ్యూహాలను అర్థం చేసుకోవడానికి విస్తృతమైన పరిశోధన చేశాడు. హిందూ దినపత్రిక చదవడం దినచర్యగా మారింది.

కళాశాలలో సత్యం, కమల్ నయన్ చౌబే, ప్రకాశ్‌లలో అమూల్యమైన మార్గదర్శకులను కనుగొన్నాడు. అలాంటి వారితో పాటు, నిరుత్సాహపరచడానికి ప్రయత్నించిన అనేక మంది అధ్యాపకులు కూడా ఎదురయ్యారు. కొందరు ఐఏఎస్ బదులు విద్యారంగంలో జీవనోపాధి మార్గాన్ని వెతుక్కోమని సలహా ఇచ్చారు.

అధైర్యపడకుండా సత్యం సంకల్పంతో, దృఢచిత్తంతో ఉన్నాడు. తన గ్రాడ్యుయేషన్ రెండవ సంవత్సరం నుండి, అతను తన విద్యా అధ్యయనాలు, సివిఎస్ఇ తయారీకావడం రెండింటిపై దృష్టి పెట్టాడు. ఈ ప్రారంభ నిబద్ధత అతను చేపట్టబోయే బలీయమైన ప్రయాణానికి పునాది వేసింది.

పెరుగుతున్న కుటుంబ రుణభారమే త్వరగా ప్రారంభించడానికి ప్రేరేపించింది

తన ఖర్చుల కోసం స్థానిక వడ్డీ వ్యాపారి బట్టుకుదేవ్ నుంచి అధిక వడ్డీకి తండ్రీ తీసుకున్న అప్పు భారం సత్యంను వెంటాడింది. ఈ ఆర్థిక సవాలుతో, అతను తన గ్రాడ్యుయేషన్ చివరి సంవత్సరంలో మౌంట్ యుపిఎస్సిని అధిరోహించడానికి తన ప్రయాణాన్ని వేగవంతం చేయాలని నిర్ణయించుకున్నాడు. సీఎస్ ఈ ప్రిలిమ్స్ –2020 కోసం 2019 ఏప్రిల్ లో తీవ్రమైన సన్నాహాలను ప్రారంభించి, కరోల్ బాగ్ లోని ప్రముఖ కోచింగ్ అకాడమీలో చేరాడు. అయితే లజపత్ నగర్ నుంచి రోజువారీ రాకపోకలకు విలువైన సమయం వృథా కావడంతో, సత్యం తన నిరాడంబరమైన బర్సాతికి వీడ్కోలు పలికాడు.

వసతి కోసం అతని అన్వేషణ రేగర్ పురాలోని ఒక చిన్న గది దగ్గర ముగిసింది. నాలుగు అంతస్తుల భవనంలో, 10 అడుగుల × 5 అడుగుల స్థలంలో ఉన్న గదిలో ఒక పడక, చిన్న స్టడీ టేబుల్, కుర్చీ మాత్రమే వున్నాయి. అల్మారా లేకపోవడంతో సత్యం తన పుస్తకాలను నేలమీద, మంచం మీద సర్దుకున్నాడు. గదికి తక్కువ అద్దెతో పాటువున్న గొప్ప ప్రయోజనం ఏమిటంటే అది కోచింగ్ సెంటర్ కు సమీపంలో ఉంది.

తన నెలవారీ బడ్జెట్ ను రూ. 8000 గది అద్దెతో సహా రూ. 12,000 కు పరిమితం చేశాడు. ఇది అతని ఆహార బడ్జెట్ ని తీవ్రంగా పరిమితం చేసింది. భోజనానికి 65 రూపాయల చొప్పున రోజుకి, రెండు భోజనాలనీ ఇచ్చే అతిసాధారణమైన టిఫిన్ సేవను ఎంచుకోవలసి వచ్చింది.

సాయంత్రం 5.30 గంటల నుంచి 7.30 గంటల వరకు కోచింగ్ క్లాసులు ఉండటంతో, సత్యం మొదట కళాశాలను, సాయంత్రం కోచింగ్‌ను బ్యాలెన్స్ చేసేందుకు ప్రయత్నించాడు. అయితే, భారమైన దినచర్య అతనికి సిఎస్ఇ కి సిద్ధం కావడానికి తక్కువ సమయాన్ని మిగిల్చింది. కళాశాలకు ప్రయాణించే ఖర్చు కూడా ఆర్థిక ఒత్తిడిని పెంచింది. అందువల్ల, అతను పరీక్షలు, అసైన్మెంట్ల సమర్పణ కోసం మాత్రమే కళాశాలకు హాజరు కావాలనే కఠినమైన నిర్ణయం తీసుకున్నాడు.

అడపాదడపా హాజరు కాకపోవడంతో సత్యం తీరు అనేక మంది ఉపాధ్యాయులకి ఆగ్రహం కలిగించింది. అతను హాజరైనప్పుడు సత్యాన్ని ఇబ్బంది పెట్టడమే లక్ష్యంగా 'కలెక్టర్ సాహెబ్' అని వెటకారంగా పిలవడం వంటి సాగాయి. క్లాసులో క్లిష్టమైన ప్రశ్నలు అడగడం, సమాధానం చెప్పలేనప్పుడు ఎగతాళి చేయడం ద్వారా కొందరు అధ్యాపకులు అవమానించే ప్రయత్నం చేశారు. అయితే, ఈ అవమానాలు సత్యం సంకల్పాన్ని మరింత బలపరిచాయి. తన ప్రయత్నాలను రెట్టింపు చేసి, కష్టపడి చదివి, పూర్తిగా చదువు మీద దృష్టి పెట్టడానికి తన గదిలోనే ఉండిపోయాడు.

సమయ పాలన చిట్కాలు

సత్యం అనుసరించిన సమయ పాలన విధానం అతని పరీక్షా సన్నాహాల్లో కీలకంగా మారింది. ప్రతి రోజు రాత్రి, నిద్రపోయేముందు, ఆ రోజును జాగ్రత్తగా పరిశీలించుకుని, వివిధ పనుల కోసం గడిపిన ప్రతి నిమిషాన్నిరికార్డ్ చేసేవాడు. ఈ విశ్లేషణను ఒక కాగితంపై డాక్యుమెంట్ చేసేవాడు, తద్వారా వృథా సమయాన్ని అంచనా వేయడానికి వీలు చిక్కేది. దాంతో, క్రమంగా మరింత క్రమశిక్షణతోమెలిగేవాడు. కేవలం రెండు నెలల్లోనే, ఈ అభ్యాసం అతనికి స్వభావ సిద్ధమైన అలవాటుగా మారింది, ఫలితంగా చదువుకు కేటాయించిన సమయం పెరిగింది. కాలేజీకి వెళ్లే సమయంలో కూడా సత్యం తనతో పాటు రీడింగ్ మెటీరియల్ తీసుకెళ్తూ, మెట్రో రైల్లో చదువుకుంటూ, క్లాసు కీ క్లాసు కి మధ్య సమయాన్ని సద్వినియోగం చేసుకునేవాడు. ముందు వరుసలోసీటు కోసమని కోచింగ్ క్లాసులకు త్వరగా చేరుకునేవాడు.మిత్రులంతా సాధారణ సంభాషణల్లో

మునిగిపోతే, సత్యం మాత్రం ఆ సమయాన్ని తన నోట్స్ చదవడానికి ఉపయోగించుకున్నాడు.

కోచింగ్ అకాడమీలో చాలా తరగతులు మరిఅంత పాజిటివ్‌గా ఏమిలేవని, స్వీయ అధ్యయనంలోనే మూడింట ఒక వంతు సమయంలో ఈ విషయాలను కవర్ చేయొచ్చని సత్యం తెలివిగా గుర్తించాడు. ఒక సెషన్‌కి 500 రూపాయలు చొప్పున 1.6 లక్షల రూపాయల గణనీయమైన ఫీజు చెల్లించినప్పటికీ, ధైర్యంగా ఫీజు లెక్కలకంటే ముందు తన సమయానికి ప్రాధాన్యత ఇచ్చాడు. అందువల్ల, ఫీజు తనకు కష్టంగా అనిపించినా, విషయాలను బాగా కవర్ చేసే సెషన్లకు మాత్రమే హాజరయ్యాడు.

సోషల్ మీడియా, రీల్స్, షార్ట్ వీడియోల మోజును అర్థం చేసుకున్న సత్యం తన సోషల్ మీడియా ఖాతాలన్నింటినీ డీయాక్టివేట్ చేశాడు.

వీటిలో తనకు ప్రియమైన ఇన్స్టాగ్రామ్ కూడా ఉంది. అందులో తన ఫోటోగ్రఫీ నైపుణ్యాలను చూపెట్టేవాడు. దాన్ని కూడా డీఆక్టివేట్ చేయడంతో చదువుపై దృష్టి పెట్టగలిగాడు.

సత్యం తన స్నేహితులలో చాలా మందికి దూరంగా ఉండాలని ఉద్దేశపూర్వకంగా నిర్ణయం తీసుకున్నాడు, అలా చేయడంలో గణనీయమైన సమయ నిబద్ధతను గుర్తించాడు. ఏ పరిస్థితుల్లోనూ సమయాన్ని వృథా చేయకూడదనే సూత్రాన్ని కొనసాగిస్తూ, అదే సమయంలో నిజమైన స్నేహితులు తాత్కాలికంగా విడిపోవడాన్ని అర్థం చేసుకుంటారని నమ్మాడు.

అతను హర్ష్, నటాష్ అనే ఇద్దరు స్నేహితులతో మాత్రమే సంబంధాలు కొనసాగించాడు. నటాష్ కళాశాల స్నేహితుడు కాగా, కోచింగ్ సెంటర్లో హర్షను కలిశాడు. సందేహాలను నివృత్తి చేసుకోవడానికి, ఆర్థిక భావనలను అర్థం చేసుకోవడానికి తగని సమయాల్లో కూడా హర్షను సంప్రదించగలిగేవాడు. హర్ష ఏ మాత్రం చిరాకు పడకుండా ఓపికగా కాన్సెప్ట్‌లను పదేపదే వివరించేవాడు.

ఒక అద్భుతమైన వ్యూహకర్త

తన సన్నాహక ప్రయాణాన్ని ప్రారంభించే ముందు, సత్యం విస్తృతమైన పరిశోధనలు జరిపాడు. ఐఏఎస్ టాపర్ల వీడియోలను చూశాడు. వారి

బ్లాగులు, జవాబు పత్రాలను చదివాడు. అతను నేర్చుకున్న ఒక కీలకమైన పాఠం ఏమిటంటే పుస్తకాలు, నోట్స్ లని మళ్లీ మళ్లీ రివైజ్ చేయడానికున్న ప్రాముఖ్యత. ఇంకా, వీలైనన్ని మార్గాల నుండి ఎంపికచేసుకొని చదవడానికి గల ప్రాముఖ్యతను కూడా గ్రహించాడు.

సత్యం ఆరు నెలల కాలంలో, తన సన్నాహాల పంథాను ప్రణాళికాబద్ధంగా రూపొందించగల, అసాధారణ సామర్థ్యాన్ని ప్రదర్శించాడు. తన లక్ష్యాలను వారంలో పూర్తి చేయవలసినవి, ప్రతిరోజు పూర్తి చేయవలసినవిగా విభజించాడు. కవర్ చేయాల్సిన పేజీలు లేదా అధ్యాయాల సంఖ్యను నిర్ధారించుకున్నాడు. నిర్దిష్ట లక్ష్యాలు లేకుండా కేవలం గంటల తరబడి చదవడం విజయానికి దారితీయదని గట్టిగా విశ్వసించాడు. దాని బదులు, రోజువారీ లక్ష్యాలను సాధించడానికి కృషి చేయాలి.

మొదటి కొన్ని నెలల్లో సత్యం ప్రతిరోజూ అన్ని విషయాలను కవర్ చేసేవాడు. పడుకునే ముందు తన రోజువారీ లక్ష్యాలను చేరుకోవడానికి గట్టి ప్రయత్నం చేశాడు. ఏవైనా లోటుపాట్లు జరిగితే, ఆ వెలితిని పూడ్చడానికి ఆదివారాన్ని ఒక మంచి అవకాశంగా ఎంచుకున్నాడు. ఈ కఠోర వ్యూహానికి కట్టుబడి ఉండటం, కష్టపడి పనిచేయడం వల్ల ప్రిలిమ్స్ కు ముందు ప్రతి అంశాన్ని చాలాసార్లు రివిజన్ చేసుకునే వీలు కలిగింది.

అంతేకాకుండా, ఎక్కువగా పరీక్షలో వచ్చే అవకాశం ఉన్న అంశాలను గుర్తించడానికి సత్యం అనేక విషయాలను జాగ్రత్తగా విశ్లేషించాడు. కొంతమంది ప్రపంచ చరిత్ర లేదా స్వాతంత్ర్యానంతర చరిత్ర వంటి విషయాల కోసం ఎక్కువ సమయాన్ని వెచ్చించి చదివారని, ఇవి శ్రమకు తగినంత ఫలితం ఇవ్వవని గమనించాడు. దీనికి విరుద్ధంగా, సులభంగా, తరచు ఎక్కువగా వచ్చే ప్రశ్నలకు ప్రసిద్ధి చెందిన రాజకీయం, మధ్యయుగ చరిత్ర, ఆర్థికశాస్త్రం, భౌగోళికం వంటి విషయాలపై దృష్టి పెట్టడం, పరిమిత అధ్యయన సమయాన్ని మరింత వ్యూహాత్మకంగా ఉపయోగించడానికి దోహదపడింది.

అతని వ్యూహంలోని మరొక ముఖ్య అంశం కోచింగ్ క్లాసులో అధ్యాయాన్ని, స్వంతంగా-అధ్యయనం చేసినదాన్ని వేరు చేయడం. ఇంట్లో రోజు కోచింగ్ మెటీరియల్‌ని సమీక్షించడం ప్రతికూలంగా ఉందని సత్యం నమ్మాడు. బదులుగా, అతను విలోమ విధానాన్ని (ఇన్ వర్స్ అప్రోచ్)

అనుసరించాడు, కోచింగ్‌లో రాబోయే అంశాలను ముందుగానే అధ్యయనం చేశాడు. ఇది కోచింగ్ సెషన్‌లలో సందేహాలను నివృత్తి చేసుకోవడానికి అలాగే లోతైన అవగాహన పొందేందుకు వీలు కల్పించింది.

కరెంట్ అఫైర్స్ లో అప్ డేట్ గా ఉండటానికి సత్యం ఉదయం ది హిందూ, పడుకునే ముందు ఇండియన్ ఎక్స్ ప్రెస్ చదవడం అలవాటు చేసుకున్నాడు. మొదట్లో వార్తాపత్రికలన్నీ చదివినప్పటికీ, ఆ తర్వాత తన విధానంలో మార్పు చేసుకున్నాడు. మెయిన్స్ పరీక్ష వ్యవధిలో కలుగుతున్న మానసిక అలసటను గుర్తించిన సత్యం, ఒకరి కంఫర్ట్ జోన్ ని ముందుగానే గుర్తించి, దానిని ముందుకు తీసుకెళ్లడం లోని ప్రాముఖ్యతను నొక్కి చెప్పాడు.

అతను 'ఎంపిక చేసుకునే సూత్రం' (అడాప్టేషన్ ఫార్ములా) లేదా 'సిద్ధంగావుండు-పరీక్షచేసుకో-లోపాలను గుర్తించు-సిద్ధంగావుండు' (ప్రిపేర్-టెస్ట్-ఐడెంటిఫై వీక్ నెసెస్-ప్రిపేర్) అని తాను సూచించిన వాటిని అమలు చేసిన సత్యం తన లోపాలను క్రమపద్ధతిలో తగ్గించుకునే పనిలో పడ్డాడు. తాను తక్కువ స్కోరు చేసిన అంశాలపై దృష్టి సారించాడు. తప్పులు పునరావృతమయ్యే అంశాలకు, తన తప్పులకు మూల కారణాలను గుర్తించడానికి, సరిదిద్దడానికి ప్రాథమిక అంశాలను అధ్యయనం చేశాడు.

అయితే, చాలా మంది అభ్యర్థులు చేసిన సాధారణ పొరపాటును మాత్రం తెలివిగా నివారించాడు-వారి సన్నాహక ప్రయత్నాల్లో భాగంగా చాలా ముందుగానే మాక్ పరీక్షలు రాయడం. దాని బదులుగా, తనను తాను పరీక్షించుకునే ముందు, పరీక్షలో వచ్చే అంశాలకి సంబంధించిన విషయాల పట్ల దృఢమైన పునాదిని నిర్మించడంపై దృష్టి పెట్టాడు.

సమగ్ర విధానంవల్ల ప్రయోజనం

సత్యం ఒక సమగ్ర విధానాన్ని అనుసరించి, తన ప్రిలిమ్స్‌ను, మెయిన్స్ ప్రిపరేషన్‌ను జాగ్రత్తగా సమ్మిళితం చేశాడు. బలమైన ప్రిలిమ్స్, మెయిన్స్‌కు పునాది లాంటిదని అది దాని విజయానికి మూలస్తంభం అవుతుందని నమ్మాడు.

మెయిన్స్‌కు ప్రాథమిక స్థాయి పుస్తకాలు సరిపోవు. ఈ పరిమితిని అర్థం చేసుకున్న సత్యం, వాజిరామ్ నుంచి వచ్చిన ఎల్లో బుక్, విజన్ ఐఏఎస్ నుంచి మరింత నాణ్యత ఉన్న సప్లిమెంటరీ మెటీరియల్స్ చదివాడు. తన నోట్స్ నాణ్యతను పెంచుకోడానికి, అతను ఏకకాలంలో రెండు పుస్తకాలను చదివాడు, రెండు వైపులా ఒక దాని పక్కన మరొకటి ఉంచి, ప్రతి అంశానికి ఇంటిగ్రేటెడ్ నోట్స్ రూపొందించాడు. సమయం పట్టినప్పటికీ, ఈ విధానం అతని అధ్యయనం లోతును గణనీయంగా సుసంపన్నం చేసింది.

2020 సెప్టెంబర్లో యూపీఎస్సీ మెయిన్స్ సిలబస్ ని సత్యం క్షుణ్ణంగా పరిశీలించాడు. దానిని ఏ-4 షీట్లలో అతికించి తన స్టడీ టేబుల్ ముందు ప్రముఖంగా అతికించాడు. ఇది అతనికి పరీక్షలో వచ్చే అంశాలపై సమగ్ర అవగాహనని ఇచ్చింది, సంబంధిత అంశాలను మాత్రమే అధ్యయనం చేయడానికి సహాయపడింది.

మొదట్లో నోట్స్ రాసుకోవడానికి బౌండ్ రిజిస్టర్లను ఉపయోగించేవాడు. అయితే, తన సన్నాహాలు ముందుకు సాగుతున్న కొద్దీ వాటికి నోట్స్ జోడించడం సాధ్యం కాదని సత్యం వెంటనే గుర్తించాడు. దాంతో, లూజ్ ఎ-4 షీట్లపై నోట్స్ రాయడం మొదలు పెట్టాడు. వార్తాపత్రికలు, మ్యాగజైన్ల నుండి పెరుగుతున్న స్టడీ మెటీరియల్ నుండి నోట్స్ తీసుకోవడానికి ఇది మరింత సౌలభ్యాన్ని ఇచ్చింది.

కోవిడ్-19 మహమ్మారి

మార్చి 2020లో, కోవిడ్-19 అనే అవాంఛనీయ, భయంకరమైన అతిథి భారతదేశపు తలుపులు తట్టింది. ఇతర దేశాల్లో వైరస్ సృష్టించిన బీభత్సం గురించి చదివిన సత్యం దాని తీవ్రతను అర్థం చేసుకున్నాడు. మార్చి 15, 2020 నాటికి ఢిల్లీలో పది కేసులు నమోదవడంతో పరిస్థితి మరింత దిగజారుతుందేమోనని భావించాడు. ఒంటరిగా, ఆత్రుతగా ట్రైన్ టికెట్ బుక్ చేసుకుని, హడావుడిగా రెండు పెద్ద బ్యాగుల్లో పుస్తకాలను ప్యాక్ చేశాడు. త్వరలోనే పరిస్థితి అదుపులోకి వస్తుందని భావించి, మరుసటి రోజు పీజీ గదిని ఖాళీ చేయకుండా స్వగ్రామానికి బయలుదేరాడు. చండీగఢ్‌లో చదువుకుంటున్న అతని సోదరుడు శివం కూడా అతనితో పాటు వచ్చాడు.

పుస్తకాలతో నిండిన బరువైన సంచులతో పూసా దగ్గర సత్యం, శివం వేగంగా దిగారు. బ్యాగులను ప్లాట్ ఫాం బయటకి ఎలా తీసుకెళ్లాలా అని ఆలోచిస్తుండగా,ఇద్దరు పోలీసులు వారి వైపు దూసుకొచ్చి సోదరులు ఇద్దరిలో భయాందోళనలు రేకెత్తించారు.

'ఈ బరువైన బ్యాగుల్లో ఏం తీసుకెళ్తున్నారు? వెంటనే వాటిని తెరవండి' అని ఒక పోలీసు ఆదేశించాడు.

'సార్, లోపల పుస్తకాలు ఉన్నాయి, మరేమీ లేవు. మీరు చూడవచ్చు' అన్నాడు శివం ఒక బ్యాగును తెరిచి చూపిస్తూ.

ఆ జవాబుకి పోలీసులు సంతృప్తి చెందలేదు. 'మేం మూర్ఖులం కాదు. పుస్తకాలన్నీ తీసి చూపించు. వాటి కింద మీరు మద్యం తీసుకెళ్తున్నారని నాకు తెలుసు'అని అన్నాడు వారిలో ఒకడు కఠినంగా.

బీహార్ లో సంపూర్ణ మద్యనిషేధం, మద్యం స్మగ్లింగ్ ఘటనలు అసాధారణం కాకపోవడంతో, ఈ ఇద్దరు యువకులు, పరిస్థితిని తమ వ్యక్తిగత ప్రయోజనాల కోసం వాడుకునేందుకు ప్రయత్నిస్తున్నారని పోలీసులకు అనుమానం వచ్చింది.

అనుమానం వచ్చిన పోలీసుల కి సత్యం, శివం తమ బ్యాగుల్లోని ప్రతి పుస్తకాన్ని తెరిచి చూపించారు.

మహమ్మారి కారణంగా, మే 30, 2020 నాడు జరగాల్సిన ప్రిలిమ్స్ పరీక్ష అక్టోబర్ 4, 2020 కు వాయిదా పడింది. లాక్డౌన్, అనిశ్చితిని దృష్టిలో ఉంచుకుని అభ్యర్థులు తమ పరీక్షా కేంద్రాలను మార్చుకునేందుకు యూపీఎస్సీ అనుమతించింది. ఈ పరిస్థితుల దృష్ట్యా సత్యం తన కేంద్రాన్ని ఢిల్లీ నుంచి పాట్నాకు మార్చాలని నిర్ణయించుకున్నాడు.

అయితే ఇంట్లో చదువుకోవడం సవాలుతో కూడుకున్న పని అని సత్యం త్వరలోనే గ్రహించాడు. అందువల్ల, జూలై 2020లో, కొనసాగుతున్న కోవిడ్ –19 మహమ్మారి మధ్య, ఏదైతే అది అయిందని ఎంతో రిస్క్ తీసుకొని తిరిగి ఢిల్లీకి వచ్చాడు. మహమ్మారి కారణంగా పొడిగించిన ప్రిపరేషన్ సమయం వరంలా మారింది. ఇది సమగ్రంగానోట్స్ తయారు చేసుకోవడానికి, గతంలో చదవని విషయాలను మళ్లీ చదవడానికి అనుమతించింది. అయితే, ఇంతలోనే అతని సంకల్పానికి పరీక్ష ఎదురైంది. పరీక్ష సమీపిస్తున్న సమయంలో అంటే సెప్టెంబర్ 30, 2020న సత్యం 104 డిగ్రీల తీవ్ర

జ్వరంతో బాధపడుతున్నాడు. అతని అనారోగ్యం ఆందోళనకరంగా ఉన్నప్పటికీ, ఆసుపత్రికి వెళ్లే అవకాశం లేదు, ఎందుకంటే అది చదువుకు ఆటంకం కలిగిస్తుంది. దానికి బదులు, అతను స్థానిక మందుల దుకాణం నుండి కొన్న పారాసిటమాల్, మల్టీవిటమిన్లు తీసుకోవడం ద్వారా తన అనారోగ్య లక్షణాలను తగ్గించుకోవాలనుకున్నాడు.

అతని పరీక్షా కేంద్రం పాట్నాలో ఉండడంతో, ఇప్పుడు దాన్ని మార్చుకునే అవకాశం లేకపోవడంతో, సత్యం తీవ్రమైన జ్వరంతోనే కూడా రైలులో పాట్నాకు వెళ్లాడు. పరీక్ష తర్వాత, తన సమాధానాలను కోచింగ్ సంస్థలు విడుదల చేసిన జవాబు కీతో సరిచూసుకున్నాడు. మెయిన్స్ కు అర్హత సాధిస్తాననే నమ్మకాన్ని కలిగింది. రెండు రోజుల విరామం తరువాత, మెయిన్స్ పరీక్ష కోసం తన సన్నాహాలను తిరిగి ప్రారంభించాడు.

రెండో అవరోధాన్ని కూడా అధిగమించి

ప్రిలిమ్స్ తరువాత మొదటి నెలలో సత్యం మిగిలిన టాపిక్‌లకు నోట్స్ తయారు చేసుకుని, రోజుకు కనీసం పన్నెండు గంటలు తన చదువు కోసం సమయం కేటాయించాడు. పక్కా ప్రణాళికతో వివిధ సబ్జెక్టుల అధ్యయనానికి, జవాబులు రాసే అభ్యాసానికి మధ్య చక్కటి సమతుల్యత సాధించాడు.

అయితే మళ్లీ ఆర్థిక ఇబ్బందులు తలెత్తాయి. సత్యం జనరల్ స్టడీస్, ఎథిక్స్ పేపర్ల కోసం టెస్ట్ సిరీస్ కొనాలనుకున్నాడు. దీంతోపాటు పొలిటికల్ సైన్స్, ఇంటర్నేషనల్ రిలేషన్స్ క్రాష్ కోర్సులో చేరాలనుకున్నాడు. ఇందుకు సుమారు రూ.లక్ష అవసరం కావడంతో అది అతని కుటుంబానికి ఆర్థికంగా పెనుభారం అవుతుంది.

ఒకరోజు కోచింగ్ క్లాసులో సత్యం బాధగా కనిపించడంతో,అతని స్నేహితుడు హర్ష్ ఎందుకు బాధ పడుతున్నావ్ అని అడిగాడు. సంపన్న కుటుంబానికి చెందిన హర్ష్ కి వినయం, అంకితభావం, సమయాన్ని వృథా చేయాలంటే అసహ్యం కారణంగా సత్యంకు ఎల్లప్పుడూ ప్రేరణగా నిలిచాడు.

ఆమరుసటి రోజు హర్ష్ తండ్రి నుంచి సత్యంకు ఫోన్ వచ్చి టెస్ట్ సిరీస్, క్రాష్ కోర్సు ఫీజు విరాళంగా ఇస్తానని ఆయన మాట ఇచ్చాడు. ఇబ్బంది పడుతూనే కృతజ్ఞతగా, సత్యం మొదట్లో నిరాకరించినా, ఆయన పట్టుబట్టడంతో, డబ్బు తిరిగి చెల్లిస్తాననే మాటకి ఒప్పించి తీసుకున్నాడు. జవాబు రాసే నైపుణ్యాన్ని

పెంపొందించుకోవడంలో ఈ టెస్ట్ సిరీస్ వెలకట్టలేనిదిగా నిలిచింది. వ్యాస రచన కోసం, సత్యం దురుశెట్టి రాసిన ఫండమెంటల్స్ ఆఫ్ ఎస్సే అండ్ ఆన్సర్ రైటింగ్ అనే పుస్తకంతో పాటు వార్తలు, ఇతర పుస్తకాలు, కోచింగ్ నోట్స్ లని ఆధారంచేసుకుని సిద్ధమయ్యాడు. ప్రారంభంలో భాషా అవరోధాల గురించి ఆందోళన చెందినా, లోతైన పరిజ్ఞానంతో, చక్కగా చదివించగలిగే సాధారణ ఆంగ్లంతో కూడా, మంచి మార్కులు సాధించగలరని తెలియడంతో ఎంతో సంతోషించాడు. స్థిరమైన అభ్యాసం, విస్తృత పఠనం, మూల్యాంకన కర్తల (ఇవాల్వ్ యేటర్స్) సలహాలు, సూచనలు, సునిశిత విశ్లేషణ, ఏర్పరచుకున్న లక్ష్యాలని సాధించడం ద్వారా, సత్యం తన ఆంగ్ల ప్రావీణ్యాన్ని కూడా మెరుగుపరుచుకున్నాడు. తన వ్యాసాలలో పొందుపరచడానికి ఎన్నో రకాల సూక్తులు గల సంకలనాన్ని కూడా సేకరించాడు.

ఎథిక్స్ పేపర్ కోసం వార్తాపత్రికలు, టాపర్ల వీడియోలు, టెస్ట్ సిరీస్లు, కోచింగ్ సెంటర్ వారు ఇచ్చిన వాల్యూ ఆడెడ్ మెటీరియల్‌లోని విషయాల ఆధారంగా సత్యం సిద్ధమయ్యాడు. వాస్తవ ప్రపంచలోఎప్పటికప్పుడు జరిగే సంఘనలని వ్యాసాల్లో జోడించడానికి, నిజ జీవితంలో జరిగిన వాటి ఉదాహరణలని జాగ్రత్తగా సేకరించాడు.

పరీక్షలో స్పష్టమైన చేతివ్రాత, వ్యాసరచనా ఈ రెండింటి కీలక పాత్రను గుర్తెరిగిన సత్యం, వాటిని పెంపొందించుకోవడంపై దృష్టి పెట్టాడు. ఏ ప్రశ్నని వదిలిపెట్టకుండా, నిర్ణీత సమయంలోపు జవాబులు పూర్తి చేయడం వల్ల మెయిన్స్ విజయావకాశాలు గణనీయంగా పెరుగుతాయన్న, గత టాపర్‌ల సలహా అతని మనస్సులో నిరంతరం ప్రతిధ్వనించింది.

మొదట్లో సత్యం తన ఐచ్ఛిక సబ్జెక్టు, పొలిటికల్ సైన్స్, ఇంటర్నేషనల్ రిలేషన్స్‌ను పట్టించుకోకుండా నవంబర్‌కు వాయిదా వేశాడు. కేవలం పుస్తక పఠనం ద్వారానే వాటిని అర్థం చేసుకోగలనని నమ్మి, నోట్స్ తయారు చేసుకోకుండా సాధారణ విధానాన్ని అవలంబించాడు. అయితే, తొలి మాక్ టెస్ట్ కు హాజరైనప్పుడు కఠినమైన వాస్తవికత అతడిని తీవ్రంగా దెబ్బతీసింది. వాటిని పట్టించుకోకపోవడం వల్ల జరిగిన తీవ్ర పరిణామాన్ని గుర్తించి, వెంటనే libgen.in నుండి పుష్కలంగా నోట్స్, పుస్తకాలను డౌన్లోడ్ చేసి, వాటిని ఒక ప్రసిద్ధ శిక్షణా తరగతి అధ్యాపకుని వివరణలతో, మిళితం చేసి, సమగ్రంగా నోట్స్ సొంతంగా తయారు చేసుకున్నాడు.

నెర్వస్ బ్రేక్ డౌన్

రోజుకు 12 గంటల పాటు కఠోర శ్రమతో కూడిన అధ్యయన విధానంలో సత్యం నిమగ్నమయ్యాడు. మొదట్లో, అతను సాధారణ నిద్రా సమయాన్ని పాటించాడు. రాత్రి 11 గంటలకు తన చదువును ముగించేవాడు. అయితే, రాత్రివేళల్లోని ప్రశాంతతను, ఏకాగ్రతకు అనువైన వాతావరణాన్ని త్వరలోనే గుర్తించాడు. దాంతో ఒక అసాధారణ దినచర్యకు మారాడు – రాత్రంతా చదవడం, ఉదయం 8 గంటలకు నిద్రపోవడం, మధ్యాహ్నం 3 గంటలకు లేవడం.

తన కుటుంబానికి అందుబాటులో ఉన్న పరిమిత ఆర్థిక వనరుల స్థితివల్ల, సమయ భారాన్ని అలాగే పరిమిత ప్రయత్నాల్లో మాత్రమే పరీక్షని రాయగలిగే తన స్థోమతని అర్థం చేసుకున్నాడు. మెయిన్స్ పరీక్షలు దగ్గరపడుతున్న కొద్దీ, సిలబస్ విస్తృతిని,అప్పటిదాకా అస్సలు చదవని అంశాల ఒత్తిడి, అతడిలో ఆందోళనను పెంచాయి. దాని పర్యవసానంగా మెయిన్స్ పరీక్షకు కొద్ది రోజుల ముందు, అంటే డిసెంబర్ 29, 2020న నాడీ వైఫల్యం (నెర్వ స్ బ్రేక్ డౌన్) ఎదుర్కోవలసి వచ్చింది. రోజూ చేస్తున్నట్టే, ఆ రోజు రాత్రి 9 గంటల సమయంలో ఇంటికి ఫోన్ చేశాడు. తల్లి ఫోన్ తీయగానే, సత్యం పెద్దగా ఏడవడం మెదలుపెట్టాడు.

అతని తల్లి చాలా కంగారు పడింది. 'ఏమైంది బేటా, ఏడుపు ఆపి ఏమైందో చెప్పు?' అని అడిగింది. 'అమ్మా, మీరు నన్ను క్షమించండి. నా కోచింగ్ కోసం మీరు చాలా అప్పులు చేశారని నాకు తెలుసు, కానీ నేను ఈసారి పరీక్షలో ఉత్తీర్ణత సాధించలేను. మరింత కష్టపడి ప్రిపేర్ అయ్యి వచ్చేసారి ట్రై చేస్తాను. నా వయసు కేవలం 21 సంవత్సరాలు, నాకు చాలా ప్రయత్నాలు మిగిలి ఉన్నాయి'అని అతను అసహనంగా ఏడుస్తూ చెప్పాడు.

అతని తల్లి ఎప్పటిలాగే సపోర్ట్ చేస్తూ. 'నాకు అర్థమైంది బేటా. తొలి ప్రయత్నంలోనే ప్రిలిమ్స్ లో ఉత్తీర్ణత సాధించి మమ్మల్ని గర్వపడేలా చేశావు. డబ్బు గురించి ఆందోళన పడకు. ప్రశాంతంగా ఉండు, కావాల్సినంత సమయాన్ని తీసుకొని వచ్చే సంవత్సరం ప్రయత్నించు' అని ఆమె చెప్పింది. సత్యం తండ్రి కూడా మద్దతుగా నిలిచాడు.

తల్లిదండ్రులతో కాసేపు మాట్లాడిన తర్వాత సత్యం ఫోన్ పెట్టేసాడు. ఇది అతనికి చాలా బలాన్ని ఇచ్చింది. తన మొదటి ప్రయత్నంలోనే ఐఏఎస్

అధికారి కావాలనే సంకల్పాన్ని పునరుద్ధరించింది. దీంతో తిరిగి పుస్తకాలు తీసి ఉదయం 8 గంటల వరకు చదువుకున్నాడు. ఆ తర్వాత ఫోన్ ఆఫ్ చేసేసి నిద్రపోయాడు.

మధ్యాహ్నం 3 గంటలకు లేచి, ఫోన్ స్విచ్ ఆన్ చేసి చూసేసరికి తల్లిదండ్రుల నుంచి అరవై మిస్డ్ కాల్స్ చూసి భయపడ్డాడు. వెంటనే ఇంటికి ఫోన్ చేసి 'హలో'అనగానే అమ్మ గొంతు వినిపించింది, ఏడుపులు, కేకలు, అరుపులు మిళితమై ఉన్నాయి.

'ఎక్కడున్నావు సత్యం? నీ ఫోన్ ఎందుకు అందుబాటులో లేదు? బాగున్నావా బేటా? నిన్న రాత్రి నీతో మాట్లాడిన తర్వాత మేము చాలా ఆందోళన చెందాము. నీ పరిస్థితిని పూర్తిగా అర్థం చేసుకున్నాము. నువ్వు పరీక్ష రాయకపోయినా మాకు పర్వాలేదు. కానీ ప్రతికూలంగా ఆలోచించకు, నీకు నువ్వు ఏ హాని చేసుకోకు' అని గుక్క తిప్పకుండా చెప్పింది.

తాను బాగానే ఉన్నానని, మధ్యాహ్నం 3 గంటలకు లేవడం మామూలేనని తల్లిదండ్రులకు వివరించడం సత్యంకు కష్టమైంది.

దాంతో సత్యంకు చాలా అపరాధభావం కలిగింది, కానీ తన కుటుంబం తన గురించి ఇంత శ్రద్ధ వహించడం అదృష్టంగా భావించాడు. ఐఏఎస్ కావాలన్న కల తనది మాత్రమే కాదని, మొత్తం కుటుంబానికి చెందినదని గ్రహించాడు.

తన ఒంటరితనాన్ని, డిప్రెషన్‌ను ఎదుర్కోవడానికి సత్యం దగ్గర్లోని లైబ్రరీకి వెళ్లడం మొదలుపెట్టాడు. చుట్టుపక్కల వారిని చూసి, మారిన వాతావరణాన్ని చూసి సంతోషించాడు. తన షెడ్యూల్‌ని మార్చుకుని నాలుగు గంటలు నిద్రపోవడం, ఆరు గంటలు చదువుకోవడం అలవాటు చేసుకున్నాడు. ప్రిలిమ్స్ నుంచి మెయిన్స్ వరకు హెయిర్‌కట్ చేయించుకోకూడదని నిర్ణయించుకున్నాడు. అతని జుట్టు పొడవుగా పెరిగింది. లావుగా, పొడవాటి జుట్టుతో, గడ్డంతో ఉన్న సత్యాన్ని కాలేజీ స్నేహితులెవరూ గుర్తుపట్టలేకపోయారు.

అడ్మిట్ కార్డు ప్రహసనం

అది జనవరి 7, 2021, మెయిన్స్ పరీక్షలో మొదటిది. వ్యాసరచన పరీక్ష. తెల్లవారుజాము వరకు చదువుకున్న సత్యం లేచేసరికి ఉదయం 7 గంటలైంది.

హడావుడిగా రెడీ అయి ఎగ్జామ్ హాల్‌లో తనిఖీ కోసం చూపించాల్సిన అడ్మిట్ కార్డు, ఆధార్ కార్డు కోసం వెతికాడు. కానీ వాటిని ఎక్కడ పెట్టాడో, కనిపెట్టలేకపోయాడు. గది మొత్తం వెతికాడు, ప్రతిచోటా చూస్తున్నాడు, టేబుల్ మీద, నేలపై, మంచంపై పుస్తకాల కుప్పలను వెతికాడు. రెండు డాక్యుమెంట్ల కాపీలను తన ఫోన్లో భద్రపరిచినప్పటికీ,దురదృష్టవశాత్తూ ఫోన్లను పరీక్ష హాల్లోకి అనుమతించరు.

భయాందోళనకు గురై గదిలోంచి బయటకు వచ్చాడు. శీతాకాలం చలి తీవ్రత ఢిల్లీలో తారాస్థాయిలో ఉంది. దట్టమైన పొగమంచు పరిసరాలను చుట్టుముట్టింది. పత్రాలను డౌన్లోడ్ చేసి,ప్రింట్లు తీసుకోవడానికి సమీపంలోని కరోల్ బాగ్ మార్కెట్‌లోకి పరిగెత్తాడు, కాని అన్ని దుకాణాలు మూసేసి ఉన్నాయి... షాపు సైన్ బోర్డులపై రాసిన మొబైల్ నంబర్లకు ఫోన్ చేసి తనకు సహాయం చేయాలని వేడుకున్నాడు. కానీ ఎవరూ అతడి అభ్యర్థనలను పట్టించుకోలేదు.

నిస్సహాయంగా, విసుగు చెంది ఫుట్ పాత్ మీద కూర్చొని ఏడవసాగాడు. అతని కలల భారం, ఆ క్షణపు ఒత్తిడి అతన్ని ముంచెత్తాయి, ఆ చల్లని పొగమంచు ఉదయం ముఖం నుండి కన్నీళ్లుధారలుగా కారుతున్నాయి.

అకస్మాత్తుగా గడియారాన్ని చూసుకున్నాడు. ఉదయం 8 గంటలు. మరో అరగంటలో పరీక్ష హాల్లోకి ప్రవేశించాలి. నిరాశా నిస్పృహలతో ఆటో లో పరీక్షా కేంద్రానికి బయలుదేరాడు. మార్గమధ్యంలో ఏదైనా అద్భుతం జరగాలని దేవుడిని ప్రార్థిస్తూనే ఉన్నాడు.

అదృష్టవశాత్తూ, అతని ప్రార్థనలు దేవుడు విన్నట్టు, ఫోన్‌ను లోపలికి తీసుకెళ్లే మినహాయింపు దొరికింది. తన డాక్యుమెంట్లను ఇన్విజిలేటర్ కు చూపించి ఫోన్ ను తిరిగి డిపాజిట్ చేసేందుకు సెంటర్ ఇన్ చార్జి అనుమతించారు. అయితే, పొద్దున్నుంచి జరిగిన సంఘటనలు అతని ఏకాగ్రతను బాగా దెబ్బతీశాయి. వ్యాస రచనా పరీక్ష కోసం తాను ఎంతో కష్టపడి రాసుకున్న సూక్తులు, ఉపకథలన్నీ ఉన్నట్టుండి మర్చిపోయాడు. మెదడులో దాచుకున్న వాస్తవాలు, గణాంకాల, వివరాలు కూడా జ్ఞాపకాల నుంచి తుడిచిపెట్టుకుపోయాయి. అంతా ఒత్తిడిలోనూ రెండు వ్యాసాలను పూర్తి చేయగలిగాడు.

ఆ తర్వాత జరిగిన జనరల్ స్టడీస్, ఆప్షనల్ సబ్జెక్టు పరీక్షల్లో మంచి ప్రతిభ కనబరిచి ఏ ప్రశ్ననీ వదలకుండా అన్నింటికీ సమాధానాలు రాసాడు. పరీక్షలు ముగిశాక సత్యం ఆత్మవిశ్వాసంతో,మెయిన్స్ పరీక్షలో 90 శాతం ఉత్తీర్ణత సాధించే అవకాశం ఉందని అంచనా వేసుకోగలిగాడు

రోడ్డుపై నృత్యం

మెయిన్స్ పరీక్ష పూర్తయిన తర్వాత సత్యం తన ఆరోగ్యాన్ని పట్టించుకోవాలని నిర్ణయించుకున్నాడు. జాగింగ్, జిమ్ సెషన్లను తన దినచర్యలోభాగంగా చేసుకున్నాడు. ఇంటికెళ్లినప్పుడు రెండు సార్లు ట్రెక్కింగ్ లు కూడా చేశాడు. మార్చి 24, 2021 నాడు, అతని కోచింగ్ అకాడమీ టెలిగ్రామ్ గ్రూప్ లో మెయిన్స్ పరీక్షాఫలితాల విడుదల కోసం ఎదురుచూస్తున్న సందేశాలతో ఉక్కిరిబిక్కిరి అవుతున్నాడు. రోజంతా ఆత్రుతగా ఎదురు చూసిన సత్యం జిమ్ కి వెళ్లాలని నిర్ణయించుకున్నాడు. వర్కవుట్ చేస్తున్న సమయంలో ఫోన్ వైపు చూడగానే గుండె కొట్టుకోవడంఒక క్షణం ఆగిపోయినట్టుంది. మెయిన్స్ రిజల్ట్ ఉన్న పీడీఎఫ్ ను ఎవరో పోస్ట్ చేశారు.

వెంటనే జిమ్ నుంచి బయటకు వచ్చి పీడీఎఫ్ ను డౌన్ లోడ్ చేసుకుని తన రోల్ నంబర్ కోసం వెతికాడు. తన రోల్ నెంబర్ చూసుకోగానే ఉద్వేగం చుట్టుముట్టింది. ఆనందంలో మునిగిపోయాడు. జిమ్ బయట రోడ్డుపై డ్యాన్స్ చేస్తూ, దూకుతూ, పిడికిలి బిగించి ఉత్సాహంగా అరిచాడు. విశాలమైన గాజు కిటికీల గుండా అతన్ని గమనిస్తున్న జిమ్ లోపలి వాళ్ళు, తమ ముందు జరుగుతున్న అసాధారణ సంఘటనని అర్థం చేసుకోవడానికి ప్రయత్నిస్తూ విస్మయానికి గురయ్యారు.

ఆనందోత్సాహాల మధ్య సత్యం అకస్మాత్తుగా ఒక బహిరంగ ప్రదేశంలో ఉన్నానని తెలుసుకున్నాడు. అతని ఆకస్మిక వేడుకను అభినందిస్తూ పెరుగుతున్న ప్రేక్షకులు చుట్టుముట్టారు. ఒకింత ఇబ్బందిగా అనిపించి, అతను వెంటనే జిమ్‌లోకి వెళ్ళాడు.అక్కడ వీధిలో ఆనందోత్సవాలకి గల కారణాన్ని అర్థం చేసుకోవడానికి ఆసక్తిగా ఉన్న వారంతా అతని చుట్టూ చేరారు.

అతను ఈ వార్తను చెప్పినప్పుడు, జనసమూహంలో అపనమ్మకం, ఆశ్చర్యం అలుముకున్నాయి. వారిలో కొందరు, ప్రిలిమ్స్‌లో అనేక ప్రయత్నాలు చేసి విజయం సాధించకుండా పోరాడిన తోటి సివిల్ సర్వీస్

ఆశావాదులు, తమ ఆశ్చర్యాన్ని దాచుకోలేకపోయారు. వారిలో ఒకరు, అక్కడున్న వారందరి మనసులో మాటని వ్యక్తం చేస్తూ, 'మీరు మొదటి సంవత్సరం కళాశాల విద్యార్థిలా కనిపిస్తారు. ఇంత కఠినమైన పరీక్షలో మీరు ఎలా ఉత్తీర్ణులయ్యారు?' అని అడిగారు.

పునర్జన్మ

మే 31, 2021 నాడు రాబోయే ఇంటర్వ్యూ కి సంబంధించినఉత్సాహంతో, కోవిడ్-19 అనూహ్యంగా మళ్లీ విజృంభించడంతో, సత్యం ప్రపంచం అస్తవ్యస్తమైంది. ఈసారి దాని డెల్టా వేరియంట్ భారతదేశం అంతటా బీభత్సం సృష్టించింది. ఏప్రిల్ 10, 2021న సత్యంకు జ్వరం, దగ్గు వచ్చింది. తనకు కోవిడ్-19 సోకిందనే బాధాకరమైన విషయాన్ని తెలుసుకోవడానికి మాత్రమే పరీక్ష చేయించుకోవాలని నిర్ణయించుకున్నాడు. ఢిల్లీ గడ్డు పరిస్థితిని ఎదుర్కొంటోంది. ఆసుపత్రిలో బెడ్ దొరకడం అసాధ్యంగా మారిందని, ఆక్సిజన్ కొరత తీవ్రంగా ఉందన్నారు. ఇరుకైన గదిలో ఒంటరిగా వైరస్ బారిన పడ్డాననే ఆలోచన అతన్ని వెంటాడింది. వైద్య సహాయం తీసుకోవాలని నిర్ణయించుకుని డాక్టర్ రామ్ మనోహర్ లోహియా (ఆర్ఎంఎల్) ఆసుపత్రికి వెళ్లాడు.

అక్కడకు చేరుకోగానే అంబులెన్సుల క్యూ, ఆక్సిజన్ సపోర్టుపై ఆధారపడుతున్న రోగులు, ప్లాస్టిక్ సంచుల్లో మృతదేహాలను తరలిస్తున్న భయానక దృశ్యం సత్యాన్ని పలకరించింది. కంగారు పడిన అతను దగ్గర్లోని బి.ఎల్.కపూర్ ఆసుపత్రికి వెళ్లాడు. అయితే, అక్కడి పరిస్థితులు సైతం ఇంతకు ముందు చూసిన పరిస్థితులకు ప్రతిబింబంగానే ఉన్నాయి. అయినా, ధైర్యంగా ఎదుర్కొన్నాడు. ఎంతోసేపు ఓపిగ్గా నిరీక్షించాడు. చివరికి కారిడార్లో ఒక వైద్యుడిని సంప్రదించే అవకాశం దొరికింది.

నిస్సహాయ స్థితిలో ఉన్న తనని, తాను ఒంటరిగా ఉన్నాననే వాస్తవాన్ని నొక్కిచెబుతూ, ఆసుపత్రిలో చేర్చుకోమని వేడుకున్నాడు. అయితే, డాక్టర్ ఏ స్పందనాలేని నవ్వుతో ఇలా సమాధానం చెప్పాడు. 'నువ్వు చిన్నవాడివి, బాగున్నావు. నీ కంటే బెడ్ ఎక్కువ అవసరమయ్యే సీరియస్ పేషెంట్లు వందల సంఖ్యలో ఉన్నారన్న సంగతి కనిపించడం లేదా' అని చెప్పి వెళ్లిపోయాడు.

ఆందోళన పెరిగినప్పటికీ నిరుత్సాహపడకుండా సత్యం తిరిగి తన గదికి చేరుకున్నాడు. మార్గమధ్యంలో వాట్సప్ లో సర్క్యులేట్ అయిన ప్రిస్క్రిప్షన్ ఆధారంగా పారాసిటమాల్, జింక్, అజిత్రోమైసిన్, మల్టీవిటమిన్లులతో పాటు పల్స్ ఆక్సీమీటర్ కొన్నాడు. క్రమం తప్పకుండా మందులు తీసుకుంటూ ఆక్సిజన్ లెవల్స్ ని పర్యవేక్షించుకున్నాడు. మూడో రోజు ఆక్సిజన్ శాచురేషన్ 88కి పడిపోవడంతో ఆందోళన మరింత పెరిగింది. మరింత క్షీణిస్తుందనే భయం అతన్ని వెంటాడింది, కానీ అదృష్టవశాత్తూ, అది అంతకంటే దిగలేదు. ఇంత ఉపశమనం లభించినప్పటికీ సత్యం శారీరక వేదనలో కొట్టుమిట్టాడుతూ, శ్వాస తీసుకోవడంలో ఇబ్బందులు ఎదుర్కొంటూ, ఒంటరితనం, భయం వంటి భరించలేని బాధలతో సతమతమవుతున్నాడు. నిర్మానుష్యమైన పరిసరాలు అంబులెన్సుల నిరంతర సైరన్లతో ప్రతిధ్వనించాయి, అతనిలో ఒంటరితనాన్ని మరింత పెంచాయి. దీంతో తల్లిదండ్రులు, సోదరుడు తీవ్ర ఆందోళనకు గురయ్యారు.

తక్కువ ధరకే భోజనం పంపే ఏర్పాటు కూడా ఆగిపోయింది. అది మరింత ఆందోళనకు గురిచేసింది. ఉనికికే సవాలు ఎదురయ్యి, లజ్ పత్ నగర్ బర్సాతిలో ఉన్న రోజులలో ఉపయోగించిన తన చిన్న గ్యాస్ స్టవ్ ని గుర్తుకు తెచ్చుకున్నాడు. ఆశగా పొయ్యిని శుభ్రం చేసి, దానిని వాడుకలోకితెచ్చుకున్నందుకు తన్ని తానే అభినందించుకున్నాడు తెచుకున్నందుకు సంతోషించాడు. సమీపంలోని కిరాణా దుకాణం నుంచి కొంత బియ్యాన్ని కొని, కాస్త వంట వండుకోగలిగాడు.

క్రమంగా జ్వరం తగ్గుముఖం పట్టడంతో సత్యం ప్రాణాపాయం నుంచి బయటపడ్డాడు. బ్రతికి బట్ట కట్టడం అనేది పునర్జన్మతో సమానం. అయినా ఛాతి మాత్రం ఇంకా ఇన్ఫెక్షన్తో ఉన్నట్టే ఉంది.

కోలుకోవడానికి అనువైన వాతావరణం కోసం సత్యం నోయిడాకి వెళ్లి తన మామయ్య కుటుంబంతో కలిసి నివసిస్తున్నాడు. అయితే అనారోగ్య కారణంగా మూడు నెలల పాటు మంచాన పడ్డాడు. అదృష్టవశాత్తూ, మహమ్మారి కారణంగా, వాస్తవానికి మేలో షెడ్యూల్ చేయబడిన ఇంటర్వ్యూ సెప్టెంబర్ 1, 2021కి వాయిదా పడింది. ఈ విరామం సత్యంపూర్తిగా కోలుకుని, ఇంటర్వ్యూకి సంసిద్ధుడయ్యేందుకు దోహదపడింది. డిఎఫ్

నుండి ఎదురయ్యే ప్రశ్నలకు జవాబులు సత్యం సిద్ధం చేశాడు. ఇంటర్వ్యూలో ఆత్మవిశ్వాసాన్ని పెంపొందించుకునేందుకు, ఇంగ్లీష్‌లో ప్రావీణ్యాన్ని పెంపొందించు కునేందుకు పలు ఆన్లైన్, ఆఫ్లైన్ మాక్ టెస్టుల్లో పాల్గొన్నాడు. యూట్యూబ్ లో గత ఏడాది టాపర్లుగా నిలిచిన వారి మాక్ ఇంటర్వ్యూలను, ముఖ్యంగా ఇంటర్వ్యూలో 200కు పైగా మార్కులు సాధించిన వారి మాక్ ఇంటర్వ్యూలను చూశాడు. తన భాషా నైపుణ్యాలను పెంపొందించుకోవడానికి, ఆంగ్ల నాటకాలనూ చూశాడు, ఫిక్షన్, నాన్-ఫిక్షన్ పుస్తకాలు చదివాడు.

మాక్ ఇంటర్వ్యూలలో వచ్చిన పాజిటివ్ రివ్యూలు అతని ఆత్మవిశ్వాసాన్ని పెంచాయి. కనుబొమ్మల కదలికలు, హావభావాలను తగ్గించాలని, మృదువైన, మరింత మర్యాదపూర్వక స్వరాన్ని అలవర్చుకోవాలని, ఆర్మీ అధికారి మాదిరిగా, నిటారుగా ఉండే భంగిమను కొనసాగించాలని ఇంటర్వ్యూ చేసిన వారు చెప్పారు. అయితే సమాధానాలను మరచిపోయే ప్రమాదాన్ని అధిగమించే మెరుగుదలని బ్యాలెన్స్ చేస్తూ సత్యం తన ప్రవర్తనలో గణనీయమైన మార్పులు చేసుకోగలిగాడు.

అరుదైన ప్రశంస

ఇంటర్వ్యూ కాల్ గణనీయమైన ఆర్థిక భారంగా మారింది.దానికోసం రూ.10 వేల విలువైన కొత్త చొక్కా, సూట్, టై, ఒక జత బూట్లు కొనాల్సి వచ్చింది. దీంతో బట్టుకుదేవ్ నుంచి అధిక వడ్డీకి అదనపు రుణం తీసుకున్నాడు.

సెప్టెంబర్ 1, 2021 శుభదినం, ఉదయం 11 గంటలకు, సత్యం సూట్ టై ధరించాడు. ఫేస్ షీల్డ్, మాస్క్, గ్లౌజు ధరించి అద్దంలో తన ప్రతిబింబాన్ని చూశాడు. న్యూక్లియర్ రియాక్టర్ లోకి ప్రవేశించడానికి సిద్ధంగా ఉన్న వ్యక్తిలా ఉన్న తన రూపాన్ని చూసి నవ్వు కున్నాడు. కాసేపు ప్రార్థనలు చేసి, మామయ్య, అత్తయ్యల ఆశీస్సులు తీసుకుని మధ్యాహ్న భోజనానంతరం జరిగే ఇంటర్వ్యూ కోసం యూపీఎస్సీ భవనానికి బయలుదేరాడు.

యూపీఎస్సీ బిల్డింగ్ సెంట్రల్ హాల్ లోకి ప్రవేశించి వివిధ వరుసల్లో కూర్చున్న యాభై, అరవై మంది ఔత్సాహికుల్లో సత్యం ఒకడు. అప్పటిదాకా తాను హాజరైన మాక్ ఇంటర్వ్యూలకు భిన్నమైన వాతావరణం అక్కడ స్పష్టంగా కనిపించింది. ఇంటర్వ్యూ రూమ్ కూడా వేరే విధంగా ఉంది. కెమెరాలతో అమర్చిన విశాలమైన హాళ్ల మాదిరిగా కాకుండా, ఒక సాధారణ ప్రభుత్వ

కార్యాలయంలో గదిలా ఉంది. ఒక చిన్న చోటులో అర్ధచంద్రాకృతిలో ఉన్న టేబుల్ చుట్టూ ఐదుగురు వ్యక్తులు కూర్చున్నారు. మొదట్లో ఆశ్చర్యపోయి పొరపాటున వేరే గదిలోకి ప్రవేశించానేమో ననే సందేహం కూడా కలిగింది.

ఉదయం వచ్చిన వార్తాపత్రికలు త్రైమాసిక జిడిపి డేటాను ప్రచురించాయి. తనకి అంతగా పట్టులేని ఎకనామిక్స్ సబ్జెక్టు పై ప్రశ్నలు వస్తే ఎలా అని సత్యం ఆందోళన పడ్డాడు. అయితే ఆశ్చర్యకరంగా అలాంటి ప్రశ్నలేవీ అడగలేదు.

సత్యం ఇంటర్వ్యూ గదిలోకి అడుగు పెట్టగానే చైర్మన్ తన ఫేస్ షీల్డ్ తీసేయమని సైగ చేశాడు. ఆ తర్వాత తనను పరిచయం చేసుకోవాలని సత్యంను అడిగారు. ఆ తర్వాత డీఏఎఫ్ చుట్టూ అనేక ప్రశ్నలు అడిగారు. ఎన్డీయే కోసం ఎస్ఎస్బీలో అతని అనుభవాలను కమిటీ పరిశీలించింది. వారిలో ఒకరు 'మీరు ఏ పూసా నుంచి వచ్చారు?' అని ప్రశ్నించడంతో వాతావరణం క్షణం తేలికైంది. బీహార్ లో ఒరిజినలా లేదా ఢిల్లీలో డూప్లికేటా? 'సత్యం ఇచ్చిన జవాబుకి అందరూ తేలిగ్గా నవ్వారు'.

అనంతరం బీహార్, జార్ఖండ్ రాష్ట్రాలు ఎదుర్కొంటున్న అభివృద్ధి సవాళ్లను గురించి అడిగారు. కళాశాలలో ఫోటోగ్రఫీ సొసైటీకి అధ్యక్షుడిగా పోషించిన పాత్ర, అలవర్చుకున్న లక్షణాలు, చేపట్టిన కార్యక్రమాలపై కమిటీ చర్చించింది. ఆ తరువాత చర్చ భారతదేశంలో సినిమాల భవిష్యత్తు అనే అంశం వైపు సాగిపోయింది.

సైన్స్ ఫిక్షన్ చదవడాన్ని హాబీగా సత్యం పేర్కొనడంతో, ఒక సభ్యుడు భారతదేశంలో అంతరిక్ష రంగం పరిస్థితి గురించి ఆరా తీశారు. ఆ రంగం ఎందుకు అంతగా అభివృద్ధి చెందలేదని ప్రశ్నించారు.క్రమంగా భవిష్యత్తులో సినిమా కథాంశాలలో వాస్తవ ప్రపంచ వ్యక్తీకరణగల అవకాశాలను అన్వేషించడంతో సంభాషణ ఊహాజనిత క్షేత్రానికి మారింది.

చర్చ అకస్మాతుగా ప్రధాని ప్రతిపాదించిన 'వోకల్ ఫర్ లోకల్' విధానం వైపు మళ్లింది. భారత్, చైనాల తులనాత్మక అభివృద్ధి స్థితిగతులపై ఈ ఇంటర్వ్యూ మరింత లోతుగా అధ్యయనం చేసింది. ప్యానెల్ సభ్యుల్లో ఒకరు సత్యం సమాధానాల పట్ల అసంతృప్తి వ్యక్తం చేసారు. సత్యం సూటిగా ఆ సభ్యుడి వైపు చూసే ప్రయత్నం చేసినప్పటికీ, ఆ సభ్యుడు పట్టించుకోనట్టుగా గది కిటికీ నుండి బయటకు చూస్తూనే ఉన్నాడు, ఇది

అనిశ్చిత వాతావరణాన్ని సృష్టించింది. తన మానసిక స్థైర్యానికి పరీక్షగా సత్యం భావించాడు. ఇంతలో, ఒక వైపు చివర కూర్చున్న ఒక మహిళ అతని సంయమనాన్ని, మాట్లాడే శైలిని శ్రద్ధగా గమనించింది.

ఈ ఇంటర్వ్యూ జరిగిన విధానమంతా విజయం వరిస్తుందా, వైఫల్యం ఎదురవుతుందా తెలియని అస్పష్టతలో ఉంచింది. అయితే, ఇంటర్వ్యూ గది నుంచి బయటకు రాగానే అంత క్రితం బీహార్, జార్ఖండ్ రాష్ట్రాల అభివృద్ధిపై ప్రశ్నలు సంధించిన బోర్డు సభ్యుడొకరు 'మీరు ఇంటర్వ్యూ చాలా బాగా చేశారు' అంటూ ఊహించని ప్రశంసలు కురిపించారు.

బోర్డు సభ్యుల నుంచి ఇలాంటి పాజిటివ్ ఫీడ్ బ్యాక్ అసాధారణం. ఫలితాల కోసం ఎదురుచూసే సస్పెన్స్ దశలోకి ప్రవేశించిన సత్యంకు ఈ ప్రశంస ఆనందాన్ని, ఆత్మవిశ్వాసాన్ని పెంచింది.

వెంటాడిన కలర్ బ్లైండ్ నెస్

ఇంటర్వ్యూ ముగిసిన మరుసటి రోజే సత్యంకు వైద్య పరీక్షలు నిర్వహించాల్సి ఉంది. ఢిల్లీలోని లేడీ హార్డింజ్ మెడికల్ కాలేజీకి చెప్పిన సమయం కంటే ముందే చేరుకున్నాడు. పరీక్ష ఒత్తిడి తగ్గడంతో ఎంతో ఉపశమనం కలిగినట్లుంది. తోటి అభ్యర్థులతో సరదాగా ముచ్చటించాడు.

రక్త నమూనాను ఇవ్వడానికి అతని వంతు వచ్చినప్పుడు, సత్యం ఆందోళన చెందాడు. సూదులంటే ఎప్పటి నుంచో ఉన్న భయం ఇదివరకు జరిగిన రక్త పరీక్షల సమయంలో మూర్ఛపోవడానికి దారితీసింది. నిజంగానే, అతను మూర్ఛపోయాడు, తన తోటివారిలో ఆందోళన కలిగించాడు. అయినప్పటికీ, ఆసుపత్రి సిబ్బందికి, ఇటువంటి సంఘటనలు నిత్య కృత్యాలే కనుక సత్యాన్ని మంచం మీదకు చేరిస్తే, కొన్ని నిమిషాల తర్వాత స్పృహలోకి వచ్చాడు.

ఆ తరువాత కంటి పరీక్షలు ప్రారంభించారు. తన కలర్ బ్లైండ్ నెస్ ను క్షుణ్ణంగా పరీక్షించకపోవచ్చని, తనను ఎంపిక చేస్తే ట్రైనింగ్ అకాడమీలో తిరిగి పరీక్ష చేయించుకుంటే,చిక్కులు తలెత్తే అవకాశం ఉందని ఆందోళన చెందిన సత్యం తన పరిస్థితిని, ఫలితంగా ఐపీఎస్, ఇతర పోలీసు సర్వీసులకు అనర్హుడనని ముందుగానే వైద్యుడికి తెలియజేశాడు.

అయితే, అలా నిజాయితీగా చెప్పడం, సత్యాన్ని ఊహించని దుస్థితిలోకి నెట్టింది. పరీక్ష నిర్వహించిన డాక్టర్ కలర్ బ్లైండ్ నెస్ ఎక్కువగా ఉన్నట్లు గుర్తించారు. తాను ఐపీఎస్, ఇతర పోలీసు సర్వీసులకు అర్హుడిని కాదని చెప్పకుండా, డాక్టర్ తన ఫారంపై 'ఏ సేవలకు అర్హత లేదు' అని రాసి తిరిగి ఇచ్చేశాడు. మరుసటి రోజు యూపీఎస్సీకి ఆ రిపోర్టు సమర్పించాల్సి ఉంది.

అది చదివిన సత్యం దిగ్భ్రాంతికి గురయ్యాడు. తాను సాంకేతికేతర సేవలకు అర్హుడినని, పునఃపరిశీలన చేయాలని పదేపదే వైద్యుడిని వేడుకున్నాడు. ఎన్నిసార్లు విజ్ఞప్తి చేసినా వైద్యుడు చలించకుండా అప్పీల్ చేయమని సలహా ఇచ్చాడు.

ఓటమిని అంగీకరించడానికి నిరాకరించిన సత్యం డాక్టర్ గది బయటే కూర్చున్నాడు. ఆ రిపోర్టును సవరించే వరకు తాను అక్కడి నుంచి వెళ్లబోనని గట్టిగా చెప్పాడు. 'నేను కేవలం కలర్ బ్లైండ్‌ని. పూర్తిగా అంధులకు కూడా ఐఏఎస్, ఇతర సర్వీసుల్లో చేరడానికి అనుమతి ఉంది' అని ఆయన డాక్టర్ తో ఉద్వేగభరితంగా వాదించాడు. రాత్రి 8 గంటలు కావడంతో మిగతా ఆశావహులంతా వెళ్లిపోయారు. బయలుదేరడానికి సిద్ధంగా ఉన్న డాక్టర్ కి సత్యం ఇంకా అక్కడే కనిపించాడు. మార్గదర్శకాలకు అనుగుణంగా తన అభ్యర్థనలోని నిజానిజాలను సత్యం మరోసారి చేతులు జోడించి నొక్కి చెప్పారు. కాసేపు ఆలోచించిన తర్వాత డాక్టర్ 'ఐపీఎస్, టెక్నికల్ సర్వీసులకు అర్హత లేదు, కానీ ఇతర సర్వీసులకు అర్హత ఉంది'అని తన రిపోర్టును సవరించారు.

ఆ క్షణం అతనికి అమోఘమైన ఊరట కలిగించింది.

సామాను సర్దుకున్నాడు ముస్సోరీకా, దిగ్రాకా?

తన కుటుంబం ఆర్థికంగా ఇబ్బందుల్లో ఉందని, ఢిల్లీలో తను ఉండడానికి, అయ్యే ఖర్చులను ఇక భరించలేరని సత్యంకు తెలుసు. రోజురోజుకూ బట్టుకుదేవ్ నుంచి ఖర్చుల కోసం తీసుకుంటున్న అప్పులు పెరిగిపోతున్నాయి. అధిక వడ్డీలకు అప్పులు చేసి తల్లిదండ్రులపై భారం మోపిన అపరాధం సత్యంపై తీవ్ర ప్రభావం చూపింది. ఈ ఆర్థిక సంక్షోభాన్ని ఎదుర్కోవడానికి ఏదో ఒక నిర్ణయం తీసుకోవాలనుకున్నాడు. ఐఏఎస్ లో ప్రవేశం కోసం ముస్సోరీలోని ఎల్బిఎస్ఎన్ఏఏకు వెళ్లడమా లేదా తదుపరి ప్రయత్నం లో చదవడానికి తన గ్రామమైన దిగ్రాకు తిరిగి వెళ్ళడమా?

సెప్టెంబర్ 24, 2021న యూపీఎస్సీ ఫలితాలను ప్రకటిస్తుండడంతో సత్యం చాలా కంగారు పడ్డాడు. వాట్సాప్, టెలిగ్రామ్ లలో సందేశాలు వెల్లువెత్తడంతో విపరీతమైన అలజడి రేగింది. దీంతో తీవ్ర మనస్థాపానికి గురైన సత్యం మధ్యాహ్నం 3 గంటలకు చదువును ఆపేశాడు. సాయంత్రం 6.15 గంటలకు టెలిగ్రామ్‌లో పీడీఎఫ్ ఫైల్ రావడంతో ఉద్రిక్తత తారాస్థాయికి చేరింది.

ఫలితాన్ని ప్రత్యక్షంగా చూడాలని నిశ్చయించుకున్న సత్యం తన ఫోన్ లో పీడీఎఫ్‌ను డౌన్‌లోడ్ చేసుకుని, ఫ్లైట్ మోడ్‌ను యాక్టివేట్ చేసి, మౌనంగాప్రార్థన చేసి, టాప్ ర్యాంక్ నుంచి పేర్లు చదవడం ప్రారంభించాడు. మొదటి పేజీలోనే తన పేరును చూసి ఆశ్చర్యపోయాడు. నమ్మలేని స్థితిలో ఉన్న అతను రోల్ నంబర్ ను ఒకటికి రెండుసార్లు సరి చూసుకుని ధ్రువీకరించుకున్నాడు. అయినప్పటికీ అదొక ఆటపట్టింపులా అనిపించి, తన ఫోన్ స్విచ్ ఆన్ చేసి, అభినందన సందేశాల వరదలో మునిపోయాడు, ఇంకా ఏమైనా సందేహాలు ఉంటె అవన్నీ నివృత్తి అయిపోయాయి.

ఆ అద్భుతంలోంచి తేరుకున్నాక అది, తన జీవిత గమనాన్ని మార్చడమే కాకుండా, తన కుటుంబ అదృష్టాన్ని కూడా మార్చిందని తెలుసుకున్నాడు. తన దాదాజీ కోరిక నెరవేరడం, తల్లిదండ్రుల కల నెరవేరడం ఎంతో ఆనందాన్ని ఇచ్చింది. ఇంతలో మీడియా సిబ్బంది దిగ్రాలోని సత్యం ఇంటికి చేరుకున్నారు. అతను లేనప్పుడు, అతని తల్లిదండ్రులు మీడియా వారి ప్రశ్నలకు హుందాగా సమాధానాలు ఇచ్చారు. ఐఏఎస్ వరుడిని కోరుకునే, కాబోయే వధువుల తల్లిదండ్రులు కూడా గుమిగూడారు. ఒక న్యూస్ వీడియోని చూసిన సత్యం తన ఫోటోకు తన తల్లి 'తిలకం' పూయడం చూసి ఆనందించకుండా ఉండలేకపోయాడు. అతని జీవితంలో మార్పు పవనాలు వీయడం మొదలైంది.

విజేతగా ఇంటికి వచ్చాడు

ఇంత ఉన్నత హోదా కలిగిన ఐఏఎస్ అధికారి కావడం బీహార్ లో ఒక ముఖ్యమైన సందర్భం. సత్యం ఇంటికి అనేక మంది శ్రేయోభిలాషులు వచ్చారు. అయితే, తన కుటుంబంతో ప్రశాంతంగా కలవాలని కోరుకుని,

తెలివిగా అక్టోబర్ 19, 2021 నాడు తన రైలు టికెట్ ని బుక్ చేసుకున్నాడు. ఏ హడావిడి లేకుండా తన వాళ్ళని కలవాలన్న కోరికను వ్యక్తపరిచినప్పటికీ, అక్కడ వాస్తవం వేరుగా ఉంది.

రైల్వేస్టేషన్ లో దిగగానే తల్లిదండ్రులు, సోదరుడితో పాటు పూలమాలలు వేసేందుకు పెద్ద ఎత్తున జనం తరలివచ్చారు. స్టేషన్ బైట పూలతో ప్రత్యేకంగా అలంకరించిన కారు, దానితోపాటు కాన్వాయ్ వాహనాలు ఎదురుచూస్తున్నాయి. ఫ్లాట్ ఫామ్ పైన ఉన్న వారంతా ఉత్సాహంగా మురిసిపోతూ పూలమాలలతో అతన్ని ముంచెత్తారు.

అతను తన గ్రామానికి చేరుకున్నప్పుడు, స్వాగత వైభవం అద్భుతంగా అనిపించింది. విశాలమైన స్వాగత ద్వారం, అతను ప్రయాణించిన ప్రతి వీధిలో స్వాగత ద్వారాలని ఏర్పాటు చేసిపూలదండలతో అలంకరించారు. అతని చిత్రాలతో కూడిన స్వాగత పోస్టర్లు గ్రామమంతా అలంకరించారు. అతని పై పూల రేకులు చల్లి, పండుగ వాతావరణాన్ని సృష్టించారు. గ్రామమంతా సంబరాల్లో మునిగి తేలడంతో తల్లిదండ్రులకు, దాదాజీకి ఎంతో ఆనందం కలిగింది.

ఆర్భాటంగా సాగిన ఆ విలాసవంతమైన ప్రదర్శన సత్యంకు నచ్చకపోయినా, అతని తల్లి అతనికి నచ్చ చెప్పింది.అతనిపై ఊరికి గల ప్రేమను నొక్కి చెప్పింది. “బేటా, కోపం తెచ్చుకోకు. నీమీద తమ ప్రేమని గ్రామంలో వాళ్ళందరూ ఈ విధంగా వ్యక్తం చేస్తున్నారు. నువ్వు ఇప్పుడు సమాజానికి ఆదర్శంగా నిలిచావు. అహంకారిగా మారిపోయావనుకునే అవకాశం వారికి ఇవ్వకు” అని సలహా ఇచ్చింది. అతని ఇంటి బైట జరిగిన ఓ బహిరంగ సభకి గ్రామంలోని ప్రముఖులు వచ్చారు. అంతా ప్రసంగాలు చేసిన తర్వాత, చివర్లో అప్పటికే అలసిపోయిన సత్యాన్ని మాట్లాడమని తన ఆలోచనలను పంచుకోమని అడిగారు.

కొన్ని రోజుల తర్వాత తాను చదివిన పాఠశాలకు ముఖ్య అతిథిగా రమ్మని ఆహ్వానం అందడంతో ఆనందంలో మునిగిపోయాడు. మూడేళ్ల క్రితం పాఠశాల వార్షికోత్సవం, క్రీడా దినోత్సవం సందర్భంగా జిల్లా మేజిస్ట్రేట్, ఇతర ప్రముఖులకు స్వాగతం పలికేందుకు క్యూలో నిల్చుని వారి ప్రసంగాలు వింటూ ఉండేవాడు. ఇప్పుడు ముఖ్యఅతిథిగా హాజరైన అతనికి విద్యార్థుల నుంచి అదే విధమైన స్వాగతం లభించింది. అదొక అద్భుతమైన, సంతోషకరమైన అనుభూతి.

గ్రామంలో ఉన్న సమయంలో సత్యాన్ని రోజు జనం చుట్టుముట్టేవారు. ఎంతో మంది సంపన్నులు తమ కూతుళ్లకు పెళ్లి ప్రపోజల్స్ తీసుకొచ్చారు.

పెద్ద పెద్ద బాక్సుల్లో డ్రైఫ్రూట్స్, స్వీట్లతో విలాసవంతమైన కార్లలో వస్తున్న వారిని చూసి తల్లిదండ్రులు ఆశ్చర్యపోయారు. వాళ్లతో ఇంతకు ముందెన్నడూ మాట్లాడని బంధువులు ఇంటి బయట క్యూ కట్టారు.

సత్యం మొదట్లో బీహార్ కేడర్ వస్తుందని ధీమా వ్యక్తం చేశాడు. అయితే ఒకటి, ఏడో ర్యాంకులు సాధించిన ఇద్దరు అభ్యర్థులు కూడా బీహార్ కు చెందిన వారేనని వాట్సప్ గ్రూప్ ద్వారా తెలియడంతో ఆశలు నీరుగారిపోయాయి.

కేడర్ కేటాయింపులు తెలిసాయి. సత్యంకు మహారాష్ట్ర క్యాడర్ దక్కడంతో, ఆయన కుటుంబ సభ్యులకే కాకుండా మొత్తం గ్రామానికే నిరాశే ఎదురైంది. పెళ్లి మార్కెట్ లో ఉత్సాహం తగ్గిపోయి చాలా మందిలో ఆ వేడి సన్నగిల్లింది.

పరివర్తన చెందిన పుస్తకాల పురుగు

ఎల్బీఎస్ఎన్ఏఏలో సత్యం ఫిట్ నెస్ ఔత్సాహికుడిగా రూపాంతరం చెందాడు. క్లాసులు ముగిసిన తర్వాత గుర్రపు స్వారీ నేర్చుకోవడానికి గంటన్నర సమయం కేటాయిస్తూ రైడింగ్ గ్రౌండ్‌కు వెళ్లేవాడు. ఆ తర్వాత జిమ్ కు వెళ్లి క్రీడల్లో పాల్గొని, ఉదయం పూట రన్నింగ్‌కు వెళ్లేవాడు. వారాంతాల్లో తన సన్నిహితులతో కలిసి ట్రెక్కింగ్ కు బయలుదేరేవాడు.

ఎక్కువగా ఆహారం తింటాడనిపేరు వచ్చినప్పటికీ, సత్యం తన కఠినమైన దినచర్య కారణంగా ఐదు కిలోల బరువు తగ్గగలిగాడు, అతని బరువు 72 కిలోల నుండి 67 కిలోలకు తగ్గింది. అతనికి ఈత నేర్చుకోవాలనే కోరిక ఉన్నప్పటికీ, శ్వాస ఆడకపోవడం, నీటిలో మునిగిపోయిన అనుభవం, అయిష్టంగానే ఆ ప్రయత్నాన్ని విరమించుకునేలా చేసింది.

దీనికి భిన్నంగా అతని రూమ్ మేట్ అభిషేక్ దినచర్య పూర్తి భిన్నంగా ఉంది. సత్యం ఉదయం ఫిజికల్ ట్రైనింగ్ నుండి తిరిగి వస్తుండగా, అభిషేక్ ఇంకా గాఢ నిద్రలో ఉండేవాడు. సత్యం అతన్ని లేపే ప్రయత్నంలో, ఉదయం 8.55 గంటలకు టూత్ బ్రష్ టూత్ పేస్ట్ రెడీ చేసి, మంచం మీద నుండి లేపి,

'బ్రో, దయచేసి లేవండి. ఉదయం 9 గంటలకు క్లాసుకువెళ్లాలి. ఆలస్యంగా వస్తే వివరణ కోరుతూ మెమోరాండం వస్తుంది.'

ధూలేలో బాల్య వివాహాల సమస్యను పరిష్కరించిన తీరు

2014 బ్యాచ్‌కు చెందిన ఐఏఎస్ అధికారి జలజ్ శర్మ మార్గదర్శకత్వంలో జిల్లా శిక్షణ కోసం సత్యంకు మహారాష్ట్రలోని ధూలే జిల్లాను కేటాయించారు. శర్మ ప్రవర్తన కొబ్బరికాయను పోలినట్టుంటుంది- బయటకి కఠినంగా కనిపించినా, లోపల కారుణ్య హృదయంతో, తన ప్రొబేషనర్లకు ఎల్లప్పుడూ మద్దతుగా ఉండేవాడు. మొదట్లో మీటింగుల్లో వాడే భాషను అర్థం చేసుకోవడంలో సత్యం తంటాలు పడినా, క్రమంగా అలవాటు పడ్డాడు.

సత్యం మనస్సులో మరో ఆందోళన మెదిలింది- అతను చాలా చిన్నవాడు. పెద్దవారయిన సబార్డినేట్లను ఎలా మేనేజ్ చేయాలా అని ఆలోచించేవాడు. బ్లాక్ డెవలప్మెంట్ ఆఫీసర్ (బీడీవో), తహసీల్దార్, సబ్ డివిజనల్ మేజిస్ట్రేట్ (ఎస్డీఎం)గా స్వతంత్ర బాధ్యతలు నిర్వర్తించడంతో ఈ ఆందోళనలు నిరాధారమైనవని రుజువైంది.

రాజకీయ నాయకుల నుండి వచ్చే టెలిఫోన్ కాల్స్ లో మాట్లాడంలోనూ, రాజకీయ కార్యనిర్వాహకులు, నాయకులతో సంబంధం ఉన్న వాళ్ళ నుంచి వచ్చే ఒత్తిళ్లను నియంత్రించే కళను కూడా నేర్చుకున్నారు, అదే సమయంలో రాజకీయ జోక్యాన్ని కూడా నివారించగలిగారు.

గిరిజన ప్రాంతంలో భాగమైన ధూలే తనదైన సవాళ్లను ఎదుర్కొంది. బాల్య వివాహాలు ఎక్కువగా జరుగుతున్నాయి, మొత్తం వివాహాలలో 40 శాతం బాల్య వివాహాలే ఉన్నాయి. ధూలేలో బాల్య వివాహాలను అరికట్టడానికి సత్యం గణనీయమైన కృషి చేశారు. బాల్యవివాహాల వల్ల ఆడబిడ్డల ఆరోగ్యంపై కలిగే అనర్థాలని ప్రజలకు అవగాహన కల్పించాలనే లక్ష్యంతో ఆయన పలుమార్లు గిరిజన గ్రామాల్లో పర్యటించారు. 1098 టోల్ ఫ్రీ నంబరును సద్వినియోగం చేసుకోవాలని, దాని ప్రాముఖ్యతపై అవగాహన కల్పించారు. అంతేకాక, వివాహ వేడుకలు జరగడానికిముందు, వివాహ వేదికలపై అనేకసార్లు దాడులు చేశాడు.

ఈ దాడుల సమయంలో సత్యం తన దృక్పథానికి, స్థానిక ప్రజల దృక్పథానికి మధ్య తీవ్ర వ్యత్యాసాన్ని అర్థం చేసుకున్నాడు. పేదరికం, పరిమిత

విద్య వారి దృక్పథాన్ని రూపొందించాయి.పదిహేనేళ్ల బాలికను వివాహం చేసుకోవడం చట్టవిరుద్ధం అని చాలా మందికి తెలియదు. వారిదృష్టిలో పెళ్లి అమ్మాయికి ఒక జీవనోపాధినిగా, ఆమెకి శ్రేయస్సును కలిగించే ఒక మార్గంగా అనిపించింది.

విధానాలు, చట్టాలు మాత్రమే మార్పును తీసుకురాలేవని అంగీకరిస్తూ వారి దృక్పథాన్ని అర్థం చేసుకోవాల్సిన అవసరాన్ని సత్యం గుర్తించాడు. క్షేత్రస్థాయిలో ప్రజలను ఒప్పించడం, వారికి అర్థమయ్యే భాష, పద్ధతులను ఉపయోగించడమే, సవాళ్లతో కూడినదైనా, ఆశించిన సామాజిక మార్పును తీసుకురాడానికి అమలు చేయవలసిన విధానం!

★★★

సత్యం కథలోని కీలక అంశాలు

1. **మీ మొదటి ప్రయత్నంలోనే టాప్ ర్యాంక్ సాధించడం సాధ్యమే:** మీ మొదటి ప్రయత్నంలోనే యుపిఎస్సీలోవిజయం సాధించడం, టాప్ ర్యాంక్ తెచ్చుకోవడం సాధ్యమే. బాగా రూపొందించిన వ్యూహాన్ని అనుసరించడం, క్రమశిక్షణతో కూడిన దినచర్యను నిర్వహించడం, గడువులకు కట్టుబడి ఉండటం అలాగే మిమ్మల్ని మీరు పూర్తిగా అంకితం చేసుకోవడం ద్వారా, మీరు గ్రాడ్యుయేషన్ తర్వాత విజయాన్ని సాధించవచ్చు.
2. **ఎదురుదెబ్బలను విజయానికి మెట్లుగా మార్చుకోండి:** ఎదురుదెబ్బలు, వైఫల్యాలను చూసి మిమ్మల్ని మీరు నిరుత్సాహపరచుకోవద్దు. ఒక తలుపు మూసుకున్నప్పుడు, మరొక తలుపు తెరుచుకుంటుంది, ఇది తరచుగా ఎక్కువ అవకాశాలకు దారితీస్తుంది. మీ సంకల్పాన్ని బలోపేతం చేయడానికి, మీ ప్రయత్నాలను పునరుద్ధరించడానికి, మీ లక్ష్యంపై దృష్టి పెట్టడానికి వైఫల్యాలను ఉత్ప్రేరకాలుగా ఉపయోగించండి. ప్రతి ఎదురుదెబ్బ ఒక పాఠం, లక్ష్యాన్ని ఛేదించడానికి మిమ్మల్ని మరింత దగ్గరకు తీసుకువెళ్తుంది.
3. **పరీక్ష రోజు ఒత్తిడిని తగ్గించడానికి క్రమబద్ధంగా ఉండండి:** పరీక్ష హాల్ కోసం అవసరమైన అన్ని పత్రాలను సిద్ధంగా ఉంచుకోండి. వాటిని సులభంగా అందుబాటులో ఉంచండి. పరీక్ష రోజు ఉదయం ఈ అంశాలను మిస్ చేయడం, అనవసరమైన ఒత్తిడిని సృష్టిస్తుంది. అలాగే మీ దృష్టిని మళ్లిస్తుంది, ఇది మీ పనితీరును ప్రభావితం చేస్తుంది. ముందు రాత్రి ప్రతిదీ సిద్ధం చేసుకోండి, మీ పరీక్ష రోజును ప్రశాంతంగా, శాంతియుతంగా ప్రారంభించేలా చూసుకోండి, తద్వారా మీరు చేతిలో ఉన్న పనిపై పూర్తిగా దృష్టి పెట్టడానికి వీలు కలుగుతుంది.
4. **సమయపాలనా నైపుణ్యం:** మీ సమయాన్ని జాగ్రత్తగా ఉపయోగించండి. మీ రోజువారీ కార్యకలాపాల జాబితాను తయారుచేయండి, ఆ జాబితా కఠినమైన షెడ్యూల్కు అనుగుణంగా ఉండటానికి, క్రమశిక్షణను పెంపొందించడానికి, సమయాన్ని అనుత్పాదకంగా ఉపయోగించకుండా నిరోధించడానికి

సహాయపడుతుంది. చదువులో పూర్తిగా నిమగ్నమై ఉండటం, స్నేహితులతో సంభాషణలను పరిమితం చేయడం, సోషల్ మీడియా సమయాన్ని తగ్గించడం మీ ఉత్పాదకతను పెంచుతాయి.

5. **మీ ఐచ్ఛిక అంశాలని నిర్లక్ష్యం చేయవద్దు:** మీరు కళాశాలలో చదివిన విషయమే అయినా, మీ ఐచ్ఛిక అంశాన్ని నిర్లక్ష్యం చేయవద్దు. సిలబస్, సిఫార్సు చేసిన పుస్తకాలు, పరీక్షరాసే వారి అంచనాలకి భిన్నంగా ఉంటాయి. మీ ఐచ్ఛిక సబ్జెక్టులో అధిక స్కోరు, మీ మొత్తం విజయానికి మాత్రమే కాకుండా, మీకు కావలసిన సేవ, కేడర్ ని సంపాదించుకోవడానికి కీలకమైనది.

6. **వెక్కిరింపులు, అవమానాలు ఉన్నప్పటికీ దృష్టిని కేంద్రీకరించండి:** నిందలు, మిమ్మల్ని అవమానపరిచే ప్రయత్నాల వల్ల నిరుత్సాహపడకండి. మీ విజయం గురించి ఆలోచించినప్పుడు కూడా చాలా మందికి అసూయ అనిపించవచ్చు. మీ దృష్టిని, ఏకాగ్రతను కొనసాగించండి, వారి ప్రతికూలతలకు మీ విజయం ఉత్తమ ప్రతిస్పందనగా ఉండాలి.

భరత్

అధ్యాయం 3

నౌకర్ల గృహం నుంచీ అధికారి బంగ్లాకు

నేనూ ఒకానొక రోజు ఆ బంగ్లాలో నివసిస్తాను

2001లో ఒక చల్లని డిసెంబర్ ఉదయం, ఢిల్లీలోని సివిల్ లైన్స్ లోని ఒక భారీ బంగ్లా హృదయ విదారక ఘర్షణకు వేదికగా మారింది. బంగ్లా వెనుక ఉన్న సర్వెంట్స్ క్వార్టర్స్‌లో ఉండే వారితో పబ్లిక్ వర్క్స్ డిపార్ట్ మెంట్ (పీడబ్ల్యూడీ) అధికారులు తీవ్ర వాగ్వాదానికి దిగారు. గేటు దగ్గర, అటుగా వెళ్తున్న కొద్దిమంది అక్కడ గుమిగూడారు.

నిన్నమొన్నటి వరకు ఈ విలాసవంతమైన నివాసంలో ఢిల్లీ ప్రభుత్వ ప్రధాన కార్యదర్శి పీవీ జయకృష్ణన్ వుండేవారు. బంగ్లాకు అనుబంధంగా ఉన్న సర్వెంట్స్ క్వార్టర్స్‌లో నివసిస్తున్న మూడు కుటుంబాలు జయకృష్ణన్ దంపతులకి కన్నీటి వీడ్కోలు పలికాయి. వారిలో ఉమ కూడా ఒకరు, ఆమె ఇప్పుడు వారి సామూహిక ఆందోళనకు ప్రతినిధిగా నిలిచింది.

ఉమ తన భర్త తికమ్ సింగ్, వారి పిల్లలు ఎనిమిదేళ్ల డాలీ, ఆరేళ్ల భరత్‌తో కలిసి గత ఆరేళ్లుగా ఈ చోటుని తమ ఇల్లుగా భావిస్తున్నారు. తికమ్, కమలా నగర్ లోని ఓ దుకాణంలో పనిచేసేవాడు. భరత్ పుట్టిందిఈ క్వార్టర్స్ లోనే. ఇప్పుడు, అసిస్టెంట్ ఇంజనీర్ నేతృత్వంలోని పిడబ్ల్యుడి అధికారులు,

ప్రధాన బంగ్లా ఖాళీగా ఉండడంతో, వారినికూడా ఖాళీ చేయించే మొండి పట్టుదలతో ఉన్నారు.

వారిని ఖాళీ చేయమనడాన్ని నిరసిస్తూ ఉమ 'సార్ మమ్మల్ని క్వార్టర్స్ ఖాళీ చేయమని ఎందుకు బలవంతం చేస్తున్నారు? ఇన్నేళ్ళుగా ఇక్కడే ఉంటున్నాం.'

'బంగ్లా ఖాళీగా ఉంటే సర్వెంట్స్ క్వార్టర్స్‌లో ఉండనివ్వం' అన్నాడు అసిస్టెంట్ ఇంజనీర్ కఠినంగా.

అక్కడే ఉంటున్న గంగ కళ్ళు తుడుచుకుంటూ ముందుకు వచ్చి 'సార్, దయచేసి కరుణ చూపండి. ఈ భయంకరమైన చలికాలంలో చిన్న పిల్లలతో ఎక్కడికి వెళతాం?' అంది.

దానికి ఇంజనీర్ స్పందిస్తూ... 'మీకు వందసార్లు చెప్పాలా? ఇక ఇక్కడ ఉండడానికి నిబంధనలు అనుమతించవు'.

చేతులు జోడించి చివరి ప్రయత్నం చేస్తున్నప్పుడు ఉమ గొంతులో నిస్పృహ మరింత పెరిగింది. 'సార్, కొత్త చీఫ్ సెక్రటరీ త్వరలోనే వస్తారు, మేమంతా ఆయనకు సేవ చేస్తాం. ఇది కొద్ది రోజుల సమస్యమాత్రమే... దయచేసి మమ్మల్ని ఉండనివ్వండి' అంది. అసిస్టెంట్ ఇంజనీర్ స్వరం పెంచి 'అది సాధ్యం కాదని ముందే చెప్పాం. కాబట్టి, మా సమయాన్ని వృథా చేయకండి, రేపటిలోగా మీ వస్తువులను తీసుకుపొండి. లేదంటే వాటిని బయటకు విసిరేయక తప్పదు'అంటూ ఉమను పక్కకు నెట్టి తన బృందంతో బయటకు వెళ్లిపోయాడు.

దానితో, ఆ మూడు కుటుంబాలు శోకసంద్రంలో మునిగిపోయాయి. శీతాకాలం పతాక స్థాయిలో ఉంది, వారికి ప్రత్యామ్నాయ ఆశ్రయం లేదు. దగ్గర్లోని బంగ్లాలలో సర్వెంట్స్ క్వార్టర్స్‌లో గది దొరకడం అంత తక్కువ సమయంలో అసాధ్యం అనిపించింది. అరకొర ఆదాయంతో సమీపంలోని జుగ్గిల్లో గదిని అద్దెకు తీసుకోవడం కూడా ఆర్థికంగా భారమైంది. ఆ రాత్రి వారికి నిద్ర లేకుండా పోయింది.

మరుసటి రోజు పిడబ్ల్యుడి అధికారులకి మరోసారి గట్టిగా విజ్ఞప్తి చేయాలని ఉమ దృఢనిశ్చయంతో వుంది. కానీ ఆమె విన్నపాలు చెవిటివాని చెవిన పడ్డట్టు అయ్యాయి. ఈసారి, అధికారులు పోలీసులు, కూలీలతో వచ్చి వారి వస్తువులను నిర్దాక్షిణ్యంగా బయటకు విసిరేశారు.

తమ వస్తువులను రిక్షాలో సర్దుతుండగా, ఉమ హృదయం నిరాశ, ధిక్కారం కలయికతో కొట్టుకుపోయింది. బంగ్లా ఆవరణ నుంచి బయటకు వచ్చిన ఆమె తన పిల్లలను దగ్గరగా లాక్కుంది,హఠాత్తుగా స్థానభ్రంశం చెందడం, పిడబ్ల్యుడి అధికారుల కఠిన ప్రవర్తన మనస్సులో రగులుతున్నాయి. 'నా పిల్లలు ఆఫీసర్లు అవుతారు, నేను ఏదో ఒక రోజు బంగ్లాలో ఉంటాను'అని నిశ్శబ్దంగా, దృఢ నిశ్చయంతో ప్రతిజ్ఞ చేసినప్పుడు కళ్ళనుండి కన్నీళ్లు కారాయి.

మనుగడ కోసం పోరాటం

దీంతో మనస్తాపానికి గురైన ఉమ,ఢిల్లీ జలమండలి (డీజేబీ)లో డ్రైవర్‌గా పనిచేస్తున్న తన అన్న రాజేష్ చౌహాన్‌ను ఆశ్రయించింది. రాజేష్ తన భార్య, ఇద్దరు కుమార్తెలతో కలిసి సమీపంలోని డీజేబీ చంద్రవాల్ వాటర్ వర్క్స్‌లోని ఒక గది క్వార్టర్స్‌లో నివసిస్తున్నాడు. ఇరుకైన ప్రదేశంలో, ప్రతికూల పరిస్థితులను ఎదుర్కొంటున్నప్పటికీ, చేయూతనిచ్చాడు.

రాజేష్ ఇల్లు రెండు కుటుంబాలకు ఇరుకుగా ఉండేది. రాజేష్ కుటుంబంఎదుర్కొంటున్న అసౌకర్యాన్ని ఉమ, తికమ్ వెంటనే గ్రహించారు. దీంతో ఇంటి పైకప్పుపై ఉన్న చిన్న గుడిసె (బర్సాతి)కి మారతామని పట్టుబట్టారు.

వాళ్ళుండే బర్సాతి 80 చదరపు అడుగుల స్థలంలో ఖాళీ గోడలు తక్కువ ఎత్తులో, లీక్ అవుతున్న తగరపు రేకుల పైకప్పుతో ఉంది. అది చాలా అసౌకర్యంగా ఉన్నప్పటికీ, ఎండ వానల నుండి ఎటువంటి రక్షణ ఇవ్వనప్పటికీ, ఒక సంవత్సరం పాటు అక్కడే ఉండటం తప్ప వేరే మార్గం లేదు. పక్కనే ఉన్న ఐఏఎస్ అధికారి బంగ్లాలోని సర్వెంట్స్ క్వార్టర్స్‌లో చోటు దక్కించుకోవడంతో ఇంటి కోసంచేసిన వారి అన్వేషణ ఫలించింది.

కొత్తది మరింత విశాలంగాఉన్న నివాసంలో జీవితం మరింత ప్రయోజనకరంగా రూపుదిద్దుకుంది. అక్కడ ఉమకి ఇంటి పనిమనిషిగా పని దొరికింది. ఏదేమైనా, పరిస్థితులు అనుకూలించక ఒక సంవత్సరంలోనే తమ కొత్త ఇంటిని విడిచిపెట్టవలసిన పరిస్థితి రావడంతో, అప్పటిదాకా పొందిన ఉపశమనం తాత్కాలికమైపోయింది. ఆ తర్వాత ఉమ పక్కనే ఉన్న శ్యామ్ నాథ్ మార్గ్‌లోని ఢిల్లీ ట్రాన్స్ కో ఫ్లాట్లలో ఒకదానిలో ఉద్యోగం

సంపాదించడంతో ఆ కుటుంబం ఆ ఫ్లాట్ కు అనుబంధంగా ఉన్న సర్వెంట్స్ క్వార్టర్స్ కు మకాం మార్చింది.

కొత్త కాంప్లెక్స్ ఒక చిన్న కాలనీని తలపించింది. వరుసగా 14 సర్వెంట్స్ క్వార్టర్లు, ప్రతి ఫ్లాట్ కు రెండేసి సర్వెంట్ క్వార్టర్స్ ఉన్నాయి. తికమ్ తమ్ముడు అమర్ సింగ్ కుటుంబం కూడా ఒక క్వార్టర్లో నివసిస్తోంది. డాలీ, భరత్‌లు కూడా తమ పాఠశాల రోడ్డుకు అవతలి వైపు ఉండటం, ఆడుకోవడానికి తమ వయస్సులో ఉన్న చాలా మంది పిల్లలు ఉండటంతో సంతోషించారు.

అయితే, కాలనీ వాతావరణం తమ పిల్లల ఎదుగుదలకు అనుకూలంగా లేదని ఉమా, తికమ్ అతి తక్కువ సమయంలో గ్రహించారు. మిగతా పిల్లలు నిరంతరం ఆడుకుంటూ, అసభ్య పదజాలం ఉపయోగిస్తూ మాట్లాడేవారు. డాలీ, భరత్ భవిష్యత్తు గురించి భయపడిన వారు ఇతర పిల్లలతో ఆడుకోడానికి ఒప్పుకునే వారు కాదు. ఉమ, తికమ్ బయటకు వెళ్లినప్పుడల్లా తమ పిల్లలను ఇంటి లోపల బంధించేవారు. పాపం డాలీ, భరత్ తమఇంటికి ఉన్న చిన్న కిటికీలోంచి తమ స్నేహితులు ఆడుకోవడం చూసి తెగ బాధపడేవారు.

వాళ్ల ఇంట్లో కేబుల్ కనెక్షన్ లేదు. కాబట్టి డాలీ, భరత్ కోసం అందుబాటులో ఉన్న ఏకైక టీవీ ఛానల్ దూరదర్శన్. పైగా స్కూల్ ఎగ్జామ్స్ దగ్గరపడగానే,ఉమ టెలివిజన్ కరెంట్ సప్లై, యాంటెనా వైర్ కట్ చేసి బెడ్ షీట్ లో చుట్టేసేది.

జీవితాన్ని మార్చే అవకాశం

2003లో ఒక సాయంత్రం తికమ్ పని ముగించుకునిఇంటికి వస్తున్నప్పుడు మిఠాయి తీసుకొచ్చాడు. అతని ముఖం ఉత్సాహంతో వెలిగిపోయింది. 'నాకు చాణక్యపురిలోని సంస్కృతీ స్కూల్లో బంట్రోతు ఉద్యోగం వచ్చింది' అంటూ స్వీట్ బాక్స్ తెరవగానే కళ్ళు గర్వంతో మెరిశాయి.

'కానీ చాణక్యపురి చాలా దూరంలో ఉంది. రోజూ ప్రయాణం చేయడం మీకు కష్టం కాదా?' ఉమ ఆందోళన వ్యక్తం చేసింది.

'ఇది ప్రతిష్ఠాత్మకమైన పాఠశాల ఉమా... ఐఏఎస్ అధికారులు, ఆర్మీ అధికారులు, మంత్రుల పిల్లలు అక్కడే చదువుకుంటారు. దానికి తోడు జీతం

కూడా ఎక్కువ ఇస్తారు, 'అని తికమ్ భరోసా ఇచ్చాడు. ఆమె ఆందోళనలను తగ్గించే ప్రయత్నం చేసాడు. 'ఏదో ఒకరోజు డాలీ, భరత్ కూడా సంస్కృతీ పాఠశాలలో చదువుతారనుకుంటున్నాను' అన్న ఉమ తన పిల్లల భవిష్యత్తు గురించి గొప్ప కల కనకుండా ఉండలేకపోయింది.

కొన్నిసార్లు, మనస్ఫూర్తిగా, మంచి మనసుతో కోరిన కోరికలు నేరుగా దైవానికి చేరుకుంటాయి, వాటిని దేవుడు ఆలకించి, ప్రసాదిస్తాడు. రెండు సంవత్సరాల తరువాత, తికమ్ ఒక సాయంత్రం ఇంటికి తిరిగి వచ్చాడు, అతను ఆనందంతో. ఉమ అతనికి మంచినీళ్లు ఇచ్చిన వెంటనే ఉద్వేగాన్ని ఆపుకోలేక. 'భరత్ కి జీవితాన్ని మార్చుకునే అవకాశం వచ్చింది. వాడు సంస్కృతీ స్కూల్లో చదువుకోవచ్చు' అని ఆశతో మెరిసిపోతున్న కళ్ళతో శుభవార్త చెప్పాడు.

ఉమ ఆనందానికి అవధుల్లేవు, ఆ వెంటనే కుతూహలం కూడా కలిగింది. 'అయితే అది ఎలా సాధ్యం? సంస్కృతీ పాఠశాల సీనియర్ ఐఏఎస్, సివిల్ సర్వీస్ అధికారుల పిల్లలకు కేటాయించబడింది కదా?' అని ఆమె ప్రశ్నించింది.

విద్యాహక్కు చట్టం ప్రకారం పేద కుటుంబాలకు చెందిన పిల్లలను కూడా పాఠశాలల్లో చేర్చుకోవాల్సి వస్తోంది. సంస్కృతీ స్కూల్ త్వరలోనే ఒక పరీక్షను నిర్వహిస్తుంది, పాఠశాల సిబ్బంది పిల్లలకు ప్రాధాన్యత ఇవ్వబడుతుంది' అని తికమ్ ఆమె ప్రశ్నను ముందుగానే ఊహించి వివరంగా చెప్పాడు.

అయితే ఆర్థికపరమైన ఆందోళనలు ఉమకు మొదట్లో కలిగిన ఆనందాన్ని నిరాశ పరిచాయి. 'బడి ఫీజులు ఎక్కువగా ఉంటాయి, పుస్తకాలు, యూనిఫాంలకు అదనంగా ఖర్చుపెట్టాలి' అని ఆమె ఆవేదన వ్యక్తం చేసింది.

'కంగారు పడకు. మనలాంటి పేద కుటుంబాలకు చెందిన విద్యార్థులకు ఫీజులు మాఫీ చేస్తారు. అంతేకాక, పాఠశాల పుస్తకాలు, యూనిఫామ్‌లను కూడా ఉచితంగా అందిస్తుంది' అని తికమ్ భరోసా ఇచ్చాడు.

నిశ్శబ్దంగా ఆ సంభాషణ వింటున్న భరత్ భావోద్వేగాల మేళవింపుతో ఉప్పొంగిపోయాడు. సంస్కృతీ పాఠశాలకు వెళ్లే అవకాశం రావడంతో పులకించిపోగా, ప్రభుత్వ పాఠశాలలో తన స్నేహితులను విడిచిపెట్టాలనే విషయం వాడి హృదయాన్ని కదిలించింది. కొన్ని రోజుల తర్వాత భరత్ సంస్కృతీ స్కూల్లో 6వ తరగతి ప్రవేశ పరీక్షకు కూర్చున్నాడు. మరికొంత మంది ఆశావహులతో కలిసి ఫలితం కోసం ఊపిరి బిగబట్టి ఎదురు

చూశారు. మరుసటి రోజు సాయంత్రం తికమ్ కొత్త స్కూల్ బ్యాగ్, పుస్తకాలు, అందమైన యూనిఫాంతో ఇంటికి వచ్చాడు.

కళ్ళలో ఆనందబాష్పాలను నింపుకుని, భరత్‌ని సంస్కృతి పాఠశాలలో చేర్చుకున్నట్లు గర్వంగా చెప్పాడు.

అతి సామాన్య నేపథ్యం నుంచి వచ్చిన తల్లిదండ్రులకు తమ కుమారుడు ఇప్పుడు ఉన్నత స్థాయి అధికారులు, రాజకీయ నాయకుల పిల్లలతో కలిసి చదువుతాడని తెలుసుకోవడం కంటే గొప్ప గర్వం, ఆనందానికి కారణం మరొకటి ఏముంటుంది!?

కలవడం అనే ఒక పీడకల

మరుసటి రోజే భరత్ జీవితం నాటకీయ మలుపు తిరిగింది. తన విద్యా నైపుణ్యాన్ని, శారీరక దారుఢ్యాన్ని, సామాజిక అంగీకారాన్ని, భావోద్వేగ ధైర్యాన్ని పరీక్షించే అలుపెరగని పోరాటంలోకి తాను తోసి వేయబడుతున్నానని ఎప్పుడూ ఊహించలేదు.

మొదటి కష్టమైన పని పాఠశాలకి వెళ్లడానికి ప్రతిరోజు పోరాటంతో ప్రారంభం అయ్యేది. తెల్లవారుజామున చీకటిలో, ఉమ ఉదయం 4.30 గంటలకు లేపేది. ఆ సమయంలో చాలా మంది పిల్లలు ఇంకా నిద్రపోతూ వుండేవారు. క్లాసులు ప్రారంభం కావడానికి గంట ముందు తికమ్ రిపోర్ట్ చేయాల్సి రావడంతో, భరత్ కు అతనితో వెళ్లడం తప్ప వేరే మార్గం లేదు. వరుసగా రద్దీగా ఉండే మూడు ఢిల్లీ ట్రాన్స్‌పోర్ట్ కార్పొరేషన్ (డిటిసి) బస్సులు ఎక్కి వారి ప్రయాణం ఉదయం 5 గంటలకు ప్రారంభమయ్యేది.

చివరి పీరియడ్ అయిన తరువాత కూడా అక్కడే ఉండాల్సివచ్చేది. తికమ్ పనివేళలు సాయంత్రం 4 గంటల వరకు ఉండడంతో భరత్ అప్పటి దాకావేచి ఉండక తప్పలేదు. తిరుగు ప్రయాణంలో రద్దీగా ఉండే డిటిసి బస్సులలో ప్రయాణం చేసేవారు, ఇది భరించలేని అలసటను కలిగించేది. సాయంత్రం 6 గంటలకే ఇంటికి చేరుకునేవారు. ఆ వెంటనే భరత్ ట్యూషన్ క్లాసులకు పరుగెత్తవలసి వచ్చింది, అవి రాత్రి 8 గంటల వరకు జరిగేవి. కొన్నిసార్లు, నేరుగా ట్యూషన్‌కి వెళ్లేలా టిఫిన్ ఇవ్వడానికి డాలీ బస్ స్టాప్ వద్ద వేచి ఉండేది. రోజు పూర్తయ్యేసరికి, అలసటతో స్నేహితులతో ఆడుకోవడానికి, కనీసం మాట్లాడడానికి అవకాశం లేకుండా పోయింది.

కొత్త పాఠశాలలో భరత్ మొదటి రోజు కలవర పెట్టే పరీక్షగా మారింది. అక్కడ వారితో కలవడం కష్టమైన పని అని స్పష్టం చేసింది. మార్నింగ్ అసెంబ్లీ సమయంలో ఆంగ్లంలో, ఆదేశాలు జారీ కావడంతో భరత్ కు అర్థం కాలేదు. సమాధానాలు కూడా అదే భాషలో ఉండటంతో అసలు అర్థం చేసుకోలేకపోయాడు.

క్లాస్ రూమ్ డైనమిక్స్ మరో బలమైన సవాలును విసిరింది. భరత్ తో పాటు ఆర్థికంగా వెనుకబడిన మరో నలుగురు విద్యార్థులు పంకజ్, సుశీల్, హీనా, గుర్మీత్‌లు ఒంటరిగా కనిపించారు. వారి తోటివిద్యార్థుల్లా ధనవంతులు కాకపోవడంతో, అది వారి మధ్య విభజనను సృష్టించింది. జిడ్డుకారుతున్న జుట్టు, మందపాటి నల్లని చర్మం, బలహీనమైన ఆంగ్లభాష వల్ల అలసత్యంతో ఉన్నతవర్గానికి చెందిన పిల్లలు వారిని తిట్టి, ఎగతాళి చేసేవారు.

సన్నగా, తక్కువ బరువుతో ఉన్న భరత్ కూడా వాళ్ళ బెదిరింపులకు సులభమైన లక్ష్యంగా మారాడు.

సంస్కృతీ పాఠశాలకు, అతని మునుపటి ప్రభుత్వ పాఠశాలకు మధ్య విద్యా విధానంలో తేడా చాల స్పష్టంగా కనిపించింది. తన పాత పాఠశాలలో టాపర్ అయినప్పటికీ, ఇక్కడ నిలదొక్కుకోవడానికి కష్టపడ్డాడు. ముఖ్యంగా ఉపాధ్యాయులు ఇంగ్లీషులో సూచనలు ఇవ్వడంతో కమ్యూనికేషన్ ఇబ్బందులు పెరిగాయి. ఇంగ్లీషు లో సమాధానాలు చెప్పడానికి కష్టపడటంతో మౌఖిక పరీక్షలు భరత్ లో భయాన్ని కలిగించాయి.

సహాయం చేయడానికి, పాఠశాల ఈడబ్ల్యూఎస్ విద్యార్థులకు సమాంతర తరగతులను నిర్వహించింది. అప్పుడే, ఆషియా మేడమ్ భరత్‌కు గురువు, మార్గదర్శి అయింది. ఆంగ్లాన్ని మెరుగుపరచడంలో సహాయపడింది. క్రమంగా అతని లో ఆత్మవిశ్వాసాన్ని పునరుద్ధరించింది.

ఎంతగా ప్రయత్నించినా పరీక్షల్లో మంచి మార్కులు సాధించేందుకు భరత్ కష్టపడేవాడు. మందలింపుల నుంచి తప్పించుకోవడానికి, తన తల్లిదండ్రులను నిరాశ పరచకుండా ఉండడానికి తన గ్రేడ్లను దాచడం మొదలుపెట్టాడు. ఏదేమైనా, పేరెంట్-టీచర్ మీటింగుల సమయంలో, తికమ్ అనివార్యంగా భరత్ ఎలా చదువుతున్నాడో తెలుసుకున్నాడు. అది భరత్ కు తిట్లను, అప్పుడప్పుడు చెంపదెబ్బలను ప్రసాదించేది. భరత్ తన

పాత పాఠశాలకు తిరిగి వెళ్లిపోవాలని ఆరాటపడ్డాడు. ఈ అసంతృప్తి ఆత్మగౌరవాన్ని దెబ్బతీసి, ఒక న్యూనతా భావాన్ని పెంపొందించింది.

సంస్కృతీ పాఠశాలలో మొదటి మూడు సంవత్సరాలు భరత్ కు చేదు అనుభవాన్ని మిగిల్చాయి. అయితే, అతను 9వ తరగతిలోకి ప్రవేశించినప్పుడు, క్రమంగా నిలకడ మొదలైంది. అడ్డంకులను అధిగమించి 'ఎలైట్ గ్రూప్'తో కలవడం మొదలుపెట్టాడు. మిగతా ఈడబ్ల్యూఎస్ విద్యార్థులు ఒత్తిడి తట్టుకోలేక చదువు మానేసినప్పటికీ భరత్ పట్టుసాధించగలిగాడు.

సకాలంలో మేలుకొలుపు

సంస్కృతి పాఠశాలలో, భరత్ కి విశిష్టమైన సివిల్ సర్వీసెస్ ప్రపంచంతో పరిచయం ఏర్పడింది. భరత్ కి, సహా విద్యార్థులు తరచు ఈ ప్రతిష్ఠాత్మక సివిల్ సర్వీసులో ఉన్న వారి తల్లిదండ్రుల కథలను చెప్పేవారు. ఇది భరత్ మనస్సులో ఒక విత్తనాన్ని నాటింది-సివిల్ సర్వీస్ పరీక్షలో ఉత్తీర్ణత సాధించ గలిగితే తన కుటుంబ కష్టాలను తగ్గించడంతోపాటు సామాజిక స్థితిని మెరుగుపరచగలదని అర్థమైంది.

10వ తరగతి పరీక్షల్లో భరత్ 10కి 8.8 సీజీపీఏ సాధించాడు. 11వ తరగతిలో ఫిజిక్స్, కెమిస్ట్రీ, మ్యాథమెటిక్స్, ఇంగ్లీష్, కంప్యూటర్ సైన్స్ సబ్జెక్టులను ఎంచుకున్నాడు. తోటి విద్యార్థుల ని అనుసరించి ఐఐటీ-జేఈఈ కోచింగ్ కోసం లక్ష రూపాయలు సమకూర్చాలని తల్లిదండ్రులను ఒప్పించాడు. అయితే, చదువులో అంతగా రాణించలేదు

కనీస మార్కులు వస్తే చాలనే స్థితికి చేరుకున్నాడు. క్లాసులు ఎగ్గొట్టి, స్నేహితులతో కలిసి క్యాంపస్ చుట్టూ తిరగడం అలవాటు చేసుకున్నాడు. అది ఆ తర్వాత జరిగిన ఎకడమిక్ పరీక్షలు మీద చెడు ప్రభావాన్ని చూపెట్టింది. 12వ తరగతి ప్రీ-బోర్డ్ పరీక్షల్లో భరత్ మూడు సబ్జెక్టుల్లో ఫెయిల్ అయ్యాడు. తికమ్ కోపంతో, అవమానంతో ఇంటికి చేరుకున్న భరత్ ని తిట్టాడు.

'స్కూల్లో నా పరువు పోయింది. మధ్యాహ్నం ప్రిన్సిపాల్ నన్ను తన చాంబర్ కు పిలిచి తిట్టినప్పుడు, సిగ్గనిపించింది. పాఠశాల పేరుని చెడగొడుతున్నావని, అందువల్ల నిన్ను స్కూల్ నుంచి గెంటేస్తానని ఆమె బెదిరించింది' అని చెప్పాడు.

దీంతో మనస్తాపానికి గురైన ఉమ మరుసటి రోజు ఉదయం భరత్‌ను నాలుగు వేర్వేరు ఆలయాలకు తీసుకువెళ్లి ఓదార్పు నిచ్చే ప్రయత్నం చేసింది.

ఈ హెచ్చరిక భరత్ ను భయపడేలా చేసింది. ఆ తర్వాత నాలుగు నెలల పాటు కఠోర అధ్యయనంలో నిమగ్నమయ్యాడు. అతని కృషి మార్కులలో కనబడింది. నాలుగు సబ్జెక్టులలో 88 శాతం మార్కులు సాధించాడు. ఐఐటీ–జేఈఈ పరీక్షలో విజయాన్ని రుచి చూడలేకపోయినప్పటికీ, ఆలిండియా ఇంజినీరింగ్ ఎంట్రన్స్ ఎగ్జామినేషన్ (ఏఐఈఈఈ)లో మంచి ర్యాంకు సాధించి ఢిల్లీ టెక్నలాజికల్ యూనివర్సిటీ (డీటీయూ)లో ప్రవేశం పొందాడు. తికమ్, ఉమ ఆనందానికి అవధులు లేకుండా పోయాయి.

డీటీయూలో భరత్‌కు కార్లపై ఉన్న మక్కువతో మెకానికల్ ఇంజినీరింగ్ ఎంచుకున్నాడు. సీఎస్ఈలో మెకానికల్ ఇంజినీరింగ్ ఆప్షనల్ సబ్జెక్టుల్లో ఒకటని తెలీడంతో అదనంగా మరింత సంతృప్తి లభించింది. సంస్కృతీ పాఠశాలలో అతని మనసులో నాటుకున్న సివిల్ సర్వీసెస్ బీజం అంతఃచేతనంగా వేళ్లూనుకుంది.

హాంకాంగ్ లో టీం ఇండియా

రద్దీగా ఉండే డీటీయూ కారిడార్లలో భరత్ సరికొత్త సమానత్వాన్ని ఆస్వాదించాడు. ఇక్కడ, ఉన్నతవర్గం లేదు. అతన్ని తక్కువ అంచనా వేయడానికి ఈడబ్ల్యూఎస్ ట్యాగ్ లేదు. కుటుంబ నేపథ్యం ఎవరికీ తెలియదు. తన తండ్రి బహుమతిగా మొబైల్ ఫోన్ తో పాటు నెలకు రూ.1500 ఖర్చులకి ఇవ్వడంతో ఈ స్వేచ్ఛకు మరింత ఊతంవచ్చింది.

భరత్‌ని డీటీయూ కారు బృందాలు ఆకర్షించాయి. టీం సోలారిస్ సౌరశక్తితో నడిచే వాహనాలపై పనిచేస్తుండగా, టీం డిఫాంజ్ రేసింగ్ హైస్పీడ్ కార్లపై పరిశోధన చేసింది. బయోడీజిల్ ల్యాబ్ గా పేరొందిన సెంటర్ ఫర్ అడ్వాన్స్ డ్ స్టడీస్ అండ్ రీసెర్చ్ ఇన్ ఆటోమొబైల్ ఇంజినీరింగ్ (సీఏఎస్ ఆర్ ఏఈ) అత్యంత ప్రతిష్టాత్మకమైనది. ఈ ఇన్నోవేషన్ హబ్ ప్రత్యామ్నాయ ఇంధనాలు, అధునాతన బ్రేకింగ్ వ్యవస్థలను అన్వేషించింది.

కానీ కఠినమైన ప్రవేశ పరీక్ష ఆ ఆదర్శ ప్రయోగశాలలో చేరాలన్న భరత్ కలను భగ్నం చేసింది. నిరుత్సాహానికి గురైనా ఓడిపోకుండా, దృష్టి లోపం ఉన్నవారికి సహాయపడే పరికరాల పై దృష్టి సారించిన డిజైన్ పోటీలో అతను పాల్గొన్నాడు. హాంకాంగ్‌లో జరిగే ప్రపంచ చాంపియన్ షిప్‌లో భరత్ కు ప్రాతినిధ్యం వహించే అవకాశం అతనిలో ఉత్సాహాన్ని నింపింది.

ఆశిష్, గౌతమ్, మహ్మద్ జుబైర్ లతో కూడిన ఇతర విభాగాల విద్యార్థుల బృందాన్ని భరత్ ఏర్పాటు చేసుకున్నాడు. వారందరూ కలిసి 'నేత్ర'అనే స్మార్ట్ వాకింగ్ స్టిక్ ను రూపొందించారు.

చీకట్లో ఎల్ఈడీ లైట్ని యాక్టివేట్ చేసే లైట్ డిటెక్షన్ సెన్సార్, వినియోగదారుడు ఏదైనా వస్తువు వద్దకు వస్తే అలర్ట్ చేసే అల్ట్రాసౌండ్ సెన్సార్, ఆపద సమయంలో సందేశాలను పంపడానికి సిమ్ కార్డుతో కూడిన ఎమర్జెన్సీ బటన్, ఎమర్జెన్సీ బటన్ నొక్కినప్పుడు ఫోన్ నంబర్లను ఎంపిక చేయడానికి జీపీఎస్ కోఆర్డినేట్ చేయడం వంటి ఫీచర్లు 'నేత్ర'లో ఉన్నాయి. నోటిఫికేషన్లను ప్రదర్శించడానికి, పంపిన వ్యక్తి లొకేషన్ ని ట్రాక్ చేయడానికి వారు ఆండ్రాయిడ్ యాప్ ని అభివృద్ధి చేశారు.

వారి ఆవిష్కరణకి గుర్తింపు వెంటనే వచ్చింది. జాతీయ పోటీలో విజయం సాధించి 2013 సెప్టెంబరులో ఇన్ స్టిట్యూషన్ ఆఫ్ మెకానికల్ ఇంజినీర్స్ (ఐఎంఈసీఈ) నిర్వహించిన ప్రపంచ చాంపియన్ షిప్ కు అవకాశం లభించింది. జాతీయ పోటీల్లో ఇండియన్ ఇన్ స్టిట్యూట్ ఆఫ్ టెక్నాలజీ (ఐఐటీ) ఢిల్లీ జట్టును ఓడించి అగ్రస్థానంలో నిలిచింది. కేవలం పద్దెనిమిదేళ్ల వయసులో అంతర్జాతీయ వేదికపై పోటీపడడానికి మించిన థ్రిల్ మరొకటి లేదు.

హాంకాంగ్లో 'టీమ్ ఇండియా' నేత్రను ప్రపంచ వ్యాప్తంగా ప్రదర్శించింది. దీని ఫీచర్లు, చౌకధర, యూజర్ ఫ్రెండ్లీ డిజైన్ను న్యాయమూర్తులు ప్రశంసించారు. ఈ ఆవిష్కరణగురించి తెలుసుకొన్న దృష్టి లోపం ఉన్న వ్యక్తులు తమ ప్రశంసలను, హృదయపూర్వక కృతజ్ఞతలను వ్యక్తం చేశారు. రెండో రన్నరప్గా నిలవడం, 100 పౌండ్ల నగదు బహుమతిని గెలుచుకోవడం టీమ్ఇండియాకు పెద్ద విజయమే. గెలిచిన జట్లకు హాంకాంగ్ చీఫ్ ఎగ్జిక్యూటివ్ ఇచ్చే అద్భుతమైన విందుకు ఆహ్వానం పలకడంతో కుర్రాళ్ల ఆనందం మరింత పెరిగింది.

తక్కువ స్కోర్ సాధించిన కుర్రాడికి మంచి ఉద్యోగం వచ్చింది

హాంకాంగ్లో భరత్ విజయంతో డీటీయూకు చెందిన బయోడీజిల్ ల్యాబ్ తలుపులు తెరుచుకున్నాయి. పరిశోధనల పట్ల ఆసక్తి పెంచుకుని ప్రయోగశాలలో ఎక్కువ గంటలుగడిపాడు. అతని అంకితభావం ప్రఖ్యాత అంతర్జాతీయ జర్నల్స్లో రెండు పరిశోధనా పత్రాల ప్రచురణకు దారితీసింది:

ఒకటి పునరుత్పత్తి బ్రేకింగ్ మీదా, మరొకటి ప్రత్యామ్నాయ ఇంధనంగా హైడ్రోజన్ ని ఉపయోగించడంమీదా.

బయోడీజిల్ ల్యాబ్ ప్రొఫెసర్, భరత్ కి, అతని స్నేహితురాలు అమ్యా కాక్‌కి పదేళ్ల పాతదైన పెట్రోల్ జనరేటర్ ని హైడ్రోజన్తో నడిపించాలనే సవాలు విసిరారు. ఈ పనిని ఉత్సాహంగా స్వీకరించిన వీరిద్దరూ మూడు నెలల పాటు శ్రమించి, ఇందుకోసం కేటాయించిన పరిమిత నిధులను సద్వినియోగం చేసుకున్నారు. ఒక రోజు సాయంత్రం, జనరేటర్‌కు హైడ్రోజన్‌తో జీవం పోయడంతో వారి ప్రయత్నాలు ఫలించాయి, ఈ విజయం ప్రయోగశాలలో మారుమోగింది.

అయితే, పరిశోధనలపై దృష్టి పెట్టడం భరత్ అకడమిక్ ఫలితాల మీద ప్రభావం చూపింది. ద్వితీయ సంవత్సరం తర్వాత మొత్తం మార్కులు 58 శాతం మాత్రమే. తన సీనియర్ల ప్లేస్ మెంట్ రికార్డులను చూసినప్పుడు, ప్లేస్ మెంట్ పరీక్షలకు కూర్చోవడానికి కనీసం 65 శాతం అవసరమని గ్రహించాడు. అకడమిక్స్‌లో మెరుగుపడాలనే పట్టుదలతో ఉన్న భరత్ చదువుపై దృష్టి పెట్టడం పై తన మనసుని నిమగ్నం చేసాడు. అవసరమైన సమయానికి 66 శాతానికి మార్కులనిపెంచుకున్నాడు.

ప్లేస్ మెంట్లు 1 ఆగస్టు 2015న ప్రారంభమయ్యాయి. 70 శాతం కంటే తక్కువ మార్కులు రావడంతో భరత్ వరుస తిరస్కరణలను ఎదుర్కొన్నాడు. పరీక్షకు అనుమతించిన సందర్భాల్లో రాత పరీక్షల్లో ఫెయిల్ అయ్యాడు. 2015 సెప్టెంబర్ 15 నాటికి అతనికి జాబ్ ఆఫర్ లేదు. అయితే టాటా మోటార్స్ ఇంకా రాకపోవడంతో ఆశలు చిగురించాయి. 16 సెప్టెంబర్ 2015న, భరత్ టాటా మోటార్స్ రాత పరీక్షలో ఉత్తీర్ణుడయ్యాడు. తన రీసెర్చ్ ప్రాజెక్టులపై దృష్టి పెట్టడంతో ఇంటర్వ్యూ సులువైంది. తక్కువ మార్కులు వచ్చినా, క్లాసులో చివరి 10 శాతంలో ఉన్నప్పటికీ, భరత్ టాటా మోటార్స్ లో ఉద్యోగం సంపాదించాడు, ఇది అతని తోటి విద్యార్థులను, అధ్యాపకులను ఆశ్చర్యపరిచింది. బయోడీజిల్ ల్యాబ్ లో చేసిన కృషి, ప్రచురించిన పత్రాలు ఆ నియామకంలో కీలక పాత్ర పోషించాయి.

ఢిల్లీలో టాటా మోటార్స్ ఆపరేషన్స్ లోభరత్ ను నియమించారు. పరిశోధనల పట్ల అమితమైన ఆసక్తి ఉండడంతో, పుణెకు చెందిన

ఇంజినీరింగ్ రీసెర్చ్ సెంటర్ లో పోస్టింగ్ రానందుకు బాధపడ్డాడు. అయితే, విధి తన కోసం వేరే ప్రణాళికలను సిద్ధం చేసిందని అతనికి తెలియదు.

ఒక చారిత్రాత్మక నిర్ణయం

టాటా మోటార్స్‌లో స్థానం దక్కించు కోవడంతో భరత్ భుజాలపై ఉన్న భారం తీరినట్టు అనిపించింది. తను చేరవలసిన తేదీకి, దాదాపు ఏడాది సమయం ఉండటంతో, ఇతర మార్గాలను అన్వేషించడానికి తగినంత సమయం దొరికింది. మనసు ఏదో గొప్పదనం కోసం నిశ్శబ్దంగా ఆరాటపడుతూనే ఉంది. ఐఏఎస్ అధికారుల బంగ్లాల్లో, సంస్కృతీ స్కూల్లో పెంచి పోషించిన సివిల్ సర్వీసెస్ కల ఉవ్వెత్తున లేచింది.

అయితే, భరత్ ఆత్మన్యూనతా భావంతో, మౌనంగా ఆశయసాధన కోసం ఆలోచిస్తూ, తన కోరికను గట్టిగా చెప్పడానికి సాహసించలేదు. నిశ్శబ్దంగా గూగుల్, యూట్యూబ్ లలో ఈ విషయంపై రీసెర్చ్ చేయడం ప్రారంభించాడు. సివిల్ సర్వీసెస్ ఎగ్జామ్ (సీఎస్ఈ) సన్నాహాలకు ఎన్సీఈఆర్టీ పుస్తకాలే నాంది అని తెలుసుకున్నాడు. అందుకే రహస్యంగా వాటిని అధ్యయనం చేయడం మొదలుపెట్టాడు.

2016 ఆగస్టులో ముంబైలోని టాటా మోటార్స్ లో చేరిన భరత్ కార్పొరేట్ ప్రపంచంలోకి ప్రవేశించాడు. వారం రోజుల తర్వాత శిక్షణ కోసం లక్నోకు పంపించారు. నెలకు రూ.45,000 ఆదాయంతో ఇంటికి దూరంగా, రాబోయే తుఫాను గురించి తెలియక విపరీతంగా ధూమపానం మోజులో పడ్డాడు.

లక్నోలోని టాటా మోటార్స్ అతిథి గృహంలో, డిసెంబర్ చలిలో, ఒక రోజు రాత్రి, తీవ్రమైన దగ్గుతో తెల్లవారుజామున 4.30 గంటలకు మేల్కొన్నాడు. అతని కఫంలో కూడా రక్తం పడింది. భరత్‌కి తీవ్రమైన రోగం వచ్చిందని భయపడి, కళ్ళలో నీళ్ళు తిరిగాయి. అస్తిత్వ ప్రశ్నల పరంపర మనస్సును ముంచెత్తింది. జీవితపు బలహీనత ఎదురు ప్రశ్న వేసింది: 'నేను ఏ వారసత్వాన్ని విడిచిపెట్టగలను? డబ్బులేవు, ఇల్లు లేదు, రిటైర్మెంట్ అంచున ఉన్న నాన్న, పెళ్లి కోసం ఎదురు చూస్తున్న సోదరి ఉన్న నా కుటుంబం సంగతేంటి?' అని వాస్తవం గట్టిగా నిలదీసింది.

నిస్సహాయ స్థితిలో ఉన్న ఆ క్షణంలో జీవితాన్ని మార్చే రెండు నిర్ణయాలు పుట్టుకొచ్చాయి. మొదటిది ధూమపానం మానేయాలనే ప్రతిజ్ఞ. రెండవది, యుపిఎస్సి పర్వతాన్ని అధిరోహించే బలమైన సవాలును అత్యంత చిత్తశుద్ధితో స్వీకరిస్తానని ప్రతిజ్ఞ. ఆర్థిక అస్థిరత సంకెళ్ల నుంచి తన కుటుంబాన్ని గట్టెక్కించడానికి, సమాజంలో గౌరవాన్ని పొందడానికి జీవితంకి చాలా అవసరమైనదని భరత్ భావించాడు. భరత్ జీవిత చక్రం తిరుగుతూనే ఉంది. లక్నోలో శిక్షణ పూర్తి చేసుకున్న భరత్ డీటీసీలోని రోహిణి డిపోలో ఉద్యోగంలో చేరాడు. బస్సు నిర్వహణ బృందాన్ని పర్యవేక్షించడమే అతని పని. భరత్ చేస్తున్న పనికి ఆనందించాడు, ఎందుకంటే ప్రజలు అడగడం, మార్గదర్శకత్వం కోసం తన వైపు చూడటం అదే మొదటిసారి. భరత్ పని లోని డిమాండ్లు, కలలను వెంబడించడం రెండూ సమతుల్యం చేసే ప్రయత్నంలో ఎన్ సీఇఆర్‌టి పుస్తక పేజీలని నిశ్శబ్దంగా తిరగేయడంతో పాటు, బస్సు నిర్వహణలో వచ్చే యాంత్రిక శబ్దాలని ఆలకించేవాడు. అతను 2017 సిఎస్ఇ కోసం దరఖాస్తు చేసుకున్నాడు.

బిజీ వర్క్ షెడ్యూల్, అస్తవ్యస్తమైన షిఫ్టులు, వారానికి ఆరు రోజుల పనితో, సిఎస్ఇ ప్రిపరేషన్ కోసం తగినంత సమయాన్ని కేటాయించడం భరత్ కి సవాలుగా అనిపించింది. జూన్ 18, 2017న ప్రిలిమ్స్ పరీక్షకు హాజరైనా మంచి ప్రతిభ కనబరచలేకపోయాడు.

జనరల్ స్టడీస్ (జీఎస్) తర్వాత, సీశాట్ పేపర్ ముందు దగ్గర్లోని పార్కులో భోజనం చేస్తున్న సమయంలో తికమ్ 'పరీక్ష ఎలా రాసావు?' అని అడిగాడు.

'నాన్నా, ఈసారి పాస్ అవుతానని అనుకోవడం లేదు. దాన్ని ఛేదించాలంటే ఉద్యోగం మానేసి ఫుల్ టైమ్ ప్రిపేర్ కావాలి' అని భరత్ నిజాయతీగా అభిప్రాయాన్ని వ్యక్తం చేశాడు.

అతని మాటల తీవ్రతకి గాలి చిక్కబడింది. టాటా సురక్షితమైన ఉద్యోగం, కుటుంబం తాలూకా కొత్త ఆర్థిక స్థిరత్వం, సామాజిక గౌరవం అన్నీ ప్రమాదంలో పడ్డాయి. అయితే, తికమ్ ధైర్యంగా భరత్ కలలకు తన ఆశీస్సులు అందించాడు. 'ఉద్యోగం గురించి కంగారు పడకు. పూర్తి నిబద్ధతతో సిద్ధంకా! మనసుని దానిమీద పెట్టు, దానికోసం పని చేయి' అని అన్నారు.

భరత్ ఆశ్చర్యపోయాడు. 'నాన్నా, నేను మిమ్మల్ని నిరాశపరచనని ప్రామిస్ చేస్తున్నాను' అన్నాడు. భరత్ ప్రతిష్టాత్మక ఉద్యోగాన్ని విడిచిపెట్టాలనే గొప్ప నిర్ణయం తీసుకున్నాడు.

ఆ మరుసటి రోజే తన కల కోసం భావోద్వేగాల మధ్య భరత్ తన పదవికి రాజీనామా చేశాడు.

రెండు ప్రధాన తప్పిదాలు

జీఎస్ కోసం ప్రతిష్మాత్మక కోచింగ్ ఇనిస్టిట్యూట్‌లో చేరాలనే కోరిక భరత్‌కు కలిగింది. కానీ రూ.1.5 లక్షలకు పైగా అధిక ఫీజు ఉండడంతో ఆశలు అడియాశలయ్యాయి. అయితే, మనస్ఫూర్తిగా కోరుకుంటే, ఒక తలుపు మూసుకుపోయినప్పుడు, మరొక తలుపు తెరుచుకుంటుంది.

టాటా మోటార్స్‌లో తన సీనియర్ అయిన రజత్ నుండి మార్గదర్శకత్వం పొందాలని భరత్ నిర్ణయించుకున్నాడు, అతను ఐఏఎస్ కలను కొనసాగించడానికి ఒక సంవత్సరం ముందు తన ఉద్యోగాన్ని విడిచిపెట్టాడు. జీఎస్ కోసం ఢిల్లీలోని ఒక ప్రతిష్టాత్మక కోచింగ్ ఇనిస్టిట్యూట్‌లో రజత్ చేరాడు, అది రికార్డ్ చేసిన ఉపన్యాసాలను అందించింది. భరత్ ఆర్థిక ఇబ్బందులను గుర్తించిన, రజత్ 'ఒక హార్డ్ డిస్కు తీసుకురండి, నా లాప్ టాప్ నుండి అన్ని ఉపన్యాసాలు కాపీ చేసుకోండి' అని ఉదారంగా ముందుకొచ్చాడు.

భరత్ దిగ్భ్రాంతితో కూడిన అపనమ్మకంతో ఉన్నాడు; కానీ, రజత్ ప్రతిపాదన, ఉదారత నిజం కావడం చాలా బాగా అనిపించింది. మరుసటి రోజు ఉదయం, ఊహించని ఆ అవకాశాన్ని సద్వినియోగం చేసుకోవాలని ఆత్రుతగా రజత్ ఇంటికి వెళ్లాడు. కృతజ్ఞత నిండిన హృదయంతో, అన్ని ఉపన్యాసాలను డౌన్ లోడ్ చేసుకున్నాడు.

తర్వాత సవాలు ఆప్షనల్ సబ్జెక్టును ఎంచుకోవడం. ఎంపికల చిక్కుల మధ్య, భరత్ భౌగోళిక శాస్త్రాన్ని ఎంచుకున్నాడు. దాన్ని సామాజిక శాస్త్రాలలో సాంకేతికంగా అత్యంత ఆసక్తికరమైనది భావించాడు. దాని సిలబస్‌లో కండక్షన్ కన్వెక్షన్, విండ్ టెంపరేచర్, (గాలి ఉష్ణోగ్రత), వాతావరణ పీడనం, అవపాతం వంటి శాస్త్రీయ భావనలతో పెనవేసుకుపోయింది- ఇదివరకు చదివిన వాటిలో ఈ అంశాలు కూడా ఉన్నాయి.

భౌగోళిక శాస్త్రంలో అనుభవం లేని వ్యక్తి కావడంతో, భరత్ మూడున్నర నెలల కోచింగ్ ప్రోగ్రామ్‌లో చేరాడు. కొత్తలో సీరియస్‌నెస్‌తో తరగతులకు హాజరయ్యాడు. ముందు వరుసలలో కూర్చొని, ప్రతి ఉపన్యాసాన్ని శ్రద్ధగా ఆకలింపు చేసుకున్నాడు. ఒక్క క్లాస్ కూడా పోగొట్టుకోకూడదని నిర్ణయించుకున్నాడు.

ఇంట్లో చదువుపై దృష్టి పెట్టడం కష్టమైన పని అని భరత్ త్వరలోనే గ్రహించాడు. దీంతో కరోల్ బాగ్ లోని ఓ ప్రైవేట్ లైబ్రరీలో చేరాడు. స్టడీ టేబుళ్లు, కుర్చీలతో కూడిన ఎయిర్ కండిషన్డ్ రీడింగ్ రూమ్ అది.

ఉదయించే సూర్యుడితో భరత్ తన రోజువారీ ప్రయాణాన్ని పొద్దున్నే 7 గంటలకు ప్రారంభించాడు. తన ప్రయాణ సమయంలో వార్తలను చదవడానికి సమయాన్ని కేటాయించాడు. రాత్రి 9 గంటల సమయంలో ఢిల్లీ మెట్రోలో తిరుగు ప్రయాణంలో తన నోట్స్ రివైజ్ చేసుకునేవాడు.

ప్రిలిమ్స్ పరీక్షకు ముందు రోజు భరత్ చాల అసౌకర్యంగా ఉన్నాడు. ఆందోళన ఎంత గట్టిగా పట్టుకుందంటే కేవలం రెండు గంటల నిద్ర మాత్రమే పట్టింది. ఏడాది క్రితం టాటా మోటార్స్‌లో ప్రతిష్ఠాత్మక ఉద్యోగానికి రాజీనామా చేసిన అతనిపై ఆశలు చిగురించాయి. జీతంలో చేసిన పొదుపు వేగంగా కరిగిపోతోంది. ఆ సంవత్సరం పరీక్షలో ఉత్తీర్ణత సాధించాల్సిన ఆవశ్యకతను తీవ్రతరం చేస్తోంది. వైఫల్యంవస్తే మరో ఏడాది నిరీక్షణకు, శ్రమకు దారితీస్తుంది.

పరీక్ష బాగానే రాసాడు. కోచింగ్ ఇన్ స్టిట్యూట్‌లు ఇచ్చిన 'కీ'లతో భరత్ తన సమాధానాలను క్రాస్ రిఫరెన్స్ చేయడంతో ఆత్మవిశ్వాసం వెల్లివిరిసింది. సమయాన్ని వృథా చేయకుండా మెయిన్స్ పరీక్షకు సిద్ధం కావడంలో నిమగ్నమయ్యాడు.

అయితే, తన మెయిన్స్ సన్నాహాలలో, అతను స్వాతంత్ర్యానంతర చరిత్ర, ప్రపంచ చరిత్రను చదివి ఒక నెల వృథా చేయడం ద్వారా ఒక ప్రధాన పొరపాటు చేసాడు, దాని నుండి అడిగిన ప్రశ్నల నిష్పత్తి చాలా తక్కువగా ఉంది. భౌగోళికం కోసం కోచింగ్ నోట్స్ మీద అతిగా ఆధారపడటం, ప్రామాణిక పాఠ్యపుస్తకాలను చదవకపోవడం మరొక తప్పు. పర్యవసానంగా, అతను మెయిన్స్ లో సరిగా రాణించలేదనే భయం మెదిలింది.

విజయం, విషాదాల అల్లిక

దీంతో మనస్తాపానికి గురైన భరత్ నెల రోజుల పాటు ఇంట్లోనే ఉండిపోయాడు. అయితే మెయిన్స్ రిజల్ట్ చూడగానే భరత్ తన కళ్లను నమ్మలేకపోయాడు. ఈ అడ్డంకిని అధిగమించి ఇంటర్వ్యూకు పిలిచారు. 2019 మార్చి 8న భరత్ ఇంటర్వ్యూ జరగాల్సి ఉంది.

తెల్లవారు జామున ఉదయాన్నే నిద్రలేచాడు. తాను సిద్ధం మవుతుండగా, ఉమ తెల్లవారుజాము నుండి విజయం కోసం మనస్ఫూర్తిగా ప్రార్థిస్తోంది. ఉదయం 5.30 గంటలకు విధులకు బయలుదేరే ముందు తండ్రి తికమ్ తన ఆశీస్సులు అందించారు. అల్పాహారం తీసుకుని తల్లి ఆశీస్సులు తీసుకున్న భరత్ ఆటోలో ప్రఖ్యాత ధోల్పూర్ హౌస్కు బయలుదేరాడు.

ఇంటర్వ్యూ గదికి ప్రయాణం, ఇంటి నుండి ప్రయాణం కంటే ఎక్కువగా అనిపించింది. అది ఆకాంక్షల తీర్థయాత్ర. ఇంటర్వ్యూ గదిలోకి అడుగు పెట్టగానే నరాలు ఆందోళనతో జలదరించాయి. మొదటి ప్రశ్న, అతను హాజరయిన అనేక మాక్ ఇంటర్వ్యూల మాదిరిగానే, అతని పేరు చుట్టూ కేంద్రీకృతమైంది–ఈ ప్రశ్నకు అతను బాగాసమాధానం చెప్పాడు.

అయితే, ఆ తర్వాత చైర్మన్ నుంచి వచ్చిన సవాల్ అనూహ్యంగా మారింది. 'సినిమాల్లో షారుఖ్‌ఖాన్ పాత్రకి సాధారణ పేరు ఉందా?' ప్రిపరేషన్‌తో సంబంధం లేని ప్రశ్న భరత్ ను ఇరకాటంలో పడేసింది. చమత్కారమైన సినిమా ప్రపంచంలోకి తనని తీసుకెళ్లాడు చైర్మన్. 'సినిమాల్లో నటీనటులు ఒకే పేరు ఎందుకు పెట్టుకుంటారు? మూఢనమ్మకాల వల్ల అయి ఉంటుందా?' అని ప్రశ్నించాడు. అప్పటి వరకు ఒక పంథాలో సాగుతున్న ఇంటర్వ్యూ అనూహ్యంగా మలుపు తిరిగింది–'సినిమాల్లో మనోజ్ కుమార్‌కి సాధారణంగా వుండే పేరు ఏమిటి, ఆ పేరే ఎందుకు?'

భరత్ తన సి ఎస్ ఈ ఫలితం కోసం ఎదురు చూస్తుండగా, అమ్మమ్మ మరణం వాళ్ల కుటుంబంలో తీవ్ర విషాదనీడను నింపింది. ఆ మధ్యలో వచ్చిన ఫలితాల ప్రకటన మరో నిరాశను మిగిల్చింది. ఎన్నికైన వారి జాబితాలో భరత్ పేరు లేదు.

ఉమ, తికమ్ నిస్సందేహంగా నిరాశ చెందినప్పటికీ, భరత్‌కి వారి భావాలను వ్యక్తం చేయలేదు. 'నువ్వు నీ మొదటి ప్రయత్నంలోనే ఇంటర్వ్యూ

దశకు చేరుకోవడానికి చాలా కష్టపడ్డావ్. మరోసారి ప్రయత్నించు, వచ్చేసారి తప్పకుండా ఐఏఎస్ అవుతావు' అని భరోసా ఇచ్చారు.

ఏదేమైనా, యుపిఎస్సీ క్యాలెండర్ అలుపెరగని ఔత్సాహికులకు ఉపశమనం కలిగించదు. కొద్ది రోజుల్లోనే తదుపరి ప్రిలిమ్స్ పరీక్ష కన్నీళ్ళకు తావులేకుండా తెరపైకి వచ్చింది. భరత్ తన దృష్టిని స్టడీ డెస్క్ వైపు మళ్ళించవలసి వచ్చింది.

షరతులు పెరిగాయి, సవాళ్లు తీవ్రమయ్యాయి. భరత్ సంకల్పం కూడా అలాగే ఉంది.

తన పరిధిని విస్తృతపరచడం

సీఎస్ఈ ప్రిలిమ్స్-2019 ఫలితాలు మరోసారి భరత్ కళ్లలో ఉజ్వల భవిష్యత్తుపై ఆశలు రేకెత్తించాయి. అదే సమయంలో సీఎస్ఈ మెయిన్స్-2018 మార్కులను యూపీఎస్సీ వెల్లడించింది. ఐచ్ఛిక సబ్జెక్టు అయిన జాగ్రఫీలో తక్కువ స్కోరు సాధించడం అతని ఐఏఎస్ కలను చెడగొట్టింది. మరోసారి ఓడిపోకూడదని నిశ్చయించుకున్న భరత్ ఆ సబ్జెక్టుకు ఎక్కువ సమయం కేటాయించి, ప్రముఖ కోచింగ్ క్లాసుల వారు సిఫార్సు చేసిన పుస్తకాలు, నోట్స్‌ను క్షుణ్ణంగా అధ్యయనం చేశాడు. అయితే ఎంత ప్రయత్నించినా మెయిన్స్-2019లో జాగ్రఫీ ఆప్షనల్ పేపర్లలో సంతృప్తికరమైన పనితీరును నమోదు చేయలేకపోయాడు. ఫలితంగా విజయం ఒక అనిశ్చితిగా చుట్టుముట్టింది. దీంతో అతను తన పరిధిని దాటి విస్తృతంగా చదవాలని నిర్ణయించుకుని, మధ్యప్రదేశ్ ప్రొవిన్షియల్ సివిల్ సర్వీస్ (ఎంపీపీసీఎస్) పరీక్షకు దరఖాస్తు చేసుకున్నాడు. చాలా మంది ఐఏఎస్ ఆశావహులు అయిష్టంగానే ఇలాంటి ఫాల్ బ్యాక్ ఆప్షన్లను స్వీకరిస్తారు. అయితే, ఎంపీపీసీఎస్ పరీక్ష రాష్ట్ర నిర్దిష్ట ప్రశ్నలతో సహా దాని స్వంత సవాళ్లను అందించింది.

గౌరవప్రదమైన ఉద్యోగం, గౌరవప్రదమైన జీవితం కోసం అలుపెరగని తపనతో భరత్ సెంట్రల్ ఆర్మ్ డ్ పోలీస్ ఫోర్సెస్ (సీఏపీఎఫ్)లో అసిస్టెంట్ కమాండెంట్ కోసం పరీక్ష కూడా రాశాడు. కఠినమైన శారీరక సవాలు ఎదురుచూస్తుండడంతో రాత పరీక్షలో, అతను విజయం సాధించాడనే వార్త వచ్చింది. పదహారు సెకన్లలో 100 మీటర్ల పరుగు, మూడు నిమిషాల

నలభై ఐదు సెకన్లలో 800 మీటర్ల పరుగు, 3.5 మీటర్ల పొడవైన జంప్, 4.5 మీటర్ల షాట్ పుట్ త్రో లలో పరీక్షలు ఎదుర్కోవాలి.

సివిల్ ఇ సన్నాహాల కారణంగా కదలకుండా ఉన్న జీవనశైలి 100 కిలోల బరువు ఉన్న వాడిగా చేసింది. అధిక బరువువల్ల భరత్ కి శరీరధారుఢ్య పరీక్షలు మరింత క్లిష్టంగా అనిపించాయి. దానివల్ల పరీక్షలకు కావాల్సిన సత్తా కూడా లోపించింది. అయితే ఇలాంటి క్లిష్ట పరిస్థితుల్లో అసలు బలం వెలుగులోకి వస్తుంది.

నిరుత్సాహపడకుండా, భరత్ కేవలం ఇరవై ఐదు రోజుల్లో 15 కిలోల బరువు తగ్గుతూ కఠినమైన ప్రయాణాన్ని ప్రారంభించాడు. శారీరక పరీక్షల రోజున ఆరోగ్యంగా, ఉత్సాహంగా ఉన్నాడు.

ట్రాక్‌లు అతని పునరుజ్జీవనాన్ని చూశాయి, షాట్-పుట్ పిట్ సంకల్పాన్ని ప్రశంసించింది. కానీ, అంతుచిక్కని లాంగ్ జంప్ అకిలెస్ మడమ వుందని నిరూపించబడింది. తన మొదటి ప్రయత్నంలోనే కండరాలు లాగి అర్హత సాధించడంలో విఫలమయ్యాడు. భరత్ పతనం మరోసారి పాతాళాన్ని తాకింది. రిజర్వ్ బ్యాంక్ ఆఫ్ ఇండియా (ఆర్బీఐ)లో గ్రేడ్-బి ఆఫీసర్ కోసం పరీక్ష రాసినా, ఈ పరీక్షలో కూడా ఫెయిల్ అయ్యాడు. వరుస వైఫల్యాలతో భరత్ తక్కువ ర్యాంకు కలిగిన స్టాఫ్ సెలక్షన్ కమిషన్ కామన్ గ్రాడ్యుయేట్ లెవెల్ ఎగ్జామ్ కూడా రాశాడు. అయితే నిర్లక్ష్యం కారణంగా మెయిన్ ఫామ్ నింపడం మర్చిపోయి, అడ్మిట్ కార్డును డౌన్ లోడ్ చేసుకోలేకపోయాడు. అది అతన్ని అట్టడుగు స్థాయి, అగాధంలోకి నెట్టింది.

అతని కలలు రోజురోజుకూ జారిపోతున్నట్లు అనిపించడంతో, టాటా మోటార్స్ లో లాభదాయకమైన ఉద్యోగాన్ని విడిచిపెట్టాలనే తన నిర్ణయాన్ని భరత్ ప్రశ్నించుకోవడం మొదలుపెట్టాడు. ఐఏఎస్ కలను సాకారం చేసుకునేందుకు మూడేళ్లు వెచ్చించగా, అతని స్నేహితులు కార్పొరేట్ నిచ్చెన ఎక్కారు, వారి ఎంబిఏ డిగ్రీలు అధిక వేతనంతో కూడిన ఉద్యోగాలకు తలుపులు తెరిచాయి.

అతని పోరాటాల బరువు భరించలేనంతగా మారింది. క్షణికావేశంలో భరత్ తన తల్లి ముందు కన్నీటి పర్యంతమయ్యాడు. కన్నీటితో, నిశ్శబ్ద రోదనలతో తన కొడుకుని చూసి ఆమె హృదయం ద్రవించిపోయింది. ఆమె

అతని భుజం మీద చేయివేసి, 'భరత్, నీ ప్రయాణం ముగిసిపోలేదు. నిన్ను నువ్వు నమ్ము నీకల ఇంకా నెరవేరలేదు.' అని ధైర్యం చెప్పింది.

నిరాశాజనకమైన ఉద్యోగ వేట

అనిశ్చితిలో, భరత్ అవసరం, ఆకాంక్షల కూడలిలో నిలబడ్డాడు. తన అంతర్గత కుమ్ములాటలతో కుస్తీపడి, 'నేను ఒక కంపెనీలో ఉద్యోగం చేస్తే, సిఎస్ఇకి సిద్ధం కాలేను. నేను సంపాదించాలి, అలాగే ప్రిపరేషన్స్‌కు సమయం కావాలి.'

చాలా ఆలోచించిన తర్వాత కోచింగ్ ఇనిస్టిట్యూట్‌లో కంటెంట్ డెవలపర్ ఉద్యోగాన్ని అన్వేషించాలని నిర్ణయించుకున్నాడు. 'ఇది నాకు జీవనోపాధిని సంపాదించడానికి, సిఎస్ఇకి సిద్ధం కావడానికి వీలు కల్పిస్తుంది' అని అనుకున్నాడు. దృఢ సంకల్పంతో పాతిక కోచింగ్ ఇన్ స్టిట్యూట్ లకు దరఖాస్తులు పంపాడు. అయితే ఆ ప్రయత్నానికి ఏ విద్యాసంస్థ స్పందించకపోవడంతో మళ్లీ నిరాశే ఎదురైంది.

భరత్ నిరుత్సాహపడకుండా, కోచింగ్ సంస్థలతో సందడిగా ఉండి, వాటికి గుండె అయిన కరోల్ బాగ్ వీధుల్లోకి వచ్చాడు. అతను తన ఉద్దేశ్యాన్ని చెప్పినప్పుడు ప్రతి తలుపు మూసివేయబడినట్లు అనిపించింది. నిరాశ అనే సముద్రం మధ్యలో, భరత్ మలుకా ఐఎఎస్ అనే మాములు సంస్థలో అడుగు పెట్టాడు. ముప్ఫైలలో గడ్డం తో ఉన్న వ్యక్తి సర్దార్ లచ్చన్ సింగ్ మలుకా, అలుపెరగని అన్వేషణలో చెమటతో తడిసిపోయిన చొక్కాతో విసుగుచెందిన ఆ యువకుడి వైపు చూశాడు.

'సార్, నేను మీతో మాట్లాడాలనుకుంటున్నాను' భరత్ మరో అవమానాన్ని ఊహించి అన్నాడు. ఆశ్చర్యకరంగా, మలుకా అతన్ని తిప్పి పంపించలేదు. బదులుగా, కూర్చోవడానికి ఒక కుర్చీని, అలాగే ఒక గ్లాసు నీటిని అందించాడు. భరత్ గ్లాసును ఒక్క గుక్కలో తాగేసి, అలసిపోయిన ముఖంతో తన కథనుఈ మాటల్లో చెప్పాడు. 'సార్, ఈ ఏడాదితో సహా రెండుసార్లు ప్రిలిమ్స్ పాసయ్యాను. నేను కంటెంట్ డెవలపర్ ఉద్యోగం కోసం వెతుకుతున్నాను'అని మలుకాతో చెప్పాడు'.

భరత్ ఐచ్ఛిక సబ్జెక్టు గురించి మలుకా ఆరా తీయడంతో ఆశ చిగురించింది. అయితే, అతని తరువాత మాట భరత్ ఆశలపై దట్టమైన నీడను వేసింది.

'దురదృష్టవశాత్తు, మా సంస్థ అంత పెద్దది కాదు, కంటెంట్ క్రియేషన్ కోసం నాకు ఇప్పటికే ముగ్గురు వ్యక్తులు ఉన్నారు' అని మలుకా అన్నారు.

అయినప్పటికీ, తరువాతి మాటలో, మలుకా ఒక ఆసరాని అందించాడు. 'జాగ్రఫీ టీచర్ కోసం ఓపెనింగ్ ఉంది. మీరు బోధించగలరా? రెండున్నర గంటల క్లాసుకు రూ.1600 ఇస్తాను' అని ముందుకొచ్చాడు.

కృతజ్ఞతతో హృదయం ఉప్పొంగిపోతూ, భరత్ అంగీకరించాడు. ఈ ఆఫర్ ఆర్థిక ఉపశమనం కలిగించడమే కాకుండా భౌగోళిక పరిజ్ఞానాన్ని మరింత లోతుగా పెంపొందించుకునే అవకాశాన్ని కూడా కల్పించింది. మలుకా మాటలు భరత్ ఆత్మవిశ్వాసానికి వెంటనే ప్రాణం పోశాయి.

తిరిగి పుంజుకోవడం

విధి భరత్ కు మరో క్రూరమైన మలుపు మిగిల్చింది. 2020 జనవరి 14న సీఎస్ఈ మెయిన్స్-2019లో ఉత్తీర్ణత సాధించలేకపోవడంతో మళ్లీ చీకటి మేఘాలు చుట్టుముట్టాయి. మార్కుల విభజన ఇంకా వెల్లడి కానప్పటికీ, తన ఆప్షనల్ సబ్జెక్టు అయిన జాగ్రఫీ తనను మళ్లీ మోసం చేసిందని భరత్ నమ్మాడు. దీంతో సీఎస్ఈ-2020 కోసం పొలిటికల్ సైన్స్ అండ్ ఇంటర్నేషనల్ రిలేషన్స్ ని తన ఆప్షనల్ సబ్జెక్టును మార్చాలనే సాహసోపేత నిర్ణయం తీసుకున్నాడు.

కోవిడ్-19 తర్వాత మార్చి 2020 లో వచ్చిన దేశవ్యాప్త లాక్ డౌన్ నేపథ్యంలో, సివిఎస్ఇ ప్రిలిమ్స్ వాయిదా పడ్డాయి. ఈ దారుణమైన కాలం భరత్‌కు తన కొత్త ఐచ్ఛిక సబ్జెక్టును అధ్యయనం చేయడానికి సువర్ణావకాశాన్ని అందించింది. ఒక ప్రఖ్యాత ఉపాధ్యాయుడి నోట్సుతో ఆ సబ్జెక్టుకి, సిఫార్సు చేసిన ప్రామాణిక పుస్తకాలను కొన్నాడు.

అయితే, అప్పటికే ఆత్మవిశ్వాసం కోల్పోయిన భరత్ ఇండియన్ కోస్ట్ గార్డ్‌లో అసిస్టెంట్ కమాండెంట్, నేషనల్ బ్యాంక్ ఫర్ అగ్రికల్చర్ అండ్ రూరల్ డెవలప్ మెంట్ (నాబార్డు)లో అసిస్టెంట్ మేనేజర్ పోస్ట్‌లకు దరఖాస్తు చేసుకున్నాడు. కోస్ట్ గార్డ్‌లో రిక్రూట్ మెంట్ కోసం సర్వీస్ సెలక్షన్ బోర్డ్ (ఎస్ ఎస్ బీ)కి పిలుపు రావడంతో భరత్ తన మొదటి దశను సునాయాసంగా క్లియర్ చేసాడు. నాబార్డు స్క్రీనింగ్ టెస్ట్ లో కూడా ఉత్తీర్ణత సాధించాడు.

నాబార్డు పరీక్ష, కోస్ట్ గార్డ్ ఎస్ఎస్బీ రెండో రౌండ్, సీఎస్ఈ-2020 ప్రిలిమ్స్ వరుసగా జరుగుతుండడంతో 2020 సెప్టెంబర్, అక్టోబర్ నెలల్లో పోటీలు, సవాళ్లు తో పాటువిజయం సాధించే అవకాశాలు కనిపించాయి

కోస్ట్‌గార్డ్ ఎస్ ఎస్ బిలో మొదటి స్థానంలో భరత్ విజయం సాధించాడు. కానీ ఫలితాన్ని ప్రకటించినప్పుడు తోటి ఎంపిక చేసిన అభ్యర్థులు వ్యక్తం చేసిన ఆనందం భరత్‌కి రాలేదు... ఇందులో ఆశ్చర్యం లేదు, ఎందుకంటే ఇండియన్ కోస్ట్ గార్డ్‌లో చేరడం అతని కల కాదు. భరత్ సివిస్ఇ ప్రిలిమ్స్‌ని కూడా క్లియర్ చేసి, నాబార్డ్ మెయిన్స్ పరీక్షలో అడ్డంకిని అధిగమించాడు.

ఏదేమైనా, విజయం అనేది నిలకడ లేని సవాలు అంచున నృత్యం చేసింది. కోస్ట్ గార్డ్ భరత్ ను డిసెంబర్ 26, 2020 చేరమంది, సివిస్ఇ మెయిన్స్ జనవరి 10, 2021 నుండి వున్నాయి. సీఎస్ఈ మెయిన్స్ రాయడానికి సెలవు కావాలని చేసిన విజ్ఞప్తులు చెవిటివాడి దగ్గర శంఖం ఊదినట్టుగా అవ్వడంతో, భరత్ ధైర్యంచేసి కోస్ట్ గార్డ్ ఉద్యోగాన్ని తిరస్కరించాల్సి వచ్చింది. అనిశ్చితమైన కలను సాకారం చేసుకోవడం కోసం మరోసారి చేతికొచ్చిన అవకాశాన్ని వదిలేసుకున్నాడు. ఈ సాహసోపేతమైన నిర్ణయం లో అతని తల్లిదండ్రులు, చేదోడు వాదోడుగా నిలబడి పూర్తి మద్దతునిచ్చి అండగా నిలబడ్డారు

ఆ తరువాతప్రకటించిన నాబార్డు పరీక్ష తుది ఫలితాలలో, ఉత్తీర్ణులైన అభ్యర్థుల జాబితాలో భరత్ పేరు ఉంది. మార్చి 23, 2021 నాడు, భరత్ లక్నోలోని నాబార్డు శిక్షణా సంస్థలో అడుగు పెట్టాడు, శాశ్వత ఉద్యోగం లేకుండా సాగిన మూడేళ్ల దుర్భర ప్రయాణానికి ముగింపు పలికాడు. వారం రోజుల శిక్షణ తరువాత సిమ్లాలోని ప్రాంతీయ కార్యాలయంలో నియమితులయ్యాడు.

యూపీఎస్సీ కలల శ్మశానం

అయినా విధి తనదయిన శైలిలో భరత్ కథను రాస్తూనే ఉంది. నాబార్డులో చేరిన మరుసటి రోజే, సీఎస్ఈ మెయిన్స్ ఫలితాల్లో విజయం సాధించాడు.

అతని మనస్సులో ఉద్వేగం వెల్లివిరిసింది. ఏదేమైనా, ఆ ఉత్సాహాన్ని నాబార్డులో చుట్టుముట్టిన అసూయ వల్ల కలిగిన చేదు వాస్తవం నీరుగార్చింది.

సంస్థలో సివిల్ సర్వీసెస్ ఆశావహుల పట్ల ఉన్న అసహనాన్ని ఓ అధికారి బయటపెట్టారు. నాబార్డు, ఆర్బీఐ యూపీఎస్సీ కలల శ్మశానాలు అని, ఇక్కడి ప్రతిఅధికారి సీఎస్ఈలో తమ అదృష్టాన్ని పరీక్షించుకున్నారని చెప్పారు. వైఫల్యాన్ని కలిగించే ఉద్దేశపూర్వక ప్రయత్నంలో, ఎవరైనా సిఎస్ఇకి సన్నద్ధమవుతున్నారనే తెలిస్తే చాలు వారికిమాత్రమే భయంకరంగా పనులు అప్ప చెప్పేవారు.

ఆ భయం నిజమని అతి త్వరలోనే తేలింది. అసూయపడే సీనియర్లు అతన్ని లక్ష్యంగా చేసుకున్నారు. సిఎస్ఇ చివరి సరిహద్దును జయించే దిశగా, సాగుతున్న ప్రయాణాన్ని అడ్డుకోవడానికి అతనిమీద పనిభారం మోపారు. సాంకేతిక మెళకువలకు పేరుగాంచిన, చార్టర్డ్ అకౌంటెంట్ అర్హతలున్న వారికి అనుగుణంగా వుండే పర్యవేక్షణ విభాగంలో నియమించబడ్డాడు. ప్రాంతీయ గ్రామీణ బ్యాంకులు, ప్రాంతీయ సహకార బ్యాంకుల ఖాతాలను తనిఖీ చేయడం, ఆడిట్ చేయడం వంటి క్లిష్టమైన పనుల్లో భరత్ నిమగ్నమయ్యాడు. అన్యాయంగా తిట్లు, అనవసరమైన అవమానాలు నిత్యకృత్యంగా మారాయి, తగిన కారణం లేకుండా ఇబ్బందులకు గురి చేశారు. ఈ తుఫాను మధ్య భరత్ ఒకే ఒక ఆశ నిలుపుకుంటూ, సమయం దొరికినప్పుడల్లా తన సన్నాహాల్లో మునిగిపోయాడు. కఠినమైన యుపిఎస్సీ పర్వతాన్ని అధిరోహించడానికి ఇదే తన చివరి ప్రయత్నం అని తెలిసి, కాలం యొక్క ప్రాధాన్యతని గ్రహించాడు.

కోచింగ్ సంస్థలపై యూపీఎస్సీ విముఖత

పర్సనాలిటీ టెస్ట్ లో రెండో ప్రయత్నంలో భరత్ కు ఊహించని, భయంకరమైన సవాలు ఎదురైంది. తొలుత డీఏఎఫ్-1 పూర్తి చేసినప్పుడు భరత్ మలుకా ఐఏఎస్ లో పార్ట్ టైమ్ ఉద్యోగం చేస్తున్నాడన్న, విషయాన్ని తన దరఖాస్తులో స్పష్టంగా పేర్కొన్నాడు. అయితే నాబార్డులో ఉద్యోగం పొందిన తర్వాతఅలాంటి అప్డేట్ సదుపాయం లేకపోవడంతో డీఏఎఫ్ అప్డేట్ చేయలేకపోయాడు.

ప్రస్తుతం నాబార్డులో తన పాత్రను పరిగణనలోకి తీసుకున్న భరత్ ఇంటర్వ్యూలో బ్యాంకింగ్, ఇన్సూరెన్స్, ఫైనాన్షియల్ సెక్టార్ కు సంబంధించిన ప్రశ్నలను ఊహించాడు. 'కోచింగ్ తో నా సంబంధాల గురించి బోర్డు ప్రశ్నలు అడిగినా, నాబార్డులో నా ప్రస్తుత స్థానం గురించి ప్రస్తావిస్తాను. సంభాషణను దారి మళ్లిస్తాను'అని భావించి, అలాంటి ప్రశ్నలకు శ్రద్ధగా సిద్ధమయ్యాడు. అయితే, 'తాను ఒకటి తెలిస్తే దైవం మరొకటి తలుస్తాడు' అనే సామెత ఉండనే ఉంది. పరిస్థితులు భరత్ అనుకున్నట్టుగా కాలేదు.

కోచింగ్ కల్చర్ ను తీవ్రంగా వ్యతిరేకించిన బోర్డు, గతంలో ఓ కోచింగ్ సంస్థతో భరత్‌కి ఉన్న అనుబంధాన్ని లక్ష్యంగా చేసుకుని ప్రశ్నల వర్షం కురిపించింది. సామాజిక-ఆర్థిక విభజనపై భరత్ దృక్పథాన్ని సవాలు చేస్తూ చెర్ పర్సన్ మొదటి ప్రశ్న దాడి చేస్తున్నట్టు వేశారు: 'ఉన్నవారికి, లేనివారికి మధ్య జరుగుతున్నది మంచిదని మీరు భావిస్తున్నారా?' అని ఆమె ప్రశ్నించారు.

'కోచింగ్ సెంటర్లు సరిగ్గా పని చేస్తున్నాయని మీరు భావిస్తున్నారా?' అని మరొకరు ప్రశ్నించారు. ఒక విద్యార్థి ఒక అంశంపై 200 పేజీలు చదవాలని యూపీఎస్సీ కోరుకుంటుంది, కానీ మీరు దానిని 20 పేజీలకి కుదిస్తున్నారు ఇది సమంజసమేనా?' అంటూ దాడి కొనసాగింది. తాను ఇకపై కోచింగ్ ఇనిస్టిట్యూట్‌లో పనిచేయనని స్పష్టం చేసేందుకు ప్రయత్నించినప్పటికీ బోర్డు వదలలేదు.

కోచింగ్ ఇన్ స్టిట్యూట్ల పట్ల బోర్డు తిరస్కారానికి వ్యతిరేకంగా నిలబడి భరత్ ఆత్మవిశ్వాసంతో ఇంటర్వ్యూ బోర్డుని ఎదుర్కొన్నాడు. కోచింగ్ సెంటర్ల పాత్రపై తన అభిప్రాయాలను వ్యక్తపరిచాడు, వారు మార్గదర్శకత్వం ఇస్తారని, సబ్జెక్టులను లోతుగా అధ్యయనం చేయాల్సిన బాధ్యత విద్యార్థులపైనే ఉందని నొక్కి చెప్పాడు. అతని ప్రశాంతమైన ప్రవర్తన, హేతుబద్ధమైన ప్రతిస్పందనలు క్రమంగా ప్రశ్నల రూపుని మార్చాయి. బోర్డు భరత్ అభిరుచులను పరిశీలించడం ప్రారంభించడంతో ఉపశమనం పొందాడు. ఆశ్చర్యకరంగా, నాబార్డులో లేదా ఆర్థిక రంగంలో అతను నిర్వహిస్తున్న ప్రస్తుత పాత్ర గురించి ఎటువంటి ప్రశ్నలు లేవు.

పార్కింగ్ ప్రాంతంలో బిగ్గరగా కేకలు

సెప్టెంబర్ 24, 2021 సాయంత్రం, భరత్ తన సహాయకుడు రోహన్‌తో కలిసి నాబార్డ్ సిమ్లా కార్యాలయంలోని కిక్కిరిసిన కాన్ఫరెన్స్ రూమ్‌లో ఉన్నాడు. ఏకాగ్రత కోసం ఎంతో కష్టపడుతున్నాడు, అప్పుడే అతన్నిబాస్ తిట్టాడు. యూపీఎస్సీ సీఎస్ఈ–2020 ఫలితాలను ప్రకటించబోతోందని జోరుగా ప్రచారం జరిగింది. యూపీఎస్సీ నోటీస్ బోర్డును శుభ్రం చేస్తున్న ఫొటోను కూడా ఎవరో షేర్ చేశారు.

వచ్చే సీఎస్ఈకి సన్నద్ధమవుతున్న రోహన్‌పై భరత్ నమ్మకం పెట్టుకున్నాడు. క్రమంగా వారి స్నేహం బలపడింది. భరత్ మీటింగ్ సాయంత్రం 6 గంటలకు ముగియడంతో రోహన్ అతడిని ఇంటి దగ్గర డ్రాప్ చేస్తా అన్నాడు.

'సార్, పైన ఉన్న నా రూమ్‌కి వెళ్లి కారు తాళాలు తీసుకొని పార్కింగ్ దగ్గరికి వస్తాను' అని అన్నాడు రోహన్.

రోహన్ కోసం ఎదురుచూస్తూనే భరత్ తన ఫోన్ లో టెలిగ్రామ్ యాప్ ఓపెన్ చేస్తే ఒక్క క్షణం గుండె కొట్టుకోవడం మానేసింది. సీఎస్ఈ–2020 ఫలితాలు ఉన్న పీడీఎఫ్ ఫైల్ ను ఎవరో పోస్ట్ చేశారు. ఊపిరి బిగబట్టి భరత్ తన పేరు కోసం వెతకడం మొదలుపెట్టాడు. 'భరత్ సింగ్' అనే పేరు చూడగానే ఒక్క క్షణం స్తంభించిపోయాడు.ఆ క్షణంలో అనుకోకుండా అతని ఫోన్ మోగింది. అది తల్లి ఉమ రోజు సాయంత్రం చేసే కాల్. ఠంచన్‌గా గడియారం కొట్టినట్టు ప్రతిరోజూ యోగక్షేమాలను అడుగుతుంది, ఇంటికి వెళ్ళేటప్పుడు తీసుకోవలసిన కిరాణా సామాగ్రిని గుర్తు చేస్తుంది.

తాను ఐఏఎస్ లో సెలెక్ట్ అయినప్పుడు ముందుగా ఆ వార్త వినవలసింది తన తల్లే కావాలని భరత్ ఎప్పటి నుంచో కలలు కన్నాడు. దేవుడు ఆ రోజు అతని కోరికను తీర్చాడు. ఫలితం చూసిన,మరుక్షణమే ఆమె నుండి ఫోన్ వచ్చింది. భావోద్వేగానికి గురై భరత్ కన్నీళ్లను ఆపుకోలేక పార్కింగ్ స్థలంలో గట్టి గా ఏడ్చాడు. తన చుట్టూ ఉన్న ప్రపంచాన్ని పట్టించుకోకుండా, పార్కింగ్ ఏరియా గార్డు లేదా చుట్టూ ఉన్నవాళ్ళు ఏమనుకుంటారోనని పట్టించుకోలేదు.

'అమ్మా, నీ కొడుకు ఇప్పుడు ఐఏఎస్ ఆఫీసర్' అని భరత్ ఉప్పొంగుతున్న ఆనందంతో చెప్పాడు.

ఉద్వేగాన్ని ఆపుకోలేకపోయిన ఉమ వెంటనే 'డాలీ కే పాపా, భరత్ సెలెక్ట్ హో గయా, జల్దీ ఆవో (ఏవండీ, భరత్ సెలెక్ట్ అయ్యాడు, త్వరగా రండి) అని అరిచింది. ఈ భావోద్వేగ సుడిగాలి మధ్య రోహన్ హడావిడిగా అక్కడికి వచ్చాడు... టెలిగ్రామ్ యాప్ లో రిజల్ట్ చూసి 'అభినందనలు సార్! మీరు సాధించారు!' అంతులేని ఉత్సాహంతో, రోహన్ భరత్ ను బలంగా కౌగిలించుకున్నాడు. అతన్ని గాల్లోకి లేపాడు. ఆనందంతో భరత్ తన కుటుంబంతో మాటల్లో మునిగిపోయాడు.

కొత్త లోకంలో మళ్లీ పుట్టాడు

భరత్ తన కుటుంబ సభ్యులతో ఫోన్లో మాట్లాడడం పూర్తి చేసాడు. జరిగింది అనూహ్యంగా అనిపించి పార్కింగ్ ప్రాంతంలోనే ఉండిపోయాడు. ఏదేమైనా, అద్భుతమైన ఆనందం మనసంతా నిండిపోయింది. ఎంతో ప్రశాంతంగా అనిపించింది-అతను ఇకపై సిఎస్ఇ అనే సంక్లిష్టమైన చక్రాన్ని ఎదుర్కోవలసిన అవసరం లేదు. మౌంట్ యూపీఎస్సీని అధిరోహించాడు.

'సార్ మీటింగ్ ఇంకా అవ్వలేదు... సీనియర్ ఆఫీసర్లంతా అక్కడే ఉన్నారు... రండి ...వెళ్లి ఈ వార్త చెబుదాం...' అన్నాడు రోహన్ ఎక్కడో ఆలోచనలు మునిగిపోయిన భరత్ ఈ లోకంలోకి వచ్చాడు .మనసు నిండా ఆనందపుఅలజడి కొనసాగుతూనే ఉంది. యాంత్రికంగా రోహన్ తో కలిసి మీటింగ్ హాలు వేపు అడుగులేసాడు. కాన్ఫరెన్స్ హాల్లోకి వెళ్ళబోయే ముందు వాష్ రూమ్ లో ముఖం కడుకున్నాడు. చన్నీళ్లు ముఖం మీద పడడంతో ప్రశాంతంగా అనిపించింది.

ఇంతలోనే రోహన్ రూమ్ బయట ఉన్న అటెండర్ సంజయ్‌కు విషయం. చెప్పేసాడు. సాధారణంగా చీఫ్ జనరల్ మేనేజర్ (సిజీఎం) కి వ్యక్తిగత సిబ్బందిగా వ్యవహరించే, సంజయ్ భరత్ లాంటి అసిస్టెంట్ మేనేజర్లకి అంతగా ప్రాముఖ్యం ఇవ్వడు. ఇక అభినందించడం చాలా పెద్ద విషయమే. అయితే ఈ క్షణం మాములుది కాదుగా. అందుకే భరత్ నడిచి వస్తుంటే సంజయ్ దాదాపు పాదాల మీద పడినంత పని చేశాడు. హృదయపూర్వకంగా అభినందించాడు.

ఇంకా ఆశ్చర్యంలోనే ఉన్న భరత్ అతడి శుభాకాంక్షలు అందుకుంటూ రోహన్ తో పాటు కాన్ఫరెన్స్ హాల్లోకి అడుగు పెట్టాడు.

"సార్ భరత్ ఎంపికయ్యారు..." అంటూ సీజియంకి చెప్పాడు రోహన్‌కి ఆ క్షణంలో అధికారిక ప్రోటోకాల్ కనీసం గుర్తుకు రాలేదు. మీటింగ్‌కి అధ్యక్ష స్థానంలో ఉన్న సీజీఎం కి చిర్రెత్తుకొచ్చింది.

"ఎక్కడికి సెలెక్ట్ అయ్యారట". అన్నాడు వ్యంగంగా.

"ఐఏస్‌కి సార్... కొద్దిసేపటికి క్రితమే రిజల్ట్స్ వచ్చాయి..." తన వెనుక అభావంగా నిలుచున్న భరతవైపు చూపిస్తూ చెప్పాడు రోహన్'.

ఉన్నపళంగా ఒక్కుదుటన సీట్లోంచి లేచిన సీజీఎం భరత్‌కి కరచాలనం చేసాడు.గదంతా హర్షాతి రేకాలతో ప్రకాశవంతమైంది. అధికారులంతా ఒక్కొక్కరుగా శుభాకాంక్షలు తెలియజేశారు. గతంలో ఇంటర్వ్యూ ప్రిపరేషన్ కోసమని అడిగినప్పుడు సెలవు ఇవ్వనన్నవాడూ, వీలు చిక్కినప్పుడల్లా వేధింపులకి గురిచేసినవాడు, భరత్ డిజియం కూడా అక్కడే ఉన్నాడు. అతను కూడాచిరునవ్వుతో అభినందించారు.

"భరత్ భాయ్! నేను ఎప్పుడైనా మిమ్మల్ని కలవాలి అనుకుంటే అపాయింట్మెంట్ ఇస్తారుగా... చూడ్డానికి వచ్చినప్పుడు సీట్ ఆఫర్ చేస్తారుగా" అంటూ సరదాగా అడిగాడు డిజియం. అందరూ హాయిగానవ్వారు. మీటింగ్ హాల్ మొత్తం శుభాభినందనలతో హోరెత్తింది.

ఫలితాలు ప్రకటించిన ఈ కొద్ది సమయంలోనే భరత ప్రపంచం మొత్తం కొత్తగా మారిపోయింది.

జీర్ణించుకోలేని వాస్తవం

చాలా మంది విజయవంతమైన అభ్యర్థుల మాదిరిగా కాకుండా, భరత్, అతని తల్లిదండ్రులు అతి నిరాడంబరమైన వేడుక జరుపుకున్నారు. సంతోషకరమైన వార్తను రహస్యంగా ఉంచాలని, ఎంపిక చేసుకున్న కొద్దిమందికి మాత్రమే చెప్పాలని నిర్ణయించుకున్నారు. నాబార్డులో తన పని పట్ల నిబద్ధతతో ఉన్న భరత్ రోజులాగే పని చేస్తూ, తన ఢిల్లీ పర్యటనను వాయిదా వేసుకున్నాడు.

ఇరవై రోజుల తరువాత వచ్చినతనికి తల్లి హారతి ఇచ్చింది, ఆత్మీయ వేడుకలకు గుర్తుగా కేక్ కటింగ్ వేడుక జరుపుకున్నారు.

సెలెక్ట్ అయిన వారి జాబితాలో పేరును పలుమార్లు చూసుకున్నా, విజయం అనే వాస్తవం భరత్‌కు చాలా కాలం అందినట్టు అనిపించలేదు. బహుశా అది ఒక కల కావచ్చు అనే అపనమ్మక భావన లోనే ఉండిపోయాడు. ముస్సోరీలోని ప్రతిష్ఠాత్మక లాల్ బహదూర్ శాస్త్రి నేషనల్ అకాడమీ ఆఫ్ అడ్మినిస్ట్రేషన్ (ఎల్బీఎస్ఎన్ఏఏ)లో అధికారికంగా చేరే వరకు ఈ విషయాన్ని రహస్యంగా ఉంచాలని తల్లిదండ్రులను కోరాడు.

కోచింగ్ అకాడమీల్లో టాపర్ ప్రసంగం చేసే పాపులర్ ట్రెండ్ ను అనుసరించకూడదని భరత్ నిర్ణయం తీసుకున్నాడు. అయితే, క్లిష్ట సమయాల్లో తనకు అండగా నిలిచిన మలుకాకు రుణపడి ఉన్న భరత్ అతని అభ్యర్థనను తోసిపుచ్చలేకపోయాడు.

స్టాఫ్‌రూం నుంచి లెక్చర్ హాల్ దాకా నడుచుకుంటూ వెళ్తుండగా, ఏడాది క్రితం జరిగిన పరిస్థితుల జ్ఞాపకాలు భరత్ మదిలో మెదిలాయి. 2020లో మెయిన్స్ లో ఉత్తీర్ణత సాధించలేకపోయాననే నిరాశతో అవే పదిమెట్లుదగ్గర తల దించుకుని, ప్రతి అడుగు అవమాన భారంతో నడిచాడు. తన ఫలితాలకు సంబంధించిన అడిగే ప్రశ్నల గురించి ఆందోళన చెందుతూ, విద్యార్థులనీ సూటిగా చూసే వాడు కాదు.

అయితే, ఈసారి సీన్ పూర్తిగా మారిపోయింది. మలుకాతో పాటు, ఆనందంతో, గర్వంగా ఉన్న భరత్ తన ఆనందాన్ని పంచుకోవాలనే ఆత్రుతతో ఛాతీ ఎత్తి అదే దూరం నడిచాడు. మలుకా పుష్పగుచ్ఛం ఇచ్చి సత్కరిస్తే, భరత్ తన విద్యార్థులతో గంటన్నర పాటు ఉద్వేగభరితంగా మాట్లాడాడు.

కేడర్ చిక్కుముడి

మార్చి 14, 2022న రాత్రి 7 గంటల సమయంలో ఎల్బీఎస్ఎన్ఏఏ కావేరి హాస్టల్లోని తన గదిలో భరత్ ఒంటరిగా వున్నాడు. అతని రూమ్ మేట్ డిన్నర్ కోసం మెస్ కు వెళ్లాడు. తన సన్నిహితులతో కలిసి ప్రసిద్ధ మాల్ రోడ్డులో హాయిగా తిరిగి వచ్చిన భరత్, ఒక గంట తర్వాత ఆఫీసర్స్ లాంజ్ లో వారిని తిరిగి కలవాలని ఎదురు చూస్తున్నాడు.

ఫౌండేషన్ కోర్సు మార్చి 17, 2022న ముగుస్తుండడంతో, ఎల్బీఎస్ఎన్ఏఏలో ఉత్సాహం స్పష్టంగా కనిపించింది. భరత్ తన

స్నేహితులతో ఆ కోర్సు తాలూకు చివరి క్షణాలను ఆస్వాదించడానికి తహతహలాడాడు. బహుళ సివిల్ సర్వీసెస్ కోసం రూపొందించిన ఈ కోర్సును పూర్తి చేసిన తర్వాత, వారిలో చాలా మంది త్వరలోనే వారి వారి శిక్షణా అకాడమీలకు బయలుదేరుతారు.

అకస్మాత్తుగా కారిడార్ లో 'క్యాడర్ కేటాయింపు ప్రచురితమైంది!' అనే నినాదం ప్రతిధ్వనించింది.

కేడర్ కేటాయింపు గణనీయమైన ప్రాముఖ్యతను కలిగి ఉంటుంది. ఎందుకంటే, ఒక ఐఏఎస్ అధికారి స్థానిక భాషను నేర్చుకుని, వారి కెరీర్లో గణనీయమైన భాగాన్ని కేటాయించిన కేడర్ కి అంకితం చేయాల్సి ఉంటుంది. భరత్ వెంటనే తన ఫోన్ లాక్కుని వాట్సప్ ఓపెన్ చేస్తే, అందులో తన బ్యాచ్ గ్రూప్ లో పోస్ట్ చేసిన పీడీఎఫ్ కనిపించింది.

తన ప్రాధాన్యత, ర్యాంకును బట్టి భరత్ ఆంధ్రప్రదేశ్ కేడర్ పై ఆశలు పెట్టుకున్నాడు. అయితే, తన పేరు వెతుక్కుంటూ ఆ పత్రాన్ని స్కాన్ చేయగా తనకు పశ్చిమ బెంగాల్ క్యాడర్ కేటాయించినట్లు గుర్తించారు. భరత్ ఆలోచనలో మునిగిపోయాడు. ఫోన్ చప్పుడుతో లోకంలోకి వచ్చాడు. అతని స్నేహితుడు, బ్యాచ్ మేట్ అయిన ఐపీఎస్ అధికారి రాహుల్ రెడ్డి, కేడర్ కేటాయింపుపై భరత్ ను అభినందించారు.

'రెడ్డి, నాకు కొంచెం అయోమయంగా ఉంది. నేను ఆంధ్రప్రదేశ్ కోసం ఎదురుచూశాను' అని భరత్ బదులిచ్చాడు.

రెడ్డి ప్రశాంతంగా 'మీ కుటుంబం ఎవరు? ఆంధ్రప్రదేశ్‌లో నివసిస్తున్నారా? మీకు తెలుగు తెలుసా? అక్కడ పలుకుబడి ఉన్నవారెవరైనా మీకు తెలుసా?'

రెడ్డి అడిగిన ప్రశ్నలకు,భరత్ 'లేదు' అని బదులిచ్చాడు.

'అలాంటప్పుడు మీరు పశ్చిమబెంగాల్‌లో చేసినా, ఆంధ్రప్రదేశ్‌లో పనిచేసినా ఏం తేడా వస్తుంది?' రెడ్డి మాటలు లాజికల్‌గా అనిపించాయి. రెడ్డి మాటలు భరత్ మొహంలో చిరునవ్వును తెచ్చాయి. రెండు రాష్ట్రాలు ఢిల్లీకి సమాన దూరంలో ఉండటంతో స్థానిక భాషను నేర్చుకోవాల్సి వస్తుంది. బృహత్తర ప్రణాళికలో పశ్చిమబెంగాల్, ఆంధ్రప్రదేశ్‌ల మధ్య వ్యత్యాసం అంతు చిక్కనిదిగా కనిపించింది.

గంగాసాగర్ మేళాలో మెళుకువలు నేర్చుకోవడం

ఎల్బీఎస్ఎన్ఏఏలో ఐఏఎస్ ప్రొఫెషనల్ కోర్సు, ఫేజ్-1 పూర్తి చేసిన తర్వాత జిల్లా శిక్షణ భరత్ కి విస్తృతమైన అభ్యాసనా మైదానాన్ని అందించింది. శిక్షణలో భాగంగా దక్షిణ 24 పరగణాల జిల్లాకు వివిధ కార్యాలయాలతో పాటు బీడీవోగా బాధ్యతలు నిర్వర్తించారు.

ఏదేమైనా, సాగర్ ద్వీపంలో ప్రసిద్ధ గంగాసాగర్ మేళాను నిర్వహించిన బృందంలో భాగం కావడం నిజంగా, అద్భుతంగా, ఎక్కువగా ఆస్వాదించిన అనుభవం.

ఈ బృందానికి జిల్లా మేజిస్ట్రేట్ నేతృత్వం వహించారు.

తూర్పు ఉత్తరప్రదేశ్, బీహార్, జార్ఖండ్, చత్తీస్ గఢ్ రాష్ట్రాలకు చెందిన వారికి ఈ మహా మేళా అతి పెద్ద తీర్థయాత్ర. మకర సంక్రాంతి రోజున లక్షలాది మంది యాత్రికులు గంగానది, బంగాళాఖాతం సంగమం వద్ద పుణ్యస్నానాలు ఆచరిస్తారు.

భారీ జనసందోహంతో పాటు, గంగాసాగర్ మేళాను నిర్వహించడం ఒక ప్రత్యేకమైన సవాలుగా మారింది. ఎందుకంటే ఇది కేవలం 280 చదరపు కిలోమీటర్ల పరిమిత ద్వీపంలో ఉంది. రద్దీని పర్యవేక్షించడం, నిఘా కెమెరాలను ఉపయోగించి శాంతిభద్రతలను నిర్ధారించే కీలక పాత్రను భరత్ కు అప్పగించారు. వివిధ భాగస్వాములతో సంక్లిష్టమైన సమన్వయం కూడా అతని బాధ్యతలో భాగం. అక్కడే వివిధ కేంద్ర, రాష్ట్ర ప్రభుత్వ అధికారుల పాత్రను అర్థం చేసుకునే అవకాశాన్ని కూడా కల్పించింది.

మేళాకు పలువురు ప్రముఖుల సందర్శనలను సమన్వయం చేయడంతో భరత్ ప్రోటోకాల్ వర్క్ కూడా నేర్చుకున్నాడు. తన బాధ్యతలు మీడియా ఇంటరాక్షన్స్ లో కూడా ప్రావీణ్యం సంపాదించే అవకాశాన్ని కల్పించాయి. ఈ బహుముఖ అనుభవాల ద్వారా, ఇటువంటి హై-ప్రొఫైల్ ఈవెంట్లలో సంక్లిష్టమైన విషయాలు ఎన్నింటినో కూడా నేర్చుకున్నాడు. స్థానిక ప్రజలతో నిరంతరం మాట్లాడ్డంతో, బెంగాలీ భాష మాట్లాడే నైపుణ్యాలను మెరుగుపరిచింది. సమాజంతో సంబంధాన్ని మరింత బలోపేతం చేసింది.

భరత్ తల్లిదండ్రులు తికమ్, ఉమ కోల్ కత్తాలో అతని దగ్గరకు వచ్చినప్పుడు భరత్ ప్రయాణం ఒక మధురమైన అధ్యాయాన్ని జోడించింది. భరత్ బంగ్లాలోకి ప్రవేశించగానే ఉమ కళ్ళు గర్వంతో మెరిశాయి. రెండు దశాబ్దాల క్రితం ఇలాంటి బంగ్లా నుంచి బహిష్కరణను ఎదుర్కొన్న క్షణానికి పూర్తి భిన్నంగా ఆనంద భాష్పాలు ఉప్పొంగేయి.

భరత్ సాధించిన విజయం తన జీవితాన్ని ఉత్తేజపరచడమే కాకుండా, తన కుటుంబాన్ని సమస్యల నుండి విముక్తి చేసింది. జరిగిన కష్టాలనుదూరం చేసిన విజయ కథ గా మారింది.

పూర్వ విద్యా సంస్థ నుంచి ఉత్తేజకరమైన స్వాగతం

2012లో గ్రాడ్యుయేషన్ పూర్తయిన తర్వాత, తొలిసారిగా సంస్కృతీ స్కూల్లో అడుగు పెట్టగానే జూలై 27, 2023న భరత్ లో ఉత్సాహం, భయాందోళనలు పెనవేసుకున్నాయి. ఈ సందర్భంగా పాఠశాల 25వ వ్యవస్థాపక దినోత్సవం జరిగింది.

ప్రస్తుత విద్యార్థుల్లో స్ఫూర్తి నింపేందుకు సివిల్ సర్వీసెస్ లో కెరీర్‌లో ఎదురయ్యే సవాళ్లు, ఆకాంక్షలపై ప్యానెల్ డిస్కషన్ నిర్వహించింది. తనకు అచంచలమైన ఆసరాగా నిలిచిన తన తల్లిని వెంట తీసుకెళ్లాలని భరత్ నిర్ణయించుకున్నాడు. తన కోసం ఎదురుచూసే హృదయపూర్వక స్వాగతం గురించి అస్సలు ఊహించలేదు.

భరత్ స్కూల్‌లోకి అడుగు పెట్టగానే క్యాంపస్ మొత్తం సాదరంగా స్వాగతం పలుకుతూ బ్యానర్లతో అలంకరించబడి ఉండటం చూసి ఆశ్చర్యపోయాడు. బహుశా అతన్ని అత్యంత శ్రద్ధగల విద్యార్థిగా గుర్తించని ఉపాధ్యాయులకి, అప్పుడు చదువుకున్న విద్యార్థులకి భరత్ ఇప్పుడు విజయానికి అసలు సిసలు రూపంలా అనిపించాడు.

ఆత్రుతతో నిండిన ముఖాలతో ఉన్న అక్కడి వారందరి దృష్టిని భరత్ ఆకర్షించాడు. విద్యార్థులు, ఉపాధ్యాయులు, సిబ్బంది ఉత్సాహంతో సెల్ఫీలతో ఆ క్షణాన్ని బంధించాలనే ఆత్రుతతో అతని దగ్గరకు వచ్చారు. కారిడార్లు ఆనందాశ్చర్యాలతో, ప్రశంసల గుసగుసలతో ప్రతిధ్వనించాయి.

భరత్ స్టాఫ్ రూమ్‌లోకి అడుగు పెట్టగానే టీచర్లు ఆప్యాయంగా పలకరించారు. చాలా సంతోషంగా, అతను తన పాఠశాల వదిలిపెట్టిన

తర్వాత జరిగిన ప్రయాణంలోని సంక్లిష్టమైన అధ్యాయాలను పంచుకోవడం ప్రారంభించాడు.

'వచ్చేసారి నేను గంగాసాగర్ మేళాకు వచ్చి మీ ఎర్రటి బీకన్ అలంకరించిన కారులో కూర్చుంటాను' అని అతని గురువుల్లో ఒకరైన నీతా గంగూలీ ఆటపట్టించింది.

ట్రాఫిక్ లైట్లను విస్మరించి నో పార్కింగ్ జోన్లలో పార్కింగ్ చేస్తామని శరవస్తి మేడమ్, మనీషా చౌబే మేడమ్ సరదాగా కోల్‌కతాని సందర్శించాలని నిర్ణయించుకున్నారు. భరత్ ఆ సంభాషణలోని ప్రతి క్షణాన్ని ఆస్వాదించాడు. తన వ్యాసాలను సునిశితంగా సరిదిద్దిన ఇంగ్లిష్ టీచర్ రుచి సైగల్ మేడమ్‌కు వ్యక్తిగతంగా కృతజ్ఞతలు తెలుపుతున్నప్పుడు హృదయం ఆనందంతో నిండిపోయింది. భరత్ పక్కన కూర్చున్న తల్లిదండ్రుల ప్రకాశవంతమైన చిరునవ్వు గర్వం, ఆనందపు ముఖచిత్రంగా మారింది. నవ్వులు, పంచుకున్న జ్ఞాపకాల మధ్య తికమ్ సహచరులు ఈ అవకాశాన్ని సద్వినియోగం చేసుకుని తమ విస్మయాన్ని వ్యక్తం చేశారు. 'సెల్ఫీ తీసుకుని నా కొడుక్కి చూపిస్తాను. మీరు సాధించిన విజయాల నుంచి వాడికి ఎంతో ప్రేరణ లభిస్తుంది' అని ఒకరు ఉద్వేగానికి లోనయ్యారు.

ఆ తర్వాత భరత్ ఆడిటోరియం వద్దకు చేరుకోవడంతో విద్యార్థులు, ఉపాధ్యాయులతో కిటకిటలాడింది. ముందు వరుసలో కూర్చున్న భరత్ తల్లిదండ్రులు గర్వంతో ఉప్పొంగిపోయారు, వారి కళ్ళు తమ కుమారుడిమీదే ఉన్నాయి.

'నా జీవితంలో సంస్కృతీ పాఠశాలకు చాలా ప్రత్యేకమైన స్థానం ఉంది, నేను ఇక్కడ చదువుకున్నంత మాత్రాన కాదు, మా నాన్న ఈ సంస్థలో పనిచేస్తూ తన జీవితంలోని చివరి ఇరవై సంవత్సరాలను అంకితం చేశారు' అని భరత్ భావోద్వేగంతో మాట్లాడ్డం ప్రారంభించాడు.

'6వ తరగతిలో సంస్కృతీ పాఠశాలలో చేరిన తర్వాత, అన్వేషించదగిన మరో జీవితం ఉందని, విజయం కోసం కృషి చేయగల మరో రంగం ఉందని తెలుసుకున్నాను' అని భరత్ కొనసాగించాడు. ప్రేక్షకులు అతని ప్రయాణానికి ముగ్ధులై ప్రతి మాటను శ్రద్ధగా వింటున్నారు.

ఈడబ్ల్యూఎస్ విద్యార్థులనుద్దేశించి భరత్ చెప్పిన మాటలు ఎంతో చిత్తశుద్ధితో ప్రతిధ్వనించాయి, 'స్కూల్ యూనిఫాం ధరించినప్పుడు మీరు

అందరితో సమానంగా అనిపించవచ్చు, కానీ మీరు బయటకు అడుగు పెట్టగానే, గణనీయమైన అంతరాన్ని ఎదుర్కొంటారు. కఠోర శ్రమ, విజయాల ద్వారా ఆ లోటును పూడ్చండి' అని చెప్పడంతో ఆడిటోరియంలో హర్షధ్వానాలు ప్రతిధ్వనించాయి.

సభ ముగియగానే భరత్ ను గర్వం, ఆనందోత్సాహాలు చుట్టుముట్టాయి. అతనినే కాదు ఉమ, తికమ్ లను కూడా అభినందించడానికి ఉపాధ్యాయులు గుమిగూడారు. ఆయనతో ఫోటోలు దిగేందుకు విద్యార్థులు, ఉపాధ్యాయులు మధ్య పోటీ పడ్డారు. తనకు పదేపదే ఎదురుదెబ్బలు తగిలిన సమయంలో తన తల్లిదండ్రులు అందించిన అచంచలమైన తోడ్పాటు, భరత్ ఆ క్షణంలో గుర్తు చేసుకున్నాడు.

భరత్ ఎంతో ఆనందంగా, తన తల్లిదండ్రులను కౌగిలించుకున్నాడు, కౌగిలింత ద్వారా కృతజ్ఞతా భావం, విజయానందం ప్రసరించింది.

★★★

భరత్ కథలోని కీలక అంశాలు

1. **ఒక కుటుంబం ప్రయాణం:** యూపీఎస్సీ పర్వతాన్ని అధిరోహించడం అనేది అభ్యర్థి పోరాటం మాత్రమే కాదు, మొత్తం కుటుంబ పోరాటం. భరత్ తల్లిదండ్రులు, వారి అస్థిరమైన ఆర్థిక పరిస్థితి, ఇతర అత్యవసర అవసరాలు ఉన్నప్పటికీ, రిస్క్ తీసుకోవడానికి ప్రోత్సహించారు, అతనికి మద్దతుగా నిలిచారు.. అతడ్ని నిలకడగా ఉంచి, తన లక్ష్యంపై దృష్టి సారించింది వీరే.
2. **దృఢసంకల్పం అవసరం:** సివిఎస్ఇని సాధించడం అనేది భయంకరమైన ఒత్తిడితో కూడుకున్నది. దీనికి దృఢసంకల్పం అవసరం. వైఫల్యాలు, నిరాశ, అనిశ్చితి, చీకటి ఇవన్నీ ప్రయాణంలో భాగం. వాటిని అధిగమించి ముందుకు సాగిన వారే, చివరికి ఎల్బీఎస్ఎన్ఏఏ గేట్లు తెరిచి ఐఏఎస్ లో చేరతారు.
3. **సమయాన్ని విచక్షణతో వినియోగించుకోవడం:** సీఎస్ఈ ప్రయాణం కాలానికి వ్యతిరేకంగా సాగే పరుగు పందెం. విస్తారమైన సిలబస్ ను తక్కువ సమయంలో కవర్ చేయాలి. ప్రతి అంశంపై అడిగే ప్రశ్నల ఫ్రీక్వెన్సీని గుర్తించడానికి గత సంవత్సరాల ప్రశ్నపత్రాలను విశ్లేషించడం చాలా ముఖ్యం. అభ్యర్థులు ప్రశ్నల సంభావ్యతను బట్టి అంశాలపై దృష్టి సారించి తెలివిగా సమయాన్ని వెచ్చించాలి.
4. **ఆప్షనల్ సబ్జెక్టును జాగ్రత్తగా ఎంచుకోవడం:** ఆప్షనల్ సబ్జెక్టు మీ సీఎస్ఈ ప్రయాణాన్ని దెబ్బతీస్తుంది లేదా విచ్ఛిన్నం చేస్తుంది. అంతర్జాల శోధన ఆధారంగా దానిని ఎంచుకోవద్దు. సబ్జెక్టుపై మీకున్న ఆసక్తి, దాని సిలబస్, స్టడీ మెటీరియల్ లభ్యత, స్కోరింగ్ సామర్థ్యం, జీఎస్ పేపర్లతో ఎక్కువగా రావడం వంటి విభిన్న అంశాలను పరిగణనలోకి తీసుకుని ఎంపిక చేసుకోవాలి.
5. **నోట్స్ ఒక్కటే సరిపోదు:** మరొకరి నోట్స్ పై మాత్రమే ఆధారపడటం వైఫల్యానికి కారణం. నోట్స్ తో పాటు అభ్యర్థులు ప్రామాణిక పుస్తకాల్లోని సిలబస్ అంశాలను చదివి లోతైన అవగాహన తో సమాధానాలను సుసంపన్నం చేయ్యాలి.

అంజలి

అధ్యాయం 4

కోల్పోయింది చూపునే, దృష్టిని కాదు

అంధకారపు ఇరుకుదారి

2011 డిసెంబరు మధ్యాహ్న సమయంలో, పాట్నాలోని ఆసుపత్రి గదిలోని చీకటిని ఛేధిస్తున్నప్పుడు అంజలి గొంతు అనిశ్చితితో వణికిపోయింది. 'నాన్నా, ఎక్కడున్నావు? చీకటిగా ఉంది, దయచేసి లైట్ ఆన్ చేయండి,' అని వేడుకుంది. ఆమె మంచం మీద కూర్చోవడానికి ఎంతో కష్టపడుతూ, శరీరం అపస్మారక స్థితిలోకి జారిపోతుంటే, మనస్సు జ్ఞాపకాల్ని నెమరువేసుకుంటూ వెనక్కి పరిగెడుతోంది.

అంజలి 1997లో బీహార్, సమస్తిపూర్ జిల్లాలోని వ్యాస్‌పూర్ గ్రామంలో జన్మించింది. 2008లో, ఆమె తన తల్లిదండ్రులు అశోక్, సంజు శర్మ, సోదరి స్వాతి, సోదరుడు సంస్కార్‌తో కలిసి సిక్కింలోని ప్రశాంతమైన పర్వతాల దగ్గరకి వెళ్లిపోయారు. అంజలిని గాంగ్టక్ లోని తడాంగ్ కేంద్రీయ విద్యాలయంలో చేర్పించారు. ఆమె తండ్రి మందుల ఫ్యాక్టరీలో పని చేసేవాడు. తల్లి గృహిణి.

చదువులో ప్రతిభ కనబరిచిన అంజలికి, భరించలేనంత తలనొప్పి వచ్చే వరకు జీవితం అందంగానే సాగింది. ప్రారంభంలో ఒక మాత్రతో తలనొప్పి తగ్గేది, నొప్పి భరించలేనిదిగా మారే వరకు ప్రతి రోజు క్రమ క్రమంగా తీవ్రమవుతూ వచ్చింది. సమీపంలోని డిస్పెన్సరీకి వెళ్లినా ఫలితం లేకపోగా అతి త్వరలో తుఫాను రాబోతుందని తెలిసింది.

కొద్దిరోజుల తర్వాత బాధ పిడుగల్లే మీద పడింది. నొప్పితో మెలికలు తిరుగుతూ అంజలి పదే పదే వాంతులు చేసుకుంది. ఆమె తల్లిదండ్రులు టాక్సీని పిలిచి కాలింపాంగ్‌లోని సమీప ఆసుపత్రికి తీసుకెళ్లారు. ఆ రెండు గంటల ప్రయాణం ఒక భయానక సిన్మాలా తయారయింది. ఎలాగోలా అక్కడికి చేరుకున్నారు. ఒక నర్సు ఆమె నరంలో కాన్యులా గుచ్చడంతో అంజలి స్పృహ కోల్పోయింది.

అశోక్, సంజులు ఆరు రోజులు ఆత్రంగా ఆవేదనతో నిరీక్షించారు. వారి హృదయాలు నిరాశ అంచున కొట్టుమిట్టాడుతున్నాయి. చికిత్స కోసం అంజలిని కాలింపాంగ్ నుండి సిలిగురికి, ఆపై పాట్నాకు తీసుకువచ్చారు. సగం స్పృహలో, ఏమీ అర్థం చేసుకోలేని పరిస్థితిలో ఉంది అంజలి.

అంజలి భయంతో, నిరీక్షణతో కొట్టుమిట్టాడుతున్న గుండెలతో, వెలుతురు కోసం చేసిన అభ్యర్థన, తల్లిదండ్రులను మరింత బాధకి గురి చేసింది. 'నేను ఇక్కడే ఉన్నాను, అంజలీ,' అశోక్ అన్నాడు. ఆయన గొంతు భావోద్వేగంతో బేలగా ఉంది.

కానీ అంజలికి ఏమీ కనిపించకపోవడంతో అయోమయం మరింత పెరిగింది. 'ఎందుకు లైట్ వెయ్యడం లేదు' అని అంజలి పదే పదే అడిగింది. ఆమె స్వరం నిరాశతో నిండిపోయింది.

'అమ్మా, గదిలో బోలెడు వెలుతురు ఉంది, కళ్ళు సరిగ్గా తెరవడానికిప్రయత్నించు', సంజు గొంతు భయంతో వణుకుతోంది.

అంజలి తన తల్లితండ్రుల సూచనలను వినడానికి ప్రయత్నించినప్పుడు అయోమయంతో నుదురు ముడుచుకుంది. 'నాన్నా, జోక్ చేయకు. చీకటిగా ఉంది. దయచేసి నా ఫోన్ ఇవ్వండి. కరెంటు కట్ ఉంటే, టార్చ్ ఆన్ చేయండి,' విసుగ్గా అంటూ, పట్టుబట్టింది.

అంజలి మాటలు అశోక్ గుండెల మీద కత్తుల్లా గుచ్చుకున్నాయి. ఏం జరుగుతోందో అర్థం చేసుకోవడానికి ప్రయత్నిస్తుండగా, మనస్సు ఆలోచనలతో సుడులు తిరుగుతోంది. సంజుతో కుమార్తెని జాగ్రత్తగా చూసుకొమ్మని, సహాయం కోసం గది నుండి బయటకు వెళ్తున్నప్పుడు బలమైన అలల్లా భయాందోళనలు చెలరేగాయి.

'సిస్టర్, దయచేసి మాకు సహాయం చేయండి!' అని సంజు ప్రాధేయపడింది. ఆమె స్వరం కారిడార్ అంతా ప్రతిధ్వనించింది.

డాక్టర్ రాక కోసం నిరీక్షిస్తున్ననిముషాలు, యుగాలుగా అనిపించేయి. డాక్టర్ చివరకు ఒక నర్సుతో వచ్చాడు. అంజలిని జాగ్రత్తగా పరిశీలించిన డాక్టర్ లో భావాలు మెల్లగా గంభీరంగా మారాయి. అంజలి తల్లిదండ్రులకు వారు తెలుసుకోవాలని భయపడిన ప్రతిదాన్ని డాక్టర్ చెప్పాడు.

'అంజలికి చూపు పోయినట్లుంది. ఇది తాత్కాలికం కావచ్చు లేదా శాశ్వతం కావచ్చు. నేను చెప్పలేను' అని సందేహంగా చెప్పాడు. దిగ్భ్రాంతి, అపనమ్మకం, హృదయ విదారకమైన బాధా, అంజలి తల్లిదండ్రుల మనసుల్లో నిండిపోయింది.

అంజలి చెంపల మీద కన్నీళ్ళు ధారలుగా కారుతున్నాయి. ఆమె చుట్టూ ప్రపంచం పేకమేడల్లా కూలిపోతున్నట్లు భావించింది. 'నేను చూడలేను. ఏమీ చూడలేను,' దుఃఖం తో నిండిన గొంతు గద్గద స్వరంతో వణికిపోయింది.

ఆ కుటుంబం ఊహించిన దానికంటే భయంకమైన అంధకారంలో మునిగిపోయింది.

దైవసంకల్పం

అంజలి పరిస్థితి వేగంగా క్షీణించడంతో ఆమె ప్రాణాలను కాపాడాలని మొదట వైద్యులు ఆందోళన చెందారు. ఆమె చేతుల్లో పక్షవాతం లక్షణాలు కనిపించడం ప్రారంభించాయి. కాబట్టి, వారు ఆమె కేసును న్యూఢిల్లీలోని ఆల్-ఇండియా ఇనిస్టిట్యూట్ ఆఫ్ మెడికల్ సైన్సెస్ (AIIMS)కి రిఫర్ చేశారు. ఎయిమ్స్ లోని వైద్యులు అంజలికి ప్రాణం పోసిన దేవతలయ్యారు. వారు ఆమె అనారోగ్యాన్ని క్షయ మెనింజైటిస్ లేదా బ్రెయిన్ టి.బిగా నిర్ధారించారు, దాన్ని పెరగకుండా విజయవంతంగా ఆపారు. ఆమె అవయవాల పక్షవాతాన్ని నివారించగలిగారు, కానీ ఆప్టిక్ నరాలు దెబ్బతినడం వల్ల కంటి చూపు దారుణంగా దెబ్బతింది. 95 శాతం దృష్టి వైకల్యం వచ్చింది. చాలా దగ్గర నుండి చాలా అస్పష్టంగా, నలుపు, తెలుపు తేడాను మాత్రమే గుర్తించగలిగింది.

దృష్టిని కోల్పోవడం అంజలి ఆత్మపై, చీకటి నీడలా పరుచుకుంది. ఒకప్పుడు ఆమెకి తెలిసిన శక్తివంతమైన జీవితాన్ని ఇప్పటి చీకటి ఆక్రమించేసింది. ప్రపంచంలోని రంగులన్నీ మాయమైపోయినట్టయింది. మళ్లీ చూడలేనన్న స్పృహ గుండెల పై సమ్మెట పోటులా తగిలింది. ఇంటికే పరిమితమై నిరాశా నిస్పృహలతో అలమటించింది.

నెమ్మదిగా, కుటుంబం ఇచ్చిన దృఢమైన మద్దతుతో, అంజలి చేదు వాస్తవికతను అర్థం చేసుకోవడం ప్రారంభించింది. ఆమె తన ఇంటి దగ్గర జాగ్రత్తగా కదలడం నేర్చుకుంది. చాలా సార్లు, స్వతంత్రంగా ఆమె చేసిన ప్రయత్నాలు గాయాలు, నిరాశ, కన్నీళ్లతో ముగిశాయి. అయినప్పటికీ, ఆశను వదులుకోవడానికి నిరాకరించింది. ఆ అంధకార పరిస్థితిలో కూడా జ్ఞాన దాహం చల్లారలేదు. పుస్తకాల కోసం వేడుకుంది. ముఖం మీద కన్నీళ్లు ప్రవహించాయి. ఆమె తపనని చూసిన తల్లిదండ్రులు, సోదరి కళ్లలో విషాదం నిండింది. ఈ కొత్త పోరాటంలో నెలలు గడిచిపోయాయి. ఎడతెగని చీకటి మధ్య, ఆరు నెలల తర్వాత, ఒక ఉదయం కాంతి కిరణం మెరిసింది. సంజు అంజలికి అల్పాహారం అందిస్తుండగా, అశోక్ ఫోన్ మోగింది. పక్కనే ఉన్న గదిలో ఆయన ఆఫీసుకు సిద్ధమవుతున్నాడు. ఆ ఫోన్ కాల్, అంజలి స్కూల్లోని సామాజిక శాస్త్ర ఉపాధ్యాయుడు సుమిత్ నుండి వచ్చింది.

అశోక్ టెలిఫోన్లో మాట్లాడిన వెంటనే, అంజలి గదికి పరుగెత్తి. 'అమ్మ... అంజలీ, అభినందనలు... నువ్వు 10వ తరగతి పరీక్షలో పాస్ అయ్యావ్!' అని గర్వంగా చెప్పాడు. అంజలి పూర్తి అపనమ్మకంలో పడింది. 'ఫైనల్ ఎగ్జామ్‌కి కూడా కూర్చోకుండా పరీక్షలో ఎలా పాసయ్యాను?' అని ఆశ్చర్యపోయింది.

'దేవుడు నీకోసం కొన్ని ప్రణాళికలు వేస్తున్నాడని నమ్మకం కలుగుతోంది,' అశోక్ మనసు ఆనందంతో నిండిపోయింది. అదృష్టవశాత్తూ, సి.బి.ఎస్ ఈ ఆ సంవత్సరం నుండి 10వ తరగతి బోర్డు పరీక్షను నిలిపివేసింది... దాని బదులు, పాఠశాలలోనే తుది పరీక్షలు నిర్వహించారు, ఆ పరీక్షలకి ఇంటర్నల్ ఎస్సెస్మెంట్స్‌లో, అర్ధ-వార్షిక పరీక్షల్లో, అసైన్‌మెంట్‌లలో వచ్చిన మార్కులని పరిగణలోకి తీసుకొని వెయిటేజీ ఇవ్వడంతో, వాటిల్లో అసాధారణ ప్రతిభ కనబరిచిన అంజలిని తరువాత తరగతికి ప్రమోట్ చేసారు.

ఆమె కళ్ళు ఆనందాశ్రువులతో చెమ్మగిల్లాయి. ఫోన్ కాల్ ఒక దైవిక జోక్యం, చీకటి మధ్య ఆశనందించిన మెరుపు. సరి కొత్త దృఢ సంకల్పంతో, అంజలి తిరిగి పాఠశాలకు వెళ్లాలని నిర్ణయించుకుంది. 'నేను కంటి చూపును కోల్పోయి ఉండవచ్చు, కానీ నా మనస్సులో తెలివి, ఇంద్రియాలు చెక్కుచెదరకుండా, పనిచేస్తాయి. వాటిని పూర్తి స్థాయిలో ఉపయోగించుకుంటాను' అని మనసులో అనుకుంది.

అంజలి ఎప్పుడూ చదువంటే ఇష్టపడేది; చదువులో రాణించగలనని తనకి తెలుసు. దారుణంగా దృష్టిని కోల్పోయినప్పటికీ, దానిని అధిగమించడానికి శక్తివంతమైన సంకల్పంతో నిలబడింది. అంతే కాకుండా, నేర్చుకోవడం పట్ల ఆమెకున్న అభిరుచి! ఆ అభిరుచి కేవలం వ్యక్తిగత కోరిక మాత్రమే కాదని, మనుగడకు, గౌరవప్రదమైన జీవితానికి కీలకమైన మార్గం అని అర్థం చేసుకుంది. అయితే, అంజలి అనారోగ్యం నుంచి పూర్తిగా కోలుకుని కంటిచూపు లేకుండా జీవించేందుకు ఏడాదిసమయం పట్టింది.

చాలా మంది బంధువులు అంజలి అంధురాలు కనుక భద్రతా సమస్యలుంటాయని అశోక్‌కి చెప్పి, పాఠశాలకు పంపొద్దని నిరుత్సాహపరచారు. అయితే అశోక్ మాత్రం కృతనిశ్చయంతో ఉన్నాడు.

అనూహ్యంగా టాపర్

జూలై 2013 మొదటి వారం, అంజలి జీవితంలో, కొత్త అధ్యాయానికి నాంది పలికింది. తండ్రి చేతిని గట్టిగా పట్టుకుని, తిరిగి తన స్కూల్ ఆవరణలోకి అడుగు పెట్టింది. తన తరగతి గదిలోకి ప్రవేశించినప్పుడు, ఉపాధ్యాయులు, సహవిద్యార్థులు ఎంతో ఆప్యాయత గాఆదరించారు. ఆ క్షణంలో, తాను మళ్లీ జన్మించినట్లు, ఆత్మలో ఒక ప్రకంపన కలిగింది.

అంజలి 11వ తరగతి జూనియర్ బ్యాచ్‌లో చేరినట్లు గుర్తించింది; ఆమె రాని సమయంలో సహవిద్యార్థులు పురోగతి సాధించారు. కంటి చూపు కోల్పోకముందే అంజలి ఇంజనీర్ లేదా సైంటిస్ట్ కావాలనుకుంది. పేదలకు సహాయం చేయడానికి కొత్త విషయాలను కనిపెట్టాలనేది ఆమె కల. అయితే, కేవలం వినడంపై ఆధారపడి గణితం, సైన్స్ అధ్యయనం చేయడం దాదాపు అసాధ్యం కాబట్టి హ్యూమానిటీస్ ని ఎంచుకోవలసి వచ్చింది.

ఇంత ఎదురుదెబ్బ తగిలినా, తన చదువు దృఢ సంకల్పంతో కొనసాగింది. తరగతిలో, ప్రతి ఉపన్యాసాన్ని నిశితమైన శ్రద్ధతో గ్రహించి, పాఠాలను తన మనస్సులో పదిల పర్చుకునేది. ఇంటికి తిరిగి వచ్చిన తర్వాత, పాఠాలు చదవడానికి తన తండ్రి, సోదరి స్వాతిపై ఆధారపడింది. తల్లి సంజు హిందీ క్లాసుల్లో ఆమెకు సహాయపడేది. ఫిజికల్ ఎడ్యుకేషన్ క్లాసుల సమయంలో తన క్లాస్‌మేట్స్ ఆడుకోవడానికి బయటకు వెళ్లినప్పుడు అంజలి బాధపడేది. తన సీటులో కూర్చొని ఆలోచిస్తూ

ఉంటుంది లేదా క్లాస్‌లో బోధించిన వాటిని రివైజ్ చేసుకోవడానికి పెద్ద సైజ్ ఫాంట్‌లో బ్లాక్‌బోర్డ్‌పై ఏదైనా రాస్తూ వుండేది.

మొదటి యూనిట్ పరీక్ష రాగానే అంజలి తానే రాయాలని నిర్ణయించుకుంది. అయితే, ఆమె ఎన్ని ప్రయత్నాలు చేసినప్పటికీ, ప్రశ్నలను సరిగ్గా చదవలేకపోయింది లేదా వాటికి సమాధానాలు రాయలేకపోయింది. నిరాశ ఒక్కసారిగా ముంచెత్తి ఆమెను బెదిరించింది; సమాధాన పత్రాన్ని కన్నీళ్లతో తడిపింది. వెంటనే, ఆమె టీచర్ ఓదార్పు, పరిష్కారాన్ని అందిస్తూ అడుగు పెట్టింది. కొత్త ఆన్సర్ పత్రాన్ని అందించింది. అంతేకాకుండా అంజలికి లేఖరిగా వుండడానికి 9వ తరగతి అమ్మాయిని పిలిపించింది.

'అంజలీ, ఆమె నీ కోసం ప్రశ్నలను చదివి, నువ్వు చెప్పే సమాధానాలు రాస్తుంది. నీకు అదనపు సమయం ఇస్తాను' అని అంజలితో చెప్పింది.

కొన్ని రోజుల తర్వాత, పొలిటికల్ సైన్స్‌లో మొదటి యూనిట్ పరీక్ష ఫలితం ప్రకటించబడినప్పుడు, అది అంజలి పరివర్తనను సూచించింది. అత్యధిక మార్కులు సాధించినందుకు ఉపాధ్యాయుడు, సహవిద్యార్థుల నుండి ప్రశంసలు అందుకున్నప్పుడు హృదయం గర్వంతో ఉప్పొంగింది. ఆ అద్భుతమైన ప్రదర్శన కొత్త విశ్వాసాన్ని నింపింది. ఆమె విజయం పట్ల తల్లిదండ్రులు కూడా ఆనందంలో మునిగిపోయారు.

తరువాతి రెండు సంవత్సరాలలో, అంజలి తన చదువుకు తనను తాను హృదయపూర్వకంగా అంకితం చేసుకుంది. ఆమె సోదరుడు సంస్కార్‌తో సహా తన కుటుంబ సభ్యుల సహకారంతో, అలసిపోకుండా గంటల తరబడి ఆమె పాఠాలు చదివింది. ఆమె ఉపాధ్యాయులు, సహవిద్యార్థులు చక్కటి మద్దతును కొనసాగించారు. నిరంతర కృషితో 12వ తరగతి బోర్డు పరీక్షల్లో, అంజలి తన పాఠశాలలో టాప్ స్కోరర్‌గా నిలిచినప్పుడు, దృఢ సంకల్పం విజయవంతమైన క్షణాన్ని అందించింది. కేంద్ర విద్యా మంత్రిత్వ శాఖ నుండి ప్రశంసలు వెల్లువెత్తాయి.

ఆమె తండ్రితో కలిసి, అంజలి తన మార్క్ షీట్ తీసుకోవడానికి పాఠశాలకు వెళ్ళింది. స్టాఫ్‌రూమ్ లోకి వెళ్ళింది, అక్కడ ఆమె ఉపాధ్యాయులు హృదయపూర్వక అభినందనలు అందించారు.

'కష్టపడి పని చేస్తూ ఉండు అంజలి... ఏదో ఒకరోజు ఐఏఎస్ ఆఫీసర్ అయ్యే అవకాశం ఉంది' అని క్లాస్ టీచర్ అంజలిని ఆప్యాయంగా కౌగిలించుకుంది.

అంజలికి అప్పటికి ఐఏఎస్, యూపీఎస్సీ గురించి తెలియదు, కానీ టీచర్ మాటలు మనసులో ఆశయ బీజాన్ని నాటాయి. అంజలిని ఢిల్లీ యూనివర్సిటీకి గ్రాడ్యుయేషన్ కోసం పంపమని సుమిత్ సర్ అశోక్‌ని కోరాడు, అక్కడ ఆమెకు లభించే అవకాశాలు, సౌకర్యాలను వివరించాడు.

'నా సుదీర్ఘ కెరీర్‌లో, ఇంత తెలివైన, దృఢసంకల్పం గల విద్యార్థిని నేను చూడలేదు' అని గర్వంగా అంజలి తండ్రికి చెప్పాడు.

అయితే, డీయూకి హాజరయ్యే అవకాశం అంజలిని, ఆమె తల్లిదండ్రులను ఆందోళనకు గురిచేసింది. 'ఆమె అక్కడ ఒంటరిగా ఎలా జీవిస్తుంది? ఆమె కోసం పాఠాలు ఎవరు చదువుతారు?' అని ఆలోచనలో పడ్డారు.

అనేక వైఫల్యాలు; లెక్కలేనన్ని విజయాలు

ఒక నెల తర్వాత, అంజలి బి.ఏలో అడ్మిషన్ కోసం గాంగ్‌టక్‌లోని ప్రభుత్వ కళాశాలకి వచ్చింది. అడ్మిషన్ కౌంటర్ దగ్గర ఉన్న మహిళ ఒక అంధ యువతి దరఖాస్తు చేసుకోవడం చూసి ఆశ్చర్యాన్ని దాచుకోలేక అడ్డుకునేందుకు ప్రయత్నిస్తూ.

'క్యాంపస్ చాలాపెద్దది, తరగతి గదులు వేరువేరు చోట్ల ఉన్నాయి. ఎలా మేనేజ్ చేస్తారు?' సందేహంగా ప్రశ్నించింది.

'నేను మేనేజ్ చేస్తాను మేడమ్' అని అంజలి దృఢ నిశ్చయంతో సమాధానం ఇచ్చింది.

'హాజరు విధానం ఇక్కడ కఠినంగా ఉంది, 75 శాతం హాజరుతప్పనిసరిగా అవసరం,' ఏదో విధంగా ఆమెను అడ్డుకోవాలనే ఉద్దేశంతో అందామె.

'నేను ఇప్పటికే చాలా సమస్యలను దాటాను మేడమ్. దీన్ని కూడా హ్యాండిల్ చేయగలనని ఖచ్చితంగా అనుకుంటున్నాను' అని అంజలి చిరునవ్వుతో స్పందించింది.

ఆమె 12వ తరగతి మార్కుల ఆధారంగా అడ్మిషన్ రావడంతో, అంజలికి భౌగోళిక శాస్త్రంపై ఉన్న అభిరుచి బి.ఏ (ఆనర్స్) ఎంచుకుంది. అయితే, జాగ్రఫీ ప్రొఫెసర్ ఆమె అడ్మిషన్ నిరాకరించారు.

'రాష్ట్రంలో అత్యధిక మార్కులు సాధించిన నేను జాగ్రఫీని ఎందుకు చదవలేను సార్?' అని ప్రశ్నించిన అంజలి స్వరం తిరుగుబాటుతో నిండిపోయింది.

'చూడమ్మా, ఈ కోర్సులో చాలా ప్రాక్టికల్ వర్క్ ఉంటుంది. నువ్వు చేయడం చాలా కష్టమవుతుంది,' ఆయన ఓపిగ్గా వివరించాడు.

ఆమె గురువు సుమిత్ సర్‌ని సంప్రదించి, అంజలి ఇంగ్లీష్ (ఆనర్స్) ని తీసుకుంది, ఆ సబ్జెక్ట్‌ని కుటుంబంతో చదివించుకోవచ్చు. అంజలి ప్రాక్టికల్స్ లేకుండా సోషియాలజీ, జాగ్రఫీని కూడా మైనర్స్ గా ఎంచుకుంది.

పరిచయం లేని కళాశాల వాతావరణంలో అడుగు పెట్టింది మొదలు అంజలికి తీవ్రమైన పోరాటం ప్రారంభమైంది. ఆమె తరచుగా తడబడుతూ, పడిపోయి, లేచి, అప్పుడప్పుడు కారుతున్న రక్తంతోపాటు కన్నీళ్లు కూడావచ్చేవి. కానీ ఈ ఎదురుదెబ్బలు తన దృఢ నిశ్చయాన్ని దెబ్బతీయడానికి ఒప్పుకోలేదు.

అంజలి తన కళాశాలలో మొదటి దృష్టి లోపం ఉన్న విద్యార్థిని. తరచుగా ఎందరో అడక్కుండా సలహాలు ఇచ్చేవారు. కొంతమంది ఉపాధ్యాయులు ప్రత్యేక పాఠశాల లో కూడా జేరమని సూచించారు, మరికొందరు ఒక చేతి కర్ర ఉపయోగించమని సిఫార్సు చేశారు. అయినప్పటికీ, అంజలి తన నిర్ణయం మార్చుకోలేదు. రాకపోకలు కూడా తక్కువ భయంకరమైనవి కావు. కాలేజీకి వెళ్ళటానికి ఒక గంట ప్రయాణం చెయ్యాలి. ఇది మరో క్లిష్ట పరిస్థితి. దీన్ని అధిగమించడానికి, బస్సు లేదా టాక్సీ ఎక్కేందుకు కుటుంబ సభ్యులు ఆమెకు సహాయం చేసేవారు. కాలేజీకి రాగానే, అంజలి తన తరగతికి చేరుకోవడానికి చుట్టుపక్కల వారి సహాయం అడిగేది. తిరుగు ప్రయాణం కోసం, సురక్షితమైన రవాణా సహాయం కోసం క్లాస్‌మేట్స్‌పై ఆధారపడవల్సి వచ్చేది.

కొన్ని సమయాల్లో, టాక్సీ దారిలో చెడిపోయేది, లేదా అంజలి అనుకోకుండా తప్పు ప్రదేశంలో దిగేది, మరొక క్యాబ్‌ని ఎక్కడానికి ఎవరినో సహాయం కోరవలసి వచ్చేది. ఈ సవాళ్ల మధ్య, అంజలి, ఆమె తల్లిదండ్రులు సిక్కింలో ఉండటం అదృష్టంగా భావించారు. ఇక్కడ పర్యావరణం సురక్షితంగా ఉంది, ప్రజలు ఎంతో సహాయం చేస్తున్నారు.

చేతి కర్ర వాడకాన్ని ఒప్పుకుని, తన వైకల్యాన్ని బహిర్గతం చేసే బదులు, అంజలి తన తోటివారితో మాములుగా కలిసిపోవడాన్ని ఇష్టపడింది. ఆమె బ్రెయిలీ నేర్చుకోవడానికి మొండిగా నిరాకరించింది. బాహ్య రూపాన్ని బట్టి, అంధురాలు అని ఎవరూ గుర్తించలేరు. ఒకరోజు తన కాలేజీ దగ్గర బజారుకి అంజలి ఆమె స్నేహితులతో చేయి కలిపి, నడుచుకుంటూ వెళ్ళింది. ఒక మహిళ వారిని ఆమెకు ఎందుకు సహాయం చేస్తున్నారు అని అడిగినప్పుడు, తన దృష్టిలోపాన్ని చెప్పకుండా, అంజలి కాలులో నొప్పితో బాధపడుతున్నట్టు చెప్పింది.

క్రమంగా, ఆమె కళాశాలలో ఒక గుర్తింపు పొందింది. ఆమె చెవులు ఆమె కళ్ళుగా మారాయి. ఇతర విద్యార్థులు ఆమెను గుర్తించడం మొదలెట్టారు. ఇష్టపూర్వకంగా సహాయాన్ని అందించారు. ఆమె తన పాత నోకియా ఫోన్ కీప్యాడ్‌ను గుర్తుపెట్టుకుంది. అప్పుడప్పుడు ఇబ్బందులు ఎదురైనప్పటికీ కమ్యూనికేట్ చేయడానికి దాన్ని ఉపయోగించేది.

యూట్యూబ్ సహాయంతో తన మార్గంలో సాగిపోయింది

ఇంటర్నెట్, స్మార్ట్‌ఫోన్ విప్లవం ప్రపంచవ్యాప్తంగా అనేక మార్పులను తీసుకువచ్చింది. 29 మార్చి 2016న ఆమె తండ్రి స్మార్ట్‌ఫోన్ ఇచ్చి అంజలి జీవితంలో విప్లవాత్మక మార్పుకు నాంది పలికారు.

వాట్సాప్ గ్రూపుల ద్వారా నోట్స్, కీలక సమాచారం ఇచ్చిపుచ్చుకోవడంతో కాలేజీ చదువులకు ఫోన్ తప్పనిసరి అయింది. అంజలి తోబుట్టువులు, స్వాతి, సంస్కార్, ఫోన్‌లోని వివిధ ఫీచర్లు, వివిధ యాప్‌లను ఎలా ఉపయోగించాలో ఉత్సాహంగా నేర్పించారు. వాయిస్ మెసేజ్ ఇవ్వడం కూడా నేర్పారు. అంజలికి యూట్యూబ్ అంటే చాలా ఇష్టం.

ప్రారంభంలో, అంజలి యూట్యూబ్‌లో సంగీతాన్ని వినడంద్వారా సాధారణ ఆనందాన్ని అనుభవించింది. అయితే, కొన్నిరోజులతర్వాత, ఆమెలో ఒక కొత్త ఆలోచన కలిగింది. ఐఏఎస్ అధికారి కావడానికి తన సామర్థ్యాన్ని ధృవీకరిస్తూ తన క్లాస్ టీచర్ అన్నమాటలను గుర్తుచేసుకోవడంతో ఎక్కడో మరుగునపడిన ఆశయం బయటపడింది. ఆలోచనతో, ఆసక్తితో, ఆమె ఐఏఎస్ అధికారి ఎలా కావాలో అనే అంశంపై టాపర్ల చర్చలు, సెమినార్లు, కథనాలు, వీడియోలను వినడం ప్రారంభించింది.

రోజులు వారాలుగా మారడంతో, అంజలి యూపీఎస్సీ, సివిఎస్ ఈలో పేపర్ల సంఖ్య, ప్రతిసబ్జెక్టు సిలబస్‌పై చాలా జాగ్రత్తగా సమాచారాన్ని సేకరించింది. పద్ధతిగా అవసరమైన పుస్తకాల జాబితాను తయారు చేసుకుంది. అంతేకాకుండా, సివిఎస్ఈ సిలబస్‌లోని అంశాలపై ఆడియో, వీడియో పాఠాలను వెతికింది.

సివిఎస్ఈ కఠినమైన అంశాలతో పాటు అంజలి తన కళాశాల చదువుని కలుపుకుంది. ఆమె ప్రతి ఉపన్యాసం, అసైన్‌మెంట్‌ను సివిఎస్ఈ సిలబస్‌ని దృష్టిలో ఉంచుకుని చదవడం మొదలు పెట్టింది, కళాశాల చదువుకి సంబంధించిన అంశాలకి, సివిఎస్ఈ కి మధ్య ఒక సమన్వయం ఏర్పరచుకొని వాటి మధ్య చక్కటి పొంతన తెచ్చుకుంది.ఆ విధంగా చదువుని సులభతరం చేసుకుంది. సివిఎస్ఈకి సంబంధించిన వాటి ఆధారంగా కళాశాలలో తన ఆప్షనల్ పేపర్స్(ఐచ్ఛికాలని) ఎంచుకోవడం ప్రారంభించింది.

అయినప్పటికీ, సంకల్పం మధ్యలో వచ్చే సందేహం, అంజలిని అభద్రతాభావనకి గురిచేసింది. ఐఐటి, ఏఐఐఎంఎస్, డి.యు, జె.ఎన్.యు వంటి ప్రతిష్టాత్మక సంస్థల నుండి వచ్చిన ఐఎఎస్ టాపర్‌ల ప్రొఫైల్‌లు ఆమె ఆకాంక్ష మీద భయంకరమైన నీడని పరుస్తున్నాయి.

'వాళ్లతో పోటీపడగలనా?' అని కలవరపడింది. సిక్కింలోని గ్రామీణ ప్రాంతం కావటంతో, టాప్-టైర్ కోచింగ్ ఇనిస్టిట్యూట్ సౌకర్యాలు, మార్గదర్శకత్వం లేకపోవడంతో, అంజలి కి ఉన్న పరిమితుల భారం ఒత్తిడిని పెంచాయి. ఐఎఎస్‌కు మార్గాన్ని విజయవంతంగా చూపించగల మెంటార్ లేకపోవడంతో అనిశ్చితిపెరిగింది.

చాలా మంది ఐఎఎస్ ఔత్సాహికులను, ముఖ్యంగా గ్రామీణ నేపథ్యాలు, దేశంలోని మారుమూల ప్రాంతాల నుండి వచ్చిన వారిని చిక్కటి, చీకటి మేఘాలు కప్పివేస్తున్నాయి. ఈ సందేహాలని నివృత్తి చేసుకోగలిగితే విజయం సాధిస్తారు. ఈ సందేహాలతో అంజలి కూరుకుపోతుందా లేక వాటిని అధిగమిస్తుందా? కాలమే తేల్చాలి.

ఒక చారిత్రాత్మక నిర్ణయం

జూన్ 2018లో, అంజలి నాలుగు రోడ్ల కూడలిలో నిలబడింది. ఆమె హృదయం రెండు విభిన్న మార్గాల మధ్య నలిగిపోయింది. మాస్టర్స్

ప్రోగ్రామ్‌లో చేరేందుకు తన కాలేజీకి వెళ్లే బస్సు ఎక్కినప్పుడు, ఉద్వేగాల తుఫాన్ చెలరేగింది.

'నేను నిజంగా పోస్ట్ గ్రాడ్యుయేట్ డిగ్రీని చదవాలనుకుంటున్నానా?' అనిశ్చితి భారంతో తీవ్రంగా ఆలోచనల్లో పడింది. కళాశాలకి రోజూ హాజరుకావాలంటే సివిఎస్ఈ తయారీకి అవసరమైన విలువైన సమయాన్ని వినియోగించలేదు. మనసులో ఎడతెగని తుఫానులా ప్రశ్నలు చుట్టుముడుతుండగా, తన సంకల్పంపై సందేహం కమ్ముకుంది.

'నేను ఎలా మేనేజ్ చేయగలను? మాస్టర్స్ డిగ్రీ నా కెరీర్ అవకాశాలను మెరుగుపరుస్తుందా లేదా అది నన్ను నా అంతిమ లక్ష్యం నుండి పక్కకి తీసుకెళ్తుందా?' అని ఆలోచనలో పడింది. బస్సు తన కాలేజీ వైపు వెళుతుండగా, అంజలి సంకల్పం ఆలోచనల అల్లకల్లోల సముద్రం మధ్య పర్వత శిఖరంలా దృఢపడింది. కాలేజీ గేట్ వద్దకు చేరుకోగానే, అడ్మిషన్ కోసం దరఖాస్తు చేయకుండా, తన సర్టిఫికేట్‌లను తీసుకొని, నిలకడగా అడుగులు వేస్తూ, ఇంటికి వెళ్లే బస్సు ఎక్కింది.

వణుకుతున్న స్వరంతో, తన తండ్రి నంబర్‌కు డయల్ చేసి, తన నిర్ణయానికి ఆయన ఒప్పుకునేటట్టు మాట్లాడుతూ 'నాన్నా, నేను ఒక నిర్ణయం తీసుకున్నాను. కాలేజీలో చేరను. బదులుగా, నేను ఐఏఎస్ అధికారి కావడానికి సిద్ధమవుతాను'.

ఆమెలో నిరీక్షణాభారం నిశ్శబ్దంగా ఆవరించింది. అప్పుడు, దృఢమైన మద్దతునిచ్చే మార్గదర్శిలా, తండ్రి మాటలు, అనిశ్చితి తుఫాను సముద్రంలో భరోసానిస్తూ వినిపించాయి.

'నీతో ఏకీభవిస్తున్నాను, నీ ఇష్టం అంజలీ,' అని సమాధానమిచ్చాడు. ఆయన మాటలు అంజలి జీవన రేఖని మార్చగలిగేంత నమ్మకంగా. 'నువ్వు ఏ మార్గాన్ని ఎంచుకున్నా, హృదయపూర్వకంగా నీకు అండగా ఉంటాను.'

కళ్లు తెరిపించిన సంభాషణ

యూపీఎస్సీలో విజయం సాధించాలనే సంకల్పం తోపాటు, తన ప్రయాణాన్ని ప్రారంభించే ముందు తనకు తానుగాఎంతో విజ్ఞానాన్ని సమకూర్చుకోవాలని

తెలుసు. ఒక కోచింగ్ ఇనిస్టిట్యూట్ నుండి, ఆమె సిఎస్ఈ ప్రిపేర్ అవుతున్న గుడ్డి ఝూ అనే అంధ యువతితో మాట్లాడడానికి నంబర్ సంపాదించింది. గుడ్డి ఢిల్లీలోని జేఎన్‌యూలో చదువుతోంది. నేర్చుకోవాలనే ఆసక్తితో, అంజలి తన ప్రయత్నంలో సూక్ష్మాలను, మెలకువలను నేర్చుకోవాలనే ఆశతో, ఆత్రుతగా గుడ్డిదగ్గరికి వచ్చింది .

'జేఎన్‌యూ హాస్టల్‌లో ఒంటరిగా ఎలా ఉంటున్నారు, దీదీ?' అని గుడ్డిని ఫోన్‌లో ప్రశ్నించినప్పుడు అంజలి కంఠం ఉత్సుకతతో వణికిపోయింది. 'నా చుట్టూ తిరగడానికి, వివిధ కార్యకలాపాలలో నాకు సహాయం చేయడానికి నాకు ఎల్లప్పుడూ ఎవరైనా కావాలి.' అని కూడాఅంది.

గుడ్డి జవాబులు అంజలి కళ్ళు తెరిపించాయి. 'నేను స్వతంత్రంగా జీవిస్తున్నాను, ఇతర వ్యక్తుల మాదిరిగానే నా పనులన్నీ చేసుకుంటాను. క్యాంపస్ బైటకి భోజనం, వినోదం కోసం కూడా వెళ్తాను.' గుడ్డి, ఫోన్ లో ,నిశ్శబ్దం ప్రతిధ్వనించిన విశ్వాసంతో అంది.

గుడ్డి మాటలు అంజలిని ఆశ్చర్యపరిచాయి, అవకాశాల ప్రపంచానికి మార్గాన్ని చూపెట్టాయి. ఇలాంటి సవాళ్లను ఎదుర్కొన్నప్పటికీ, 'స్వాతంత్రం, ఉత్సాహం నిండిన జీవితాన్ని గడుపుతున్న వ్యక్తి ఇక్కడ వుంది', అనే భావన అంజలికి కల్గించింది. కొన్ని క్షణాలు అంజలి తన ఆలోచనల్లో మునిగిపోయింది. గుడ్డి కంఠం తనని వెనక్కి తీసుకొచ్చేంత వరకు తాను ఫోన్‌లో మాటలాడుతున్నానన్న సంగతి మర్చిపోయింది. 'నీకు ఐఏఎస్ అధికారి కావాలనే కోరిక ఉందని తెలుసుకోవడం చాలా సంతోషంగా ఉంది. పరీక్షకు సిద్ధం కావడానికి నువ్వు ఏ వ్యూహం రచించావు', గుడ్డి ప్రశ్నించింది.

'అక్కా, నేను చాలా గందరగోళ పరిస్థితిలో ఉన్నాను. నా పాఠశాలలో, కళాశాలలో, నా తల్లిదండ్రులు పాఠాలు చదవడం ద్వారా సహాయం చేసారు. కానీ, సిఎస్ఈకి సంబంధించిన సిలబస్ చాలా ఎక్కువుంది కాబట్టి, నా కోసం పుస్తకాలు, కోర్సు మెటీరియల్‌ని చదవడానికి ఒకరిని పెట్టుకోవాలని ఆలోచిస్తున్నాను,' అని అంజలి తన అభిప్రాయాన్ని వెల్ల డించింది. అంజలి మనస్సు రకరకాల ఆలోచనలతో తిరుగుతోంది.

'ఏం చెప్తున్నావు? నేను నమ్మలేకపోతున్నాను. నువ్వు ఏ గ్రహం మీద నివసిస్తున్నావు?' గుడ్డి పగలబడి నవ్వింది.

'నీ కోసం ఎవరైనా అంత సిలబస్ చదివితే ఎలా? పైగా, ఎంతో ఎక్కువగాఉన్న సిలబస్‌ను ఈ పద్ధతిలో ఎలా కవర్ చేస్తావు?' గుడ్డ నిగ్రహంగా అడిగింది. ఆమె స్వరం ఇప్పుడు గంభీరంగా, ఆలోచనాత్మకంగా ఉంది.

'మరి నేనేం చేయాలి, అక్కా? నేను 11వ తరగతి నుంచి ఈ విధంగానే చదువుతున్నాను... దయచేసి గైడ్ చేయండి' అని అంజలి వేడుకుంది.

'టెక్స్ట్-టు-స్పీచ్ అప్లికేషన్‌లతో సహా అనేక సాఫ్ట్‌వేర్ సాధనాలు ఉన్నాయి, ఇవి నీకు అధ్యయనం చేయడంలో, నోట్స్ రాసుకోవడంలో సహాయపడతాయి. ల్యాప్‌టాప్‌ని కొని, నువ్వు చదువుకోవడానికి అవసరమైన సాఫ్ట్ వేర్‌ను సొంతంగా ఇన్‌స్టాల్ చేసుకో' అని గుడ్డి సలహా ఇచ్చింది.

అంజలి తండ్రి, సమయాన్ని వృథా చేయకుండా, మరుసటి రోజే ఆమెకు ల్యాప్‌టాప్ కొనిచ్చాడు. కానీ, దాన్ని ఆపరేట్ చేయడంలోనూ, సరైన సాఫ్ట్ వేర్‌ను ఎంచుకోవడంలోనూ అంజలి విఫలమయింది. ఈ విషయంలో, సిక్కింలో ఎవరూ సహాయపడేవారు లేక, ఏం చేయాలో తెలీక నిరుత్సాహంగా, అనిశ్చితంగా ఉండిపోయింది.

ఆ తరువాత యూట్యూబ్‌లో విస్తృతమైన పరిశోధన చేసిన తర్వాత, అంజలి 'ఐవే నేషనల్ హెల్ప్‌డెస్క్ ఫర్ ది బ్లైండ్ అండ్ విజువల్లీ ఇంపెయిర్డ్'ని కనుగొంది; దాని టోల్ ఫ్రీ నంబర్‌ను కనుక్కుంది. వారు ఆమెను న్యూఢిల్లీ లోని ఆర్‌కె పురంలోని నేషనల్ అసోసియేషన్ ఫర్ ది బ్లైండ్ (ఎన్ఎబి) కి పంపారు. ఈ సంస్థ దృష్టి లోపం ఉన్న వ్యక్తులకు స్వతంత్రంగా, ఆర్థికంగా సురక్షితమైన జీవితాన్ని గడపడానికి, వీలు కల్పించడానికి శిక్షణా కార్యక్రమాలను అందించడంలో ప్రత్యేకత కలిగి ఉంది. వారి కోర్సులలో కంప్యూటర్ అక్షరాస్యత, సహాయక సాంకేతికత, డిజిటల్ యాక్సెసిబిలిటీ ఉన్నాయి.

అంజలి మరింత అన్వేషించడానికి ఎన్ ఎ బి ఒక అద్భుతమైన మార్గంగా కనిపించింది. అయినప్పటికీ, దూరప్రాంతంలో ఒంటరిగా జీవించాలనే ఆలోచనలు కలవరపెట్టడం ప్రారంభించాయి.

పరాధార సంకెళ్ళ నుండి విముక్తి పొందడం

అంజలి తల్లిదండ్రులు ఢిల్లీలో ఒంటరిగా జీవించడం పట్ల ఆమెకున్న భయాలను తొలగించి, బయటకు వెళ్లేలా ప్రేరేపించారు.

'అంజలీ, నీ భవిష్యత్తుకు ఈ అవకాశం చాలా కీలకం. సాంకేతిక శిక్షణ నీ కలలను సాకారం చేసుకోవడానికి నీకు శక్తినిస్తుంది, స్వతంత్రంగా జీవించడానికి ఇనిస్టిట్యూట్ నీకు మార్గనిర్దేశం చేస్తుంది' అని వారు ఆమెకు భరోసా ఇచ్చారు.

సెప్టెంబరు 2018లో ఎన్ ఎ బి క్యాంపస్‌కి వచ్చిన తర్వాత, అంజలికి అక్కడ అంతా పరిచయమునట్టుగా అనిపించింది... 'ఇక్కడ, ఇతర పిల్లలు కూడా దృష్టి లోపంతో ఉన్నారు, నా సవాళ్లను అర్థం చేసుకుంటారు. నన్ను చూసిఎవరూ జాలిపడరు, సానుభూతితో చూడరు' అని అంజలి సానుకూలంగా ఆలోచించింది.

ప్రారంభంలో, ఎన్ ఎ బి సిబ్బంది ఆమెను చేర్చుకోవడానికి వెనుకాడారు. ఎందుకంటే అప్పటికే కొన్ని రోజుల ముందు కోర్సు ప్రారంభమైంది. అయినప్పటికీ, అంజలి తల్లిదండ్రుల నుండి పదే పదే వచ్చిన అభ్యర్థనలు, సుదూర సిక్కిం నుండి ప్రయాణించి రావడం గురించి విన్న తర్వాత, వారు అంగీకరించారు. ఆమె తల్లిదండ్రులు వీడ్కోలు చెప్పి, హాస్టల్ గది నుండి బయలుదేరిన వెంటనే, అంజలిని భావోద్వేగాల అల చుట్టుముట్టింది. అకస్మాత్తుగా, ఆమెకి ఒంటరినయ్యానని అనిపించింది, తెలియని ప్రదేశంలో తనవారు లేకుండా జీవించే నిరుత్సాహకరమైన పరిస్థితితో పోరాటం మొదలైంది. ఆమెని భావోద్వేగాలు పెనవేసుకున్నప్పుడు ముఖం మీద కన్నీళ్లు ధారలుగా కారుతున్నాయి.

'ఎందుకలా ఏడుస్తున్నావు తల్లీ?' అంజలి కన్నీళ్లకు, ఆలోచనల సుడిగాలికి అంతరాయం కలిగించింది, ఓ సున్నితమైన స్వరం. ఆమె తలపై మృదువైన చేయి, ఓదార్పు, భరోసానిచ్చింది. 'ఏడవకు. నేను నీ అమ్మమ్మ లాంటి దానిని. నేను కూడా దృష్టి లోపంతో ఉన్నాను. ఈ గదిలో నీతో పాటుఉన్న వేరే అమ్మాయిలతో ఉంటాను. మిమ్మల్ని మీరు ఎలా చూసుకోవాలో నేర్పుతాను,' అని ఆ మహిళ ఓదార్పు స్వరంతో చెప్పింది. ఆ వృద్ధురాలు అంజలికి మార్గదర్శిగా మారింది, స్వతంత్రంగా ఎలా నడవాలో, బట్టలు ఎలా ఉతకాలో, అవి శుభ్రంగా ఉన్నాయా లేదా మురికిగా ఉన్నాయా అని కూడా స్పర్శతో ఎలా గుర్తించాలో కూడా నేర్పింది. ఆమె పాఠాలు అంజలికి కొత్త విశ్వాసాన్ని, తనమీద తనకి నమ్మకాన్ని కలిగించాయి.

ఆ గదిలో వృద్ధురాలిని 'మేడమ్' అని ఆప్యాయంగా సంబోధించే మరో నలుగురు అమ్మాయిలు తనతో పాటు ఉన్నారు. వేరే అమ్మాయిలతో స్నేహం చేయడంతో అంజలి క్రమంగా మనసు తేలికగా అనిపించడం ప్రారంభించింది. వారు అమూల్యమైన మిత్రులయ్యారు. అయిపోయిన పాఠాలను తెలుసుకునేందుకు, ఎన్ఎబి క్యాంపస్‌లోని వివిధ సౌకర్యాలు, ప్రాంతాలను చూపించడంలో సహాయం చేసారు.

క్యాంపస్‌లో అందుబాటులో ఉన్న సౌకర్యాలని చూసి, అంజలి ఆశ్చర్యపోయింది, దృష్టిలోపం ఉన్న వ్యక్తులు తమ పనులను ఎంతో నమ్మకంగా నిర్వర్తించడాన్ని చూసి స్ఫూర్తి పొందింది. అంతేకాకుండా, ఫ్యాషన్ డిజైనింగ్‌తో సహా విభిన్న రంగాలలో రాణించిన దృష్టిలోపం ఉన్న వ్యక్తుల గురించి తెలుసుకుని సంతోషించింది.

కాలక్రమేణా, అంజలి తన ల్యాప్‌టాప్‌లో మైక్రోసాఫ్ట్ వర్డ్, మైక్రోసాఫ్ట్ ఎక్సెల్, ఇంటర్నెట్ సర్ఫింగ్, యూట్యూబ్, ఇతర అప్లికేషన్‌లను ఆపరేట్ చేయడంలో ప్రావీణ్యం సంపాదించింది.

ఆమె మౌస్‌ని ఉపయోగించలేనందున, తన ల్యాప్‌టాప్‌లోని వివిధ కమాండ్ 'కీ'లను నేర్చుకుంది.

తన జీవితంలో మొదటిసారిగా, అంజలి తన తల్లిదండ్రులు లేకుండా స్వతంత్రంగా జీవించడం నేర్చుకుంది. అది కూడా మూడు నెలలు. ఎన్ ఎ బి అంజలికి కంప్యూటర్ స్కిల్స్‌ను సమకూర్చడమే కాకుండా అంధురాలిగా జీవితాన్ని ఎలా గడపాలి అనే జ్ఞానాన్ని కూడా కల్పించింది. ఆమె స్నేహితులతో కలిసి ఢిల్లీలో తిరుగుతూ, కొత్త కొత్త పద్ధతులను నేర్చుకుంది, దృష్టిలోపం ఉన్నవారు జాలి, సానుభూతులతో జీవించవలసిన అవసరం లేదని తెలుసుకొంది. వారు ఏమి చేయగలగిన దానిపై పరిమితి లేదని గ్రహించింది.

అంజలి ఒక సరికొత్త ప్రపంచానికి పరిచయం అయినట్లు భావించింది, ఆమె వైకల్యం ఆమె సామర్థ్యాన్ని నిర్వచించలేదు.

రెండు పడవల్లో ప్రయాణం

డిసెంబరు 2018లో సిక్కింకు తిరిగి వచ్చిన అంజలి, ఐఎఎస్, బీహార్ పబ్లిక్ సర్వీస్ కమిషన్ (BPSC) అనే రెండు ఆకాంక్షలతోపాటు,మరో ప్రత్యేకమైన

ప్రయాణాన్ని ప్రారంభించింది. ఇందిరా గాంధీ నేషనల్ ఓపెన్‌యూనివర్సిటీ (ఇగ్నో)లో ఆంగ్ల సాహిత్యంలో ఎమ్ ఏ ప్రోగ్రామ్‌లో చేరింది. యూట్యూబ్ ఆమె ప్రిపరేషన్‌లో అభయహస్తాన్నందించింది. ఆమె వేలికొనలకు విస్తారమైన వనరులను అందిస్తోంది. అదనంగా, ఆన్‌లైన్‌లో ఉచిత మెటీరియల్, గత సంవత్సరం ప్రశ్నా పత్రాలు, రోజువారీ క్విజ్‌లు సమృద్ధిగా అందుబాటులో ఉన్నాయి. ఆమె తన అభిరుచిని పెంచుకోవడానికి నిరంతర పరిశ్రమ చేసి ఉత్సాహంగా ముందుకు సాగింది. తనను తాను అంకితం చేసుకుంది.

ఆమె తినడం, నిద్రపోవడం, రోజువారీ పనులను చూసుకోవడం వంటి ముఖ్యమైన కార్యకలాపాల కోసమే కొంత సమయంవెచ్చించి, ఎంతో సమయాన్ని ఆదా చేసుకొని ల్యాప్‌టాప్ ముందు లెక్కలేనన్ని గంటలు కూర్చునేది. ఈ సమయం కఠోరమైన అంకితభావానికి, ఆశయాలను సాధించడానికి, అచంచలమైన తపస్సుకు నాంది పలికింది.

పూర్తిగా సన్నద్ధం కాలేదని భావించినప్పటికీ, అంజలి 2019లో బిపిఎస్సి(BPSC) ప్రిలిమ్స్‌లో ప్రయత్నించాలని నిర్ణయించుకుంది. పరీక్షలో ఏడు మార్కుల దూరంలో ఉత్తీర్ణత సాధించలేకపోయినప్పటికీ, ఆ అనుభవం ఆమె విశ్వాసానికి ఉత్ప్రేరకంగా పనిచేసింది. ఉత్తీర్ణతకు దగ్గరగా వచ్చానన్న భావనతో ఉత్సాహంగా, మరో ప్రయత్నం చేయాలని నిర్ణయించుకుంది. ఈసారి విజయం సాధించింది.

ఆ తర్వాత, కొత్త సంకల్పంతో, అంజలి బిపిఎస్సి మెయిన్స్ ప్రయాణాన్ని ప్రారంభించింది. జవాబు రాసే అభ్యాసం విజయానికి కీలకం. అయినప్పటికీ, ఆమె ప్రాక్టీస్ సెషన్‌ల కోసం లేఖరిని(స్క్రైబ్) పెట్టుకునే స్థితిలో లేదు. కాబట్టి, తన సమాధానాలను టైప్ చేయడం ద్వారా, కోచింగ్ ఇనిస్టిట్యూట్ నుండి ఆన్‌లైన్‌లో అభిప్రాయాన్ని కోరడం ద్వారా మెరుగుపరుచుకుంది. అంజలి తన దృష్టి లోపాన్ని బయట పెట్టడానికి ఇష్టపడలేదు.

తక్కువ సమయంలోనే, అంజలి తన సమాధానాలకు ప్రశంసలు అందుకోవడం ప్రారంభించింది. ఒక రోజు, కోచింగ్ ఇనిస్టిట్యూట్ వారి వెబ్‌సైట్‌లో ప్రచురించిన మోడల్ సమాధానాలలో తన సమాధానాలలో ఒకటి చేర్చబడిందని తెలుసుకున్నప్పుడు ఉత్సాహం తారాస్థాయికి చేరుకుంది. ఈ సంఘటన ఆమె జవాబుల నాణ్యతకు ధ్రువీకరణగా పనిచేసింది. కొత్త ఉత్సాహాన్ని నింపింది.

బిపిఎస్సి మెయిన్స్‌లో విజయం సాధించడం, యూపీఎస్సీ కంటే సులభం అని నమ్మి, అంజలి తన దృష్టిని యూపీఎస్సీ ప్రిలిమ్స్ ప్రిపరేషన్ నుండి నవంబర్ 2020లో షెడ్యూల్ చేయబడిన బిపిఎస్సి మెయిన్స్‌కి మళ్లించింది. కుటుంబ సభ్యులు, స్నేహితుల నుండి సందేహాలు ఉన్నప్పటికీ, ఐఎఎస్ ఇంకా రాష్ట్ర పౌర సేవా అధికారుల మధ్య అసమానతలున్నాయని చెప్పారు. అంజలికి తన నిర్ణయంపై స్థిరమైన అభిప్రాయం ఉంది. అయితే బీపీఎస్సీ మెయిన్స్ మాత్రం డిజాస్టర్‌గా మారింది. ఈ పరిణామం దేనికి దారితీస్తుంది?

లేఖరితో వచ్చిన చిక్కులు

ఆమె తండ్రితో కలిసి, అంజలి తన బి పి ఎస్ సి మెయిన్స్ పరీక్షా కేంద్రానికి, పాట్నాలోని ప్రభుత్వ పాఠశాలకు దృఢ సంకల్పంతో చేరుకుంది. అయినప్పటికీ, ఆమెని దిగ్భ్రాంతికి గురిచేసే విధంగా, హిందీ-మీడియం నేపథ్యం నుండి వచ్చిన అబ్బాయి, అంజలికి ఇంగ్లీష్-మీడియం ప్రశ్నలను కూడా చదవలేకపోయాడు.

'సర్, అతను ప్రశ్నలనే చెప్పలేకపోతే సమాధానాలు ఎలా వ్రాస్తాడు?' అని అంజలి ఇన్విజిలేటర్‌ని వేడుకుంది. గడిచే ప్రతి క్షణం ఆమెలో నిరాశ, ఆందోళన పెరుగుతూ వచ్చింది.

ఇన్విజిలేటర్ మరొక లేఖరిని కనుగొంటానని హామీ ఇచ్చాడు, కానీ బాధతో కూడిన నలభై నిముషాలు,ఎటువంటి స్పష్టత లేకుండా పోయాయి. నిరర్థకత అంచున తను సంవత్సరం పాటు పడిన శ్రమను తలుచుకుంటే అంజలి కళ్లలో నీళ్లు తిరిగాయి. కన్న కలలు ఒక్కసారి పటాపంచలయ్యాయి, కారణం ఆమె నియంత్రణకు మించిన పరిస్థితులు. బిపిఎస్సి పరీక్షపై చాలా నమ్మకం పెట్టుకుంది, అది విజయానికి తన టిక్కెట్ అని నమ్మి, యూపీఎస్సీ కంటే దానికి ప్రాధాన్యతనిచ్చింది.

చివరగా, మరో అభ్యర్థి అంజలి లేఖరిగా అడుగుపెట్టింది, ఆశ మెరుపులా మెరిసింది . అయినప్పటికీ, ఆమెకి కూడా ఆంగ్లంపై పట్టు పెద్దగా లేదు. ఆమె కాలిక్యులేటర్‌ను ఉపయోగించడంలో కూడా ఇబ్బంది పడింది. గడిచే ప్రతి క్షణం అంజలి ఆందోళన పెరుగుతూనే ఉంది. 'నా నియంత్రణకు మించిన పరిస్థితులకు నేనెందుకు నష్టపోవాలి?' అని మౌనంగా విలపించింది.

ఇన్విజిలేటర్, ఆ విషయాన్ని అంగీకరిస్తూ, 'మేము మా పాఠశాల విద్యార్థుల నుండి మాత్రమే లేఖకులను అందించగలము, మంచివారు అందుబాటులో ఉండేలా ఏర్పాటు చేసాను.' అయినప్పటికీ, అతని మాటలు అంజలికి ఎటువంటి సౌకర్యాన్ని సహాయాన్ని అందించలేకపోయాయి. తీవ్రమైన ప్రయత్నంతో, అంజలి తన ప్రతి పదం ద్వారా తన లేఖకురాలికి మార్గనిర్దేశం చేస్తూ, తన ఆలోచనలను జవాబు పత్రంపైకి బదిలీ చేసే పనితో పోరాడుతూ ముందుకు సాగింది. అగ్నిపరీక్ష ఆమెను బాధపెట్టింది. నిర్వీర్యం చేసి నిరుత్సాహపరిచింది. అచంచలమైన సంకల్పం ఉన్నప్పటికీ, పరీక్షల స్థాయిలో న్యాయం చేయడంలో విఫలమైంది. ఆమె కలలు పట్టు నుండి మరింత జారిపోయాయి.

అయితే, బిపిఎస్సి మెయిన్ పరీక్ష మార్కులను ప్రచురించినప్పుడు, అంజలి తన సమాధానాలను ఖచ్చితంగా భాషలోకి రాయడంలో లేఖరులతో సమస్యలు ఎదుర్కొన్నప్పటికీ, కేవలం రెండు మార్కులకు తగ్గాయని గుర్తించి ఆశ్చర్యపోయింది. 'ఇబ్బందులు ఎదురైనా లక్ష్యానికి చాలా దగ్గరయ్యాను. నేను వచ్చేసారి విజయం సాధిస్తానని ఖచ్చితంగా అనుకుంటున్నాను,' అన్న ఆమె సంకల్పం ఉప్పెనలా పొంగింది.

అంజలి తన మూడవ ప్రయత్నంగా డిసెంబర్ 2020లో బీపీఎస్సీ తదుపరి ప్రిలిమ్స్‌ను క్లియర్ చేసి తిరిగి మెయిన్స్‌కు పాట్నావచ్చింది. ఈసారి, ఆమె పరీక్షా కేంద్రం కళాశాలలో ఉంది. మొదటి రోజు, ఎంతో సమర్థుడైన స్క్రైబ్ దొరకడంతో ఉపశమనం పొందింది. అయితే, మరుసటి రోజు సోషియాలజీ పేపర్ సమయంలో, చెప్తున్నది అర్థం చేసుకోవడానికి లేఖకుడు చాలా కష్టపడ్డాడు.

అంజలిలో చిరాకు, కోపం పొంగిపొర్లాయి, ఆమె పేపర్‌పై తన ప్రయత్నాలను విడిచిపెట్టి దాదాపు అరగంట పాటు ఖాళీగా కూర్చుంది. అప్పుడు, ఆమెలో ప్రేరణ అగ్గిరవ్వలా రాజుకుంది.

'సార్, నేను బ్లాక్‌బోర్డ్‌పై వ్రాస్తాను, అతను జవాబు పత్రంపై కాపీ చేయగలడా?' అని అంజలి ఇన్విజిలేటర్‌ని అడిగింది. నలుపు నేపథ్యానికి వ్యతిరేకంగా పెద్ద తెల్ల అక్షరాలతో స్పష్టంగా వ్రాయగలనని ఆమెకు నమ్మకం ఉంది.

అయితే, గదిలో ఉన్న ఇతర అభ్యర్థులు ఆమె ఆలోచనను వ్యతిరేకించారు, అంజలికి ప్రత్యేక వసతి కల్పించడం అన్యాయమని పేర్కొన్నారు. అంజలి నిరాశ, బాధను అనుభవించింది, తనకు, ఇతర దృష్టి లోపం ఉన్న అభ్యర్థులకు మధ్య సమానత్వం లేకపోవడాన్ని ప్రశ్నించింది, ఆమె వంటి అంధులు కానప్పటికీ, వారికి కూడా అదనపు సమయం మంజూరు చేయబడింది.

ఈ ఎదురుదెబ్బ తనను ఓడించకూడదని నిశ్చయించుకున్న అంజలి తన కన్నీళ్లను తుడిచుకుని అంతరంగిక శక్తిని చాటుకుంది. కొత్త నిశ్చయంతో, ఆమె తన పేపర్‌ను ప్రారంభించింది, కష్టపడి స్పెల్ చేసింది. తన లేఖకుడికి కష్టమైన పదాలను చక్కగా ఉచ్చరిస్తూ, అంజలి పేపర్ పూర్తి చేయడమే కాకుండా అద్భుతంగా ఎగ్జామ్ క్లియర్ చేయాలనే పట్టుదలతో ఉంది

ఒక బాధాకరమైన ప్రయాణం

ఏప్రిల్ 2022 బిపిఎస్సి మెయిన్స్ పరీక్షలో ఆమె విజయం సాధించిందన్న శుభవార్త అంజలికి తెలిసింది. 18 జూన్ 2022న షెడ్యూల్ చేయబడిన తన మొదటి ఇంటర్వ్యూ అవకాశాన్ని చూసి ఉత్సాహంగా తన సన్నాహాలను ఆసక్తిగా ప్రారంభించింది. అయితే, విధికి ఇతర ప్రణాళికలు ఉన్నాయి.

అంజలికి తీవ్రమైన కడుపు నొప్పితో బాధమొదలైంది. ఆమె ఆరోగ్యానికి తీవ్రమైన ప్రమాదం ఉందని పేర్కొంటూ, ఇంటర్వ్యూ కోసం పాట్నాకు ప్రయాణం చేయకూడదని వైద్యులు హెచ్చరించారు. అయినప్పటికీ, ఈ అవకాశం ప్రాముఖ్యత,అంజలి మనస్సుపై భారీగా ప్రభావం చూపింది. అయినా ఈ క్షణంలో సంవత్సరాల తరబడి కష్టపడిన తన శ్రమను చదువు మీద పెట్టుబడి పెట్టడంతో, ముందుకు సాగాలని నిర్ణయించుకుంది. 16 జూన్ 2022న, విపరీతమైన నొప్పి ఉన్నప్పటికీ, అంజలి సిలిగురి నుండి పాట్నాకు బస్సు ఎక్కింది. బాధ నుండి ఎటువంటి ఉపశమనం లేకపోవడంతో, నిద్రలేని రాత్రిని భరించింది. ప్రయాణం సాగుతున్నప్పుడు అసౌకర్యంతో నలిగిపోయింది.

మరుసటి రోజు, పాట్నా ఆసుపత్రిలో అల్ట్రాసౌండ్ ఆమెని అశాంతికి గురిచేసే వార్త అందించింది.

అంజలి పిత్తాశయంలో రాళ్లు ఉన్నట్లు నిర్ధారణ అయింది. వాటి పరిమాణం కారణంగా తక్షణ శస్త్రచికిత్స అవసరం. అయినా ఇంటర్వ్యూకి హాజరు కావాలనే సంకల్పం బలంగా ఉంది. ఆమె సంకల్పం, సందర్భం ప్రాముఖ్యతతో స్పందించిన వైద్యులు, అవసరమైన మందులు ఇచ్చిన తర్వాత ఇంటర్వ్యూకి వెళ్లడానికి అంగీకరించారు. ఆమె సన్నద్ధతకు అనారోగ్యం అడ్డుగా ఉన్నప్పటికీ, అంజలి ధైర్యంగా ఇంటర్వ్యూను ఎదుర్కొంది. ఆమె చదువుల గురించి, సిక్కింలో సేంద్రీయ వ్యవసాయం గురించి అడిగారు. ఆంగ్ల సాహిత్యంపై ప్రశ్నలు అడిగారు. వారి కుటుంబం ఊపిరి పీల్చుకుని ఫలితాల కోసం ఎదురుచూసింది. వారి ఆశలు ఫలించాయి. అంజలి గ్రామీణాభివృద్ధి అధికారి (RDO)గా ఎంపికయిన వార్తను తెచ్చిన బి పి ఎస్ సి ఫలితాల ప్రకటన అవధుల్లేని ఆనందాన్ని కలిగించింది.

డిసెంబర్ 13, 2022న, అంజలి బీహార్ ప్రభుత్వం నుండి ఎంతో కాలంగా ఎదురుచూస్తున్న జాయినింగ్ లెటర్‌ను అందుకుంది. ఆమెను ఆర్డీవో గా నియమించారు. ఆమె శిక్షణ బీహార్ ఇనిస్టిట్యూట్ ఆఫ్ పబ్లిక్ అడ్మినిస్ట్రేషన్ & రూరల్ డెవలప్‌మెంట్ (BIPARD), గయా నగరంలో 1 జనవరి 2023 నుండి ప్రారంభం కావాల్సి ఉంది.

బిపిఎస్సి ద్వారా ఆర్డిఓ గా ఎంపిక కావడం అంజలికి గాఢమైన ఉపశమనాన్ని, మనశ్శాంతిని అందించింది. ఈ కొత్తగా లభించిన ప్రశాంతత తన శక్తినంతటినీ ఉపయోగించడానికి, యూ పి ఎస్సీ, సి ఎస్ సి కోసం సిద్ధమవడం మీద దృష్టి పెట్టడానికి అనుమతించింది. అనిశ్చిత భారం తొలగినట్లు అనిపించి, అంజలికి ఐఎఎస్ కల, సంకల్పాన్ని, అంకితభావాన్ని ఇవ్వగలిగింది.

యూపీఎస్సీ జిగ్సా పజిల్‌ను ఛేదించడం

ఏప్రిల్ 2019లో, ఒక కోచింగ్ ఇనిస్టిట్యూట్ వెబ్‌సైట్‌లో, ప్రతిష్టాత్మకమైన ఐఎఎస్‌లో స్థానం సంపాదించిన అంధ అభ్యర్థి స్పర్ష్ గుప్తా రాసిన స్ఫూర్తిదాయకమైన కథనాన్ని చూసి అంజలి ఆశ్చర్యపోయింది. పదునైన కథనంలో, స్పర్ష్ శారీరక వైకల్యంగా వుందనే భావనను పొగొట్టాడు.

అడ్డంకులు అనేవి మనస్సు పరిమితుల్లోనే ఉంటాయన్నది ముమ్మాటికీ నిజమని నొక్కి చెప్పాడు.

స్పర్ష్ మాటలు అంజలిలో బలంగా ప్రతిధ్వనించాయి: 'శారీరక వైకల్యం అని ఏమీ లేదని నా బలమైన నమ్మకం; వైకల్యం ఎప్పుడూ మానసిక అవరోధంగా ఉంటుంది' అని స్పర్ష్ చెప్పారు. దృఢ సంకల్పం, మొక్కవోని ధైర్యం, ఏ అడ్డంకి, వైకల్యం, ఎవరిని ఆకాంక్షలు నెరవేరకుండా ఆపలేవని చెప్పాడు. ఆ కథనం ముగింపులో, స్పర్ష్ తన ఇమెయిల్ చిరునామా ద్వారా మార్గనిర్దేశం ఇస్తానని తెలియజేస్తూ, దృష్టిలోపం ఉన్న తోటి ఆశావహులకు సహృదయంతో సహాయం అందించాడు.

స్పర్ష్‌ను కలుసుకోవడంతో అంజలి హృదయం కొత్త ఆశ, సరికొత్త సంకల్పంతో ఉప్పొంగింది. అంజలి ఒక ఐఏఎస్ అధికారితో మాట్లాడడం ఒక అద్భుతమైన అనుభవం, ఎప్పటినించో కన్న కల. స్పర్ష్‌లో ఒక మార్గదర్శకుడు, సలహాదారుడు దొరకడంతో ఆమె జీవితం మలుపు తిరిగింది.

స్పర్ష్ సివిసిఈ ప్రయాణం గురించి క్లిష్టమైన వివరాలను ఆనందంగా పంచుకున్నాడు, ఎదుర్కొన్న సవాళ్లు, అధిగమించిన అడ్డంకులు, వాటిని జయించడానికి అనుసరించిన వ్యూహాలను వివరించాడు. చెప్తున్న ప్రతి విషయాన్ని గ్రహించాలన్న ఆమె ఆసక్తి, స్పర్ష్‌ని ప్రశ్నలతో మెరుపు దాడి చేసింది. తర్వాత వాటిలో కొన్నివిషయాల లోని సరళతను గ్రహించి హాయిగా నవ్వింది.

జూన్ 2019లో, అంజలి మౌంట్ యూపీఎస్సీని అధిరోహించడానికి మొదటి ప్రయత్నం చేసింది. లేఖరి సహాయంతో గాంగ్‌టక్ నుండి ప్రిలిమ్స్ రాసింది. అయితే, తగిన ప్రిపరేషన్ లేకపోవడంవల్ల విజయం సాధించలేకపోయింది.

మార్చి 2020లో కోవిడ్-19 మొదలై ప్రపంచాన్ని పట్టిపీడిస్తుండగా, ఆ గందరగోళపరిస్థితి అంజలికి ఆశాజనకంగా మారింది. కోచింగ్ అకాడమీలు, ఔత్సాహికుల ద్వారా పాఠాలు, స్టడీ మెటీరియల్‌లను ఇంటర్నెట్‌లో అప్‌లోడ్ చేయడం ద్వారా అందుబాటులో ఉన్న అనేక వనరులు అందాయి. సుదూర ప్రాంతంలో ఉన్న ఆమె ఢిల్లీ వంటి సందడిగా ఉండే పట్టణ కేంద్రాలలో ఉన్న అభ్యర్థులతో సమానంగాపోటీ పడడానికి సిద్ధమైంది. బీపీఎస్సీ మెయిన్స్ కోసం తన సన్నాహాల మధ్య, అంజలి

2020 అక్టోబర్‌లో యూపీఎస్సీలో రెండవసారి ప్రయత్నం చెయ్యాలని నిర్ణయించుకుంది. మెయిన్స్‌కు అర్హత సాధించిన అభ్యర్థుల జాబితాలో తన రోల్ నంబర్‌ను చూడడంతో ఆనందం, విశ్వాసం వెల్లువెత్తాయి.

అయితే మెయిన్స్‌లో అంజలికి వరుస పరాజయాలు ఎదురయ్యాయి. అప్పుడు రెండు తప్పులు జరిగాయి – పాట్నాను మెయిన్స్ పరీక్షా కేంద్రంగా ఎంపిక చేసుకోవడం ఒకటైతే, యూపీఎస్సీ -ప్రాయోజిత లేఖరిపై ఆధారపడటం రెండోది. బిపిఎస్సి పరీక్షలా, సిఎస్సిఈలో కూడా, ఆమెకు వచ్చిన లేఖరి ప్రాథమిక పఠనంలో, రాయడంలో కనీసం స్థాయిలో కూడా లేకపోవడం ఫలితాన్ని తీవ్రంగా ప్రభావితం చేసింది. మెయిన్స్‌లో అర్హత సంపాదించగలననుకుంది.

ఆరునెలల వ్యవధిలో, అంజలి ఐదు పరీక్షలను ఒకదాని తర్వాత మరొకటి రాయవలసి వచ్చింది. అక్టోబర్ 2020లో యూపీఎస్సీ ప్రిలిమ్స్ నుండి నవంబర్ 2020లో బిపిఎస్సి మెయిన్స్ వరకు, ఆ తర్వాత డిసెంబర్ 2020లో బిపిఎస్సి ప్రిలిమ్స్, 2021 జనవరిలో యుపిఎస్సి మెయిన్స్, ఫిబ్రవరి–మార్చి 2021లో ఐ జి ఎన్ ఓ యు ఎంఏ ఇంగ్లీష్ పరీక్షతో ముగిసేవరుకు ఆమె శక్తి నిజంగా పరీక్షించబడింది.

అయినా, అంజలి ఎదురుదెబ్బలకు అధైర్యపడలేదు. ఉత్సాహంతో. 10 అక్టోబర్ 2021న తన మూడవ ప్రయత్నంలో యూపీఎస్సీ ప్రిలిమ్స్‌లో హాజరయ్యి విజేతగా నిలిచింది.

తన మెయిన్స్ పరీక్షా కేంద్రంగా ఢిల్లీని ఎంచుకుంది. మొదట్లో, అంజలి లేఖకుడి స్థాయి గురించి చాలా భయపడింది, కానీ లేఖరి, భారత ప్రభుత్వం లో సెక్షన్ ఆఫీసర్, చాలా సమర్థుడు అవ్వడంవల్ల మనసు ఎంతో తేలిక పడ్డట్టు అనిపించింది. కృతజ్ఞతతో నిండిపోయింది. కానీ, ఎంత ప్రయత్నించినప్పటికీ, తన ఐచ్ఛిక సబ్జెక్ట్ అయిన సోషియాలజీలో తక్కువ స్కోర్ రావడంతో అర్హతకి 17 మార్కులు తక్కువ వచ్చాయి. తన మూడో ప్రయత్నంలో మెయిన్స్‌లో విఫలమైనప్పటికీ, పట్టుదలని కోల్పోలేదు. 5 జూన్ 2022న షెడ్యూల్ చేయబడిన తదుపరి యూపీఎస్సీ ప్రిలిమ్స్‌కోసంసిద్ధమవుతున్నప్పుడు,యూపీఎస్సీఎసిఎస్‌ప్రయాణంపట్లఎంత పట్టుదలగా ఉందో అనే విషయాన్ని ప్రతిబింబించింది. ఒకసారి బయలుదేరిన తర్వాత, ఈ మార్గం సులభంగా వదలివేయకూడదని నిర్ణయించుకుంది.

ప్రతి ఎదురుదెబ్బ ప్రయాణాన్ని పునఃప్రారంభించాలనే దృఢ నిశ్చయానికి ఆజ్యం పోసింది, అసమానతలు ఉన్నప్పటికీ ఆమెను ముందుకు నెట్టింది. తన నాల్గవ ప్రయత్నంలో, అంజలి సెప్టెంబర్ 2022లో సి ఎస్ ఈ మెయిన్స్‌లో ధైర్యంగా విజయం సాధించింది. 3 డిసెంబర్ 2022న, ఇంటర్వ్యూ కోసం పిలిచిన అభ్యర్థుల జాబితాలో పేరు వినగానే ఆమె అనుభవించిన ఆనందం వర్ణనాతీతం.

ధోల్పూర్ హౌస్‌లో అలవోకగా

తన సివిఎస్ఈ ఇంటర్వ్యూ తేదీ సమీపిస్తున్న కొద్దీ, అంజలి పరిమితమైన సమయంలో ప్రిపేర్ అవుతున్నట్టుగా గ్రహించింది. అప్పటికే ఆమె బైపార్డ్‌లో ఆర్‌డిఓగా శిక్షణలో చేరింది. తెల్లవారుజాము నుండి సాయంత్రం వరకు తరగతులతో నిండిన షెడ్యూల్‌తో, యూపీఎస్సీ ఇంటర్వ్యూకి సిద్ధం కావడానికి చాలా తక్కువ అవకాశం లభించింది. అయితే, అంజలి పరిస్థితులకు లొంగి పోవడానికి నిరాకరించింది. దాని బదులు, ప్రిపరేషన్‌లో వినూత్న విధానాన్ని అనుసరించింది.

అంజలి తరగతిలో తన సమయాన్ని సద్వినియోగం చేసుకోవాలని నిర్ణయించుకుంది, బి ఐ పి ఏ ఆర్ డి లో తన ఉపాధ్యాయులతో చురుకుగా కలిసింది. ఇక్కడ శిక్షణసమయంలో అడిగే ప్రశ్నలను యు పి ఎస్ సి ఇంటర్వ్యూలో అడిగే ప్రశ్నలుగా ఊహించింది. తన జవాబులను పదును పెట్టడానికి ప్రతి అవకాశాన్ని ఉపయోగించుకుంది.ఉపన్యాసాల సమయంలో మానసికంగా సమాధానాలను రిహార్సల్ చేసింది. వారాంతాల్లో, ఆన్‌లైన్ మాక్ ఇంటర్వ్యూ సెషన్‌లలో చేరింది. తనకి కలిగిన అభిప్రాయాలను, సలహాలను నిశితంగా పరిశీలించింది.

ఆమె వివరణాత్మక దరఖాస్తు ఫారమ్ (DAF) నింపేటప్పుడు, మొదటి నుండి విజయాలు లేకపోవడంతో నిరుత్సాహపడింది. అయినప్పటికీ, స్వీయ సందేహం, తన ఆకాంక్షని కప్పిపుచ్చడాన్ని అంగీకరించలేదు. ఆమె భావవ్యక్తీకరణ వ్రాతలను (ఎక్స్ ప్రెస్ యు రైటింగ్)ను తన అభిరుచిగా జాబితాలో రాయాలని నిర్ణయించుకుంది, ఎందుకంటే భావోద్వేగానికి గురైనప్పుడు, తన హృదయాన్ని డైరీలోని పేజీలలో నింపేది.

1 ఫిబ్రవరి 2023న, తన ఇంటర్వ్యూ రోజున, అంజలి త్వరగా లేచింది. ఆమె సోదరి రెడీ అవ్వడం లో సహాయం చేసింది.

'అమ్మా, బావున్నానా?' అంజలి తల్లిని అడిగింది. 'బంగారంలా ఉన్నావ్.' నిండుగా నమ్మకంతో అంది తల్లి.

యూపీఎస్సీ ప్రధాన కార్యాలయానికి చేరుకున్న అంజలి భయాందోళనలకు గురవుతున్నట్లు భావించింది. ఏది ఏమైనప్పటికీ, చక్కగా సహకరించిన సిబ్బంది డాక్యుమెంట్ వెరిఫికేషన్ ప్రక్రియ ద్వారా సులభంగా, చక్కటి భరోసానిచ్చి మార్గనిర్దేశం చేసేరు.

ఇంటర్వ్యూ గదిలోకి అడుగుపెట్టిన అంజలికి గాలిలో వ్యాపించిన వెచ్చదనం తగిలింది. ప్యానెల్ ఆమె డి ఎ ఎఫ్ ని పరిశీలిస్తున్నప్పుడు, అంజలి ప్రతి ప్రశ్నకి స్పష్టంగా, వినయంతో సమాధానమిచ్చింది. తన పరిజ్ఞానానికి మించిన ప్రశ్నలు ఎదురైనప్పుడు, తెలీదని ఒప్పుకోవడానికి వెనుకాడలేదు. నటించకుండా, నిజాయితీగా ఉండడాన్నే ఎంచుకుంది.

అంజలికి ఆ క్షణంలో ఒత్తిడి అనిపించినప్పటికీ, ఆశ్చర్యకరంగా మనసులో తేలికగా అనిపించింది. కమ్యూనికేషన్‌లో సహజమైన సామర్థ్యంతో ఆకర్షిస్తూ, తన అనుభవాలను, ఆకాంక్షలను పంచుకున్నప్పుడు, మాటలు అప్రయత్నంగా ప్రవహించాయి. హుందాగా, చక్కగా ఇంటర్వ్యూ ఇచ్చింది.

'ఎలా జరిగింది?' అంజలి యూపీఎస్సీ భవనం గేట్ల నుండి బయటికి రాగానే ఆత్రంగా, నిరీక్షణతో నిండిపోయిన కళ్ళతో అడిగాడు తండ్రి. ఆమె తల్లి, సోదరి దగ్గరగా నిలబడ్డారు. వారి మొహాలు ఆందోళనని, ఆశని ప్రతిబింబిస్తున్నాయి.

'నా అంచనామేరకు, బాగా చేసాను,' అంజలి తన తల్లిని గట్టిగా కౌగిలించుకుని, సున్నితమైన నవ్వుతో సమాధానం ఇచ్చింది.

గయకు తిరిగి వచ్చిన అంజలి మరుసటి రోజు బి ఐ పి ఎ ఆర్ డిలో తన శిక్షణ కొనసాగించింది. రోజులు వారాలుగా మారాయి, ఆమెకు అది తెలియకముందే, బి ఐ పి ఎ ఆర్ డిలో ఆమె శిక్షణ 30 ఏప్రిల్ 2023న ముగిసింది. కొత్తగా నేర్చుకున్న నైపుణ్యాలు, జ్ఞానంతో, తన ప్రయాణంలో తరువాత దశను ప్రారంభించింది. శిక్షణలో భాగంగా 15 రోజుల పాటు పాట్నాలో జిల్లా లో చేరింది.

విజయంతో వచ్చిన ఆనంద బాష్పాలు

14 మే 2023 అంజలి ప్రయాణంలో కీలక ఘట్టం. రోజంతా పనిచేయడంతో, అలసటతో మంచం మీద నడుము వాల్చింది. యుపిఎస్‌సి సిఎస్ఇ–2022 ఫలితాల ప్రకటన గురించి పడుతున్న హడావిడి ఆందోళనకి గురి చేసింది. ఆమె సోదరి, స్వాతి, టెలివిజన్‌లో న్యూస్ చానెల్స్‌ని ఫలితాల ప్రకటన గురించి ఆత్రంగా గాలిస్తోంది, తల్లి వంటగదిలో చేస్తున్న వంట సువాసనను గాలిలో వెదజల్లుతోంది.

అకస్మాత్తుగా, మెసేజ్ నోటిఫికేషన్‌కి వచ్చే సుపరిచితమైన ధ్వని సాయంత్రపు నిశ్శబ్దాన్ని చీల్చింది. అంజలిలో నిరీక్షణను పెంచింది. ఊపిరి పీల్చుకుని, తన ఫోన్ దగ్గరకి చేరుకుంది. ఆత్రంగా ఎదురుచూస్తున్న ఫలితం కోసం గుండె వేగంగా కొట్టుకుంటోంది.

'స్వాతీ, యూపీఎస్సీ ఫలితాలు ప్రకటించిందా? ప్లీజ్ త్వరగా చెక్ చెయ్యవా?' ఆమె కంఠం ఉద్వేగంతో వణుకుతోంది, తన ఫోన్‌ను సోదరికి ఇచ్చింది. అంజలి కళ్ళు ఆశతో వెలుగు తున్నాయి.

స్వాతి వేగంగా టెలిగ్రామ్ యాప్‌ను తెరిచింది. ఫలితాలున్న పిడిఎఫ్ ఫైల్‌ను చూసింది. దానిని తెరిచి క్లిక్ చేసింది. జాబితాను స్క్రోల్ చేస్తున్నప్పుడు వేళ్లు ప్రాక్టీస్ చేసిన ఖచ్చితత్వంతో కదులుతున్నాయి, ప్రతి క్షణం నిరీక్షణతో నిండిపోయింది.

ఆ తర్వాత, కాలం స్తంభించినట్లుగా అనిపించిన క్షణంలో, స్క్రీన్‌పై విజయవంతమైన వ్యక్తుల మధ్య అంజలి పేరును చూసిన స్వాతి కళ్ళు అపనమ్మకంతో విశాలమయ్యాయి. 'యిప్పీ! నువ్వు సాధించావు, దీదీ. నీ పేరు 450వ ర్యాంక్‌లో ఉంది,' స్వాతి మనసు ఉద్వేగంతో, ఆనందంతో నిండిపోయింది.

వారు ఒకరినొకరు కౌగిలించుకున్నప్పుడు ఆనందభాష్పాలు మిళితమయ్యాయి. ఆనందపు కెరటం వారిపై ఉప్పొంగింది. అంజలి, తల్లి ఉన్న గదిలోకి హడావుడిగా వెళ్లింది. స్వాతి ఈ వార్తను తల్లితో పంచుకున్నప్పుడు, తల్లి ముఖంలో ఒక ప్రకాశవంతమైన చిరునవ్వు వ్యాపించింది. ఆమె కళ్ళు ఆనందభాష్పాలతో, గర్వంగా మెరుస్తున్నాయి.

ముగ్గురూ అంజలి సాధించిన అద్భుతమైన విజయాన్ని చూసి ఆ గదిని సంబరాల తో ముంచెత్తారు. సంజూ, గర్వంగా, ఆనందభరిత వాతావరణాన్ని మరింత పెంచడానికి, స్వీట్లు తీసుకురావడానికి వంటగదికి వెళ్ళింది. అప్పటికే, అంజలి ఫోన్ నిరంతరాయంగా మోగుతోనే ఉంది. స్నేహితులు, శ్రేయోభిలాషుల నుండి అభినందనలు వెల్లువెత్తాయి.

ఆనందోత్సాహాల మధ్య, అంజలి మనస్సు ఆందోళనతో నిండిపోయింది, ఇతర దృష్టి లోపం ఉన్న అభ్యర్థులకు సంబంధించి తన ర్యాంక్ సర్వీస్ కేటాయింపులో కీలకం అనే ఆలోచన కలిగింది. తన పక్కనే ఉన్న స్వాతితో, మరోసారి జాబితాను జాగ్రత్తగా పరిశీలించింది. ఇతర దృష్టి లోపం ఉన్న అభ్యర్థులు జాబితాలో తన కన్నాదిగువ స్థానంలో ఉన్నారని గుర్తించి ఎంతో ఉపశమనం పొందింది.

అంజలి తన అద్భుతమైన విజయాన్ని తన తండ్రితో పంచుకోకుండా ఆగలేక పోయింది. తన తండ్రికి ఉద్వేగభరితంగా వీడియో కాల్ చేసింది. తండ్రికి కాల్ కలవడంతో, ఆయనతో సరదాగా ఆడుకోవాలనే కోరికని ఆపుకోలేకపోయింది. ఆయన హృదయ తంత్రులని కదిలిస్తున్నట్టు, నటిస్తూ, నిరాశను వ్యక్తం చేసింది.

అయితే, అలా ఆట పట్టించడం కొంతసేపే. ఆమె కళ్ళలో మెరుపు, ఆనందంతో తన అద్భుతమైన విజయాన్ని చెప్పింది. అశోక్ హావభావాలు ఆందోళన నుండి హద్దులేని ఉల్లాసంగా మారడాన్ని ఆ ముగ్గురు ఆనందంతో వీడియో కాల్‌లో చూసారు.

సామాన్యంగా సంబరం జరుపుకోవడం

మరుసటి రోజు ఎంపికైన అభ్యర్థుల జాబితాను కేటగిరీల వారీగా ప్రచురించడంతో అంజలి ఆశ్చర్యపరిచే విజయాన్ని సాధించిందని తెలిసిపోయింది. తన కేటగిరీలో రెండవ ర్యాంక్ సాధించిందని, దాని ప్రకారం తనకు ఐఏఎస్ లో చోటు దక్కించుకోగలిగిందని ఆనందించింది. యుపిఎస్సి ప్రచురించిన కేటగిరీల ప్రకారం ఖాళీలు ఉన్నప్పటికీ, దానివల్ల ఎంతో ఆనందించినప్పటికీ, అంజలి మనస్సులో సందేహం నీడ ప్రవేశించింది. ఆమె గత అనుభవాల మచ్చలు, ఎదుర్కొన్న పరీక్షలు మనసులో అనవసరపు సందేహాలు తలెత్తాయి, భయం విత్తనాలు మొలకెత్తాయి.

కాబట్టి, భారత ప్రభుత్వంలోని సిబ్బంది, శిక్షణ మంత్రిత్వ శాఖ నుండి అధికారికంగా సేవా ఉత్తర్వులు వచ్చే వరకు ఐఏఎస్ కి చేరుకోవడంలో తను సాధించిన అద్భుతమైన విజయాన్ని దాచి పెట్టాలని నిర్ణయం తీసుకుంది. తనకు రాబోయే సర్వీస్ గురించి వచ్చిన ఆలోచనలను తిప్పికొట్టింది. ఐఏఎస్‌లో స్థానం సంపాదించగలననుకుంది, ఒకవేళ, ఐఆర్ఎస్ వచ్చినా సంతోషమే అనుకుంది. అయితే, ఆమెకి ఐఏఎస్ ర్యాంక్ వస్తుందని సర్వీసెస్‌లో సెలెక్ట్ అయిన విషయం అశోక్ తన స్నేహితులు, బంధువులకి నమ్మకంగా చెప్పాడు.

శాశ్వతమనుకున్న వేదనతో కూడిన నిరీక్షణ తర్వాత, భారత ప్రభుత్వం ఐఏఎస్ లో ఆమె ఎంపికను నిర్ధారిస్తూ నోటిఫికేషన్‌ను ప్రచురించింది.

ఎంపికయిన తర్వాత, అంజలి తన కుటుంబంతో కలిసి తమ స్వగ్రామమైన వ్యాస్‌పూర్‌కి వెళ్ళింది, అక్కడ ఆమెను సత్కరించడానికి ఒక పెద్ద కార్యక్రమం ఏర్పాటు చేయబడింది. గ్రామస్థులు తమ పిల్లలను, ముఖ్యంగా కుమార్తెలను తమ వెంట తీసుకువచ్చారు. దానివల్ల వారు అంజలిని చూసి, మాట్లాడి, ప్రేరణ పొందుతారని భావించారు. వారితో మాట్లాడుతున్నప్పుడు అంజలి కళ్ళు మెరిసాయి. ఐఎఎస్‌లో చేరడానికి ఆర్‌డిఓ పదవికి రాజీనామా చేయడంతో అంజలి బ్యూరోక్రాటిక్ వ్యవస్థలో, తన సహోద్యోగుల వైఖరిలో వచ్చిన స్పష్టమైన మార్పును గమనించింది. సంశయవాదం, సందేహం గుసగుసలు మరి వినిపించడం లేదు; వాటి స్థానంలో అరుదైన గౌరవం, అద్భుతమైన విజయానికి ప్రశంసలు లభించాయి. ఇది పట్టుదలతో పరివర్తనతో చెందగల శక్తికి, ఒకరికి కలలపై ఉన్న అచంచలమైన నమ్మకానికి నిదర్శనం. మొదటి రెండు ప్రయత్నాలలో ఓటమి తర్వాత, ఐచ్ఛిక సబ్జెక్ట్ అయిన సోషియాలజీ, ఆమె విజయంలో కీలక పాత్ర పోషించింది. అంజలి అనుకోకుండా కాలేజీలో సోషియాలజీని మైనర్ సబ్జెక్ట్‌గా తీసుకుంది, కానీ ఆమె చాలా త్వరగా ఆ సబ్జెక్ట్ ని ఇష్టపడింది. సిఎస్ఈ రాయడానికి ఆలోచిస్తున్నప్పుడు, చాలామంది అభ్యర్థులు ఇష్టపడే ఆప్షనల్ సబ్జెక్ట్‌లలో ఇది ఒకటి అని యూట్యూబ్ పరిశోధన తెలిపింది.

కానీ మొదటి రెండు ప్రయత్నాలలో, ఆమె సామాజికశాస్త్రంలో ఒకేలా 208 మార్కులు సాధించింది.అయితే, ఆ తరువాత ప్రయత్నంలో దానిని 280కి మార్చుకోవాలని భావించింది. ఆమె చివరి ప్రయత్నంలో సామాజిక శాస్త్రంలో 283 స్కోర్ చేయడంతో దేవుడు ఆమె కోరికను తీర్చాడు.

సరిహద్దు జీవితంపై సంగ్రహావలోకనం

ముస్సోరీలోని లాల్ బహదూర్ శాస్త్రి నేషనల్ అకాడమీ ఆఫ్ అడ్మినిస్ట్రేషన్ (LBSNAA)లో అంజలి ప్రయాణం సెప్టెంబర్ 2023లో ఫౌండేషన్ కోర్సుతో ప్రారంభమైంది. అక్కడ కూడా, సవాళ్లు కొనసాగాయి. కొండ ప్రాంతాలలో వుండడం చాలా కష్టం. దానికన్నా భయంకరమైన సవాలు ఏమిటంటే, తరగతులలో బోధించబడుతున్న వాటిని గ్రహించడం, ముఖ్యంగా పవర్‌పాయింట్ ప్రెజెంటేషన్‌లను తరచుగా ఉపయోగించినప్పుడు ఎంతో ఇబ్బందిగా అనిపించింది. అయితే ఈ విషయంలో ఆమెకు సహాయం చేయడానికి, అకాడమీ పవర్ పాయింట్ ప్రెజెంటేషన్‌లను ముందుగానే అందించడం ప్రారంభించింది. అందువల్ల ఆమె క్లాస్ జరగడానికి ముందు వాటిని చూసుకోవచ్చు. అదనంగా, ఆమెకు టెక్స్ట్-టు-స్పీచ్ సాఫ్ట్‌వేర్‌తో పాటు రోజువారీ కార్యకలాపాలకు, క్యాంపస్ చుట్టూ తిరిగేందుకు సహాయం చేయడానికి ఇద్దరు అటెండెంట్‌లను కూడా ఇచ్చారు.

డిసెంబర్ 2023లో ఐఏఎస్ కోసం ఫేజ్-1 వృత్తిపరమైన శిక్షణ ప్రారంభం కావడంతో, అంజలి ఎనిమిది వారాల పాటు సాగే 'భారత్ దర్శన్' అని పిలవబడే శీతాకాలపు అధ్యయన పర్యటనలో పాల్గొంది. భారతదేశం పొడవు, వెడల్పులో ఈ 20,000-కిమీ పర్యటన కోసం ఆఫీసర్ ట్రైనీలను 18 నుండి 20 సమూహాలుగా విభజించారు.

వారి లక్ష్యం రెండు విధాలైనది: దేశంయొక్క భౌగోళిక, సాంస్కృతిక కార్యకలాపాలు తెలుసుకోవడం, దాని గొప్ప వారసత్వం, విభిన్న ప్రకృతి స్థితిగతులను అవగాహన చేసుకోవడం, సాయుధ దళాలు, ప్రభుత్వ, ప్రైవేట్ రంగాలు, పురపాలక సంస్థలు, ఎన్జీవోలతో సహా వివిధ సంస్థల పనితీరుపై అమూల్యమైన అవగాహనని, జ్ఞానాన్ని పెంపొందించుకోవడం. కొత్త గమ్యస్థానాలను అన్వేషించే అవకాశం అంజలిలో ఉత్సాహాన్ని నింపినా, అందులో భయాందోళనలు లేకపోలేదు. విస్తృతమైన ప్రయాణం, బహిరంగ సందర్శనల కఠినతను ఎలా తట్టుకోగలదు?

అంజలి బృందం ఉత్తేజకరమైన, అలసిపోయే ప్రయాణం ఢిల్లీ నుండి దిమాపూర్‌కు విమానంలో ప్రారంభమైంది. అక్కడి నుండి, వారు ఆర్మీ అటాచ్‌మెంట్‌కు తమ గమ్యస్థానమైన అరుణాచల్ ప్రదేశ్‌లోని మెచుకాకు

వంకరగా ఉండే కొండల గుండా పద్దెనిమిది గంటల కష్టతరమైన ప్రయాణాన్ని ప్రారంభించారు. సాయంత్రం ఆలస్యంగా చేరేసరికి వారు పూర్తిగా అలసిపోయారు.

తెల్లవారుజామున తొలి సంధ్య కాంతులు మెచుకా పై బంగారు రంగులు వేయగా, ఆఫీసర్ ట్రైనీలు గుండెల నిండా ఊపిరి పీల్చుకుని అపురూపమైన ఆ దృశ్యానికి మేల్కొన్నారు. వారి ముందు కలలో కనిపించే దృశ్యంలా ఉంది. మెచుకా, భారతదేశపు 'మినీ-స్విట్జర్లాండ్'. దాని అపూర్వమైన అందాన్ని ఆ ఉదయం వైభవంగా ఆవిష్కరించింది. మంచుతో కప్పబడిన శిఖరాలు, పచ్చని కొండలు, ద్రవరూపం లో వెండి రిబ్బన్‌లా భూభాగం గుండా తిరుగుతున్న పచ్చ-నీలం ప్రవాహాలతో అలంకరించబడిన ఆకర్షణీయమైన ప్రకృతి దృశ్యాలు వారి కళ్ల ముందు ఆవిష్కరింపబడ్డాయి.

భారత సైన్యంతో వారంరోజుల అనుబంధం, కార్యాచరణ మౌలిక సదుపాయాలు, ఇంకా దేశం సరిహద్దుల రక్షణ లో సైన్యం అనివార్య పాత్రపై అమూల్యమైన పరిజ్ఞానాన్ని పొందడానికి అరుదైన అవకాశాన్ని అందించింది. ఈ బృందాన్ని ఇండో-చైనా సరిహద్దు వెంబడి ఉన్న పోఖర్‌లోని ఫార్వర్డ్ ప్రాంతాలకు తీసుకెళ్లారు. ఎముకలు కొరికే చలికాలపు ఉష్ణోగ్రతలను ధైర్యంగా ఎదుర్కొంటూ, పాదరసం గడ్డకట్టే స్థాయికి తగ్గకుండా పడిపోవడాన్ని భరిస్తూ, సరిహద్దులో దేశ రక్షణ చేస్తున్న వారి కఠినమైన జీవన వాస్తవాలను తెలుసుకున్నారు. ప్రతికూల పరిస్థితుల మధ్య, అంజలి సైనికుల అచంచలమైన స్ఫూర్తి, మొక్కవోని ధైర్యాన్ని చూసి ఆశ్చర్యపడకుండా ఉండలేకపోయింది. కఠినమైన పరిస్థితులు ఉన్నప్పటికీ, వారు తమ సందర్శకులను ఎంతో ఆప్యాయంగా, చక్కటి ఆతిథ్యంతో పలకరించారు. వారి స్థిరమైన అంకితభావానికి, స్ఫూర్తికి అంజలి ప్రశంసించకుండా ఉండలేకపోయింది.

రోజులు గడిచేకొద్దీ, అంజలి, ఆమె సహచరులు మొదట్లో అలసటగా, సవాళ్లతో కూడుకున్నప్పటికీ, భారత సైన్యంతో గడిపిన సమయం వారి 'భారత్ దర్శన్' ప్రయాణంలో హైలైట్ అని గ్రహించారు.

స్వీయ ఆవిష్కరణ యాత్ర

మెచుకాలో, అంజలి, ఆమె సహచరులు స్థానిక మెంబా, రామో, బోకర్, లిబో తెగల శక్తివంతమైన సంస్కృతిని కూడా తెలుసుకున్నారు. హైదరాబాద్‌లోని

భారత వైమానిక దళంతోనూ, కొచ్చిలోని భారత నావికా దళంతోనూ అనుబంధాలు కొనసాగిస్తూ వారి ప్రయాణం కొనసాగింది. నావికాదళ నౌక, జలాంతర్గామిలో, ఆకాశంలో ఎగురుతున్న యుద్ధ విమానాల నుండి సముద్రపు లోతు వరకు, అంజలి ఆపరేషన్ల పూర్తి పరిమాణం, సైనికులు, మహిళల అచంచలమైన అంకితభావాన్ని చూసి ఆశ్చర్యపోయింది.

కొచ్చిలోని నిర్మలమైన జలాల నుండి లక్షద్వీప్‌లోని మంత్రముగ్ధులను చేసే ద్వీపసమూహం వరకు, అంజలి, ఆమె సహచరులు ఉత్కంఠభరితమైన అందాల ప్రపంచంలో మునిగిపోయారు. ఆకాశనీలం నీళ్ళు, ఆహ్లాదకరమైన తెల్లని బీచ్‌లు, మెత్తని గాలికి ఊగుతున్న పచ్చని కొబ్బరిచెట్లు అంజలికి విస్మయం కలిగించాయి. అంజలి స్కూబా డైవింగ్ లోతుల్లో పాల్గొనలేకపోయినప్పటికీ, ఆమె పగడపు దిబ్బలు, వాటిని తమ గృహాలుగా భావించే శక్తివంతమైన సముద్ర జీవుల కథల్లో ఓదార్పుని పొందింది. విహార ఓడలో తిరుగు ప్రయాణం మరొక మరపురాని అనుభవం, వారు సముద్రాల గుండా ప్రయాణించారు, ఆకాశరేఖ కలలతో చిత్రించిన కాన్వాస్ లాగా వారి ముందు విస్తరించింది.

ప్రకృతి అందాల మధ్య, తోటి అధికారుల మధ్య ఏర్పడిన బంధాలు అంజలిపై లోతైన ముద్ర వేసాయి. వాటర్ స్పోర్ట్స్ సమయంలో పంచుకున్న స్నేహబంధం నుండి నక్షత్రాల ఆకాశం క్రింద అర్ధరాత్రి సంభాషణలు, ప్రతి క్షణం హృదయంలో శాశ్వతంగా ముద్ర వేశాయి. అంబిక, ఆమె రూమ్‌మేట్, కొత్తగా వచ్చిన స్నేహితురాలు, అన్నింటికీ పక్కనే నిలబడి, అవసరమైనప్పుడు మద్దతు, సాంగత్యాన్ని అందించింది.

భారతదేశపు అతి ముఖ్యమైన ప్రాంతాల గుండా ప్రయాణిస్తున్నప్పుడు, అంజలి తనలో ఒక లోతైన పరివర్తనకు గురైంది. గడిచే ప్రతి రోజు, ఆమె విశ్వాసం పెరుగుతూ వచ్చి తన దృక్పథాన్ని మార్చే లాగా చేసింది. ఇకపై తనను తాను బలహీనంగా లేదా హీనంగా చూడక, తన మనసులో పొందుపరుచుకున్న సాధనా సామర్థ్యంతో ఒక శక్తివంతమైన వ్యక్తిగా భావించింది.

ఎన్నెన్నో సవాళ్లు

ఎల్. బి. ఎస్. ఎన్. ఏ. ఏలో శిక్షణ పొందిన తరువాత తన క్షేత్రస్థాయి పనిని ప్రారంభించాలని అంజలి ఆత్రుతగా ఎదురుచూసింది. అయితే, రాబోయే

భయంకరమైన సవాళ్ల గురించి కూడా ఆమెకు బాగా తెలుసు.

'ఫైళ్ల నిర్వహణ, అనేక పేపర్లపై సంతకాలు చేసే బాధ్యత నాపై ఉంటుంది. విశ్వసనీయ సహాయకుడిని కనుగొనడం చాలా కీలకం. నాకు భద్రత కల్పించడంలో ప్రభుత్వ నిబంధనలు ఉన్నాయా? అంతేకాకుండా, పెరుగుతున్న టెక్నాలజీ మరో అడ్డంకిని కలిగిస్తుంది. నేను ఎలా సమర్థవంతంగా చేయగలను కంప్యూటర్లు, ఇంటర్నెట్, ఇతర సాంకేతికతలను ఉపయోగించాలా?' పూర్తి రోజు ఇంటెన్సివ్ శిక్షణ తర్వాత అంజలి తనలో ఉత్పన్నమైన ఈ ప్రశ్నల గురించి ఆలోచించింది. అంజలి తనకు సహాయపడే సాంకేతిక పరిజ్ఞానం సామర్థ్యాన్ని గుర్తించింది. ఎల్. బి. ఎస్. ఎన్. ఏలో, ఆమెకు 'ఓఆర్ కేమ్ మైఐ' ఓ ఆర్ క్యామ్ మై ఐ (Or Cam My Eye) అనే పరికరం అందించారు. దానితో, అంజలి పుస్తకం లోని పేజీల చిత్రాలను తీస్తుంది, ఆ పరికరం ఆమెకు వచనాన్ని (టెక్స్ట్‌ని) బిగ్గరగా చదువుతుంది.

అయినప్పటికీ, అంజలి, తమ తమ సర్వీసులలో రాణించినా, దృష్టి లోపం ఉన్న అధికారుల విజయగాథల నుండి కూడా, ప్రేరణ పొందింది. సవాళ్లను అధిగమించాలని అర్థం చేసుకుంది.

'సవాళ్లు వస్తాయి కాబట్టి వాటికి పరిష్కారాలు కనుగొనవచ్చు. వాటిలో ప్రతిదానికి ఖచ్చితంగా పరిష్కారం కనుగొంటాను,' అని అంజలి దృఢ నిశ్చయంతో అనుకుంది.

★★★

అంజలి కథలో కీలకమైన అంశాలు

1. **పట్టుదల, అచంచలమైన నమ్మకం**: పెద్ద పెద్ద విషాదాలు, భయంకరమైన సవాళ్లను ఎదుర్కొన్నప్పటికీ, పట్టుదల, కష్టపడి పనిచేయడం, కలలపై అచంచలమైన నమ్మకం చివరికి విజయానికి దారితీస్తాయి. లెక్కలేనన్ని పతనాల తర్వాత విజయం రావచ్చు, కాబట్టి నిరుత్సాహపడకండి, వైఫల్యాలు లేదా కష్టాల వల్ల దిగజారకండి. అర్జునుడిలా, మీ లక్ష్యంపై నిశితంగా దృష్టి పెట్టండి, కృషి చేస్తూ ఉండండి.
2. **తల్లిదండ్రుల మద్దతు**: సి ఎస్ ఈ విజయంలో తల్లిదండ్రుల విశ్వాసం, మద్దతు కీలక పాత్ర పోషిస్తాయి. తల్లిదండ్రులు తమ పిల్లల సామర్థ్యాలను విశ్వసించాలి, వైఫల్యాల వచ్చినా ఓపికగా వారిని ప్రోత్సహించాలి. ప్రతి ఎదురుదెబ్బ విజయగమ్యం చేరుకోవడానికి సహాయం చేస్తుంది.
3. **సాంకేతిక పురోగతిని ఉపయోగించడం:** ప్రపంచం సాంకేతిక విప్లవాన్ని చూస్తోంది, ఈ పురోగతులను ఉపయోగించుకోవడం చాలా ముఖ్యం. అభివృద్ధి చెందుతున్న కొత్త సాంకేతికతలు అడ్డంకులను అధిగమించడానికి, మీ లక్ష్యాల వైపు మిమ్మల్ని నడిపించడానికి శక్తివంతమైన సాధనాలుగా ఉంటాయి. వాటిని మీ విజయ మార్గంలో ఫోర్స్ మల్టిప్లైయర్‌లుగా ఉపయోగించండి.
4. **ఇతరులతో పోల్చుకోకండి–మీకు మీరే పోటీ**: ప్రఖ్యాత సంస్థలు లేదా పెద్ద నగరాల అభ్యర్థులు ఉన్నతమైనవారని భావించవద్దు. మీరు మీతోనే పోటీపడుతూ, నిరంతరం మీ పరిమితులను విస్తరించండి, మీ లక్ష్యం వైపు స్థిరంగా కదలండి. విజయం అనేది వ్యక్తిగత ఎదుగుదల, సంకల్పం. అంతే కానీ, మీరు ఎక్కడి నుండి వచ్చారో లేదా మీ నేపథ్యం గురించీ కాదు.
5. **ధైర్యంగా వైకల్యాలను అధిగమించడం**: వైకల్యాలు కేవలం మానసిక అవరోధాలు. ధైర్యం, దృఢ సంకల్పం, కృషి, తాజా సాంకేతిక సాధనాల వినియోగంతో, మీ ఆకాంక్షలను సాకారం చేసుకోకుండా ఏ అడ్డంకి లేదా వైకల్యం మిమ్మల్ని నిరోధించదు.

వసీమ్

అధ్యాయం 5

ఒక కాశ్మీరీ కుర్రాడి యూపీఎస్సీ కల

నేను ఇంజనీర్ అవ్వాలనుకుంటున్నాను

పదిహేనేళ్ల వసీమ్ తన స్నేహితులైన మొహ్సిన్, ఉమర్‌లతో కలిసి జూన్ 2013లో వేసవిలో ఒక ఆహ్లాదకరమైన సాయంత్రం వేళ, ఎత్తైన చినారు చెట్ల గుండా చల్లగా, సువాసనతో వీస్తున్నగాలి అనుభూతిని ఆస్వాదిస్తూ, తమ గూళ్ళకు తిరిగి వస్తున్నపక్షుల మధురమైన కిలకిలా రావాల్ని వింటున్నారు. వీరంతా దక్షిణ కాశ్మీర్ అనంత్‌నాగ్ జిల్లాకు చెందినవారు-బ్రగామ్ అనే సుందరమైన ఊరివాడు వసీమ్, సమీపంలోని నాతిపోరా గ్రామానికి చెందినవారు మొహ్సిన్, ఉమర్ లు. వీళ్లంతా దూరు షాహాబాద్‌లోని ప్రభుత్వ హయ్యర్ సెకండరీ పాఠశాలలో 11వ తరగతి చదువుతున్న మిత్రులు..

సుదీర్ఘ సాయంత్రపు నడక వారికి ప్రతిరోజు ఓ అలవాటు. షికారు సమయంలో, బోలెడు విషయాలను మాట్లాడుకుంటారు. ఆ ప్రత్యేకమైన రోజు చర్చ, కెరీర్, ఆకాంక్షల గురించి సాగింది.

'నాకు ఐఏఎస్ అధికారి కావాలని ఉంది. ఐఏఎస్‌లు చాలా శక్తిమంతులు,' అన్నాడు మొహ్సిన్. 'నీకెలా తెలుసు?' ఉమర్ ఉత్సుకతతో అడిగాడు.

'వారు జిల్లాల డిప్యూటీ కమిషనర్లు అవుతారు. ప్రజలు తాగునీరు, విద్యుత్, ఉపాధి లేదా పోలీసుల వేధింపులు వంటి సమస్యలతో వారి వద్దకు వెళ్లినప్పుడల్లా వాళ్ళు అన్నింటినీ పరిష్కరిస్తారు.' మొహ్సిన్ వివరించాడు, అతని కళ్లలో ఉత్సాహం మెరుస్తోంది.

'అయితే ఐఏఎస్ అధికారి ఎలా అవుతారు?' ఉమర్ నొక్కిమరీ అడిగాడు.

'గ్రాడ్యుయేషన్ తర్వాత కఠినమైన పరీక్ష ఉంటుంది, టాప్ స్కోరర్లు మాత్రమే ఐ ఏ ఎస్‌కి ఎంపిక చేయబడతారు' అని మొహ్సిన్ తెలియజేశాడు.

అయినా వసీం చలించలేదు. 'ప్రపంచంలో వాస్తవంగా ఏ మార్పు ఐఏఎస్ అధికారుల వల్ల రాదు, శాస్త్రవేత్తలు, ఇంజనీర్ల వల్ల వస్తుంది. కాబట్టి నేను ఇంజనీర్‌ని కావాలనుకుంటున్నాను' అని గట్టిగా ప్రకటించాడు. వసీం మాటలు విన్న ఉమర్, మొహ్సిన్ చురకలంటించారు, కానీ వసీం తన మాటపై స్థిరంగా వున్నాడు.

అయితే, అపారమైన ప్రతిభావంతుడైన వసీమ్ కోసం విధి ఆలోచన వేరుగా ఉంది.

సైన్స్ పట్ల వసీమ్‌కు ఉన్న అభిరుచిని ప్రేరేపించడం

వసీం అతి సాధారణ నేపథ్యం నుండి వచ్చాడు. తండ్రి, మహ్మద్ యూసుఫ్ భట్, జమ్మూ, కాశ్మీర్‌లోని వ్యవసాయ ఉత్పత్తి విభాగంలో తేనెటీగల పెంపకందారుడు, తల్లి రూబీ జాన్ గృహిణి. రూబీ, యూసుఫ్‌లకు వసీమ్ పెద్ద సంతానం, మిగిలిన ముగ్గురు అరిజూ, అలియా, అర్ఫత్. అతని తాత గులాం అహ్మద్ భట్ చిన్న రైతు.

మొదటి నుండి, వసీం చదువులో మేధావి. అంతేగాక 10వ తరగతిలో దూరు షాహాబాద్ బ్లాక్ పాఠశాలల్లో మూడవ ర్యాంక్ సాధించి తన తెలివితేటలను నిరూపించుకున్నాడు. అతడి తండ్రి యూసఫ్ ఆ ప్రాంతం విద్యార్థులలో తన కొడుకు అత్యధిక మార్కులు సంపాదించే వారిలో ఒకడిగా నిలబడలేకపోతే నిరాశ చెందేవాడు.

వసీమ్‌కి పాడడం అంటే కూడా చాలా ఇష్టం. తన చిన్ననాటి రోజుల్లో, దేశభక్తి గీతాలను చాలా జాగ్రత్తగా సాధన చేసేవాడు. కదిలించే శ్రావ్యమైన

పాటలను పాడడానికి సైన్యం రాక కోసం ఆత్రుతగా ఎదురుచూసేవాడు. ఫలితంగా వారు ఇచ్చే గుప్పిళ్ళ కొద్దీ మిఠాయిలని, అప్పుడప్పుడు ప్రతిఫలంగా పొందే కొంత నగదు బహుమతిని సంపాదించుకునేవాడు.

ఇక్బాల్ మెమోరియల్ ఇనిస్టిట్యూట్‌లో, వసీం ఉద్వేగభరితమైన సైన్స్ ఉపాధ్యాయుడైన గుల్జార్‌నుంచి ప్రేరణ పొందాడు. అతని వినూత్న బోధనా పద్ధతులు సైన్స్ అంటే వసీమ్‌కు ఆసక్తిని కలిగించాయి. ఇంజనీర్ కావాలనే ఉద్దేశంతో వసీం కష్టపడి, దూరు షహాబాద్ బ్లాక్‌లోని పాఠశాలల్లో 12వ తరగతి విద్యార్థుల్లో అత్యధిక మార్కులు సాధించి రికార్డు సృష్టించాడు. జేఈఈ మెయిన్స్‌లో ఉత్తీర్ణత సాధించి శ్రీనగర్‌లోని ప్రతిష్టాత్మక నేషనల్ ఇనిస్టిట్యూట్ ఆఫ్ టెక్నాలజీ (ఎన్ఐటీ)లో బీటెక్‌లో ప్రవేశం పొందాడు.

అయినా, అతను జెఇఇ (అడ్వాన్స్‌డ్) క్లియర్ చేయలేకపోవడంతో, ఇండియన్ ఇనిస్టిట్యూట్ ఆఫ్ టెక్నాలజీ (ఐఐటి)లో సీటు రాలేదు. అతని కలల మీద నిరాశా నీడలు కమ్ముకున్నాయి. కోటాలో కోచింగ్‌కి వెళ్లకూడదనే తన నిర్ణయం గురించి ఆలోచిస్తున్నప్పుడు, వసీం హృదయంలో పశ్చాత్తాపం చెలరేగింది. ఈ నిర్ణయం ఇప్పుడు పోగొట్టుకున్న అవకాశంగా అనిపించింది.

అతని తండ్రి ఒత్తిడితో, వసీమ్ గణితంతో పాటు, ఇంటర్మీడియట్ లో జీవశాస్త్రం కూడా చదివాడు. దాంతో మెడికల్, డెంటల్ కాలేజీల్లో అడ్మిషన్ కోసం నీట్ పరీక్షకు హాజరై మంచి ర్యాంక్ సాధించాడు.

అనుకోని మార్గం

ఎన్ఐటి, శ్రీనగర్‌లో అడ్మిషన్‌కు ఎంపికైనప్పుడు, జమ్మూ, కాశ్మీర్ ప్రభుత్వంలో జూనియర్ ఇంజనీర్ (సివిల్) కోసం ఖాళీలు ఎక్కువగా ఉన్నాయని చెప్పి, సివిల్ ఇంజనీరింగ్‌ని ఎంచుకోవాలని వసీం తండ్రి సలహా ఇచ్చాడు.

ఇంజనీరింగ్ స్ట్రీమ్‌ల ఎంపిక కోసం కౌన్సెలింగ్‌కు ముందురోజు రాత్రి డిన్నర్‌సమయంలో వసీమ్‌తో మాట్లాడుతూ తండ్రి, 'నువ్వు కోర్సు పూర్తి చేసిన వెంటనే, స్థిరమైన ప్రభుత్వ ఉద్యోగం వస్తుంది', అని అన్నాడు. వసీమ్ కంప్యూటర్ ఇంజనీర్ కావాలనుకున్నాడు, కానీ అతనికి వచ్చిన నీట్ పరీక్ష ర్యాంకింగ్ ఆధారంగా బి డి ఎస్ కోర్సులో చేరమని తండ్రి ఇచ్చిన సలహాను తిరస్కరించినందుకు, తన మనసులో మాటని తండ్రికి

చెప్పలేకపోయాడు. పైగా,అతనికప్పుడు సివిల్ ఇంజనీరింగ్ కి, కంప్యూటర్ సైన్స్ కి మధ్య తేడా తెలియదు. కాబట్టి, తన తండ్రి సలహాను వినాలని నిర్ణయించుకున్నాడు.

ప్రసిద్ధి చెందిన దాల్ సరస్సు సుందరమైన ఒడ్డున ఉన్న ఎన్ఐటి వాతావరణాన్ని వసీం ఇష్టపడ్డాడు. ఇది సెంట్రల్ లైబ్రరీ నుండి మొత్తం క్యాంపస్ లో ఎక్కడైనా అందే వై-ఫై నెట్‌వర్క్ వరకు ఆధునిక సౌకర్యాలను కలిగి ఉంది. భారతదేశం నలుమూలల నుండి విద్యార్థులు వచ్చారు. దేశం సాంస్కృతిక వైవిధ్యం కలగలుపుతనం అంతా అక్కడ కనిపిస్తోంది.

బీటెక్ మొదటి సెమిస్టర్ ఉత్కంఠగా గడిచింది. విద్యార్థులందరూ ఒకే సబ్జెక్టులను చదువుతున్నందున వివిధ ఇంజనీరింగ్ స్ట్రీమ్‌ల మధ్య వ్యత్యాసాన్ని వసీమ్ గ్రహించలేదు. అయితే, మూడవ సెమిస్టర్ ప్రారంభంలో, అతను ఇంజనీరింగ్ డ్రాయింగ్‌లు, ఇతర ప్రధాన సివిల్ ఇంజనీరింగ్ కోర్సులు బోరింగ్‌గా భావించాడు.

అనువర్తిత అంశాలపై (అప్లైడ్ ఆస్పెక్ట్స్) దృష్టి పెట్టకుండా, థియరీ, ఫార్ములా బట్టీ పట్టడంతో నిండిన ఇంజినీరింగ్‌ని బోరింగ్‌గా ఎందుకు బోధిస్తున్నారని వసీమ్ ఆశ్చర్యపోయాడు. 'కంప్యూటర్ ఎయిడెడ్ డిజైన్ (సీఏడీ) వంటి ఎన్నో ఆధునిక ఉపకరణాలు అందుబాటులో ఉండగా మనం ఇంకా మాన్యువల్‌గా డ్రాయింగ్‌లు ఎందుకు వేయాలి?'అంటూ ఆశ్చర్యపోయాడు. అతడిలో, అనిశ్చితి తుఫాను ఏర్పడింది. ఒకప్పుడు ఆశాజనకంగా ఉన్న మార్గం ఇప్పుడు భారంగా అనిపించింది, అతని నిజమైన అభిరుచిని పరిగణనలోకి తీసుకోకుండా త్వరపడి చేసుకున్న ఎంపిక,అది.

మూడో సెమిస్టర్‌లోని సి++ ప్రోగ్రామింగ్ కోర్సు వసీమ్‌కు మరోసారి తన తప్పును తెలుసుకునేలా చేసింది. వసీం ప్రోగ్రామింగ్‌ని ఇష్టపడి, ఆ పేపర్‌లో ఎక్కువ స్కోర్లు సాధించాడు. అయినా, ఎన్ని ప్రయత్నాలు చేసినప్పటికీ, సివిల్ ఇంజనీరింగ్‌పై ఆసక్తిని పెంచుకోవడంలో విఫలమయ్యాడు.

చదివే అలవాటు ఒక బలమైన పునాదిని వేస్తుంది

బాధ పడుతున్న వసీమ్ హృదయంలో, ఒక విత్తనం నాటుకుపోయింది. ఇంజినీరింగ్‌పై ఆసక్తి తగ్గిపోవడంతో పుస్తకాలు చదవడం మీద మక్కువ పెంచుకున్నాడు.

ఎన్ఐటి లైబ్రరీ, పబ్లిక్ లైబ్రరీ నుండి అరువు తెచ్చుకున్న అనేక పుస్తకాలతో, వసీం, అతని స్నేహితుడు ఫైజాన్‌తో కలిసి సాహిత్య అన్వేషణలో ప్రయాణం ప్రారంభించాడు. ఎన్ఐటి నుండి కాశ్మీర్ యూనివర్శిటీకి వారి రోజువారీ సాయంత్రం నడకలు మానవ శాస్త్రం, మానవ పరిణామం, వర్తమాన వ్యవహారాలతో సహా అనేక విషయాలపై ఉత్సాహభరితమైన చర్చలకు వేదికగా మారాయి.

జూలై 2016లో, కాశ్మీర్‌లో పెద్ద విధ్వంసాలు చెలరేగాయి. దాదాపు ఆరు నెలల పాటు విద్యాసంస్థలను మూసివేయవలసి వచ్చింది. ఇంటర్నెట్, టెలిఫోన్ సేవలకు కూడా అంతరాయం ఏర్పడింది. ఇంటికే పరిమితమైపోయిన, వసీం, కష్టాలను మంచిఅవకాశంగా మార్చుకున్నాడు, స్థానిక లైబ్రరీ నుండి, కిండిల్‌లో అరువు తెచ్చుకున్న పుస్తకాలను క్రమం తప్పకుండా చదవడం ద్వారా జ్ఞాన సముపార్జనని ఒక తపనతో కొనసాగించాడు. తన మారుమూల గ్రామానికి ఒక రోజు ఆలస్యంగా వస్తూనప్పటికీ, ది హిందూ దినపత్రికను కూడా ప్రేమ తప్పకుండా చదివేవాడు.

చివరకు జనవరి 2017లో ఎముకలు కొరికే చలిలో తరగతులు పునఃప్రారంభమయ్యాయి. హాస్టల్‌లో వేడిమి లేకపోవడంతో, వసీమ్, ఫైజాన్ సెంట్రల్లీ హీటెడ్ లైబ్రరీ వెచ్చదనంలో ఆశ్రయం పొందారు. గంటల తరబడి పుస్తకాలు, పత్రికలలో మునిగిపోయారు. వసీం సివిల్ సర్వీసెస్ ఎగ్జామ్ (CSE), వివిధ సేవలలో పనిచేసే అధికారుల పాత్రల గురించి కూడా చదివాడు. ఐఏఎస్ అధికారుల కి ఇచ్చే వివిధ రకాల అసైన్‌మెంట్‌లు, అనేక మంది ప్రజల జీవితాల్లోవారు తీసుకువచ్చిన సానుకూల మార్పులు అతనిలో ఆసక్తిని రేకెత్తించాయి. కాలక్రమేణా, అతను ఐఏఎస్ అధికారి కావాలని కలలుకనేవాడు.

కాలేజీలో తన ఐదవ సెమిస్టర్‌లో, వసీం తన హాస్టల్ రూమ్‌మేట్స్–ఫైజాన్, బాసిత్, సజ్జాద్‌లతో ఐఏఎస్ అధికారి కావాలనే తన కల చెప్పాడు.అదో సంచలనమైంది. అందరూ బోలెడన్ని సందేహాలని అతడి ముందుంచారు.

'ఇది ఒక పగటి కల. ఢిల్లీలోని సెయింట్ స్టీఫెన్స్, ఎల్ఎస్ఆర్ కాలేజీకి చెందిన వ్యక్తులు సరైన వాతావరణం ఉన్నందున ఐఏఎస్ కి ఎంపికవుతారు. ఎన్ఐటీ శ్రీనగర్ నుంచి ఎవరూ ఐఏఎస్ అధికారి కాలేదు' అన్నారు.

కానీ వసీం మాత్రం అధైర్య పడకుండా స్థిర గంభీరంగా ఉన్నాడు.

మీ దృఢ సంకల్పం బలంగా ఉన్నప్పుడు, మీ దృష్టి అస్థిరం కాన్నప్పుడు, మీరు ఎక్కడి నుండి ప్రారంభించినా యూపీఎస్సీలో విజయం సాధించడం సాధ్యమే.

శ్రీనగర్ నుంచి స్పష్టంగా కనిపించిన యూపీఎస్సీ శిఖరం

ఇద్దరు ప్రముఖ కాశ్మీరీ ఐఏఎస్ అధికారులు, అథర్ అమీర్, షా ఫైజల్, వసీం కోర్సు ఐదవ, ఆరవ సెమిస్టర్‌లలో విశ్వవిద్యాలయానికి రావడం, యుపిఎస్సిని జయించాలనే అతని దృష్టిని మరింత ప్రేరేపించింది. 2010లో సివిఎస్ఈ లో అగ్రస్థానంలో నిలిచిన మొదటి కాశ్మీరీగా పేరు తెచ్చుకుని మార్గదర్శి గా నిలిచిన షా ఫైజల్, కాశ్మీర్ యువతకు ఒక ప్రేరణ, రోల్ మోడల్‌గా మారారు. మారుమూల గ్రామం నుండి వచ్చిన ఫైజల్ జీవితంలో, ఆయన తండ్రి తీవ్రవాద హింసకు గురైనప్పుడు విషాదం నెలకొంది. అయినప్పటికీ, అచంచలమైన పట్టుదలతో కష్టాలను అధిగమించాడు. ఎంబీబీఎస్ డిగ్రీని పూర్తి చేసిన తర్వాత ప్రతిష్టాత్మకమైన సివిఎస్ఇలో విజయాన్ని సాధించాడు.

15 ఏప్రిల్ 2018న ఎన్ఐటిలో భారీ సంఖ్యలో ప్రేక్షకులు హాజరైన ఫైజల్ టెడెక్స్ (TEDx) టాక్ కి ఎంట్రీ పాస్‌ని పొందలేకపోయినందుకు వసీమ్ తీవ్ర నిరాశకు గురయ్యాడు. అయితే, వసీం స్నేహితుల్లో ఒకరికి, అతనికి ఐఏఎస్ పట్ల ఉన్న మక్కువా, ఫైజల్ మాట వినాలనే ఆత్రుత గురించి తెలుసు. తన పాస్‌ని వసీంకి ఇవ్వడంతో, సంతోషంగా స్ఫూర్తిదాయకమైన అవలోకనం (మోటివేషనల్ పర్సెప్షన్) కోసం బయలుదేరాడు. అథర్ అమీర్ అనే మరో కాశ్మీరీ యువకుడు సి ఎస్ ఈ 2015లో రెండవ ర్యాంక్ సాధించాడు. అతను అనంతనాగ్ జిల్లాలోని ఓ మారుమూల గ్రామానికి చెందినవాడు. యూపీఎస్సీని జయించే ముందు ఐఐటి మండి నుండి ఇంజనీరింగ్ డిగ్రీని పొందాడు. 14 ఆగస్టు 2018న ఎన్ఐటి శ్రీనగర్‌కి వచ్చాడు. సివిఎస్ఈ చిక్కులని అధిగమించడానికి అమూల్యమైన పరిజ్ఞానాన్ని అందించాడు. ఇది వసీమ్ లో రగులుతున్న ఐఏఎస్ అధికారి కావాలనే అగ్నికి ఆజ్యం పోసింది.

దూరదృష్టితో వసీమ్ తన చివరి సెమిస్టర్‌లో, లాభదాయకమైన ఉద్యోగ నియామకాలు, గేట్ పరీక్షకు ఉచిత కోచింగ్‌ని వదిలేసేయాలా చేసింది. బదులుగా, అతను ఈ సమయాన్ని విస్తృతమైన పరిశోధన

కోసం ఉపయోగించుకున్నాడు, సి ఎస్ ఈ పరీక్ష గురించి అమూల్యమైన సమాచారాన్ని సేకరించి, దానిని ఛేదించడానికి వ్యూహాత్మక ప్రణాళికని తయారు చేసుకునేపనిలో పడ్డాడు.

జీవితాన్ని మార్చిన సంభాషణ

జూన్ 2019లో, వసీమ్ తన బిటెక్ పూర్తి చేసి ఇంటికి తిరిగి వచ్చాడు. తల్లిదండ్రులు అతని భవిష్యత్తు గురించి ఆలోచిస్తున్నారు, అతని లోపల గందరగోళం గురించివారికి తెలియదు. తల్లిదండ్రుల అనిశ్చిత ఆర్థిక పరిస్థితి, ముగ్గురు తమ్ముళ్ల విద్యావసరాల గురించి తెలుసుకున్న వసీమ్ ఇంటి నుండే సీఎస్ ఈ కి సిద్ధం కావాలని నిర్ణయించుకున్నాడు. సిఎస్ఈ కోచింగ్ కోసం ఢిల్లీ వెళ్లాలనే రహస్యంగా ఉన్న తన కోరికని బయటకు చెప్పలేదు.

అయితే, 19 జూలై 2019 సాయంత్రం, కుటుంబం డిన్నర్ టేబుల్ చుట్టూ చేరుతుండగా, వసీమ్ ఫోన్ మోగింది. ఫోన్ లో సన్నిహిత మిత్రుడు ఫైజల్. ఫైజల్ కంఠం గది అంతా వినిపించింది.

'భాయ్ ఎక్కడున్నావు?' వసీం ఆత్రంగా అడిగాడు.

'నేను ఢిల్లీలో ఉన్నాను. నిన్ననే సి ఎస్ ఈ కోచింగ్‌కి చేరాను. వచ్చే వారం నుండి క్లాసులు మొదలవుతాయి,' అని ఫైజల్ తన గొంతులో ఉద్వేగాన్ని వసీం తల్లిదండ్రులకు వినిపించేలామాట్లాడాడు.

'నువ్వు చేరాలనుకుంటే, దయచేసి వెంటనే చేరు. జూలై 24 నాటికి ఢిల్లీ చేరుకో. మరుసటి రోజు నుండే తరగతులు ప్రారంభమవుతాయి,' అని ఫైజల్ కొనసాగించాడు. అతని మాటలు వసీం హృదయంలో కాంక్షను లేపాయి.

అయితే, మరు క్షణమే వసీమ్‌పై నిరాశ కమ్ముకుని, 'భాయ్, నేను రాలేను. ఇంటి నుండి ప్రిపేర్ అవుతాను' అని కాల్ డిస్‌కనెక్ట్ చేసి, నిశ్శబ్దంగా డిన్నర్ చేయడం ప్రారంభించాడు .

'వసీం, నువ్వు ఢిల్లీకి వెళ్లి కోచింగ్‌లో చేరాలి' తండ్రి కంఠం వసీమ్ ఆలోచనల లోతుల్లోంచీ బైటకి లాగింది. యూసఫ్ తన జిల్లాలోని డిప్యూటీ కమీషనర్లను చూశాడు, వారు ఐఏఎస్ అధికారులే. వారి అధికారం, హోదా గురించి తెలుసు.

'నాన్నా, కోచింగ్ ఫీజు చాలా వుంది. గది అద్దె, ఆహారం, ఇతర అవసరాలకు చాలా ఖర్చులు ఉంటాయి. మీరు నా కోసం ఇప్పటికే చాలా చేసారు. మీరు అలియా, అరిజూ, అర్ఫత్‌లను జాగ్రత్తగా చూసుకోవాలి,' అని వసీమ్ ఆందోళన చెందాడు.

'నువ్వు డబ్బు గురించి చింతించకు. ఎలాగోలా ఏర్పాటు చేస్తాను. మళ్లీ ఐఏఎస్ అధికారిగా రా' అని కళ్లల్లో ఆశ చిగురిస్తూ,తండ్రి భరోసా ఇచ్చాడు. రూబీ జాన్ కూడా తన భర్తకు మద్దతుగా నిలిచింది.

తన మాటను నిజం చేస్తూ, యూసుఫ్ 23 జూలై 2019న కోచింగ్ ఫీజు, ఉండడానికి కావలసిన డబ్బు సిద్ధం చేశాడు. మరుసటి రోజు, కృతజ్ఞత, ఆశతో నిండిన హృదయంతో, వసీమ్ ఢిల్లీకి తన ప్రయాణాన్ని ప్రారంభించాడు. బంగారు భవిష్యత్తును రూపుదిద్దే రేపటి వాగ్దానంతో అతని కళ్ళు మెరుస్తున్నాయి. అతని స్నేహితుడు, ఔత్సాహిక సివిల్ సర్వెంట్ మెహ్సిన్, వసీమ్‌తో కలిసి విమానాశ్రయానికి చేరుకున్నాడు.

అతను శ్రీనగర్ విమానాశ్రయానికి వీడ్కోలు పలికినప్పుడు, వసీమ్‌లో భావోద్వేగాల సుడిగుండం చుట్టుముట్టింది. 'కొన్నిసార్లు కనీసం ఊహించలేని పరిస్థితులలో గొప్ప కలలు మనల్ని ఎత్తుకు తీసుకుపోతాయి, మన ఆకాంక్షలు అందుకోగలిగే శిఖరాల వైపు మనల్ని నడిపిస్తాయి,' అని అతను మొహ్సిన్‌తో తాత్వికంగా అన్నాడు.

రాజధానిలో సివిల్ సర్వీస్ ఆశావహులు

ఢిల్లీలోని ఓల్డ్ రాజేంద్ర నగర్ (ఓ ఆర్ ఎన్)లోని విచిత్రమైన పరిసరాల్లో తన స్నేహితులు నవీద్, ఫైజల్ తో కలిసి వసీం మూడు గదుల అపార్ట్‌మెంట్‌లో స్థిరపడ్డాడు. ఒక్కో గదికి నెలకు రూ. 10,000 అద్దె చెల్లించారు. అదనంగా, కోచింగ్ తరగతులు, ఆహారం, విద్యుత్, నీరు, ఇతర అవసరాల కోసం ఖర్చుపెట్టాలి. మొత్తం ఆర్థిక భారాన్ని లెక్క కట్టడంతో, తన తండ్రి ఇంత భారీ మొత్తాన్ని ఎలా భరించగలడనే ఆందోళన వసీంకు కలిగింది.

జనసాంద్రతతో నిండి ఉన్న ఓఆర్ఎన్, ఐఏఎస్, ఆశావహుల మక్కాగా పేరు గడించింది. చుట్టుపక్కల అనేక అగ్రశ్రేణి కోచింగ్ ఇనిస్టిట్యూట్‌లు, పుస్తక దుకాణాలు, కిరాణా అవుట్‌లెట్‌లు, లైబ్రరీలు, రోడ్‌సైడ్ టీ స్టాల్స్, తినుబండారాలు, 24 గంటలూ పని చేస్తూ సందడిగా

ఉంటాయి. సివిస్ ఈ గురించిన చర్చలు వీధుల గుండా ప్రతిధ్వనిస్తాయి. కోచింగ్ క్లాస్‌ల సర్వవ్యాప్త ప్రకటనలు, ప్రతి స్తంభంపై అతికించబడి, సివిల్ సర్వీసెస్ పరీక్షల ఒత్తిడిని పెంచుతాయి. రాబోయే తీవ్రమైన పోటీని నిరంతరం గుర్తు చేస్తుంటాయి.

కాశ్మీర్‌లో తరచుగా అనుభవించే పరిమితులకు పూర్తి విరుద్ధంగా, ఎప్పుడైనా బయటకు వెళ్లే స్వేచ్ఛను వసీం అనుభవించాడు. అయితే, కోర్సు మెటీరియల్, పరీక్షా వ్యూహం గురించి ఆలోచనలు, అభిప్రాయాల ప్రవాహ-ఒత్తిడి నుండి తనను తాను రక్షించుకోవడానికి బయట తన విహారయాత్రలను పరిమితంచేయాలనే ఒక చేతనాత్మక నిర్ణయం తీసుకున్నాడు.' కోచింగ్ సెంటర్లో అందించే మార్గదర్శకత్వంలో నన్ను నేను పూర్తిగా ఉత్తేజపరచుకుంటాను'అని నిర్ణయించుకున్నాడు. పోటీ తీవ్రతతో పాటు, వసీం, అతని స్నేహితులు కూడా ఢిల్లీలోని మండే వేడిని, తేమతో కూడిన ఉక్కపోసే వాతావరణాన్ని తట్టుకున్నారు. ఆహారం మరొక బలీయమైన అడ్డంకిగా మారింది. వారిలో ఎవరూ వంట చేయడంలో నిష్ణాతులు కారు. అందుబాటులో ఉన్న టిఫిన్ భోజనం తరచుగా తినడం కష్టమని తెలిసిపోయింది.

అక్కడికి వచ్చిన వెంటనే, వసీం పూర్తిగా చదువులో మునిగిపోయాడు. ఉదయం 9 గంటల నుండి మధ్యాహ్నం 12 గంటల వరకు జనరల్ స్టడీస్ (జీఎస్) కోచింగ్, మధ్యాహ్నం 2 గంటల నుండి వరకు 5 దాకా ఆంత్రోపాలజీ కోచింగ్‌కు హాజరయ్యాడు. ఆ తరువాత, కోచింగ్ క్లాస్‌లలో బోధించినవాటిని రివిజన్ చేయడం ప్రారంభించి, 12.30 గంటల వరకు స్వీయ అధ్యయనం చేశాడు. పరీక్షలు రాయడానికి వారాంతాలను కేటాయించాడు. శ్రద్ధగా ఉండటానికి, కోచింగ్ క్లాస్‌లో బోధించిన వాటిని గ్రహించడానికి తగినంత నిద్ర పోయేలా చూసుకున్నాడు.

కోచింగ్ సెంటర్‌లో చేరిన రెండు నెలల్లోనే వసీం తన క్లాస్‌మేట్స్ స్థాయిని అంచనా వేసాడు. అది అతనిలో పరీక్షలో విజయం సాధించగల సామర్థ్యంపై కొత్త విశ్వాసాన్ని నింపింది. తాను అనంత్‌నాగ్‌లో ప్రిపేర్ అయ్యి ఉంటే ఇంత నమ్మకంగా ఉండేవాడిని కాదని గుర్తించాడు. ఫిబ్రవరి 2020 చివరి నాటికి, వసీం జీఎస్ సిలబస్, ఆంత్రోపాలజీ పేపర్-1 సిలబస్‌లో 70 శాతం పూర్తి చేశాడు. శ్రద్ధగా, తన కోచింగ్‌సెషన్‌లలో

జాగ్రత్తగా నోట్స్ రాసుకున్నాడు, ఆ నోట్స్‌ని అపార్ట్మెంట్ కి తిరిగి వచ్చిన తర్వాత మరింత మెరుగు పరుచుకున్నాడు.

వసీం తన కోచింగ్ సెంటర్ మెంటర్‌షిప్ ఇనిషియేటివ్ అయిన 'లక్ష్యా'ని కూడా ఇష్టపడ్డాడు, ఇందులో ఎంపిక చేసిన 200 మంది విద్యార్థులను చిన్న గ్రూపులుగా విభజించారు, ప్రతి గ్రూప్‌ను ఒక మెంటార్‌కి కేటాయించారు. మెంటార్లు, విద్యార్థుల సన్నాహాలను నిశితంగా గమనించి మార్గనిర్దేశం చేసి, పర్యవేక్షించారు. జూమ్ కాల్‌ల ద్వారా, వారి మెంటార్ సునీల్ వారి పరిజ్ఞానాన్ని పరీక్షించేవారు, పరీక్షా వ్యూహాలు, గమ్మత్తైన ప్రశ్నలకు సమాధానం ఇవ్వడం, పురోగతిని సమీక్షించడం, వారపు లక్ష్యాలను సెట్ చేసి, సహాయపడే ఎలిమినేషన్ టెక్నిక్‌లను చర్చిస్తారు. ఇది పోటీని సృష్టించింది. ఆ విధంగా, సమూహంలో, ఉన్న వారి సన్నాహాలను ట్రాక్‌లో పెట్టారు.

ఒకరోజు కోచింగ్ సెంటర్‌లో వారికి ఆర్ట్, కల్చర్ నేర్పించే నీరజ్‌రావు క్లాస్‌లో కొన్ని ప్రశ్నలకు సమాధానాలు రాయమని చెప్పి, వారు సమాధానాలు రాసాకా చదివాడు.

'వసీమ్ ఎవరు?'అని అకస్మాత్తుగా సమాధాన పత్రాలను చూస్తూ అడిగాడు.

'సార్ నేనే వసీం.'వసీం చెయ్యి పైకెత్తి అయిష్టంగా లేచాడు.

'మీరు అద్భుతమైన సమాధానం రాశారు. బాగా స్కోర్ చేయడానికి సరిగ్గా ఇలాగే రాయాలి. సి ఎస్ ఈ కేవలం జ్ఞానం గురించి పరీక్ష మాత్రమే కాదు, మీరు మీ సమాధానాలను ఎలా రాస్తున్నారు అనే దాని గురించి కూడా,' అని ఆయన, వసీం డెస్క్ దగ్గరికి వస్తూ, ప్రశంసించారు. మరో కోచింగ్ క్లాస్ టీచర్‌కి వసీమ్ క్లాస్‌లో విపరీతంగా నోట్స్ తయారు చేసే విధానం నచ్చింది. 'మీరు వసీమ్‌ని ట్రీట్ కోసం బయటకు తీసుకెళ్లి అతని నోట్స్ తీసుకోవాలి. అవి మీకు ఎంతో ఉపయోగపడతాయి' అని సహవిద్యార్థులకు చెప్పాడు.

ఇటువంటివి అప్పుడప్పుడు జరగడం వసీమ్ అపారమైన విశ్వాసాన్ని, ప్రేరణను ఇచ్చింది.

అనుకోని ఉపద్రవం

ఎనిమిది నెలల పాటు సజావుగా సాగిన తర్వాత, కోవిడ్-19 అకస్మాత్తుగా వ్యాప్తి చెందడంతో వసీం సన్నాహాలు అకస్మాత్తుగా ఆగిపోయాయి.

కోచింగ్ తరగతులకు హాజరవ్వడానికి చేసిన ప్రయత్నాలకి, భారతదేశంలో కేసులు పెరుగుతున్న నివేదికలు రావడంతో, ఆందోళనల వల్ల విఘ్నం వాటిల్లింది. పెరుగుతున్న సంఖ్యలు వారిని మరింత భయాందోళనకు గురి చేశాయి. వారి అపార్ట్ మెంట్లో తీవ్రమైన చర్చకు దారితీసింది.

'రోజురోజుకూ పెరుగుతున్న కేసులు ఆందోళన కలిగిస్తున్నాయి. మరి కొంత కాలం ఇంటికి వెళ్దామా?' సాయంత్రం టీ సిప్ చేస్తూ ఆగి అడిగాడు నవీద్.

'కొన్ని వాట్సాప్ గ్రూపుల్లో అంబులెన్స్‌లలో సిబ్బంది వ్యోమగాముల దుస్తులు ధరించి ఉన్న ఫోటోలు చక్కర్లు కొడుతున్నాయి, వారంలో కోవిడ్-పాజిటివ్ వుంది అని తెలుసుకున్న వ్యక్తులను బలవంతంగా తీసుకెళ్లారు. అదే నిజమైతే, ఓ ఆర్ ఎన్ ఎంతో జనసాంద్రతను కలిగి ఉంది. ఇన్ఫెక్షన్ వేగంగా వ్యాపిస్తుంది, మన జీవితాలను ప్రమాదంలో పడేస్తుంది,' అని ఫైజల్, నవీద్ ఆందోళనలతో ఏకీభవించాడు.

'కానీ ఇంట్లో చదువుకోవడం పెద్ద సవాలు. ఇంటర్నెట్ కనెక్టివిటీ తరచుగా ఉంటుందని నమ్మలేం. వార్తాపత్రికలు, మ్యాగజైన్‌లకు దొరికే అవకాశం చాలా పరిమితంగా వుంది. మనం తరగతులకు, మెంటారింగ్ సెషన్‌లకు ఎలా హాజరవుతాము?' వసీమ్ చక్కగారోజూ అధ్యయనం చేస్తున్న తన ప్రక్రియకి అంతరాయం కలుగుతుందని భయాన్ని వ్యక్తం చేశాడు.

'చాలా రోజుల పాటు పూర్తిగా దేశవ్యాప్తంగా లాక్‌డౌన్ చేసే పరిస్థితి వచ్చిందని విన్నాను. ఆహారం, ఇతర నిత్యావసర వస్తువుల కొరత కూడా రావచ్చు. అదీకాక కోవిడ్ వస్తే మనల్ని ఎవరు చూసుకుంటారు' ఫైజల్ మరింత వాదించాడు.

'సమీపంలో ఉన్న ప్రసిద్ధ పేస్ట్రీ షాప్ 'డ్యూక్స్' ఉద్యోగి ఒకరికి కోవిడ్-పాజిటివ్‌గా వచ్చిందని కూడా విన్నాను. కరోనా రాక్షసుడు మన నెత్తి మీద ఉన్నాడు,' నవీద్ అన్నాడు.

'నేను అదే అనుకుంటున్నా. పరిస్థితి మరింత దిగజారకముందే వెంటనే ఇంటికి వెళ్లాలి. మన దగ్గరున్న స్టడీ మెటీరియల్స్‌తో సరిపెట్టుకుందాం. ఈలోపల పరిస్థితి మెరుగుపడుతుందని ఆశిద్దాం, ఒక నెలలోపు తిరిగి రావడానికి వీలవుతుంది', అని ఫైజల్ ప్రతిపాదించాడు.

చివరికి, వసీం, చరిత్రలో బుబోనిక్ ప్లేగు వ్యాధి చారిత్రాత్మక వ్యాప్తిని తన పుస్తకంలో చదివిన విషయాన్ని గుర్తుచేసుకుంటూ, ఒప్పుకోవలసి వచ్చింది. మరుసటి రోజు, ముగ్గురూ శ్రీనగర్‌కు విమానం ఎక్కారు, వారి వారి ఇళ్లకు తిరిగి వచ్చారు. టిక్కెట్ల ధరలు విపరీతంగా పెరిగినప్పటికీ, కోవిడ్-19 జీవిత విలువను పూర్తిగా గుర్తు చేసింది.

వసీం అనంతనాగ్ లో తన సన్నాహాలను ఎలా కొనసాగిస్తాడు?

ప్రతికూలతలో ప్రయోజనం

ఇంటికి వచ్చిన తర్వాత, వసీం తన కుటుంబానికి ఒక నియమావళిని గట్టిగా వివరించాడు. మొదటిగా, కోవిడ్-19 బారిన పడే వారికి కలిగే ప్రమాదాన్ని తగ్గించడానికన్నట్లు, రాబోయే పది రోజుల వరకు ఎవరూ తనను ముట్టుకోవద్దని పట్టుబట్టాడు. రెండవది, తన కోసం మాత్రమే ఒక గదిని ఏర్పాటు చేసుకున్నాడు. దానిలోకి ఎవరూ రాకూడదని నొక్కి చెప్పాడు. ఈ గదిలోకి అతనికి ప్రత్యేకంగా భోజనం అందిస్తే చాలు.

ఆన్‌లైన్ తరగతులు, మెంటరింగ్ సెషన్‌లు కొనసాగాయి, అయితే ఇంటర్నెట్ లేకపోవడం వల్ల రోజుల తరబడి తరచుగా అంతరాయం ఏర్పడింది. కొన్నిసార్లు, మెంటరింగ్ సెషన్‌లో ఇంటర్నెట్ అకస్మాత్తుగా డౌన్ అవుతుంది, అది పునరుద్ధరించబడిన తర్వాత వసీం తన గురువుతో మళ్లీ కనెక్ట్ అయినప్పుడు, అతను చివరి సెషన్‌ను మధ్యలో ఎందుకు వదిలేశాడంటూ గురువు చికాకు చూపించే వాడు.

మొదట్లో, వసీం ఇలాంటి ఆటంకాల పట్ల చాలా నిరాశ చెందేవాడు. కానీ నెమ్మదిగా, వాస్తవికతతో రాజీపడి, తన వ్యూహాన్ని సర్దుబాటు చేసుకున్నాడు. అంతరాయం కలిగిన సమయంలో తన నోట్స్, పుస్తకాలపై దృష్టి పెట్టాడు. కాశ్మీర్ చల్లటి వాతావరణం మరో భయంకరమైన సవాలును విసిరింది. అతని గదిలో వెచ్చదనం కావాల్సిన అవసరం ఏర్పడింది, దాంతో తరచు అనుకోకుండా నిద్రవచ్చేసేది.

ఇంటర్నెట్ అంతరాయాల కారణంగా అప్పుడప్పుడు ఇబ్బందులు ఏర్పడినప్పటికీ, ఆన్‌లైన్ కోచింగ్ తరగతులు విలువైన ఆస్తిగా నిరూపించబడ్డాయి. ఇంకా, కోచింగ్ ఇనిస్టిట్యూట్‌లు మునుపటి సంవత్సరాల నుండి రికార్డ్ చేసిన ఉపన్యాసాలను వీక్షించడానికి అందుబాటులో ఉన్నాయి. ఇది చాలా ఉపయోగకరంగా ఉంది.

ప్రిలిమ్స్ పరీక్షను మే నుండి అక్టోబర్‌కు వాయిదా వేయడం వల్ల ఎక్కువ సమయం లభించడంతో, గరిష్ట సంఖ్యలో మాక్ టెస్ట్‌లు రాయడానికి వసీం ఆ సమయాన్ని ఉపయోగించాడు. మాక్ టెస్ట్ తర్వాత, అతను సరిగ్గా చేయని అంశాలపై దృష్టి సారిస్తూ సబ్జెక్టును మళ్లీ చదివాడు. సెప్టెంబరు చివరి నాటికి, అతను నలభై ఐదు మించి మాక్ టెస్ట్‌లు రాశాడు, స్థిరంగా అధిక స్కోర్‌లను సాధించాడు. దీంతో అతనికి పరీక్షలో విజయంపై అపారమైన నమ్మకం ఏర్పడింది.

వసీం తన కుటుంబం నుండి గట్టి మద్దతును పొందాడు, వారతనిపై ఎలాంటి ఇంటి బాధ్యతల భారం మోపలేదు. తల్లిదండ్రులు, తాత నిరంతరం ప్రోత్సహించారు, విజయం సాధిస్తాడనే వారి విశ్వాసాన్ని తిరిగి పొందాడు. అయితే వసీం పరీక్షలో ఉండే కాఠిన్యం గురించి వారికి గుర్తు చేస్తూనే ఉన్నాడు. ఏదేమైనప్పటికీ, వసీమ్ తన గదిలో ఎక్కువసేపు నిర్బంధించుకోవడం రూబీ జాన్‌కు తరచుగా ఆందోళన కలిగించేది.ఆమె కొడుకుని అప్పుడప్పుడు షికారుకి వెళ్లమని సున్నితంగా గుర్తు చేసేది.

పరీక్ష రోజు భయం

వసీమ్, నవీద్, ఫైజల్ 5 అక్టోబర్ 2020న షెడ్యూల్ చేయబడిన ప్రిలిమ్స్‌కు హాజరు కావడానికి సెప్టెంబర్ 2020 చివరి వారంలో ఢిల్లీకి తిరిగి వచ్చారు.

పరీక్ష రోజు భయంకరమైన పరిస్థితి తో ప్రారంభమైంది. ఓలా యాప్‌లను ఉపయోగించి టాక్సీని బుక్ చేసుకోవడానికి ప్రయత్నించిన తర్వాత, ఏ టాక్సీలు అందుబాటులో లేవని తెలుసుకుని వసీం నిరుత్సాహానికి గురయ్యాడు. పరీక్షా కేంద్రం దూరంగా రోషనారా రోడ్డులో ఉన్న ప్రభుత్వ పాఠశాలలో ఉంది. భయంగా అనిపించి, ఆటోరిక్షా కోసం వెతుకుతూ హడావుడిగా అపార్ట్మెంట్ నుండి బయలుదేరాడు, ఎవరూ కనిపించలేదు,

ఎందుకంటే ఆటోవారందరూ ఓఆర్ఎన్‌లో నివసిస్తున్న ఇతర అభ్యర్థులచే ముందస్తుగా బుక్ చేయబడ్డారు.

సమయం వేగంగా అయిపోతుండడంతో, వసీమ్ ఆందోళన తీవ్రమైంది. అక్కడ ఆటోరిక్షా దొరుకుతుందనే ఆశతో, సమీపంలోని కరోల్ బాగ్ మెట్రో స్టేషన్‌కు పరుగెత్తాడు. ఎవరూ అందుబాటులో లేనప్పటికీ, అతను ఈ-రిక్షాను గుర్తించి దాని వైపు పరుగెత్తాడు.

మొదట్లో, ఇ-రిక్షా డ్రైవర్ వసీమ్‌ను పరీక్షా కేంద్రానికి రానన్నాడు. దానికి కారణంపరీక్షా కేంద్రం చాలా దూరం లో ఉంది. చివరికి వసీం పట్టుదల చూసి రెట్టింపు ఛార్జీలు కూడా ఇస్తాననడంతో కదిలాడు. పరీక్ష ప్రారంభానికి ముందే కేంద్రానికి చేరుకోవడంతో వసీం అపారమైన మనశ్శాంతిని పొందాడు.

జివిస్ పేపర్ సవాలుగా మారినప్పటికీ, వసీం అద్భుతంగా సమాధానాలు రాసాడు. మూడు గంటల విరామంలో, వసీం, సమీపంలోని మొఘల్ కాలం నాటి స్మారక చిహ్నమైన తోటలో నిశ్శబ్దంగా కూర్చుని, రాబోయే సిశాట్ (CSAT) పరీక్ష గురించి ఆలోచిస్తున్నాడు. అక్కడ, చాలా మంది ఔత్సాహికులు సి శాట్ పేపర్‌పై దృష్టి పెట్టకుండా జివిస్ పేపర్‌లోని ప్రశ్నలను చర్చించడాన్ని గమనించాడు. కొంతమంది జివిస్ పేపర్ సమాధానాలను చర్చిస్తూ కోచింగ్ సెంటర్లు పోస్ట్ చేసిన యూట్యూబ్ వీడియోలను కూడా చూస్తున్నారు. 'ఇంత కీలక సమయంలో కోచింగ్ సెంటర్లు, రెండు పేపర్ల మధ్య ఇంటర్‌నెట్‌లో అభ్యర్థులను దృష్టిలో పెట్టుకుని, వీడియోలు ఎందుకు పోస్ట్ చేస్తున్నాయి?' అని ప్రశ్నించుకున్నాడు.

తీపే చేదయింది

పరీక్ష తర్వాత తన అపార్ట్‌మెంట్‌కి తిరిగి వచ్చిన తర్వాత, దాదాపు ఎనభై ప్రశ్నలకు మాత్రమే ప్రయత్నించిన నవీద్, ఫైజల్ సమాధానాలు వారు రాసిన తీరుకి నిరుత్సాహపడ్డారని వసీం గుర్తించాడు.

మరోవైపు వసీం తొంభై ఆరు ప్రశ్నలకు జవాబిచ్చాడు. అదే రోజు, కోచింగ్ సెంటర్ వెబ్‌సైట్‌లలో సమాధానాల కీలను ప్రచురించారు. వసీం ఆత్రంగా కీలలో ఒకదాన్ని తనిఖీ చేశాడు, అతను జివిస్‌లో 140 అత్యధిక స్కోర్‌ను సాధించే అవకాశం ఉందని తెలుసుకుని

సంతోషించాడు. ఆనందంతో, ప్రిలిమ్స్ క్లియర్ చేయడంతో, ఊహించిన విజయాన్ని తెలియజేయడానికి వెంటనే తన తల్లిదండ్రులకు ఫోన్ చేసాడు. తల్లిదండ్రులు గ్రామంలో మిఠాయిలు పంచి సంబరాలు జరుపుకున్నారు.

మరుసటి రోజు, వసీమ్‌కి అకస్మాత్తుగా ఒక ఆలోచన వచ్చింది: 'సీ-శాట్ లో పనితీరును కూడా అంచనా వేయాలి,' అని అనుకున్నాడు. ఇంజనీర్‌గా, సీ-శాట్ పేపర్ కోసం తన సన్నాహాలను కొంతవరకు నిర్లక్ష్యం చేశాడు. సమాధానాల కీలను పరిశీలించిన తర్వాత, సీ-శాట్‌లో దాదాపు అరవై ఎనిమిది నుండి డెబ్బై మార్కుల వరకు తక్కువ స్కోర్ రావచ్చని,అవి పరీక్షలో ఉత్తీర్ణత సాధించడానికి సరిపోదని ఊహించి నిరాశ చెందాడు. దీని అర్థం జిఎస్ పేపర్‌లో అతను ప్రశంసనీయమైన ప్రతిభ కనపరిచినప్పటికీ, ప్రిలిమ్స్ క్లియర్ చేయడంలో విఫలమవుతాడు.

గదిలో ఒంటరిగా కూర్చున్న వసీమ్ ఆందోళన తీవ్రమైంది, తన కన్నీళ్లను ఆపుకోలేకపోయాడు. కొంత సేపటి తర్వాత, తన తల్లితో, తన ఆందోళనల గురించి చెప్పాడు. ప్రతి ప్రేమగల తల్లిలాగే, ఆమె కూడా తన కుమారుడి సామర్థ్యాలపై అచంచలమైన విశ్వాసాన్ని వ్యక్తం చేస్తూ భరోసా ఇచ్చింది. అయినప్పటికీ, వసీం ఉద్విగ్నంగా ఉండి, కోచింగ్ ఇనిస్టిట్యూట్‌లో తన మెంటార్ని సలహా అడగాలని నిర్ణయించుకున్నాడు.

'ఓపికగా ఉండి, రెండు రోజుల తర్వాత ఇంగ్లీష్ మీడియం కోచింగ్ సెంటర్ల నుండి జవాబు కీలను క్రాస్-రిఫరెన్స్ చేయండి. పరీక్ష ముగిసిన వెంటనే అప్లోడ్ చేసిన కీలలో, అలాగే కాంప్రహెన్షన్ విభాగంలో హిందీ-మీడియం కోచింగ్ సెంటర్లు అందించే సమాధానాలలో లోపాలు సర్వసాధారణం' అని మెంటార్ చెప్పారు. ఈ సలహా వసీమ్ భయాన్ని కొంతవరకు శాంతపరిచింది.

మరో కోచింగ్ సెంటర్ నుండి సీశాట్ ఆన్సర్ కీని వసీమ్ తనిఖీ చేసినప్పుడు, ఉపశమనం కలిగింది. అతను అర్హత స్కోరు కంటే తొంభై నుండి తొంభై ఐదు మార్కుల మధ్య ఎక్కువ స్కోర్ చేసే అవకాశం ఉందని ఇది సూచించింది.

మొదటి ప్రయత్నపు సవాళ్లను అధిగమించడం

తన స్నేహితులతో కలసి ఢిల్లీవీధుల్లో తిరుగుతూ, కొంతకాలం గడిపిన తర్వాత, వసీం మెయిన్స్ పరీక్ష కోసం తన సన్నాహాలు మొదలు పెట్టాడు. తన ఐచ్ఛిక సబ్జెక్ట్ ఆంత్రోపాలజీతో ప్రారంభించాడు. ఇప్పటివరకు తన అధ్యయన విధానం ప్రాథమికంగా ప్రిలిమ్స్ పైన మాత్రమే దృష్టి సారించిందని గ్రహించడానికి ఎక్కువ సమయం పట్టలేదు, మెయిన్స్ కోసం కవర్ చేయవలసింది చాలా ఉంది.

కోచింగ్ ఇనిస్టిట్యూట్ నుండి వచ్చిన కొత్త మెంటార్ కఠినమైన సమాధానాలు రాయడానికి ఒక నియమావళిని సూచించాడు. గత సంవత్సరాల ప్రశ్నలను పరిశోధించి, ప్రతిస్పందనలను నమూనా సమాధానాలతో నిశితంగా పోల్చాడు. ఏది ఏమైనప్పటికీ, ఈ ప్రణాళిక అమలుకు ఎంతో సమయం కేటాయించడం తప్పనిసరైంది. అయితే కావాల్సినంత సమయము లేదు.

సిలబస్ విస్తారంగా వుంది.అయినా నిరుత్సాహపడకుండా, నిర్దిష్టంగా రాసుకున్న నోట్స్ నుండి అధ్యయనం చేయడంపై దృష్టి పెట్టాలని నిర్ణయించుకున్నాడు.

వసీం పన్నెండు నుండి పధ్నాలుగు గంటల రోజువారీ అధ్యయనాన్ని, ప్రతి నిమిషానికీ ఒక పద్దతి ప్రకారం లెక్కించి, దినచర్యను కఠినంగా రూపొందించుకున్నాడు. ప్రతికూల ఆలోచనలు లేదా సందేహాలు మనస్సును ఆక్రమించకుండా చేయడానికి ఈ విధానం సహాయపడింది. రోజును రెండుగా విభజించుకున్నాడు. ఒకటి జిఎస్‌కి, మరొకటి ఆంత్రోపాలజీకి అంకితం చేసాడు.

సందేహంతో వసీం తన మనసులో లోపల గుసగుసలాడే సందేహాలతో కొట్టుమిట్టాడుతున్నాడు. 'పాత ప్రశ్నాపత్రాలు ఆన్సర్ చేస్తే ఎక్కువ స్కోర్ వీలవుతుందా' అన్నది ఆ సందేహం. అతడి కెందుకో దీనిపై నమ్మకం కుదరలేదు ఎందుకంటే, అతని చేతివ్రాత చిన్నగా ఉంటుంది. పేపర్‌ను మెయిన్ షీట్‌లోనే పూర్తి చేసేస్తున్నాడు. ఒక్క అదనపు షీట్ కూడా అవసరం పడడం లేదు.

అతనిలో మరో విలక్షణత కూడా వింతగాఉంది. కొందరు పరీక్ష ప్రశ్నలను మొదటి నుండి చివరి వరకు లేదా బాగా తెలిసిన సమాధానం

రాయడం మొదలుపెట్టే సంప్రదాయాన్ని ధిక్కరించాడు, బదులుగా రివర్స్ ఆర్డర్‌లో పని చేయడం, చివరి ప్రశ్న నుండి ప్రారంభించి ముందు ప్రశ్నకు జవాబిచ్చే పద్ధతిని ఎంచుకున్నాడు.

సిఎస్ఈ కోసం ఉర్దూ రూపంలో మరో భయంకరమైన సవాలు అతడు ముందుంది... 10వ తరగతి వరకు మాత్రమే ఉర్దూ చదివిన వసీం, భాషలోని సమస్యలతో పోరాడాడు. ఇక్కడే అతని సోదరి అరిజూ అతని రక్షకురాలిగా మారింది, వ్యాకరణంలో, సహాయాన్ని అందించి భాషని సూక్ష్మ నైపుణ్యాల ద్వారా అతనికి ఓపికగా మార్గనిర్దేశం చేసింది. ఆమె నిర్మలమైన ఉత్సుకతతో, ఔత్సాహిక ఐఏఎస్ అధికారి తప్పనిసరిగా ప్రావీణ్యం పొందవలసిన అనేక విషయాల గురించి గట్టిగా తెలియజేసింది.

ఎథిక్స్ పేపర్ కోసం, కోట్స్, ఉదాహరణలతో, విరామచిహ్నాలతో సరళమైన, స్పష్టమైన సమాధానాలు రాయడం వసీమ్ విధానం. దీని కోసం అతను, ప్రతి పదానికి సంబంధించిన సారాంశంతోపాటుతో పాటు ముఖ్యమైన నిర్వచనాలు, ఉదాహరణలను కలిగి ఉన్న నలభై పేజీల పత్రాన్ని పట్టిక ఆకృతిలో(టేబులర్ టైప్‌లో) సూక్ష్మంగా రూపొందించాడు. ప్రశ్న చదివిన వెంటనే సంబంధిత సారాంశం, ఉదాహరణలను గుర్తుచేసుకున్నందున సంకలనం చాలా ఉపయోగకరంగా మారింది.

ఆంత్రోపాలజీ లో తెలియని నిబంధనలు, భావనలతో కూడిన వాస్తవిక చిక్కుముడుల తో పరీక్ష చాలా కఠినంగా వచ్చింది. అయినప్పటికీ, వసీం జ్ఞాన భాండాగారం. అతని కళాశాల రోజుల్లో యూపీఎస్సీ సిలబస్ పరిమితులను దాటి చదవడం అలవాటు చేసుకోవడం వల్ల అది చాలా ఉపయోగపడింది. పరీక్షలో విజయం కోసం అతని ఆయుధశాలలో ఉన్న మరో విలువైన సాధనం రేఖాచిత్రాల ద్వారా ఆలోచనలు, భావనలను సూచించడం. వసీం ఒక ప్రత్యేక నోట్‌బుక్‌లో వందలాది సంబంధిత రేఖాచిత్రాలను గీశాడు ఇది అన్ని పేపర్‌లలో విలువైనదిగా నిరూపించబడింది.

అయితే, అతని సన్నాహాల స్థిరమైన లయ మధ్య, సందేహాల క్షణాలు మిగిలాయి. తన మొదటి ప్రయత్నంలో, సమయం కొరతవల్ల మెయిన్స్ టెస్ట్ సిరీస్ రాయడానికి అనుమతించలేదు. ఇది వసీం తన సన్నాహాలు విషయంలో భయపడి, అసమర్థత తాలూకా భావనతో బాధపడేలా చేసింది.

కానీ అతని ఆప్షనల్ పేపర్ ముందు రాత్రి నిశ్శబ్దంగా, అతని గురువు నుండి ఒక సందేశాత్మకమైన సందేశం వచ్చింది ప్రోత్సాహం, ప్రశంసల పదాలతో పరీక్ష పేపర్‌లో వాషింగ్ జవాబు-రాసే సామర్థ్యాన్ని ధృవీకరించాడు. నిర్దేశించిన సమయ పరిమితిని నమ్మకంగా స్వీకరించమని చెప్పాడు.

అనధికార కాలనీ మధ్యలో ఒక ఒయాసిస్

మెయిన్స్ పరీక్ష తయారీ ఉత్సాహం మధ్య, వసీం, అతని స్నేహితులు హందర్ద్ స్టడీ సర్కిల్ (HSC) ప్రకటన చూసారు. ఈ సంస్థ మైనారిటీ కమ్యూనిటీలు, ఇతర వెనుకబడిన తరగతులకు చెందిన సివిఎస్ఈ ఆశావాహులకు రెసిడెన్షియల్ కోచింగ్ ఇస్తోంది. సింగిల్ ఆక్యుపెన్సీ ఎసి గదులు, తక్కువ నెలవారీ రుసుము 6500 రూపాయల వాగ్దానంచూసి వారు దాని ప్రవేశ పరీక్షకు హాజరయ్యారు. కొన్ని రోజుల్లోనే, డిసెంబరు 2020లో వచ్చిన ఎంపికైన అభ్యర్థుల జాబితాలో వారి పేర్లు దర్శనమిచ్చాయి. అయితే, వసీం డైలమాలో చిక్కుకున్నాడు. హెచ్ ఎస్ సి ఆర్థికంగా ఆకర్షణీయంగా ఉండి ప్రలోభపెట్టినప్పటికీ, ఓ ఆర్ ఎన్ లో ఉన్న చక్కటి వాతావరణం, పరిచయాలూ, ప్రిపరేషన్ పట్టుగా ఉంచాయి. ముఖ్యంగా మెయిన్స్ పరీక్ష భయంతో, చాలా ఆలోచించిన తర్వాత, తన మెయిన్స్ పరీక్ష వరకు ఓఆర్ఎన్ లోనే ఉండాలని నిర్ణ యించుకున్నాడు . మెయిన్స్ ప్రిపరేషన్ దినచర్యకు ఏదైనా అంతరాయం ఏర్పడితే అది ప్రిపరేషన్ లో సున్నితమైన సమతుల్యతని దెబ్బతింటుందనే భయం వల్ల ఓఆర్ఎన్ లోనే ఉండిపోవాలనుకున్నాడు.

కానీ ఓ ఆర్ ఎన్ లో ఉండడం ఎక్కువ ఖర్చుతో కూడుకొంది. పరీక్ష సన్నాహాల హడావిడి మధ్య వంట చేసుకోడానికి సమయం లేకపోవడంతో, బంగాళాదుంప చిప్స్, చాక్లెట్లు వంటి ప్రాసెస్ చేసిన పదార్థాల మీద రోజుల తరబడి జీవించవలసి వచ్చింది.

మెయిన్స్ పరీక్షలు ముగిసిన తర్వాత, ఆసియాలోనే అతిపెద్ద అనధికార కాలనీగా పిలువబడే హెచ్ ఎస్ ఎన్ లో సంగమ్ విహార్‌కు వసీం వెళ్లాడు. అతని ఆటోరిక్షా రద్దీ వీధుల్లో తిరుగుతున్నప్పుడు, తన అంచనాలకు అందని దృశ్యం ఎదురయ్యింది. ఇరుకైన మార్గాలు చెత్తతో నిండి ఉన్నాయి. కందకాలు రోడ్డు

కిరువైపులా ఇరువైపులాకనిపించాయి. వాహనాల కోలాహలం, పాదచారుల అరుపులతో గాలి సందడి చేస్తోంది. ప్రతి ఒక్కరూ కోలాహలం మధ్య తమ చోటు కోసం పోటీ పడుతున్నారు. ఈ కోలాహలం మధ్య, వసీమ్ తన స్నేహితులైన నవీద్, ఫైజల్‌ల పరిస్థితి గురించి ఆలోచించకుండా ఉండలేకపోయాడు. కానీ వసీం గంభీరమైన గేట్ల గుండా ఆ కేంద్రంలోకి అడుగు పెట్టడంతో, ఉపశమనం కలిగింది. బయట గందరగోళానికి దూరంగా ఉన్న చోటికి చేరుకున్నాడు. అతని ముందు ఒక భారీ నిర్మాణం ఉంది. దానికి వున్న పచ్చటి మైదానం స్వాగతం పలికి ఆహ్వానాన్ని అందిస్తోంది. నవీద్ అతనికి కేటాయించిన గదికి దారి చూపెడ్తూ వెచ్చని చిరునవ్వుతో పలకరించాడు.

హెచ్ ఎస్ సి ప్రిపరేషన్ కోసం అద్భుతమైన వాతావరణంతో నిండి ఉంది. సమాధానాలు రాసే సెషన్‌లు, ఆవర్తన పరీక్షలు, తరగతుల ద్వారా నిశితంగా నేర్చుకోవడానికి సమృద్ధిగా అవకాశాలను అందిస్తోంది. పండుగలు, జన్మదిన వేడుకలు జరుపుకోవడానికి ఔత్సాహికులు ఒకచోట చేరి స్నేహ బంధాలను పటిష్టం చేసుకోవడంతో స్నేహ భావం వికసించింది. జిమ్‌ల పట్ల క్రేజ్ ఏర్పడింది. సీనియర్ల నుండి తరచుగా ఉల్లాసభరితమైన వ్యాఖ్యలు వినిపించేవి. 'మీరు సివిల్ సర్వెంట్‌గా హెచ్ ఎస్ సి నుండి బయటకు వెళ్తారో లేదో ఖచ్చితంగా తెలియదు, కానీ కుస్తీ వీరుల్లా మాత్రం వెళతారని మాకు చాలా నమ్మకం ఉంది.'

చాయ్ తాప్రి నుండి జిమ్ కి పరుగు

ఒకటిన్నర సంవత్సరాల కష్టతరమైన ప్రయాణం చేశాకా, మెయిన్స్ పరీక్ష పూర్తయ్యాక వసీం భుజాలపై సన్నాహకాల భారం తగ్గింది. కానీ, వెంటాడుతున్న అనిశ్చితి, 'మెయిన్స్ క్లియర్ చెయ్యలేనేమో' అన్నభయం అతని మనస్సులో ప్రతిధ్వనిస్తోంది.

అయినా భయాందోళనల ప్రభావానికి గురికాకుండా, వసీం ఇంటర్వ్యూ ప్రిపరేషన్ ప్రారంభించాడు. రోజూ మూడు వార్తాపత్రికల్లోని విషయాలను శ్రద్ధగా చదివి, తోటి ఆశావహులతో చర్చించేవాడు. మాక్ ఇంటర్వ్యూ గ్రూప్‌లో చేర్చాడు. నిర్మాణాత్మక అభిప్రాయం, తోటివారి ప్రోత్సాహం అతని విశ్వాసాన్ని పెంచింది. మంచి పబ్లిక్ స్పీకర్ల వీడియోలను

కూడా చూశాడు, వారు చెప్పే విధానాన్ని సూక్ష్మంగా వివరించే నైపుణ్యాన్ని తెలివిగా అవగాహన చేసుకున్నాడు. 22 మార్చి 2021న, మెయిన్స్ రిజల్ట్‌కు సంబంధించిన ప్రకటన త్వరలో వెలువడుతుందనే గుసగుసలు గాలిలో వ్యాపించాయి. హెచ్‌ఎస్ సీలో స్పష్టంగా ఉద్విగ్న వాతావరణం ఏర్పడింది, అక్కడ ఉంటున్న వారి అందరి పల్స్ వేగవంతమైయ్యాయి.

పెరుగుతున్న భయాందోళనల మధ్య, 'యేహీ రాత్ అంతిమ్, యాహి రాత్ బాకీ [ఇది చివరి రాత్రి, మిగిలి ఉన్న ఏకైక రాత్రి]' అంటూ ఉల్లాసభరితమైన మీమ్స్ వచ్చి సోషల్ మీడియా సమూహాలలో చక్కర్లు కొట్టడం ప్రారంభించింది.

మరుసటి రోజు, తెల్లవారుజాము నుండి, వసీమ్ తన ఫోన్ వదిలిపెట్టలేదు. వాట్సప్, టెలిగ్రామ్ సమూహాలను రిఫ్రెష్ చేయడానికి వేళ్లు సిద్ధంగా ఉన్నాయి. యూపీఎస్సీ వెబ్‌సైట్‌ని ఆత్రుతతో ఆశావహులు ముట్టడి చేసారు. అందులో 'ఎర్రర్' సందేశం మాత్రమే కనిపిస్తోంది. సమయం గడిచేకొద్దీ, ఆందోళనమిళితమైన భయం వసీంని నిలబడనియ్యకుండా చేసింది. తనలో రగులుతున్న ఉద్వేగాల సముద్రాన్ని మళ్లించడానికి, అతను హెచ్ ఎస్ సి గేట్ దగ్గర ఉన్న చాయ్ తాప్రీ వద్దకు నడిచాడు. ఎడతెగకుండా ఘోషిస్తున్న ఆలోచనలు, భీకరమైన కోలాహలం మధ్యలో బీప్ ధ్వని వినిపించింది. అనిశ్చిత పొగమంచు లో సందేశం వచ్చిన శబ్దమది. టెలిగ్రామ్ గ్రూప్‌లో పోస్ట్ చేసిన మెయిన్స్ పరీక్ష ఫలితాలు ఉన్న పిడిఎఫ్ ఫైల్‌ను వసీం క్లిక్ చేశాడు. అతని నరాల్లో వణుకు ఉప్పెనలా వ్యాపించింది. ఊపిరి బిగపెట్టుకుంటూ, వసీం ఫలితం కోసం తనకి తాను ధైర్యం తెచ్చుకుని, సెర్చ్ ఆప్షన్‌లో తన రోల్ నంబర్‌ను క్లిక్ చేసినప్పుడు

వేళ్లు వణికేయి. గుండె వేగంగా కొట్టుకుంది.

ఆ తర్వాత చీకట్లో ఆశాజ్యోతిలా అతని రోల్ నంబర్ తెరపైకి వచ్చింది. ఆనందం వెల్లివిరిసింది, శరీరం తేలికబడి గాలిలో తేలినట్టనిపించింది. బయటకు వస్తున్న నవీద్, ఫైజల్‌లకి ఈ వార్త చెప్పడానికి హెచ్ ఎస్ సి జిమ్ వైపు పరుగెత్తాడు.

స్నేహితులు హర్షం వ్యక్తం చేస్తున్నప్పుడు, నవీద్ వసీమ్‌ని తన భుజాలపైకి ఎత్తుకున్నాడు. ఆనందోత్సాహాలతో అక్కడ ఉన్న మిత్రులందరు సంబరాలు జరుపుకోవడానికి టీ స్టాల్‌కు చేరుకున్నారు.

తుది శిఖరాగ్ర సమావేశానికి సన్నద్ధమవ్వడం

ఇంటర్వ్యూకి సన్నాహాలు శరవేగంగా ప్రారంభమయ్యాయి. వసీమ్ వరుస మాక్ ఇంటర్వ్యూల కి వెళ్ళాడు.

తన జవాబులు పదును పెట్టడానికి అలాగే తన విధానాన్ని మెరుగుపరుచుకోవడానికి ఇతరులు ఇచ్చిన సూచనలను పాటించాడు. తిరుగులేని వేగంతో సిద్ధమయ్యేసరికి, కోవిడ్-19 మళ్లీ వచ్చి యుపిఎస్సీ ఇంటర్వ్యూలు వాయిదా వేయవలసిన పరిస్థితి వచ్చింది. హెచ్ఎస్సీని మూసివేయడంతో వసీం, అతని స్నేహితులు తిరిగి కాశ్మీర్‌కి వెళ్లాల్సి వచ్చింది.

అధైర్యపడకుండా, వసీం మళ్లీ తన సాధారణ నివాసాన్ని సన్నాహక కోటగా మార్చుకున్నాడు. కరెంట్ అఫైర్స్ తెలుసుకోవడానికి, ఆన్‌లైన్ వార్తాపత్రికలు, మ్యాగజైన్‌లు విస్తృతంగా చదివాడు. తన వివరణాత్మక దరఖాస్తు ఫారమ్ (DAF) నుండి రావచ్చునుకునే ప్రతి ప్రశ్నకు కూడా తనను తాను సిద్ధం చేసుకున్నాడు, ముఖ్యంగా తన సొంత రాష్ట్రానికి సంబంధించిన పర్యాటకం, భద్రత, జమ్మూ, కాశ్మీర్ ఆర్థిక వ్యవస్థ వంటి అంశాల గురించి సిద్ధం అయ్యాడు. గత ఇంటర్వ్యూల ట్రాన్‌స్క్రిప్ట్‌లను గమనించాడు, గమ్మత్తైన ప్రశ్నలకు జవాబు ఇవ్వడానికి చేయడానికి తన మనస్సుకు శిక్షణ ఇచ్చాడు.

కాలం గడుస్తున్న కొద్దీ, వసీం ఒక సందిగ్ధంలో పడ్డాడు. రాబోయే ఇంటర్వ్యూ మీద దృష్టి పెట్టాలా లేక తన శక్తిని తదుపరి ప్రిలిమ్స్ వైపు సారించాలా. చివరికి, తన సమయాన్ని, శక్తిని ఇంటర్వ్యూకి సిద్ధమవడానికి అంకితం చేయాలని నిర్ణయించుకున్నాడు. యూపీఎస్సీ ఇంటర్వ్యూ షెడ్యూల్‌ను ప్రకటించినప్పుడు, వసీం ఢిల్లీలోని తన నివాసమైన హెచ్ ఎస్ సికి తిరిగి వెళ్లాడు.

15 సెప్టెంబరు 2021న తన ఇంటర్వ్యూ రోజు ఎడతెరపి లేని వర్షం కురుస్తుండంతో, హెచ్ ఎస్ సి బైటఉన్న రహదారినిండా నీరు ప్రవహిస్తుండడంతో, వసీం లుటియన్స్ ఢిల్లీలోని జమ్మూ, కాశ్మీర్ హౌస్ కి వెళ్లి ఉండాలని నిర్ణయించుకున్నాడు. అతనెక్కిన ఆటోరిక్షా వెళ్తున్నప్పుడు వరదనీరు వీధుల్లోకి చేరింది, అప్పుడే మనసులో ఒక పదునైన ప్రశ్న మెదిలింది-'ఇలాంటి చిన్నపాటి పౌర సమస్యలకు మనం ఎందుకు పరిష్కారాలు కనుగొనలేకపోతున్నాం?'

పుట్టినరోజు బహుమతి

21 సెప్టెంబర్ 2021 సందర్భంగా, హెచ్ఎస్సిలో సివిల్ సర్వెంట్స్ కావాలని ఆకాంక్షించే వారిలో ఉద్రిక్తత పెరుగుతోంది. సిఎస్ఈ-2020 తుది ఫలితాలకు సంబంధించిన ప్రకటన వస్తున్నట్టు గుసగుసలు ప్రతిధ్వనించాయి. కారిడార్లు. ఇంటర్వ్యూకి వెళ్లిన వసీం, అతని తోటి ఆశావహులు నిద్ర పోలేదు.

22 సెప్టెంబరు తెల్లవారుజాము సమీపిస్తున్న కొద్దీ, వారు భయంకలిసిన ఆశతో లేచారు.ఆరోజు కూడా వారు ఊహించినట్టు ఫలితాల ప్రకటన వెలువడలేదు. ఫలితాల ప్రకటన 24 సెప్టెంబర్‌కు వాయిదా పడిందని సోషల్ మీడియాలో వచ్చిన వార్త వారి వేదనను పొడిగించింది.

సెప్టెంబరు 24 అదృష్టకరమైన రోజున, వసీం తన ల్యాప్‌టాప్ తెరిచి కూర్చున్నాడు, అతని వేళ్లు నిరంతరాయంగా యూపీఎస్సీ వెబ్‌సైట్‌ను రిఫ్రెష్ చేస్తున్నాయి. నిమిషాలు గంటలుగా మారాయి; గడిచే ప్రతి క్షణం పెరుగుతున్న ఆందోళనతో నిండిపోతోంది.

సరిగ్గాగడియారం 3.30 గంటలు కొట్టడంతో, ఎంతో సేపు నుండి ఎదురుచూస్తున్న క్షణం వచ్చింది. ఊపిరి బిగ పట్టి, వణుకుతున్న వేళ్లతో, వసీమ్ ర్యాంక్‌ల జాబితాను స్క్రోల్ చేసాడు, అతని గుండె వణుకుతో కొట్టుకుంది. ర్యాంక్ తర్వాత ర్యాంక్ అతని కళ్ల ముందు మెరిసింది, ప్రతి ఒక్కరు ఆందోళన చెందుతున్నారు.

అతను ర్యాంకుని చూసుకుంటూ వెళుతున్నప్పుడు, అనిశ్చితా పొగమంచుకప్పుకు పోవడంతో అంకెలు మసగ బారాయి.నిరాశ చుట్టుముడుతోంది. 150, 175, 200 చూశాడు. కానీ అప్పటికీ, అతని పేరు కనబడలేదు. నిరీక్షణా బరువు మనసును అణిచివేసి బెదిరించింది.

నిరాశ గెలవడానికి సిద్ధంగా ఉన్నట్లు అనిపించినప్పుడు, ఆశాజ్యోతి చీకటిలో మెరిసింది. 225వ ర్యాంక్‌లో ఉన్న అతని పేరు మీద కళ్ళు పడి ఆడ్రినలిన్ ఉప్పెనగా పొంగింది.

అతనిలో ఆనందం వెల్లివిరిసింది,సందేహాల ఛాయలను దూరం చేసింది. విజయవంతమైన ఆ క్షణంలో, వున్న ఔన్స్ సందేహం, భయం కరిగిపోయి,

దాని స్థానంలో గాఢమైన సాఫల్య భావన ఏర్పడింది. అతని చెంపల మీద నుండి ఆనందంతోకలిసిన కన్నీళ్లు ధారలుగా కారుతున్నాయి.

హృదయ స్పందనలో, వసీమ్ ఫోన్ మోగింది, మొహ్సిన్ పేరు తెరపై కనిపించింది.

'ముబారక్ భాయ్, తుమ్హారా సెలెక్షన్ హో గయా హై [అభినందనలు సోదరా, మీరు ఎంపిక చేయబడ్డారు]', వసీమ్ కంటే ముందే ఫలితాలను చూసి మొహ్సిన్ గొంతు ఉద్వేగంతో ఉప్పొంగిపోయింది.

'నేను మీ ఊరికి వెళ్లి మీ కుటుంబ సభ్యులకి వార్త చెప్తాను' అని కాల్ ముగించే ముందు మొహ్సిన్ ఆత్రంగా అన్నాడు. వసీం సమయం వృథా చేసుకోకుండా ఇంటికి డయల్ చేశాడు. అతని తండ్రి, సోదరీమణులు, అరిజూ, అలియా, కిటికీలకు కొత్త కర్టెన్లను తగిలించడంలో బిజీగా ఉన్నారు. వణుకుతున్న చేతులతో, వసీం తన తండ్రికి ఈ శుభవార్తను తెలియజేశాడు, వసీమ్ మాటలు విని ఆనందంతో ఎగిరిపడ్డాడు. అరిజూ, అలియా అరుపులు, డ్యాన్సలతో పెద్దఎత్తున విజృంభించారు. వారి దగ్గరకి పరుగెత్తుకుంటూ, పక్కనే ఉన్న గదిలో ఉన్న వసీం తల్లి వచ్చి ఫోన్ తీసుకుంది. కొడుకు స్వరం వినగానే ఆమెలో భావోద్వేగాలు ఉప్పొంగిపోయింది. హద్దులేని గర్వంతో, ఆనందంతో ఆమె చెంపల మీద కన్నీళ్లు ప్రవహించాయి.

వసీమ్ తన ర్యాంక్ 225 అని వివరించడానికి ప్రయత్నించినప్పటికీ, మళ్లీ పరీక్షకు ప్రయత్నించాలి, అన్న మాటలు కుటుంబమంతా ఉత్సాహభరితమైన వేడుకలతో వుండటంవల్ల సరిగా అర్థం చేసుకోలేదు. తెలిసిన వార్త కి చాలా వాళ్లంతా ఎంతోసంతోషించారు.

కొద్దిసేపటికే, వసీం కుటుంబం, అతని చిన్ననాటి స్నేహితులు, తల్లి గ్రామంలోని బంధువులు విజయాన్ని జరుపుకోవడానికి సమావేశమవ్వడంతో బ్రగామ్ అనే అందమైన గ్రామం ఉల్లాసంలో మునిగిపోయింది.

హెచ్ఎసి లో కూడా, రాత్రి ఆనందోత్సాహాలతో ప్రతిధ్వనించింది, పరీక్షలో ఉత్తీర్ణత సాధించిన వసీమ్,హెచ్ఎసిలోని మరో ఇద్దరు స్నేహితుల విజయోత్సవాన్ని సూచిస్తుంది.

తెల్లవారుజామున, వసీమ్ శ్రీనగర్‌కు వెళ్లే విమానం ఎక్కాడు, అతని హృదయం నిరీక్షణతో నృత్యం చేసింది. తన తండ్రి అభ్యర్థనను మన్నించి, చక్కటి సూట్, టై ధరించాడు.

శ్రీనగర్ విమానాశ్రయం టెర్మినల్ నుండి బయటికి రాగానే, రిసీవ్ చేసుకోవడానికి వచ్చిన స్నేహితులు, బంధువులు ఆనందోత్సాహాలతో పూలమాలలు వేసి ఉత్సాహపరిచారు. తన గ్రామమైన బ్రాగం డూరుకు వెళ్ళినప్పుడు, వసీమ్‌కు కనబడిన దృశ్యం విస్మయం, కృతజ్ఞతతో నిండిపోయింది–అతని ఇంటి బైట దాదాపు 5000 మంది ప్రజలు గుమిగూడారు.

వసీం సాధించిన విషయం ప్రశాంతమైన ఆ కుగ్రామం, పొరుగు గ్రామాలలో దావానలంలా వ్యాపించింది. గుడారాలు నిర్మించబడ్డాయి, వండుతున్న ఆహార పదార్థాల సువాసనతో గాలి నిండిపోయింది. లయబద్ధమైన డ్రమ్స్ బీట్ పండగ వాతావరణాన్ని తలపించింది. కాశ్మీర్లో ఐఎఎస్, ఇతర సివిల్ సర్వీసుల పట్ల అపారమైన గౌరవాన్ని చూపుతూ, అనేక మంది మీడియా సిబ్బంది ఉండటం ఆ క్షణానికి ఉన్న ప్రాముఖ్యతను నొక్కి చెబుతోంది. జనం మధ్య, వసీమ్‌తో సెల్ఫీలు దిగడానికి, వీడియోలను రికార్డ్ చేయడానికి ప్రజలు ఆసక్తిగా ఎగబడ్డారు, ప్రతి ఒక్కరు ముందుకు రావడానికి, ఒక క్షణం పోటీ పడ్డారు. వసీమ్ కి ఓవిషయం అర్థమైంది, తన విజయం తన చుట్టూ ఉన్న సమాజం మీద గొప్ప ప్రభావం చూపింది.

సంతోషకరమైన సందర్భానికి అనుబంధంగా అనూహ్యంగా తేదీలు కలిసాయి. సెప్టెంబర్ 25 వసీం విజయం వరించిన రోజు మాత్రమే కాకుండా అతని పుట్టినరోజు కూడా.

వేడుకలు రాత్రి వరకు కొనసాగడంతో, గుంపు క్రమంగా దూరమైంది, కుటుంబ సభ్యులు, సన్నిహిత స్నేహితుల సమావేశం ముగిసింది. నవ్వులు, సంగీతం, హృదయపూర్వక స్నేహంతో, వసీం తన ప్రియమైన వారి ఆత్మీయతని ఆస్వాదించాడు. ఆ ప్రత్యేక రోజులోని ప్రతి క్షణాన్ని ఎంతో ఆనందించాడు.

దారుణమైన పతనం

మూడు రోజులు సంబరాలు చేసుకుంటూ జనమంతా కలుసుకున్నారు. కానీ స్నేహితులు, బంధువులు, మీడియా సిబ్బంది స్వల్పకాలిక ప్రవాహాల మధ్య, వసీం తన సంకల్పంలో స్థిరంగా ఉన్నాడు–అతను మళ్ళీ పరీక్ష వ్రాసి

ఐఏఎస్అధికారి అవుతాడు. తొలి ప్రయత్నం గౌరవప్రదమైన 225 ర్యాంక్‌ను సంపాదించి, ఆత్మవిశ్వాస జ్వాలని రగిలించింది.

అయితే, తదుపరి ప్రిలిమ్స్‌కు కేవలం 15 రోజుల సమయం మాత్రమే ఉంది. మెయిన్స్ పరీక్ష తర్వాత ఇంటర్వ్యూ సన్నాహాలపై దృష్టి సారించిన వసీం ప్రిలిమ్స్ ప్రాక్టీస్‌కు ఎక్కువ సమయం కేటాయించలేదు. అయినప్పటికీ, అతను ఆత్మవిశ్వాసాన్ని వ్యక్తం చేశాడు, ప్రిలిమ్స్‌ను క్లియర్ చేయడం ఇప్పుడు అంత కష్టమేమీ కాదు అని నమ్మాడు.

28 సెప్టెంబర్ సాయంత్రం, కుటుంబం డిన్నర్ దగ్గర కలుసుకున్నప్పుడు, వసీం తదుపరి ప్రిలిమ్స్‌లో హాజరు కావాలనే తన కోరికను వారికి చెప్పాడు. అతని తల్లిదండ్రులు ఆశ్చర్యానికి గురయ్యారు.

'అయితే నువ్వు పరీక్షలో పాస్ అయ్యనని అని మాకు చెప్పావు. మళ్లీ రాయాల్సిన అవసరం ఏమొచ్చింది?' అమాయకంగా అడిగింది అతని తల్లి.

'అమ్మా, నేను పరీక్షలో ఉత్తీర్ణత సాధించాను, కానీ నా ర్యాంక్ 225. ఈ ర్యాంక్‌తో, నేను ఐఏఎస్ కాకుండా ఇండియన్ రెవెన్యూ సర్వీస్ (IRS) లోకి వస్తాను,' వసీం ఓపికగా వివరించాడు.

'అయితే... అదే ఎందుకు ముఖ్యం? తేడా ఏంటి?' ఆమె ఇంకా కలవరపడుతూనే ప్రశ్నించింది.

'అమ్మా, ఐఆర్ఎస్ అధికారులు ఆదాయపు పన్ను కేసులను మాత్రమే నిర్వహిస్తారు, ఐఎఎస్ అధికారులు డిప్యూటీ కమిషనర్లు, జిల్లా మేజిస్ట్రేట్‌లు అవుతారు. మరింత అధికారాన్ని కలిగి ప్రజలకు చాలా సహాయం చేయగలరు' అని వసీమ్ సరళంగాచెప్పాడు.

'వసీమ్ ఏం చెబుతున్నాడో నాకు అర్థమైంది. నేను కూడా అతను ఐఏఎస్ అధికారి కావాలని కోరుకుంటున్నాను,' అంటూ తండ్రి జోక్యం చేసుకున్నాడు.

వసీమ్ తల్లి రూబీ జాన్ తన ఆందోళనను వదలలేకపోయింది. ఆమె కొడుకు రుచిలేని ఆహారంతో, ఆరోగ్యంపణంగా పెట్టి, ఇంటి నుండి దూరంగా వుండవలసిన కఠినమైన అధ్యయన సెషన్‌లను మరొక సంవత్సరం భరించవలసి ఉంటుంది. కానీ తన కొడుకు కలలు నేరవేరతాయన్న ఆలోచనతో ఆమె అయిష్టంగానే అంగీకరించింది.

బంధువులు, స్నేహితులు నిరంతర ప్రవాహంగా వస్తున్నప్పటికీ, వసీం తన చదువులో పట్టుదలతో ఉన్నాడు, ఆ కోలాహలం మధ్య తనకు లభించిన విలువైన క్షణాలను వినియోగించుకున్నాడు. అతను శ్రీనగర్ ను తన పరీక్షా కేంద్రంగా ఎంచుకున్నాడు.

పరీక్షా కేంద్రంలో, ఎంపికైన తర్వాత స్థానిక మీడియాలో వచ్చిన కవరేజీ ద్వారా తెలిసిన వసీం సుపరిచితమైన ముఖం ఎందరి దృష్టినో ఆకర్షించింది. అంతరాయం నుండి తనను తాను రక్షించుకోవడానికి, అతను ముసుగు ధరించి తన పరీక్షలో మునిగిపోయాడు.

అయినా, వసీం అతి విశ్వాసం ఏకాగ్రత లోపానికి దారితీసింది. అతను సరిగ్గా పరిశీలించకుండా హడావుడిగా జవాబులని ఎంచుకుని, క్యాజువల్‌గా పరీక్ష రాశాడు. జవాబు కీ లు విడుదలైనప్పుడు, వసీం తన తప్పుల తీవ్రతను గ్రహించి విచారం, నిరాశతో మునిగి పోయాడు.

నిరాశకు గురైనప్పటికీ, ఇంకా ప్రిలిమ్స్ క్లియర్ చేస్తాననే ఆశతోనే ఉన్నాడు. కానీ, ఫలితాలు ప్రకటించబడినప్పుడు ఆ ఆశ అడియాశలైంది – ప్రిలిమ్స్ కేవలం రెండు మార్కుల తేడాతో క్లియర్ చేయడంలో విఫలమయ్యాడు.

ఈ వార్త వసీమ్ కంటే అతని కుటుంబాన్ని మరింత దిగ్భ్రాంతికి గురి చేసింది. అతను తన మునుపటి ప్రయత్నంలో మూడు దశలను విజయవంతంగా దాటి నప్పుడు, ఇప్పుడు ఎలా విఫలమవుతాడో వారు అర్థం చేసుకోలేకపోయారు. పరీక్ష అనూహ్యత, సవాళ్లు వారిని కలవరపెట్టాయి.

ఆ వైఫల్యంతో, వసీమ్ ఒక కఠినమైన సత్యాన్ని గుర్తించాడు–తను అతివిశ్వాసంతో, అజాగ్రత్తగా ఉన్నాడు. ఇది కష్టమైన పాఠం. ఈ కఠినమైన పరీక్షలో విజయాన్ని సులభతరమని భావించలేమని, దానిని ఛేదించడానికి కాలం చెల్లిన సన్నాహాలు సరిపోవని గ్రహించాడు.

వాసిమ్ నిరుత్సాహం నుండి బయట పడిన తర్వాత, వైఫల్యాన్ని అధిగమించే పటిష్టమైన స్థావరాన్ని ఏర్పరచుకోవడానికి ఈ పరాజయాన్ని ఒక అవకాశంగా భావించి. తరువాత ప్రిలిమ్స్‌కు కేవలం ఆరు నెలల దూరంలో ఉండడంతో, ప్రిలిమ్స్, మెయిన్స్ రెండింటికీ వెంటనే కఠినమైన సన్నాహాలను ప్రారంభించాలని, సీఎసిఈ–2022లో ఉన్నత ర్యాంక్ సాధించాలని నిర్ణయించుకున్నాడు.వసిమ్‌వెంటనేహెచ్ఎసికివచ్చాడు.యూపీఎస్సీపర్వతాన్ని

అధిరోహించడానికి తన వ్యూహాన్ని సిద్ధం చేసుకున్నాడు. అప్పటికి, సిఎస్ఈ–2020 మార్కుల షీట్ ప్రచురించబడింది. వసీమ్ తన బలహీనతలను, అభివృద్ధి పరుచుకోగల అవకాశాలను జాగ్రత్తగా విశ్లేషించాడు. వ్యాసాలు, ఇంటర్వ్యూలో మంచి ప్రతిభ కనబరిచినా, జిఎస్‌లో లోపాలు ఉన్నాయని కనుగొన్నాడు. ఐచ్ఛిక సబ్జెక్టులో కూడా ఇంకా మెరుగు పరుచుకునే అవకాశం ఉంది. సిఎస్ఈ–2020లో టాపర్ అయిన శుభమ్ కుమార్ వసీమ్‌కు స్ఫూర్తిగా నిలిచాడు. శుభమ్ వీడియోలను చూశాడు, వాటిలో శుభమ్ మునుపటి సంవత్సరాల ప్రశ్నలకు మోడల్ సమాధానాల నుండి అధ్యయనం చేయడాన్ని గురించి నొక్కి చెప్పాడు. దీనితో ప్రేరణ పొందిన వసీం కరోల్ బాగ్‌కి వెళ్లి, ప్రఖ్యాత కోచింగ్ సెంటర్ నుండి మోడల్ సమాధానాల సెట్‌ను కొన్నాడు. తన జవాబు వ్రాసే నైపుణ్యాలను మరింత మెరుగుపర్చడానికి టెస్ట్ సిరీస్‌లో కూడా చేరాడు. ఆ తర్వాత, మెయిన్స్‌కు నవంబర్ 2021 నుండి మార్చి 2022 వరకు, ప్రిలిమ్స్ ప్రిపరేషన్ కోసం ఏప్రిల్ 2022 నుండి జూన్ 2022 వరకు వసీమ్ సమగ్ర మైన టైమ్‌టేబుల్‌ను రూపొందించాడు. జిఎస్ మెయిన్స్, ఆంత్రోపాలజీ రెండింటికీ అనేక మాక్ టెస్ట్‌లు రాశాడు. అతనికి వచ్చిన స్కోర్లుతో ఆత్మవిశ్వాసం పెరిగింది. ప్రిలిమ్స్ కోసం ఇరవై మాక్ టెస్ట్‌లు కూడా రాశాడు, పరీక్ష జరుగుతున్నప్పుడు వుండే పరిస్థితుల మీద అవగాహన పెంచుకున్నాడు.

ప్రిలిమ్స్‌లో ఉత్తీర్ణత సాధించడంతో వసీం పట్టుదల ఫలించింది, ఇది అతని ఇంటెన్సివ్ మెయిన్స్ ప్రిపరేషన్‌కు నాంది పలికింది. మోడల్ సమాధానాలను అధ్యయనం చేయడం, టెస్ట్ సిరీస్ చేయడం, పలుసార్లు రివిజన్ చేయడం చుట్టూ తిరిగింది. వసీం గత సంవత్సరాల ప్రశ్నలకు సమాధానాలు రాయడం ద్వారా తన దినచర్యను ప్రారంభించి, ఒక గంట పాటు ప్రశ్నలకి జవాబులు రాసి స్వీయ మూల్యాంకనం (సెల్ఫ్ ఎవాల్యుయేషన్) చేసుకునే వాడు.

అతను ప్రతి పది మార్కుల ప్రశ్నకు ఏడున్నర నిమిషాలు, పదిహేను మార్కుల ప్రశ్నలకు పది నిమిషాలు కేటాయించాడు, నిర్ణీత సమయ పరిమితులలో జవాబులు రాసేలా చూసుకున్నాడు. మెయిన్స్ పేపర్ల రోజు కూడా పొద్దున్నే నిద్ర లేచి మూడు నాలుగు ప్రశ్నలకు సమాధానాలు రాసేవాడు. అనుకున్నట్లుగానే వసీం మెయిన్స్ పరీక్షలో ఉత్తీర్ణుడయ్యాడు.

ఇంటర్వ్యూ వరకు ప్రయాణం

2021లో తన మొదటి ఇంటర్వ్యూలో, వసీం పూర్తి సామర్థ్యంతో నిలిచాడు. బోర్డును ఎదుర్కోవడానికి ఆరు నెలలు కష్టపడి ప్రిపేర్ అయి వచ్చాడు. మొదటి ప్రశ్న అతని అతి విశ్వాసాన్ని దెబ్బతీయడానికి సిద్ధంగా ఉందని అతనికి తెలియదు.

'ఈ పరీక్ష కోసం కోచింగ్ సెంటర్లు పుట్టగొడుగులుగా ఉన్నాయి. వారు సమానత్వానికి, అభ్యర్థులకు సమాన అవకాశాలు కల్పించడానికి వ్యతిరేకం కాదా? ఇంటర్వ్యూ ప్రారంభమైనప్పుడు చైర్ పర్సన్ ప్రశ్న గాలిలోంచి దూసుకొచ్చింది. కాశ్మీర్ లేదా అతని డిఎఫ్ కు సంబంధించిన అంశాలపై ప్రశ్నలు ఊహిస్తూ అలాంటి ప్రశ్నకి, వసీమ్ అప్రమత్తం కాలేదు.

వసీం ప్రతిస్పందించడానికి, తనను తాను సిద్ధం చేసుకోవడానికి ఒక క్షణం పట్టింది. 'మేడమ్, నేటి ప్రపంచంలో జ్ఞానం మరింత అందుబాటులోకి వచ్చింది. కోచింగ్ వ్యయం భరించలేని అభ్యర్థులకు ఆన్లైన్‌లో ఉచిత వనరులు పుష్కలంగా అందుబాటులో ఉన్నాయి. అదనంగా, ప్రభుత్వాలు నిరుపేద విద్యార్థులకు ఉచిత కోచింగ్‌ను అందిస్తున్నాయి. ఉదాహరణకు, కాశ్మీర్‌లో, మాకు 'పర్వాజ్' పథకం ఉంది. కోచింగ్ మార్గదర్శకత్వాన్ని అందిస్తుంది, ఆన్‌లైన్ వనరులను సమర్థవంతంగా ఉపయోగించడం ద్వారా స్వీయ అధ్యయనం ద్వారా కూడా విజయం సాధించవచ్చు,' అని అతను సమాధానమిస్తూ, సంభాషణను కాశ్మీర్ వైపు మళ్లించాలని, ఆ అంశంపై ప్రశ్నలు అడుగుతారని ఆశించాడు. అయినప్పటికీ, తరువాత పది నిమిషాల పాటు కోచింగ్ చుట్టూ ఎడతెగని ప్రశ్నల వర్షం, వసీంని, నిర్వీర్యానికి, నిరుత్సాహానికి గురిచేసింది. సంభాషణ కాశ్మీర్, భారతదేశంలోని ఇతర ప్రాంతాలలో భద్రతా పరిస్థితులపైకి మారినప్పుడు, భద్రతా దళాలపై రాళ్ల దాడి సంఘటనలతో సహా అడిగేసరికి. ఆ అంశంపై డేటాను సిద్ధం చేసుకుని, పకడ్బందీగా, సిద్ధమైన వసీం విశ్వాసంతో జవాబు ఇచ్చాడు. అప్పుడు, ఊహించని విధంగా, మరో ప్రశ్న వచ్చింది. 'మంచి ఉపాధ్యాయుడిని గురించి మీ అభిప్రాయమేంటి?' అని బోర్డు సభ్యుడు అడిగాడు.

'మంచి గురువు అంటే కేవలం జ్ఞానాన్ని అందించే వ్యక్తి మాత్రమే కాదు, విద్యార్థులను స్వయం ప్రేరేపిత అభ్యాసకులుగా తీర్చిదిద్దే వాడు' అని వసీమ్ సంకోచం లేకుండా సమాధానమిచ్చాడు.

ఇంటర్వ్యూ గది నుండి నిష్క్రమిస్తూ, వసీం తనతో పాటు భావోద్వేగాల సమ్మేళనాన్ని తీసుకువెళ్లాడు అనుమానం. సంకల్పం, అనిశ్చిత, ఆశతో ముడిపడి ఉంది. అయితే మార్కులు వెల్లడికాగానే అనూహ్యంగా అత్యధిక స్కోరు 184 రావడంతో ఆశ్చర్యపోయాడు.

2023లో తన రెండవ ఇంటర్వ్యూకి వేగంగా ముందుకు వెళ్లాడు, వసీం ఒక యోధుడి విశ్వాసంతో ధోల్‌పూర్ హౌస్ కారిడార్‌లో నడిచాడు. అతని మునుపటి ఇంటర్వ్యూ నుండి వచ్చిన అమూల్యమైన అనుభవంతో సిద్ధమై, సాధించిన మంచి మార్కులతో ఉత్సాహంగా, తన కొత్త ప్యానెల్‌ను ప్రశాంతంగా ఎదుర్కొన్నాడు.

జమ్మూ, కాశ్మీర్‌లో టూరిజం గురించిన ప్రశ్నలతో ఇంటర్వ్యూ ఆశించిన రీతిలో ప్రారంభమైంది. ఇతర సభ్యులు ఈ ప్రాంతంలో భద్రత వంటి సంబంధిత అంశాల గురించి అడిగారు. ఆశ్చర్యకరంగా, సివిల్ ఇంజనీరింగ్ లేదా ఆంత్రోపాలజీ గురించి ప్రశ్నలు లేవు.

ఇంటర్వ్యూ గది నుండి బయటికి వచ్చిన వసీమ్, తను చక్కగా ఇంటర్వ్యూ చేయగలిగేననే నమ్మకంతో ఆత్మవిశ్వాసాన్ని వ్యక్తం చేశాడు. అయితే, చివరకు స్కోర్‌లను వెల్లడించినప్పుడు, వసీమ్ తన స్కోర్ 182, మునుపటి ఇంటర్వ్యూ స్కోర్ కంటే రెండు మార్కులు తక్కువగా ఉన్నట్లు కనుగొన్నాడు.

నాగ్‌పూర్ నుండి ముస్సోరీకి ప్రయాణం

19 డిసెంబర్ 2022న, తన మెయిన్స్ పరీక్ష తర్వాత, నాగ్‌పూర్‌లోని నేషనల్ అకాడమీ ఆఫ్ డైరెక్ట్ టాక్సెస్‌లో వసీం తన శిక్షణను ప్రారంభించాడు. కానీ అక్కడకి వచ్చిన వెంటనే, అకస్మాత్తుగా తుఫానులా అనారోగ్యం అలుముకుంది. ఆసుపత్రిలో చేర్చారు, తరువాత ఇంటెన్సివ్ కేర్ యూనిట్ (ICU)కు తరలించారు.

ఐసియు గోడలు మానిటర్‌ల బీప్‌ల ఎడతెగని శబ్దంతో ప్రతిధ్వనించాయి. పదిరోజులపాటు ఐసీయూలో వుండి, మృత్యు భయంతో, అనారోగ్యంతో పోరాడుతూ, జీవితపు దుర్భరతను ఎదుర్కొన్నాడు. ఒకప్పుడు సిఎస్ఈలో విజయాన్ని సాధించాలనే తపన, బ్రతుకుతాడో లేదో తెలియని వాస్తవిక పరిస్థితులు వల్ల ప్రాముఖ్యతని కోల్పోయింది.

రోజులు గడిచిపోక ముందే, మే 2023 వచ్చింది. రాబోయే సివిల్ ఈ ఫలితాల ప్రకటన వసీమ్, అతని సహచరులపై తీవ్ర అనిశ్చితి నీడను నింపింది. ఇరవై మందిలో అతని బ్యాచ్‌లోని ఐదుగురు ఐఆర్ఎస్ అధికారులు, ఇంటర్వ్యూ కాల్‌లు అందుకున్నారు .తీవ్రమైన పోటీలో కొంతమందికి మాత్రమే ఐఏఎస్ వచ్చే గౌరవనీయమైన ర్యాంక్‌లు సంపాదించే అవకాశం ఉంది.

23 మే 2023న, సివిల్ఈ ఫలితాలు ప్రకటించబోతుండడంతో ఉద్రిక్తత గాలిలో దట్టంగా వ్యాపించింది. వసీం సంకల్పం సన్నగిల్లింది. ఏది ఏమైనప్పటికీ, గడిచిన ప్రతి క్షణంలో, రాబోయే ఫలితం అతి పెద్దది కాబట్టి, అనిశ్చిత తుఫాను ముంచెత్తుతోంది.

'వసీం ఎందుకు అంత కంగారు పడుతున్నావు? మీరు ఈసారి విజయం సాధిస్తారని ఖచ్చితంగా అనుకుంటున్నాను,' అతని స్నేహితురాలు పవిత్ర, క్లాస్‌లో అతని పక్కన కూర్చుని, ఆందోళనను తగ్గించడానికి ప్రయత్నించింది.

'ఈసారి చాలా కష్టపడ్డాను. ఇది నా చివరి ప్రయత్నం ఎందుకంటే దీని తర్వాత, మనం ఐఆర్ఎస్ లో రెగ్యులర్ పోస్టింగ్‌లను అందుకుంటాము, మళ్లీ పరీక్ష రాయడానికి నాకు సమయం ఉండదు,' అని ఇంకా అతనిని గట్టిగా పట్టుకున్నవున్న ఒత్తిడిని తొలగించుకోడానికి ప్రయత్నించింది .

పవిత్ర మాటలు వసీమ్‌కు ఓదార్పునివ్వలేదు, ఆందోళన కొనసాగింది. మధ్యాహ్న భోజనం తర్వాత, నిద్రపోయి విశ్రాంతి పొందాలనే ఆశతో, క్లాస్ ఎగగొట్టి తన హాస్టల్ గదికి వెళ్లాలని నిర్ణయించుకున్నాడు. అయితే, ప్రశాంతత స్వల్పకాలికం. ఫైజల్ నుంచి వచ్చిన అనుకోని పిలుపు ప్రశాంతతను భంగ పరిచింది. వసీం సమాధానం చెప్పకముందే కాల్ డిస్‌కనెక్ట్ అయ్యింది. మనస్సులో ఊహాగానాల అలలు ప్రసరించాయి.

'ఈ సమయంలో ఫైజల్ ఎందుకు ఫోన్ చేశాడు?' ఏదో జరిగి ఉంటుంది? ఫలితం ప్రచురించబడిందా? నన్ను ఎంపిక చేయకుంటే అతను ఫోన్ చేసి ఉండేవాడు కాదు,'వసీం ఆత్రుతగా ఆలోచించాడు. ఆలస్యం చేయకుండా, అతను టెలిగ్రామ్‌ని తెరిచాడు. ఎదురుచూస్తున్న పిడిఎఫ్ ఫైల్‌ను చూశాడు. వణుకుతున్న చేతులతో, ఫైల్ తెరిచి, దాని మొదటి పేజీ వైపు చూశాడు.

అక్కడ, అనిశ్చితి అల్లకల్లోలమైన సముద్రం మధ్య ఆశాకిరణాల కనిపించింది - అతని పేరు, ఏడవ ర్యాంక్‌లో ముద్రించబడింది. అతనిలో ఆనందం దావానలంలా చెలరేగింది. ఆందోళన తగ్గింది. గది నుండి, బయటికి వచ్చిన కేకలు భోజనానంతరం హాస్టల్‌కి తిరిగి వస్తున్న స్నేహితుల గుంపు దృష్టిని ఆకర్షించాయి. సంవత్సరాల తరబడి ఆవరించిన పట్టుదల, సాఫల్యం మధురమైన ఆలింగనం ద్వారా భర్తీ చేయబడి ఉత్తేజపరిచింది. ఆనందోత్సవ వేడుకలు తక్షణమే ప్రారంభమయ్యాయి, రాత్రి వరకు కొనసాగాయి, మరో నలుగురు ఐఆర్ఎస్ లు కూడా చేరారు. వారు కూడా ఐఏఎస్ కి ఎంపిక అయ్యారు.

వసీం సెలవు కోసం దరఖాస్తు చేసి ఇంటికి తిరిగి వెళ్ళాడు. అక్కడ అతనికి ఆసక్తిగా చూసే ముఖాలు, తల్లి రూబీ జాన్ ఓదార్పునిచ్చే ఆలింగనం స్వాగతం పలికాయి. అతని గెలుపు వార్తని పట్టుకుని మీడియా చుట్టూ చేరింది. అయితే మళ్లీ ఉత్సాహం రావడంతో గ్రామస్తులు అయోమయంలో పడ్డారు. 'ఇప్పుడు ఏం జరిగింది? ఆ అబ్బాయి రెండేళ్ల క్రితమే ఐఏఎస్‌కి ఎంపికయ్యాడు. తాజాగా వేడుకలు జరుపుకోవడానికి కారణం ఏమిటి?'అని పెద్దగా ఆశ్చర్యపోయారు. వసీమ్ తల్లి రూబీ జాన్, ఉల్లాసం తో నిండిపోయింది. తన కొడుకు ఎడతెగని అంకితభావం ఎట్టకేలకు ఫలించింది. తన కష్టానికి తగిన ఫలం లభించింది, ఇకపై అవిశ్రాంతంగా శ్రమించాల్సిన అవసరం లేదు.

★★★

వసీమ్ కథ లో కీలకమైన అంశాలు

1. **పూర్తి నిబద్ధత**: సిఎస్ఈలో ఒకసారి వచ్చిన విజయం మళ్లీ వస్తుందని భావించలేము. సాధారణంగా ప్రిపేర్ అయ్యి, అశ్రద్ధ లేదా పాత సన్నాహాలతో సాధించలేము. అతి విశ్వాసం, అజాగ్రత్త వైఫల్యానికి దారితీస్తాయి. చాలా మంది అభ్యర్థులు మునుపటి ప్రయత్నాలలో ఒకటి లేదా అంతకంటే ఎక్కువ దశలను విజయవంతంగా ప్లాన్ చేసినప్పటికీ, ప్రిలిమ్స్ దశలో విఫలమవుతారు.
2. **సమాధానాలు రాసే కళలో నేర్పు**: మెయిన్స్ పరీక్షలో, మీ జ్ఞానమే కాదు, మీరు మీ సమాధానాలను ఎలా రాసారనేది కూడా ముఖ్యం. అభ్యర్థులు తప్పనిసరిగా మోడల్ సమాధానాలు, టాపర్‌ల జవాబు కాపీలు, ఇతర మూలాధారాల నుండి నేర్చుకోవాలి. జవాబులు రాయడం ప్రాక్టీస్ చేయడం విజయానికి కీలకం.
3. **మీకిష్టమైన ఆప్షన్స్ ని ఎంచుకోండి**: పాఠశాల, కళాశాలలో, మీ ఆసక్తుల ఆధారంగా అధ్యయన రంగాలను ఎంచుకోవడం చాలా ముఖ్యమైనది. మీ అభిప్రాయాన్ని తల్లిదండ్రులు, స్నేహితులు లేదా బంధువులు ప్రభావితం చూపకూడదు.
4. **చదివే అలవాటును పెంపొందించుకోండి:** పఠన అలవాటును పెంపొందించుకోవడం చాలా అవసరం. ఇది మీ జ్ఞానాన్ని విస్తరిస్తుంది, ఇది సి ఎస్ ఈ అన్ని దశలలో ప్రయోజనకరంగా ఉంటుంది. మీ దృక్పథాన్ని కూడా మెరుగుపరుస్తుంది.
5. **లక్ష్యసాధనకి ఉపయోగపడే సూచనలనే స్వీకరించండి**: అనేక మూలాల నుండి మార్గదర్శకత్వం పొందడం మిమ్మల్ని గందరగోళానికి గురి చేస్తుంది, ఒత్తిడికి గురి చేస్తుంది. కోర్సు మెటీరియల్, పరీక్షా వ్యూహం గురించి అనేక ఆలోచనలు, అభిప్రాయాల ప్రవాహాన్ని నివారించండి. మార్గదర్శకత్వం కోసం ఎంచుకున్న, నమ్మదగిన వనరులపై ఆధారపడండి.
6. **మెయిన్స్ పరీక్ష లో రాశి కన్నా వాసికే ప్రాధాన్యం ఇవ్వండి**: మీరు మెయిన్స్ పేపర్‌లో ఎన్ని షీట్‌లను పూరించారు లేదా ఏ క్రమంలో మీరు ప్రశ్నలను ప్రయత్నించారు అన్నది ముఖ్యం కాదు. మీ సమాధానాల స్పష్టత, లోతు, ఖచ్చితత్వం ముఖ్యం.

శృతి

అధ్యాయం 6

నెంబర్ వన్

అగ్రశ్రేణి విద్యార్థులు మెడిసిన్, ఇంజినీరింగ్‌ను అభ్యసిస్తారు

దక్షిణ ఢిల్లీ ... తూర్పు కైలాష్ ప్రాంతం ... మార్చి 2014... వీధిలైట్ల నియాన్ కృతిమ కాంతి సాయంసంధ్యని ఆక్రమించింది... చీకటి చిక్కబడింది... సైకిల్ బెల్స్, కార్ల హారన్ శబ్దాలు ... వీధిలో బల్ల మీద వ్యాపారస్తుల అరుపులు... ఇళ్లల్లో సంభాషణలు క్రమక్రమంగా తగ్గుముఖం పడుతున్నాయి. ఆ కాలనీలో ఒక మామూలు అపార్ట్ర మెంట్లో రచన శర్మ సునీల్ దత్ శర్మవారి పిల్లలు శృతి ఆదిత్యాలతో కలిసి భోజనానికి కూర్చున్నారు. ఆ ప్రశాంతమైన సాయంత్రం భోజనాలు ముగిసాకా, ఓ చర్చకి తెరలేచింది.10 పాసైన శృతి ఇంటర్మీడియట్లో సర్దార్ పటేల్ విద్యాలయంలో చేరబోతోంది. ఆ 11వ తరగతిలో చదవవలసిన సబ్జెక్టుల గురించిన సర్కులర్ శర్మ చేతుల్లో ఉంది. హైస్కూల్ పూర్తయ్యాక తర్వాతి చదువులు గురించి ఇలాంటి చర్చలు ఇండియాలోని ఇళ్లల్లో సర్వసాధారణ దృశ్యం.

"ఇందులో చూడ్డానికే ముంది. మనది ఇంజనీర్ల డాక్టర్ల కుటుంబం కదా నువ్వు అంతే. సైన్స్ సబ్జెక్టులే తీసుకో ఐఐటి, జేఈఈ లకి ప్రవేశ పరీక్షలకి ప్రిపేర్ అవ్వు" అన్నాడు శర్మ.

"డాడీ నాకు ఇంజనీరింగ్‌లో ఇంట్రెస్ట్ లేదు"

"సరే అయితే మీ తాతగారిలా డాక్టర్ అవుతావా!" శృతిని ఒప్పించడానికి రచన కలగజేసుకుంది. శృతి తాతయ్య దేవేంద్ర కుమార్ వాట్స్, అమ్మమ్మ సత్యబాల శర్మ వాళ్ళ గ్రామంలో మంచి పేరు ఉన్న వైద్యులు. ఇంకా కొంత బంధువులు, కజిన్స్ సైతం వైద్యవృత్తిలోనే రాణిస్తున్నారు .

అమ్మ చెప్పేది శృతి శ్రద్ధగానే వింది. కానీ ఆ పిల్లమనసులో ఉన్న ఆలోచనలు మాత్రం వేరే. ధైర్యం కూడా గట్టుకుని నెమ్మదిగా చెప్పింది "అమ్మ నేనైతే హ్యూమానిటీస్ చదవాలను కుంటున్నాను ...నాకదే బాగా సూట్ అవుతుంది" అప్పటిదాకా తాము ఊహించిన దానికి భిన్నంగా తమ కూతురు మాట్లాడడం ఆ తల్లితండ్రుల్లో సందేహాన్నే కాదు అయోమయాన్ని పుట్టించింది. "హ్యూమానిటీస్ లో నీకు ఒరిగేది ఏమీ ఉండదు శృతీ. నీలాంటి తెలివైన వాళ్లంతా సైన్సు చదవాలి. చదువుతారు. స్థిరమైన ఉద్యోగం సంపాదిస్తారు. ముందు మా మాట విని సైన్స్ తీసుకో. జాబు కొట్టు. తర్వాత నీకు నచ్చినట్టు చేద్దువు" అంటూ తండ్రి సలహా ఇచ్చాడు. ఆయన మాటల్లో ఆందోళన వద్దన్నా కనిపిస్తూనే ఉంది. "కానీ నాన్న ఈరోజుల్లో హ్యూమానిటీస్‌కి కూడా బోలెడన్ని కెరీర్ అవకాశాలు ఉన్నాయి", అంటూ స్థిరంగా చెప్పింది శృతి.

ఆయన భ్రుకుటి ముడి పడింది. "నీ మొహం ఎన్నో అవకాశాలు అంటే ఎన్జీవోలలో పనిచేయడమో లేదంటే జర్నలిస్ట్‌గా ఉండడమో... అంతేగా..." భర్త మాటలకు వత్తాసు పలుకుతూ అందరు భారతీయ తల్లిదండ్రులాగే రచన కూడా కూతురికి హిత బోధ చేయడం మొదలుపెట్టింది. "శృతి నువ్వే సబ్జెక్టులు ఎంచుకున్నా సరే. అదేదో సులువైనది ఉండకూడదు. కొన్నాళ్ళు కష్టపడాలి. అప్పుడే నీ జీవితం హాయిగా సెటిల్ అవుతుంది"

శృతి చలించలేదు. వాళ్ళని ఒప్పించే పనిలో పడింది. మనసులో ఉన్న తురుపు(ట్రంప్ కార్డ్) లాంటి ఆలోచనని బయటపెట్టింది. మీరు చెప్పే ఎన్జీవోలు, జర్నలిస్టులే కాదు నాన్న... సివిల్ సర్వీసెస్ కూడా ఉంది. చాలామంది ఐఏఎస్ లు హ్యూమానిటీస్ చదువుకున్నవాళ్లే! అదే నా ప్లాన్ కూడా..." అంది ధృఢంగా.

దంపతులిద్దరూ ఒకళ్ళనొకళ్ళు చూసుకున్నారు. అప్పుడే 10 పాసైన ఈ పిల్ల అంత ఖచ్చితంగా అచంచలంగా తన నిర్ణయం ప్రకటించడంతో

వాళ్ళు అవాక్కయ్యారు. ఆమె పట్టుదలని యోగ్యతని అంచనా వేస్తూ ఇరువురి కళ్ళు కలుసుకున్నాయి. నిశ్శబ్ద సంభాషణ కొనసాగింది.

'అవును, ఇది మంచిదే. కానీ నీకు నచ్చింది సాధించడానికి, విస్తృతం చేసుకోవడానికి గణితం, ఆర్థిక శాస్త్రాలను కూడా తీసుకోవాలి,' అని రచన చెప్పింది. సివిల్ సర్వీసెస్ పరీక్ష (సిఎస్ఇ)కి అర్హత సాధించాలనే తన నెరవేరని కోరిక ఆమె స్వరంలో నిండిపోయింది. 'సరే నాన్నా, మమ్మీ' అని రాజీకి ఒప్పుకుంటూ అయిష్టంగానే తల వూపింది శృతి. ఆమె తమ్ముడు, ఆదిత్య, తన ముందు జరిగిన కుటుంబ నాటకాన్ని మౌనంగా గమనించేడు. అతని హృదయంలో ఆశ మెరుపుగా మెరుస్తున్నట్లు భావించాడు. 'మమ్మీ, డాడీ శృతిని తనకి ఇష్టమైన చదువుకోడానికి అనుమతించినట్టే, బహుశా క్రికెట్‌ని కొనసాగించడానికి నన్ను కూడా అనుమతిస్తారు', అనుకుని తన పెదవుల మూలల్లో చిరునవ్వు చిందించాడు. శృతి ఎన్నిక త్వరలోనే పొరుగువారు, బంధువుల నుండి వ్యాఖ్యలకు కారణమైంది. 'అయ్యో, ఆమె మంచి విద్యార్థిని అనుకున్నాం!' అని ఆశ్చర్యాన్ని దాచుకోలేకపోయారు.

ప్రోత్సాహకరమైన పరిస్థితులు

ఉత్తరప్రదేశ్‌లోని బిజ్నోర్ జిల్లాలోని పచ్చని ప్రకృతి దృశ్యాల మధ్య ఉన్న ప్రశాంతమైన అథాయ్ గ్రామంలో శృతి కుటుంబపు మూలాలు ఉన్నాయి. ఆమె తాతలు సమీపంలోని బస్తా గ్రామంలో ఆయుర్వేద వైద్యాన్ని ప్రాక్టీస్ చేస్తున్నారు. శృతి తండ్రి ఆర్కిటెక్ట్. బస్తాలోని వారి కుటుంబ పాఠశాల అయిన బాల్ గయాన్ నికేతన్‌ను నిర్వహించేవారు. శృతి పుట్టిన తరువాత, ఆమె తాతలకు అభ్యంతరాలు ఉన్నప్పటికీ, ఆమె తల్లిదండ్రులు పిల్లలకు మెరుగైన విద్య, వృత్తి అవకాశాల కోసం ఢిల్లీలా సందడిగా ఉండే మహానగరానికి వెళ్లాలని నిర్ణయించుకున్నారు. ఏది ఏమైనప్పటికీ, ప్రతి సెలవులకు, శృతి తండ్రి వారిని బస్తాకు తిరిగి తీసుకువెళతారు. అక్కడ, శృతి తన కజిన్స్‌తో ఆడుకుంటూ, 'లైలాకి ఉంగ్లీ', 'ఇమ్లీకే గోలే' వంటి స్థానిక మిఠాయిలను ఆస్వాదిస్తూ గ్రామీణ జీవితంలోని సాధారణ ఆనందాలని చవిచూసింది.

శృతికి చిన్నప్పటి నుండి చదువు పట్ల ప్రేమను పెంచింది తల్లి రచన. పసిపిల్లగా ఉన్నప్పుడు కూడా రచన తన స్కూల్ బ్యాగ్‌ని డైరీ, పెన్ను, టిఫిన్‌తో

నింపి ప్రేమగా సిద్ధం చేసేది. ప్రతి ఉదయం, శృతి తన గదిలో ఒక మూలన ఉన్న తన తాత్కాలిక తరగతి గది లో తన రోజువారీ 'పాఠశాల'సాహసాలను ప్రారంభించింది. అక్కడ ఆమె గంటల తరబడి స్కెచ్‌లు వేస్తూ, మధ్యలో టిఫిన్‌ను తింటూఉండేది. చిన్నతనంలో వ్యోమగామి కావాలని కలలు కనేది.

మనం, స్కూల్లో చాలా విషయాలు మనకి తెలియకుండానే నేర్చుకుంటాం. అందుకే మంచి పాఠశాల వాతావరణాన్ని కలిగి ఉండటం చాలా ముఖ్యం. శృతికి అత్యుత్తమ విద్యను అందించాలనే ఆమె తల్లిదండ్రుల తపన 'న్యూ ఫ్రెండ్స్ కాలనీలోని కేంబ్రిడ్జ్ స్కూల్'లో చేరేందుకు దారితీసింది. వినూత్న విధానాలు, సరదా కార్యకలాపాల ద్వారా జ్ఞానాన్ని అందించడానికి ఆ పాఠశాల ప్రసిద్ధి చెందింది. ప్రతి తరగతిలోనూ లైబ్రరీ ఉండడం వల్ల ఆమెలో పఠనాసక్తి పెరిగింది. అయినప్పటికీ, నవలలలో మునిగి తేలుతున్నందుకు తల్లిదండ్రులు అప్పుడప్పుడు మందలించేవారు.

తరువాత, 6వ తరగతి నుండి ప్రారంభించి, శృతి న్యూఢిల్లీలోని లోధి ఎస్టేట్‌లోని ప్రతిష్టాత్మకమైన సర్దార్ పటేల్ విద్యాలయంలో చేరింది. ఆమె జేరిన కొన్ని రోజుల్లోనే పాఠశాలని బాగా ఇష్టపడింది. ఆ పాఠశాల ప్రతి విద్యార్థి తమ పూర్తి సామర్థ్యానికి చేరుకోవడానికి అవకాశం కలిగించే వాతావరణాన్ని పెంపొందించింది. సాంప్రదాయ ర్యాంక్‌ల కంటే 'మెరిట్ కార్డ్‌ల'ఆధారంగాఉన్న పాఠశాల ప్రత్యేకమైన అవార్డు విధానాన్ని ఇష్టపడింది. పాఠశాల క్రీడలతో సహా ప్రతి పోటీ లోనూ, అర్హతా ప్రమాణాలను నిర్ణయించింది. ప్రమాణాలను అధిగమించిన విద్యార్థులందరికీ మెరిట్ కార్డులను ప్రదానం చేసింది. శృతికి తనతో తానే పోటీ పడటం నేర్పింది.

పాఠశాలలో గడిచిన రోజులు ఉత్సాహం, ఆవిష్కరణలతో నిండిపోయాయి, ఎందుకంటే 'సంగీత మధ్యాహ్నాలు', 'కార్యాచరణ వారాలు', 'ఆహార ఉత్సవం'వంటి అసంఖ్యాక కార్యక్రమాలలో ఆసక్తిగా పాల్గొంది. శృతి తన పాఠశాలను ఎంతగా ప్రేమిస్తుందంటే, తన తల్లి మాట విననప్పుడు, పాఠశాలకు పంపనని రచనా బెదిరిస్తే, శృతి వెంటనే దారిలోకి వచ్చేది. శృతి పాఠశాలలో వార్షిక కార్యక్రమాల జరిగే వారం కోసం ఆసక్తిగా ఎదురుచూసేది. ఈ సమయంలో విద్యార్థులు సాంస్కృతిక ప్రావీణ్యము, క్రీడా నైపుణ్యంపెంపొందించుకోవడం కోసం చదువును పట్టించుకునేవారు కాదు పుస్తకాలని దూరంగా పెట్టేవారు. సాంస్కృతిక కార్యక్రమాలు,

వక్తృత్వం, గానం, కథలు చెప్పడం, స్ఫూర్తిని అందించే చర్చలు, క్రీడలతో రోజులుగడిచిపోయాయి. ఆమె నెలల తరబడి ఇంగ్లీషు, హిందీలో కవితలు, ఇతర రచనలని ఉత్సాహంగా సిద్ధం చేసేది; కార్యకార్యక్రమాల్లో భాగంగా వాటిని చదవడం చాలా ఇష్టపడేది. ఆ సమయంలో అనేక మెరిట్ కార్డ్‌లను గెలుచుకుంది.

మరొక పెద్ద ఆకర్షణ,సంవత్సరానికి ఒకసారి జరిగే పాఠశాల ఫుడ్ ఫెస్టివల్. ఇది ఆమె చదువు పూర్తయిపోయినా, చాలా సంవత్సరాల పాటు పాఠశాల కి వచ్చేలా ఆకర్షించింది. ఈ దేశం అంతట నుండి,అలాగే దేశం బయట నుండి వచ్చిన, సాంప్రదాయ, ఆరోగ్యకరమైన వంటకాల వేడుక విద్యార్థులని, తల్లిదండ్రులను ఒకచోట చేర్చేది.

తన పాఠశాల రోజుల్లో, శృతి సామాజిక సేవలో పూర్తి సంతృప్తిని, ఆనందాన్ని పొందింది. తన పాఠశాలలో, చుట్టుపక్కల ఉన్న ఆర్థికంగా బలహీన వర్గాల (EWS) పిల్లలకు బోధించడంతో పాటు, తన సమయాన్ని, శక్తిని ముస్కాన్ అనే ఎన్జీవో కి కూడాఅందించింది. ఆ ఎన్జీవో శారీరక వికలాంగులు, మానసిక వికలాంగులైన పిల్లలకు, పెద్దలకు మద్దతునిస్తుంది. ప్రతి రోజు వార్తాపత్రికలలో కనిపించే సమాజంలో మార్పునుతెచ్చి, ప్రభావితం చేసే అధికారుల కథలు శృతికి స్ఫూర్తిని కలిగించి, ఆమె అభిరుచిని అటు దిశగా పెంచాయి.

విద్యా నైపుణ్యాన్ని పెంపొందించడంతో పాటు, రహస్య బ్యాలెట్ ద్వారా ఎన్నుకోబడిన విద్యార్థి కార్యనిర్వాహక సంస్థ ద్వారా పాఠశాల నాయకత్వం, స్నేహ భావనలని కూడా పెంపొందించుకుంది. 12వ తరగతిలో శృతి సాంస్కృతిక వ్యవహారాల కార్యదర్శిగానే కాకుండా, ప్రధాన కార్యదర్శి పదవికి ఎన్నికయ్యింది.శృతి 10వ తరగతిలో 98 శాతం, 12వ తరగతి పరీక్షల్లో 95 శాతం స్కోర్‌తో అకడమిక్స్‌లో కూడా ఉన్నత స్థానంలో నిలిచింది.

మళ్ళీ చౌరస్తా దగ్గరకి

12వ తరగతి పరీక్షల్లో 95 శాతం సాధించినా అది శృతికి తాత్కాలికానందాన్నే ఇచ్చింది. శృతి జీవితం గురించి-ఆమె బ్యాచిలర్ డిగ్రీ ప్రోగ్రామ్‌కు ఏ సబ్జెక్ట్‌లను ఎంచుకోవాలనే దాని గురించి నిర్ణయం తీసుకునే విషయంలో కుటుంబం మళ్లీ సందిగ్ధంలో పడింది.

'అమ్మా, నాన్న, నేను నిజంగా హిస్టరీ (హానర్స్) చదవాలనుకుంటున్నాను' అని ఢిల్లీ యూనివర్సిటీ అండర్ గ్రాడ్యుయేట్ అడ్మిషన్స్ బ్రోచర్ పేజీలను తిరగేస్తూ మనసులో ఉన్న తన కోరికను చెప్పింది శృతి.

సునీల్, రచన ఆందోళనగా చూపులు మార్చుకున్నారు, ఆయన నుదురు ఆందోళనతో ముడుచుకుంది. 'శృతి, ఆర్థిక శాస్త్రం(ఆనర్స్) మెరుగైన ఉద్యోగ అవకాశాలను అందిస్తోంది. నీ భవిష్యత్తు గురించి ఆలోచించుకో, తల్లీ,' అని అన్నాడాయన.

రచన అంగీకరిస్తున్నట్టు. 'అవును శృతీ, ఎకనామిక్స్ ఒక మంచి సబ్జెక్టు. అది నీకు చాలా అవకాశాలను ఇస్తుంది,' అంది భర్త మాటలకి వత్తాసు పలుకుతున్నట్టు. తల్లికళ్ళలో ఆందోళన కనిపించింది. శృతి సంగ్దిధంలో పడింది. తన అభిరుచికి, ఆచరణాత్మకకి మధ్య హృదయం నలిగిపోయింది. 'నాకు అర్థమైంది, కానీ ఆర్థిక శాస్త్రంలో, లెక్కలు కూడా ఉంటాయని భయపడుతున్నాను. చరిత్రే నాకు సరిగ్గా సరిపోతుందనిపిస్తోంది' అని అంది.

బరువెక్కిన నిట్టూర్పుతో సునీల్ ముందుకు వంగి, శృతితో. 'తల్లీ, నీ అయిష్టతను అర్థం చేసుకోవడంలో విఫలమయ్యాను. నువ్వు లెక్కల్లో 97 శాతం మార్కులతో, ఆర్థిక శాస్త్రంలో 98 శాతం మార్కులతో పాస్ అయ్యావు. నీకు ఏది మంచిదో అదే చెప్తున్నాం' అని వాదించాడు.

తన తల్లిదండ్రుల నిర్ణయాన్ని తిప్పికొట్టాలనే ఉద్దేశించి, శృతి తన దగ్గర ఉన్న అత్యంత శక్తివంతమైన ఆయుధాన్ని ప్రయోగించింది. సివిఎస్ఈ లో విజయం సాధించాలంటే చరిత్ర అనివార్యమని వాదించింది. ఆమె ఉద్రేకపూరిత అభ్యర్ధనతో, సునీల్, రచనలు జాలిపడ్డారు. ఆమె మాటల్లో ఐఏఎస్ అధికారి కావాలనే దృఢ సంకల్పం కనిపించింది.

అయినప్పటికీ, ఆమె తల్లిదండ్రులకు తెలియని విషయమేమిటంటే, శృతి తన కెరీర్ మార్గాన్ని ఇంకా పటిష్టం చేసుకోలేదు. ఆమె మాటలు చరిత్ర పట్ల తనకున్న అభిరుచిని కొనసాగించడానికి ఒక సాధనంగా మాత్రమే ఉపయోగపడ్డాయి.

కాలేజీ ఎంపిక విషయంలో మరో యుద్ధం మొదలైంది. ఢిల్లీ యూనివర్శిటీ నార్త్ క్యాంపస్‌లోని చారిత్రాత్మక ఆకర్షణ, అత్యున్నత

సంస్థలు, సుందరమైన పరిసరాలు, పాఠ్యేతర కార్యకలాపాలు, శక్తివంతమైన క్యాంపస్ జీవితం శృతిని ఆకర్షించాయి. కళాశాలకి రోజూ రెండు గంటల ప్రయాణం కష్టమైనప్పటికీ.ప్రతిష్టాత్మకమైన సెయింట్ స్టీఫెన్స్‌లో చేరాలని తహతహలాడింది.మరోవైపు, రచన, సునీల్, వారి ఇంటికి సమీపంలో ఉండి, సెయింట్ స్టీఫెన్స్‌తో సమానమైన పేరున్న సంస్థ లేడీ శ్రీ రామ్ కాలేజ్ వైపు ప్రాక్టికల్‌గా, సౌలభ్యంగా ఉంటుందని మొగ్గుచూపారు. కానీ వదలకుండా వారిని బ్రతిమాలి ఒప్పించి, మరోసారి తన తల్లిదండ్రులను ప్రభావితం చేసి, వారి నిర్ణయాన్ని మార్చగలిగింది.

మధ్యతరగతి కుటుంబాలు, ముఖ్యంగా పట్టణ ప్రాంతాలకు వలస వచ్చిన మొదటి తరం వారు తరచుగా సంప్రదాయవాద విలువలను సమర్థిస్తారు. శృతి తల్లిదండ్రులు కూడా దీనికి మినహాయింపు కాదు. వారానికి ఒకసారి ఆమె విహారయాత్రలపై ఆంక్షలు విధించారు, స్నేహితుల ఇళ్లలో నిద్రపోవడాన్ని నిషేధించారు. కళాశాలలో కూడా, ఆమె అర్ధరాత్రి వరకు జరిగే కార్యకలాపాలను వదిలి పెట్టవలసి వచ్చింది.

కెరీర్ పట్ల చిత్తశుద్ధి లేదు

తల్లిదండ్రులు తమ పిల్లల జీవన ప్రయాణంలో తరచుగా మైలురాళ్లను నిర్ణయిస్తారు–చదువు పూర్తి చేసే వయస్సు, ఉద్యోగంలో చేరే వయస్సు, పెళ్లి చేసుకునే వయస్సు, మొదలైనవి. శృతి తల్లిదండ్రులు కూడా అలాగే చేశారు. ముఖ్యంగా జీవితమంతా ఆర్థిక పరాధీనతను అనుభవించిన రచన, శృతికి వీలైనంత త్వరగా ఆర్థికంగా స్వతంత్రంగా రావాలని కోరుకుంది.

ఆమె తన బ్యాచిలర్ డిగ్రీ చివరి సంవత్సరంలోకి ప్రవేశించినప్పుడు, సునీల్, రచనలు శృతిని కెరీర్ ప్లాన్‌ల గురించి అడిగారు. సి ఎస్ ఈ కోసం ప్రిపేర్ అవ్వమని చెప్పారు.అనవసరంగా ఆలస్యం చేస్తునందుకు, నిర్ణయాత్మకంగా, కెరీర్–ఓరియెంటెడ్ లేనందుకు హెచ్చరించారు. ఆమె చేసిన వాగ్దానాన్ని గుర్తు చేశారు.

సిఎస్ఈ కి ప్రిపేర్ కావడానికి కోచింగ్ ఇనిస్టిట్యూట్‌లో చేరమని శృతికి తల్లిదండ్రులు సలహా ఇచ్చారు. మరోవైపు శృతి తన బ్యాచిలర్స్ చదువు ఏ అంతరాయం లేకుండా సీరియస్‌గా కొనసాగించాలనుకుంది. అయితే, ఆమె కోచింగ్ ఇనిస్టిట్యూట్‌కి సమీపంలోవున్న పేయింగ్ గెస్ట్

అకామిడేషన్‌లో ఉండటానికి ఒప్పుకుంటారనే షరతుపై ఇనిస్టిట్యూట్లో చేరడానికి అంగీకరించింది.

'జీవితంలో మొదటి సారి కాలేజ్‌లో ఈవెనింగ్ యాక్టివిటీస్‌లో ఫ్రీగా పాల్గొని ఫ్రెండ్స్‌తో ఎలాంటి ఆంక్షలు లేకుండా బయటికి వెళ్తాను, పైగా సీఎస్ఈ ప్యాటర్న్‌ని తెలుసుకుంటాను'అనుకుంది. కానీ, ఒంటరిగా జీవించడం సవాళ్లతో కూడుకున్నదని, ఇల్లు, కుటుంబం ప్రాముఖ్యతను తెలుసుకునేలా చేస్తుందని ఆమెకు తెలియదు.

వెంటనే, శృతి, ఆమె తల్లి కరోల్ బాగ్‌లో గది కోసం వేటలో పడ్డారు. గదులు చిన్నగా ఉండడం, వెంటిలేషన్ పూర్తిగా లేకపోవడం చూసి షాక్ తిన్నారు. చాలా రోజుల వెతికిన తర్వాత, వారు సహజ కాంతికి కొంత అవకాశం ఉన్న ఫ్లాట్‌లోని గదిలోకి ప్రవేశించారు. శృతి ఉదయం కాలేజీకి వెళ్లి సాయంత్రం కోచింగ్ క్లాస్‌కి వెళ్లేది.

శృతికి కరోల్ బాగ్ ప్రపంచం పట్ల యిష్టం, ఒంటరిగా జీవించే ఆకర్షణ వేగంగా కనుమరుగైపోయింది. ఫ్లాట్‌మేట్‌ల మధ్య రాజకీయాలు, తగాదాలు, కామన్ రిఫ్రిజిరేటర్‌లో ఉంచిన ఆహార పదార్థాల దొంగతనం, ఫ్లాట్ యజమాని వేధింపులు, టిఫిన్ సర్వీస్ లో భయంకరమైన ఆహారం, గదిని శుభ్రం చేయడం, బట్టలు ఉతకడం వంటి పనుల భారం బాధపెట్టాయి. సమయానికి నిద్ర లేపడానికి, స్టడీ టైమ్‌టేబుల్‌కు కట్టుబడివుండడానికి, సరిగ్గా తినడానికి లేకపోవడంతో పాటు స్వీయ క్రమశిక్షణ అలవర్చుకోవడంకూడా మరో సవాలు అయ్యింది

కరోల్ బాగ్‌లో నివసించే అనేక మంది ఆశావహులు తమ సమయాన్ని, తల్లిదండ్రుల డబ్బుని వృథా చేసుకుంటూ, తమ చదువుల పట్ల సీరియస్‌గా ఉండకపోవడాన్ని కూడా గమనించింది. వారు సి ఎస్ ఈ కోసం తీవ్రంగా సిద్ధమవుతున్నారని వారి తల్లిదండ్రులను ఒప్పించేందుకే, కరోల్ బాగ్‌లో ఉంటున్నారు.

కోచింగ్ ఆశించినంత బాగాలేదని, స్వీయ-అధ్యయనం(సెల్ఫ్ స్టడీ) మంచిదని శృతి వెంటనే గ్రహించింది. కోచింగ్ ఇనిస్టిట్యూట్ విశాలమైన హాల్స్‌లో వెయ్యి మందికి పైగా విద్యార్థులు ఉండడంతో, రద్దీగా, శ్రద్ధగా చదువుకునే వాతావరణం కలిగి లేదు. సుదీర్ఘమైన రెండున్నర గంటల

సెషన్లలో, పనికిమాలిన పరిహాస, సాధారణ సంభాషణలలో ఉపాధ్యాయులు విలువైన సమయాన్ని వృధా చేశారు.

కోచింగ్ తరగతులు అంతకు ముందే రాసిన సంఘటనలా అనిపించాయి. ముఖ్యంగా శృతి అనుకోకుండా అప్పటికే హాజరైన తరగతిలో ఆ విషయం స్పష్టంగా తెలుస్తుంది. ఆమె సెషన్ యాంత్రికంగా సాగింది. జోకులు కూడా రీసైకిల్ చేయబడ్డాయి, ఇదివరకే చెప్పినట్టుగా ఒకే సమయంలో. అసందర్భంగాచెబుతున్నారు.కానీ కొన్ని ఆహ్లాదకరమైన విషయాలు కూడా ఉన్నాయి. అనుమతి తీసుకోకుండా బయటకు వెళ్లే స్వేచ్ఛ శృతికి నచ్చింది. ఆమె మరిన్ని కాలేజీ ఫెస్ట్‌లు, ఈవెంట్‌లకు హాజరు కావచ్చు. తన తల్లిదండ్రుల ప్రవర్తనలో మార్పును కూడా చూసింది, వారు ఆమెను పెద్దదానిగా, మరింత పరిణతి చెందిన వ్యక్తిగా భావించడం ప్రారంభించారు. వారు స్వతంత్రంగా బయటకు వెళ్లి తనంతట తానుగా వుండగలదనే అభిప్రాయానికి వచ్చారు. అంతేకాకుండా, కోచింగ్ ఆమెకు పరీక్షల సరళిపై అవగాహన కల్పించింది.

అయితే, యుపిఎస్సీ ని జయించే ట్రెక్ చాలా అరుదుగా సరళంగా, సూటిగా ఉంటుంది.

మళ్లీ చదువువైపు మొగ్గు

శృతి తన బిఏ (ఆనర్స్) చివరి సంవత్సరానికి చేరుకున్నప్పుడు, ఆమె ఆశయాలు స్పష్టంగా ఉన్నాయి: యూపీఎస్సీ లో విజయం సాధించడానికి ఒక సంవత్సరం అంకితం చేయాలనుకుంది. కానీ విధి తరచుగా మనం ఊహించని మార్గాల్లోకి తీసుకెళ్తుందని, వెంటనే తెలుసుకుంది.

తన అండర్ గ్రాడ్యుయేట్ ప్రయాణం ముగుస్తున్న కొద్దీ, జవహర్‌లాల్ నెహ్రూ విశ్వవిద్యాలయం (JNU)లో ప్రతిష్టాత్మకమైన ఎమ్.ఏ ప్రోగ్రామ్‌లో ప్రవేశం కోసం తన తరగతిలోని దాదాపు ప్రతి ఒక్కరూ, ప్రవేశ పరీక్ష కి ఉత్సాహంగా సిద్ధమవుతున్నారని తెలిసింది. మిత్రుల ఒత్తిడి,అత్యంత గౌరవనీయమైన ప్రోగ్రామ్ యొక్క ఆకర్షణకు లొంగి, శృతి నమ్మకంగా ఫారమ్ నింపింది.

పరీక్ష ఫలితాలు ఆశ్చర్యపరిచాయి. శృతి టాప్ స్కోరర్‌గా నిలిచింది. నెలల తరబడి కఠినంగా ప్రిపరేషన్ సాగించినప్పటికీ, ఆమె సహవిద్యార్థులలో

చాలామంది ప్రవేశ పరీక్షలో ఉత్తీర్ణత సాధించలేకపోయారు. శృతి అద్భుతమైన విజయం, ఆమె తల్లిదండ్రులకు గర్వం కలుగజేసింది. డిన్నర్ తర్వాత, వారి సంభాషణలలో ఇది చర్చనీయాంశంగా మారింది.

'శృతి అసాధారణమైన విజయం సాధించి, అపారమైన సామర్థ్యాన్ని చూపెట్టింది' అని సునీల్ వ్యాఖ్యానించాడు. 'ఆమె తన దృష్టిని జెఎన్‌యులో చేరే బదులు యుపిఎస్‌సి వైపు మళ్లీస్తుందని నమ్ముతున్నాను.'

'నాన్నా, నాకు హిస్టరీ స్టడీ అంటే మక్కువ'అని శృతి సీరియస్‌గా చెప్పింది. 'అంతేకాకుండా, ఎమ్మేచదవడం సి ఎస్ ఈ ప్రిపరేషన్‌కి బలమైన పునాదిని అందిస్తుంది. ముఖ్యంగా చరిత్రను నా ఐచ్ఛిక సబ్జెక్ట్‌గా అవుతుంది.'చరిత్ర పట్ల గల ఉత్సాహంతో అంది.

'శృతి నిజంగా చరిత్రలో ఎంఏ చదివేందుకు అంకితభావంతో ఉంటే, చదవనీయండి. తను ఐఏఎస్ కూడా ప్రిపేర్ కావచ్చు,' అని శృతికి తన మద్దతును అందించింది రచన. శృతి తన తల్లిదండ్రుల పట్ల అపారమైన కృతజ్ఞతా భావాన్ని కలిగి ఉంది, వారి తార్కికమైన ఆలోచనలు వారికి ఉన్నప్పటికీ, వారు తమ ఎంపికలను ఆమెపై ఎన్నడూ రుద్దలేదు. అంతిమ నిర్ణయం ఎల్లప్పుడూ ఆమెదే. ఈ నిర్ణయాలలో, సునీల్ కి ఎదురుతిరగవలసి వచ్చినా సరే, రచన తరచుగా శృతికి మద్దతు ఇస్తూఉండేది.

జె ఎన్ యు తనను తాను మేధో సంభాషణలు, రాజకీయ వ్యవహారాల శక్తివంతమైన కేంద్రంగా శృతికి తెలియజేసింది. విభిన్నమైన సమాజంతో, కొత్తగా వచ్చిన స్నేహితులతో, వేగంగాకలిసిపోయింది. 24×7 దాబాలు కేవలం ఆహారాన్ని మాత్రమే కాకుండా స్నేహం, ఉల్లాసమైన కబుర్ల కి కూడా అవకాశాన్నిఅందిస్తాయి.

యూనివర్శిటీ లైబ్రరీలు, ముఖ్యంగా హిస్టరీ డిపార్ట్‌మెంట్ సెంటర్ ఫర్ హిస్టారికల్ స్టడీస్ (CHS) లైబ్రరీ, దాని ప్రశాంతమైన పరిసరాలు,అక్కడ కనిపించే నెమళ్లు శృతి హృదయాన్ని దోచుకున్నాయి.

శృతి తన కోర్సు పట్ల నిజమైన ప్రేమను తెలుసుకుంది. పాఠ్యప్రణాళిక, కోర్సు రూపకల్పన అసాధారణమైన నాణ్యతతో ఉన్నట్లు గుర్తించింది. అకడమిక్ సర్కిల్స్‌లో ప్రొఫెసర్లు ఎంతో గౌరవించబడ్డారు. విద్యార్థులు ఏదైనా ఉపన్యాసానికి హాజరయ్యేందుకు అనుమతించారు. ఈ సంస్థ అకడమిక్ రైటింగ్, ఆలోచనలని పేపర్స్ గా రాయటాన్ని కఠినమైన వ్యవస్థ

ద్వారా ప్రోత్సహించింది. పేపర్లు నిశితంగా పరిశీలించబడ్డాయి, తీవ్రంగా చర్చించబడ్డాయి, విద్యాపరమైన నైపుణ్యాన్ని, సంస్కృతిని పెంపొందించాయి.

ఏదేమైనప్పటికీ, కళాశాలలో కెరీర్, మేధోపరమైన ఉద్దీపన ఉన్నప్పటికీ, తనకు సంతృప్తికరంగా లేదని శృతి వెంటనే గ్రహించింది. అకడమిక్ జీవితం అనేది పేపర్లు రాయడం, చిన్న చిన్న విషయాలపై సుదీర్ఘమైన, తీవ్రమైన చర్చలలో పాల్గొనడం చుట్టూ తిరుగుతుందని గమనించింది. ప్రజల జీవితాలపై ప్రత్యక్ష ప్రభావాన్ని చూపే కొన్ని అవకాశాలు ఉన్నాయి. దానివల్ల, ఆమె కళాశాల పట్ల భ్రమలు పోయి, తన శక్తిని కేంద్రీకరించడానికి, ఎంఏ ప్రోగ్రామ్‌ను ముందుగానే వదిలివేయాలని నిర్ణయించుకుంది. సివిఎస్ఈ కోసం ప్రిపేర్ అవ్వాలనుకుంది.

శృతి తీసుకున్న నిర్ణయం ఆమె అధ్యాపకులను ఆశ్చర్యపరిచింది. వారు ఆమెనిర్ణయాన్ని పునఃపరిశీలించమని అడిగారు. అయితే, ఆమెను అడ్డుకోవడానికి వారు ప్రయత్నించినప్పటికీ, శృతి మాత్రం పట్టుదలగా ఉంది.

బస్తాలో ఊహించని అవకాశం

ఒక సాయంత్రం, శృతి తన సన్నాహాల్లో మునిగి ఉండగా, ఆ సమయంలో బస్తాను సందర్శించిన తన తండ్రి నుండి ఫోన్ వచ్చింది.

'శృతీ, జామియా మిలియా ఇస్లామియాలోని రెసిడెన్షియల్ కోచింగ్ అకాడమీ (RCA) గురించి నీకు తెలుసా?' సునీల్ గొంతులోఆశ్చర్యం, ఉద్వేగం కలగలిసి ఉన్నాయి. 'వారు నామమాత్రపు ఖర్చుతో లైబ్రరీ, హాస్టల్, మెస్ సౌకర్యాలతో పాటు సివిల్ సర్వీసెస్ రాసే వారికి ఉచిత కోచింగ్‌ను అందిస్తారు'.

'నాన్నా, ఈ విషయం నీకెలా తెలిసింది?' శృతి ఆశ్చర్యం గా అడిగింది.

వారి రాబోయే ప్రవేశ పరీక్ష గురించి వార్తాపత్రికలో ప్రకటనని చూసాను'అని సునీల్ వివరించాడు, అతని స్వరం ఉత్సాహంతో నిండిపోయింది. 'నువ్వు ప్రవేశ పరీక్ష రాస్తే బాగుంటుందనుకుంటున్నాను. ఇది సౌకర్యవంతంగా మన ఇంటికి దగ్గర్లో ఉంది,' అని ఆయన వివరించాడు.

జామియా మిలియా ఇస్లామియా, రెసిడెన్షియల్ కోచింగ్ అకాడమీ (RCA), సెంటర్ ఫర్ కోచింగ్ & కెరీర్ ప్లానింగ్, యూనివర్సిటీ గ్రాంట్స్

కమీషన్ (UGC), మైనారిటీ వ్యవహారాల మంత్రిత్వ శాఖ సంయుక్త నిధుల క్రింద నిర్వహించబడుతుంది. మైనారిటీ కమ్యూనిటీలు, షెడ్యూల్డ్ తెగలు, షెడ్యూల్డ్ కులాలు, మహిళలకు సి ఎస్ ఈ, ఇతర ఉద్యోగ అవకాశాల కోసం పోటీ పడేందుకు ఇది ఉచిత కోచింగ్ ప్రోగ్రామ్‌లను రూపొందించింది.

2019లో జరిగిన ఆర్ సి ఏ మూడు-దశల ప్రవేశ పరీక్షలో శృతి అప్రయత్నంగా, సులభంగా విజయం సాధించింది. అయితే, ఆమె మొదట్లో లైబ్రరీ సౌకర్యాన్ని మాత్రమే ఉపయోగించుకోవాలని నిర్ణయించుకుంది, ఇంట్లో ఉంటూ ఎంపిక చేసుకున్న తరగతులకు హాజరు కావాలని నిర్ణయించుకుంది.

ఆర్ సి ఏ తయారీకి అనుకూలమైన, పోటీ వాతావరణాన్ని అందించింది. ఇక్కడ, ఆమె కరోల్ బాగ్‌తో పోలిస్తే అంకితభావంతో కూడిన ఆశావహులు అధిక సంఖ్యలో ఉన్నట్లు గమనించింది. వారిలో చాలామంది సివిఎస్ఈ ఒకటి లేదా అంతకంటే ఎక్కువ దశల లో విజయం సాధించారు.

ఆర్ సి ఏలో శృతి ఒక చిన్న, గట్టి-అనుకూలమైన తోటి ఆశావహుల సమూహంలో కలిసిపోవడానికి కొంత సమయం పట్టింది. వారు ఆర్ సి ఏ లాన్‌లోని ప్రశాంత వాతావరణంలో లేదా 'చాచా కి చాయ్'కప్పులమీద కప్పులు తాగుతూ, తరచుగా ముఖ్యమైన అంశాలపై ప్రత్యక్షంగా చర్చలలో నిమగ్నమై ఉండేవారు. శృతి తన రెడ్ కాఫీ మగ్ తెచ్చి,రెండు స్ట్రాంగ్ కాఫీలు తాగుతుండడంతో, చాచా దూరం నుంచి ఆమెను చూసేవాడు.

ప్రిపేర్ అవుతున్న వారంతా కఠినమైన సమాధానాలు వ్రాసే సెషన్లలో కూడా నిమగ్నమయ్యారు. తమ సమాధాన పత్రాలను ఇచ్చిపుచ్చుకోవడం, ఒకరికొకరు అభిప్రాయాన్ని అందించుకోవడంతో,సహకార అభ్యాస ప్రక్రియద్వారా అద్భుతమైన సంస్కృతి అభివృద్ధి చెందింది. త్వరలో, శృతి ఆర్ సి ఏ హాస్టల్‌కి మారింది. అక్కడ ఆమెకు షుభ్రా, మినీ, క్రాంతి ల రూపంలో అద్భుతమైన స్నేహితులు దొరికారు. ఆమె సహచరుల అంకితభావం, శ్రద్ధగా చదువుకోవడం శృతికి నిరంతరం ప్రేరణగా నిలిచింది. అలసట ఆమె ఉత్సాహాన్ని దెబ్బతీసేలా బెదిరించినప్పుడల్లా లేదా ఆమె ప్రయత్నాలు విఫలమైనప్పుడల్లా, న ఆమె సహచరులు దృఢ నిశ్చయంతో అవిశ్రాంతంగా శ్రమిస్తున్న దృశ్యం ఆమెని పునరుజ్జీవింపజేసింది.

అయితే, కోవిడ్-19 వ్యాప్తి త్వరలో ఊహించని మలుపు తెచ్చింది. హాస్టళ్లను ఖాళీ చేయమని విద్యార్థులను ఆదేశించి, మెస్ సౌకర్యాన్ని నిలిపివేసిన ఆర్ సి ఏ ఆకస్మికంగా తలుపులు మూసివేసింది. విద్యుత్, తాగునీటి సరఫరా నిలిచిపోయింది. శృతి అదృష్టవంతురాలు. సమీపంలో నివసించడం వల్ల పెద్దగా ప్రభావితం కానప్పటికీ, ఈ పరిస్థితి సుదూర ప్రాంతాల నుండి వచ్చిన చాలా మంది విద్యార్థులకు తీవ్రమైన దెబ్బకొట్టింది.

వారిలో క్రాంతి ఒకరు. ఆమె అతి సాధారణ నేపథ్యం నుండి వచ్చింది. అస్సాం నుండి ఒక నిశ్చయాత్మక ఆకాంక్షతో వచ్చింది. చిన్నవయసులోనే తండ్రిని కోల్పోయింది. అస్సాంకు తిరిగివెళ్ళవలసి రావడంతో ఆమె యూపీఎస్సీ ప్రయాణం ముగిసింది. ఈ సంక్షోభ సమయంలో, శృతి సంతోషంగా క్రాంతిని తన ఇంట్లో ఉండమని ఆహ్వానించింది. క్రాంతి తరువాత అస్సాం సి ఎస్ ఈ ని ఛేదించి అస్సాంలో సివిల్ సర్వీసెస్ అధికారి అయ్యింది.

మినీ, ఇదే విధమైన ఇబ్బందిని ఎదుర్కొంది. కోవిడ్-19 తదుపరి వేవ్ సమయంలో శృతి ఇంటిలో ఆశ్రయం పొందింది. క్రాంతి అడుగుజాడలను అనుసరించి, మినీపట్టుదలతో విజయం సాధించి,సి ఎస్ సి-2021లో ఇండియన్ పోలీస్ సర్వీస్ (IPS)లో స్థానాన్ని సాధించింది.

కోవిడ్-19 సమయంలో, వారు సమూహ చర్చలు, సహకార అధ్యయనం కోసం మొబైల్ యాప్‌లను ఉపయోగించారు. నోట్స్ రాసుకోవటం పనినికూడా విభజించారు. ప్రతి అంశానికి ఒక వ్యక్తి నాయకత్వం వహించి, గూగుల్ డాక్స్‌లో సమగ్ర విషయాలను సిద్ధం చేయాలి. అయితే ఇతరులు వాటిని మెరుగుపరచడానికి సహకరించారు. మహమ్మారి వల్ల పొడిగించిన సమయం ఈ నోట్స్ ను కరెక్ట్ చేసుకోవడంలో, పటిష్టం చేయడంలో అమూల్యంగా ఉపయోగపడింది.

ప్రిలిమ్స్-2020 కోసం తాజా తేదీలు ప్రకటించబడడంతో, శృతి తన సన్నాహాల్లో నమ్మకంగా ఉంది. అయితే, విధికి ఇతర ప్రణాళికలు ఉన్నాయి. చిన్నపొరబాటు పెద్ద తప్పిదానికి దారితీస్తుందని, జాగ్రత్తగా వేసిన ప్రణాళిక పట్టాలు తప్పుతుందని ఆమె ఊహించలేదు.

భాషాపరమైన సవాలును ఎదుర్కోవడం

ప్రిలిమ్స్-2020 తర్వాత, శృతి హృదయం ఆత్మవిశ్వాసంతో నిండిపోయింది. సమయాన్ని వృథా చేయకుండా, తరువాత జరిగే, మెయిన్స్ కోసం ప్రిపరేషన్ మొదలు పెట్టింది. ప్రిలిమ్స్ ఫలితాలు ప్రకటించి, ఆమె విజేతగా నిలిచే సమయానికి, శృతి సిలబస్‌లో గణనీయమైన భాగాన్ని కవర్ చేసింది. అయినప్పటికీ, ఆమె ఆనందం త్వరలోనే అవిశ్వాసానికి, నిరాశకు దారితీసింది.

యుపిఎస్సీ పోర్టల్లో వివరణాత్మక దరఖాస్తు ఫారం-1 (డిఎఫ్-1) ని పూరించడానికి కూర్చున్నప్పుడు, శృతి కఠినమైన పరిస్థితి ఎదురైంది. ప్రిలిమ్స్ దరఖాస్తు ఫారంలో ఆమె ఇచ్చిన వివరాల ఆధారంగా, ఐచ్ఛిక సబ్జెక్టు విషయం, భారతీయ భాషా పేపర్, పరీక్షా మాధ్యమం వంటి కొన్ని కీలకమైన సమాచారాన్ని డిఎఫ్-1లో ముందే నింపారు. దానిని పూరించేటప్పుడు, శృతి తన జీఎస్, వ్యాస పత్రాల కోసం హిందీ మాధ్యమాన్ని ఎంచుకోవడం ద్వారా ఒక పెద్ద పొరపాటు చేసింది.

శృతి తన డి ఏ ఎఫ్-1లో ముందుగా నింపిన, సవరించని సమాచారాన్ని చూసేసరికి, గోతిలో పడ్డానన్న భావన కల్గింది. ఆమె కళ్ళు తన ముందు ఉన్న అక్షరాల పైనే ఉన్నాయి. మనస్సు పరిస్థితియొక్క తీవ్రతను అర్థం చేసుకోవడానికి కష్టపడుతోంది.

నిర్విరామంగా, తన తప్పును సరిదిద్దుకోవడానికి ఇంటర్నెట్‌లోని ప్రతి మూలను వెతుకుతూ ఒక పరిష్కారం కోసం వెతికింది. ఆమె తన స్నేహితులను కూడా అడిగింది. మార్గదర్శకత్వం లేదా కొంత భరోసా కోసం ఆశతో ప్రయత్నించింది. వచ్చిన ప్రతి స్పందనలు ఆమె నిస్సహాయ స్థితిని తెలియజేసాయి.

బలహీనమైన క్షణంలో, శృతి తన తల్లి వైపు తిరిగింది, తన తప్పును ఒప్పుకున్నప్పుడు ఆమె చెంపల మీద కన్నీళ్లు ధారలు కారుతున్నాయి. తల్లి కూడా అది చూసి దిగ్భ్రాంతికి గురైంది. వాస్తవం ఇబ్బందిని కలిగించింది.

తరువాత రోజులలో, శృతి, ఆమె తల్లి యూపీఎస్సీ ప్రధాన కార్యాలయానికి వెళ్లారు. అనేక దరఖాస్తులను రాశారు, శృతి పరీక్ష మాధ్యమాన్ని సవరించాలని కోరుతూ చాలా మంది అధికారులను కలిశారు.

వారు ఒక సంవత్సరం క్రితం ఇదే విధమైన పరీక్షను ఎదుర్కొన్న ఆర్ సి ఏ లో ఉన్న ఒక ఆశావహుడిని కూడా కలిశారు. అందరూ ఒకే మాటచెప్పారు: 'ఇప్పుడు ఏమీ చేయలేము.

హిందీ మాధ్యమంలో పరీక్షను రాయండి లేదా ఈ ప్రయత్నాన్ని విరమించుకోండి అనే అల్టిమేటం శృతికి ఎదురైంది. వచ్చే ఏడాది సన్నద్ధతపై దృష్టి పెట్టాలని తండ్రి సూచించినప్పటికీ,శృతి ఆ సవాలును ఎదుర్కొని మెయిన్స్ పరీక్షను హిందీ మాధ్యమంలో రాయాలని దృఢంగా నిర్ణయించుకుంది.

శృతి తను రాసుకున్న పాయింట్లను ఆంగ్లంలో అధ్యయనం చేసి, గూగుల్ ట్రాన్స్లేటర్ ని ఉపయోగించి వాటిని హిందీలోకి కష్టపడి అనువదించి, ఆపై అనువదించబడిన వాటిని అధ్యయనం చేసేది. ఆమె స్నేహితులు,

స్టాన్జిన్ వాంగ్యాల్, అతను తరువాత సివిఎస్ఇలో ఉత్తీర్ణత సాధించి ఐఆర్ఎస్ లో స్థానం సంపాదించారు. ఈ సవాలు సమయంలో అమూల్యమైన మద్దతును అందించారు. అయినప్పటికీ, శృతి తన సన్నాహాలను పరిశోధించినప్పుడు, హిందీలో వ్రాత అభ్యాసం లేకపోవడం వల్ల, నేర్చుకోవలసిన సాంకేతిక పదాలు విస్తారంగా ఉండడంతో నిరుత్సాహం కలిగింది. నిర్ణీత సమయంలో తన పేపర్ ఏదీ పూర్తి చేయలేకపోయింది. పరీక్ష హాల్ నుండి ప్రతి నిష్క్రమణ, నిరాశతో కన్నీళ్లతో నిండిపోయింది.

అయినప్పటికీ, శృతి తన భాషా పరిమితుల నీడల మధ్య మెరుపులా ఆశ. కానీ ఫలితాలు ప్రకటించగానే ఆమె ఆశావహ దృక్పథం ఒక్కసారిగా దెబ్బతింది. మెయిన్స్ పరీక్షకు సంబంధించిన మార్కులను యూపీఎస్సీ విడుదల చేసినప్పుడు కొంత సంతోషమనిపించింది. శృతి కేవలం ఒక్క మార్కు తగ్గింది. ఆ విషయంవల్ల శృతి ఉత్సాహంతో, తన తదుపరి ప్రయత్నంలో తన విజయాన్ని ఊహించింది. వెంటనే సన్నాహాల్లో తనను తాను హృదయపూర్వకంగా అంకితం చేసింది. ఆమె సిలబస్ను నిశితంగా అధ్యయనం చేసింది, ప్రతి సబ్జెక్టుకు ఒకటి లేదా రెండు నమ్మకమైన మూలాలను ఎంచుకుంది. ఆమె మునుపటి సంవత్సరాల ప్రశ్నలను కూడా విశ్లేషించింది. ఆ తర్వాత, తన సమాధానాలను మెరుగుపరచడానికి వార్తాపత్రికలు, ఇతర రీడింగ్ మెటీరియల్ల నుండి

అదనపు సమాచారం, డేటా, ఉదాహరణలతో తన పరిజ్ఞానాన్ని నిరంతరం పెంచుకుంది. తన నోట్స్‌ని చెల్లాచెదురుగా కాకుండా ఒక అంశంపై మొత్తం సమాచారం ఒకే చోట చక్కగా వచ్చేలా చూసుకుంది.

సిలబస్ పూర్తి చేసిన తర్వాత, శృతి టెస్ట్ సిరీస్, ఆన్సర్ రాసే సాధన వైపు దృష్టి పెట్టింది. ప్రతి రౌండ్లో జవాబు-వ్రాసిన తర్వాత, మెరుగైన నిర్మాణాన్ని, మరిన్ని పాయింట్లను జోడించడం ద్వారా వాటిని ఎలా మెరుగుపరుచుకోవచ్చో చూడటానికి స్వీయ-మూల్యాంకనం చేసింది. మునుపటి సంవత్సరాల టాపర్‌ల జవాబు పత్రాలను అధ్యయనం చేస్తూ, తన సమాధానాలను మెరుగుపరచుకోవడానికి విలువైన పరిజ్ఞానాన్ని సేకరించింది.

శృతి అవసరమైన మూలాధారాలు, మల్టిపల్ రివిజన్స్, స్థిరమైన సమాధానం-వ్రాసే అభ్యాసం అనే పద్ధతిని పాటించింది. ఆమె ప్రాధాన్యత, సమయ పాలన, సామర్థ్యాన్ని పెంచుకోవడం వంటి విషయాల ప్రాముఖ్యతను కూడా గుర్తించింది.

నేను ఈ పరీక్షను మళ్లీ వ్రాయను

10 అక్టోబర్ 2021 సాయంత్రం, తన ప్రిలిమ్స్ పరీక్ష తర్వాత, శృతి చెల్లాచెదురుగా ఉన్న పుస్తకాల మధ్య కూర్చుంది, ఆమె ముఖం కన్నీళ్లతో నిండిపోయింది. ఆమె తల్లి, స్నేహితురాలు పక్కన కూర్చొని ఓదార్పుగా మాట్లాడుతున్నారు. మూడు ప్రముఖ కోచింగ్ ఇనిస్టిట్యూట్‌లు అప్‌లోడ్ చేసిన ఆన్సర్ కీలు చూసుకుంటే పరీక్షలో తరువాత దశకు వెళ్లే అవకాశాలు తక్కువగా కనిపిస్తున్నాయి.

శృతి ఆత్మవిశ్వాసం దెబ్బతింది. దాంతో, మెయిన్స్ ప్రిపరేషన్‌లను ప్రారంభించకుండా, ఢిల్లీ స్కూల్ ఆఫ్ ఎకనామిక్స్‌లో ఎంఏ (సోషియాలజీ) లో చేరాలని నిర్ణయించుకుంది. అయినప్పటికీ, విధి శృతికి ఆశ్చర్యకరమైన మలుపు నందించింది. ప్రిలిమ్స్ పరీక్ష ఫలితాలు వెల్లడైనప్పుడు, కోచింగ్ ఇనిస్టిట్యూట్‌ల భయంకరమైన అంచనాలకు విరుద్ధంగా, చక్కగా ప్రిలిమ్స్‌లో ఉత్తీర్ణత సాధించింది.

ఈ అనూహ్య విజయంతో ఉల్లాసంగా శృతి కొత్త ఉత్సాహంతో తిరిగి తన ప్రిపరేషన్ మొదలు పెట్టింది. గత మెయిన్స్ పరీక్ష తర్వాత ఇప్పటికే గట్టి పునాది వేసినప్పటికీ, సిలబస్ అంతం లేనిదిగా అనిపించడంతో, ఆ తరువాత

నెలలు ఎంతో కష్టపడి చదివింది. మెయిన్స్‌లో శృతి కంపల్సరీ లాంగ్వేజెస్, ఎస్సే, జీఎస్ పేపర్లలో బాగా రాసింది. ఆమె జివిఎస్, ఆప్షనల్ పేపర్ల మధ్య ఐదు రోజుల గ్యాప్ కోసం ఆసక్తిగా ఎదురుచూస్తోంది. అయితే, విధి శృతిని మరోసారి దారుణమైన దెబ్బ కొట్టింది. చివరి జివిఎస్ పేపర్ రాసిన రోజు సాయంత్రం, శృతి బలహీనంగా, జ్వరంతో బాధపడటం ప్రారంభించింది. మరుసటి రోజు ఆమె పరిస్థితి క్షీణించింది. కోవిడ్–19 లక్షణాలు బలంగా కనిపించాయి. అయినా శృతి కోవిడ్ పరీక్షలు చేయించుకోలేదు.

పరీక్ష హాల్‌లో జీఎస్, ఎస్సె పేపర్‌ల సమయంలో చాలా మంది అభ్యర్థులు దగ్గుతూ, తుమ్ముతూ ఉండడం శృతి గమనించింది. కోవిడ్–19 వ్యాప్తి చెందుతుండడంతో మిగిలిన పేపర్‌లను వాయిదా వేయవచ్చనే పుకార్లు కూడా వచ్చాయి. స్వయంగా పరీక్షలు చేయించుకుని తమ అనారోగ్యాన్ని వెల్లడించిన వారిని పరీక్ష రాయకుండా నిషేధించారు.

శృతి తన ఆప్షనల్ సబ్జెక్ట్‌ని రివైజ్ చేసుకోవడానికి ఐదు రోజుల విరామం కీలకమైంది. అయితే, ఎంతో అనారోగ్యంతో మూడు రోజులు మంచం మీద నుండి లేవలేని స్థితిలో ఉంది. ఐచ్ఛిక పేపర్లని ప్రయత్నించే అవకాశం చాలా కష్టమనిపించింది. భయంకరమైన గగుర్పాటు కలిగింది.

అదృష్టవశాత్తూ, పరీక్ష ముందురోజు, శృతి పరిస్థితి కొద్దిగా మెరుగుపడింది. మరుసటి రోజు ఉదయం, ఆమె ఒక గుప్పెడు మందులు మింగి, పరీక్షా కేంద్రానికి, ప్రతి ఔన్సు శక్తిని కూడగట్టుకుని వెళ్లి ఎలాగోలా పరీక్షను పూర్తి చేసింది. పరీక్ష హాల్ నుండి బయటికి వచ్చినప్పుడు, ఎంతో ఉపశమనం కలిగింది.

ఇంటికి తిరిగి వచ్చిన ఆమె, 'నేను మళ్లీ ఈ పరీక్ష రాయను. ఇది శారీరకంగానూ, మానసికంగానూ చాలా శ్రమతో కూడుకున్నది అంది.'

మరుసటి రోజు ఢిల్లీ స్కూల్ ఆఫ్ ఎకనామిక్స్‌లో సోషియాలజీ క్లాసుల్లో చేరింది.

కన్నీటి ఉప్పెన

తన ప్రిపరేషన్ దశలో అనేక సవాళ్లను ఎదుర్కొన్నప్పటికీ, మెయిన్స్ పరీక్షలో ఉత్తీర్ణులవుతానని శృతి నమ్మకంగా ఉంది. ఆమె నమ్మకం 17 మార్చి 2022

తారీఖు నాడు నిజమైంది.యూపీఎస్సీ ఫలితాలను ప్రచురించినప్పుడు, వ్యక్తిత్వ పరీక్షలేదా ఇంటర్వ్యూ కోసం ధోల్‌పూర్ హౌస్‌కి తలుపులు తెరుచుకున్నాయి. మొదటి వారంలోలో ఆమె ఇంటర్వ్యూ షెడ్యూల్ కావడంతో, ఆమెలో ఒత్తిడి పెరిగింది.

శృతి తన డి ఎ ఎఫ్ నుండి వచ్చే ప్రశ్నల ని నిశితంగా తయారు చేసుకుంటూ, హడావుడిగా ప్రిపరేషన్‌ను ప్రారంభించింది. కరెంట్ అఫైర్స్ విషయంలో, ది ఇండియన్ ఎక్స్‌ప్రెస్ అందిస్తున్న '3 థింగ్స్', ది ప్రింట్ ద్వారావచ్చే 'కట్ ది క్లట్టర్'వంటి పాడ్‌క్యాస్ట్ లు అందించిన సమాచారం తీసుకుంది. అదనంగా, కొన్ని మాక్ ఇంటర్వ్యూలకి వెళ్ళింది. అక్కడ ఆమె సమాధానాలకి ఎంతో సానుకూల స్పందన లభించింది,అది ఆమె విశ్వాసాన్ని పెంచింది.

ఇంటర్వ్యూరోజు ఉదయం,అందమైనచీరకట్టుకుని,ఆశగా,ఉద్వేగంగా ఎదురుచూస్తోంది.ఆమెతల్లిదండ్రులు,జామియానుండిసన్నిహిత స్నేహితులు ఇద్దరితో, ప్రసిద్ధ యూపీఎస్సీ ప్రధాన కార్యాలయానికి చేరుకుంది. విధి ఆమె కోసం ఒక వేగవంతమైన కార్యక్రమాన్ని సిద్ధం చేసిందని ఆమెకి తెలియదు. ఆమె ఆరుగురి బృందంలో మొదటి అభ్యర్థిగా, ధోల్‌పూర్ హౌస్‌లోని హాల్‌కి అలవాటు పడింది . సమయం చాలా తక్కువగా ఉంది. వెళ్లిన కొద్ది క్షణాల్లోనే, ఇంటర్వ్యూ గది బయట గంభీరంగా కూర్చున్నట్లు అనిపించింది. ఇంటర్వ్యూగదిలోకి అడుగు పెట్టగానే దాని ఆకారాన్నిచూసి శృతి ఆశ్చర్యపోయింది. ఆమె మాక్ ఇంటర్వ్యూ సమయంలో చూసిన విశాలమైన గదులు, విశాలమైన టేబుల్స్ కి పూర్తి విరుద్ధంగా, ఈ గది పరిమాణంలో చిన్నగా ఉంది. బోర్డు సభ్యులు ఒకరికి దగ్గరగా కూర్చున్నారు. ఛైర్మన్‌తో పాటు మరో నలుగురు వ్యక్తుల గదిలో ఉన్నారు.

దేశంలోని బాల్య న్యాయ వ్యవస్థ ఫ్రేమ్‌వర్క్ గురించి మొదటి ప్రశ్న, శృతి ప్రశాంతతను దెబ్బతీసింది. ఆమె ప్రతిస్పందించడానికి ప్రయత్నించినప్పటికీ, మరింత నిర్దిష్టంగా చెప్పమని ఛైర్మన్ సున్నితంగా అడగడంతో ఆ క్షణం ఆందోళనకు గురిచేసింది.

ఇంటర్వ్యూ ముగియగానే, శృతిని అసంతృప్తి ఆవరించింది. ఆమె విశ్లేషణా నైపుణ్యం, అభిప్రాయాలను చెప్పడంలో అంతగా రాణించలేక పోయింది. వాస్తవిక సమాచారానికి సంబంధించిన ప్రశ్నలు చాలా అడిగారు.

సమాధానాలు చెప్పడంలో తన అసమర్ధతను బోర్డుకు క్షమాపణలు చెప్తూ వ్యక్తం చేసింది.

ప్రశ్నల వర్షం శృతి పరిజ్ఞానం లోతులను పరీక్షిస్తూ వాస్తవాలు, చరిత్ర లోకి ప్రవేశించింది. చరిత్రలో ఉన్న అల్పమైన విషయాల నుండి చంపారన్ సత్యాగ్రహం, మౌర్య రాజవంశం, ప్రపంచ యుద్ధ గతిశాస్త్రం, లార్డ్ మాయో హత్య వంటి నిర్దిష్ట సంఘటనల వరకు, ప్రతి ప్రశ్నకు సూక్ష్మమైన అవగాహన అవసరం. ఇంకా, సస్టైనబుల్ డెవలప్‌మెంట్ గోల్స్ (SDGలు)తో సహా పాలనా విషయాలపై ప్యానెల్ పరిజ్ఞానాన్ని పరీక్షించింది..

మాక్ ఇంటర్వ్యూల ప్రోత్సాహంతో,శృతిలో పెరిగిన ఆత్మవిశ్వాసం, ఉదయం పొగమంచులా వేగంగా కరిగిపోయింది. గడిచిన ప్రతి క్షణం, భ్రమలు మరింతగా తొలగిపోయాయి.

ధోల్‌పూర్ హౌస్ భారీద్వారాల నుండి శృతి బయటకు వచ్చినప్పుడు, తన కోసం ఎదురు చూస్తున్న తల్లిదండ్రులను చూసింది. వారు శృతి ఇంటర్వ్యూ విషయంలో ఎంతో నమ్మకంగా ఉన్నారు. అయినప్పటికీ, శృతి వారి దగ్గరికి వచ్చేసరికి, ఆమె చెంపల మీదుగా ప్రవహించిన కన్నీళ్లు ధారలు, వారిలో ఆందోళనను కల్గించాయి. తల్లి వెచ్చగా కౌగిలించుకోవడంతో, హృదయం కొంత ఉపశమనం పొందింది. ఇంటర్వ్యూ గందరగోళ అనుభవాన్ని వివరించింది. బాధపడొద్దని, ఏదో మంచి జరుగుతుందని రచన ఆమెను ఓదార్చింది. ఆమె మనోధైర్యాన్ని పెంచే ప్రయత్నంలో, శృతి తల్లిదండ్రులు బ్రంచ్ కోసం సమీపంలోని కర్ణాటక కేఫ్ కి తీసుకెళ్లారు. వారి మాటల్లో అనుకోకుండానే ఒక ఒప్పందం ఏర్పడింది. 'ఇంటర్వ్యూ విషయం మాట్లాడుకోకూడదు.' అయినప్పటికీ, ఇంటర్వ్యూ విషయాలు శృతి మనస్సు మూలల్లో నిలిచిపోయాయి. ఐఏఎస్‌లో స్థానం సంపాదించాలంటే ఉన్నత ర్యాంకు సాధించాలనే ఆశ మనసులో నుంచి జారిపోయినట్లుంది.

నా కళ్లను నేను నమ్మచ్చా?

30 మే 2022న, శృతి ఆందోళనతో మునిగిపోయింది. యూపీఎస్సీ ద్వారా సిఎస్ఈ-2021 ఫలితాలు కొన్ని గంటల్లో వస్తున్నాయన్న పుకార్లు పుష్కలంగా వచ్చాయి. తన ఫోన్‌ను లైఫ్‌లైన్‌లా పట్టుకుని, ప్రతి ముప్పై సెకన్లకు టెలిగ్రామ్ గ్రూప్‌ను రిఫ్రెష్ చేసింది.

గడియారం మధ్యాహ్నం 12 గంటలు దాటాకా,ఫలితాల పిడిఎఫ్ వచ్చినప్పుడు సమూహ చాట్‌లో అందరితోపాటు ఊపిరి పీల్చుకుంది. భయంతో వణికిపోతూ, తన మనసులో నిశ్శబ్ద ప్రార్థన చేసుకొని, ధైర్యాన్ని కూడగట్టుకుని, పిడిఎఫ్ని తెరవడానికి క్లిక్ చేసి, మానసికంగా దిగువ నుండి జాబితాను స్కాన్ చేయడానికి సిద్ధమైంది. అయినప్పటికీ, ఆమె కళ్ళు మొదటి పేజీ దాటినప్పుడు, ఆమె శరీరమంతా షాక్‌వేవ్ లు పాకినట్టు అనిపించింది. నలుపు, తెలుపులో కనిపించిన ఆమె పేరు, గౌరవనీయమైన ఫస్ట్ ర్యాంక్‌గా కనిపించింది. ఆమె తన కలల ఎండిపోయిన ఎడారిలో, మెరిసే ఒయాసిస్‌పై పొరపాటు పడినట్లుగా, ఆ ఫలితం నమ్మలేనట్లుగా అనిపించింది.

అనూహ్యమైన విజయం వరించిన క్షణాలలో, సందేహం నీడలాగా పాకింది. శృతి ఉల్లాసంపై అనిశ్చితి ముసుగు వేసింది. ఇది బూటకమా? ఊపిరి బిగబట్టి, కళ్ళు మూసుకుంది. ధృవీకరణ కోసం ఎదురుచూస్తూనే గుండె జోరుగా కొట్టుకుంది. వణుకుతున్న చేతులతో, తన రోల్ నంబర్, పేరును మరోసారి పరీక్షగా చూసింది. ధైర్యంగా భరోసాని నింపుకుంది. తుది జాబితాలో తన పేరు ఎక్కడో ఉంటుందని ఆమె ఊహించినప్పటికీ, ఆల్ ఇండియా ర్యాంక్-1 సాధించడం తన భయంకరమైన, ఊహలను కలలను అధిగమించింది.

ఆమె తల్లితో పాటు, అమ్మమ్మ మాత్రమే ఇంట్లో ఉంది. శృతి తండ్రి రెండు రోజుల క్రితం బస్తాకు వెళ్ళాడు. ఆదిత్య క్రికెట్ ఆడటానికి వెళ్ళాడు. శృతి తన పేరును చాలాసార్లు చూసుకుంది. ఆమె రోల్ నంబర్‌ను ఒకటికి రెండుసార్లు తనిఖీ చేసింది. గ్రూప్ చాట్‌లో పిడిఎఫ్ నకిలీది అన్నట్టుగా కనిపించలేదు. చివరగా, ఆమె తన తల్లితో ఆ శుభవార్తను చెప్పడానికి ధైర్యాన్ని కూడగట్టుకుంది, ఆమె ఆనందం, నమ్మశక్యం మిశ్రమంతో ప్రతిస్పందించింది. 'నిజమేనా శృతి?' పదే పదే అడిగింది రచన, ఆమె కంఠం ఉద్వేగానికి లోనైంది. ఇద్దరు కలిసి, మరోసారి పిడిఫ్ ని పరిశీలించారు.

నిజమని నిర్ధారించుకున్నాకా, రచన తల్లితో ఈ విషయం చెప్పింది. ఆమెశృతిని గట్టిగా కౌగిలించుకుంది. చాలా సేపు ఒకరినొకరు పట్టుకున్నారు. వారి చెంపల మీదుగా ఆనందంతో కన్నీళ్లు కారుతున్నాయి. ఆనందంతో, సాధించిన ఘనత ఇప్పటికీ అవాస్తవంగా అనిపించింది. దాని ప్రాముఖ్యతను పూర్తిగా గ్రహించడానికి సమయం అవసరం.

శృతి తన తండ్రి నంబర్‌కు డయల్ చేసింది, జీవితాన్ని మార్చే వార్తను చెప్పినప్పుడు గుండె ఉత్సాహంతో కొట్టుకుంది. సునీల్ కీ విషయం తెలిసినప్పుడు, గర్వం, ఆనందం, మాటలు లేకుండా చేసాయి. తన కుమార్తె విజయోత్సవాన్ని జరుపుకోవాలనే ఆత్రుతతో వెంటనే బస్తా నుండి ఢిల్లీకి బయలుదేరాడు.

ఇప్పటికీ సాధారణ ఇంటి దుస్తులు ధరించి, జుట్టు నూనె కారుతూ, టెలివిజన్ స్క్రీన్‌లలో తన పేరు వస్తున్నప్పుడు శృతి నమ్మలేని స్థితిలో ఉండిపోయింది. వెంటనే, ఫోన్ కాల్‌ల వరద శృతి ని ముంచెత్తింది. అన్నింటిలో అత్యంత సంతోషకరమైన అంశం ఆమె తల్లి, అమ్మమ్మ ముఖంపై చిరునవ్వు.

అకస్మాత్తుగా, తలుపు ఎవరో కొట్టడంతో ప్రశాంతత చెదిరిపోయినట్టయింది. రచనవెళ్లి తలుపు తీసింది. ఎదురుగా, జామియా వైస్ ఛాన్సలర్ నజ్మా అక్తర్ వచ్చి పుష్ప గుచ్ఛాన్ని అందజేసారు. ఆమె వెనుక, చాలా మంది మీడియా సిబ్బంది తమ వైపు చూడమన్నట్టుగా పిలిచారు. వారి కెమెరాలు రాత్రిపూట ఆకాశంలో నక్షత్రాల్లా మెరుస్తున్నాయి. గందరగోళం మధ్య, నజ్మా అక్తర్ శృతిని ఆప్యాయంగా కౌగిలించుకుని తన అభినందనలు తెలియజేసింది.

మీడియా ఇంటర్వ్యూల తాకిడి భారీగాప్రారంభమైంది, ప్రతి నిమిషానికి విలేఖరుల సంఖ్య పెరుగుతోంది. జర్నలిస్టులు మెట్లపైకి, భవనం పైకప్పుమీదకి కూడా ప్రవేశించడంతో వాళ్ల ఇల్లు, సందడిగా ఉండే న్యూస్ రూమ్ లా అయిపోయింది. గుంపును మేనేజ్ చేయడానికి, శృతి కిందికి రావాల్సి వచ్చింది, అయితే రచన సహాయం కోసం బంధువులు, స్నేహితులని పిలిచింది.

మీడియా వాళ్ళు రాత్రి చాలాసేపు హడావిడి కొనసాగించారు, వారిని వెళ్లిపొమ్మని పదేపదే విజ్ఞప్తి చేసినప్పటికీ, వాళ్లంతా వెళ్లడానికి అర్ధరాత్రి దాటింది. తెల్లవారుజామున, మళ్లీ కొత్త ఉత్సాహంతో తిరిగి వచ్చారు, ఇంటర్వ్యూల కోసం వారి అభ్యర్థనలు ఆగలేదు. మరుసటి రోజు కూడా బంధుమిత్రులు గుంపులు గుంపులుగా రావడం, ఫోన్ ఎడతెరిపి లేకుండా మోగడం జరిగింది.

శృతి తన విజయం తనని వెలుగులోకి తెచ్చిందని గ్రహించింది. ఫలితాలు ప్రకటించిన మరుసటి రోజు, తన తల్లితో పాటువాళ్ళ ఇంటికి

వచ్చే వారికి స్వీట్స్ ఇవ్వడం కోసం దగ్గరలో లో ఉన్న హల్దీరామ్ స్వీట్ షాప్‌కి వెళ్లింది. ఆమె వచ్చిన వెంటనే, గుర్తించిన వ్యక్తులు ఆమెని చుట్టుముట్టారు. చాలా మంది ఆటోగ్రాఫ్‌లు, ఆమెతో ఫొటోలు అడిగారు. అదేవిధంగా, కొన్ని రోజుల తర్వాత, సిమ్లాకుకి వెళ్లినప్పుడు, సందడిగా ఉండే మాల్ రోడ్‌లో కూడా ఇలాంటి పరిస్థితే ఎదురైంది. స్వతహాగా ప్రైవేట్‌గా, రిజర్వ్‌గా వుండే శృతికి, పెరుగుతున్న ఒత్తిడి భరించలేనిదిగా మారింది. అయితే, బ్యూరోక్రాట్ కాబోతున్న ఆమె కోసం ఇంకా ఎక్కువ ఒత్తిడి ఎదురుచూస్తోంది.

సోషల్ మీడియా తుఫానుని ఎదిరించడం

శృతి అకస్మాత్తుగా వెలుగులోకి రావడం అయి కేవలం రెండు రోజులు గడిచాయి, అప్పటికే కీర్తి, ఆకాంక్షల భారం ఆమెపై పడింది.. ఆమె మంచం మీద నుండి లేచినప్పుడు, సందర్శకుల నిరంతర ప్రవాహం, ఫోన్ కాల్స్, ఇంటర్వ్యూ అభ్యర్థనల నుండి ఉపశమనం కోసం ఆశతో, నిశ్శబ్దంగా ప్రార్థనచేసింది. ఇంతలో, రచన వంటగదిలో సందడిగా ఉంది, అల్పాహారం కోసం స్టీమింగ్ ఆలూ పరాఠాలను సిద్ధం చేస్తోంది. శృతి తండ్రి ఉదయం వార్తాపత్రిక చదువుతున్నాడు. అకస్మాత్తుగా సునీల్ ఫోన్ మోగడంతో ప్రశాంతత ఒక్కసారిగా చెదిరిపోయింది.

'శృతి సోషల్ మీడియాలో ప్రభుత్వ వ్యతిరేక విషయాలను ఎందుకు పోస్ట్ చేస్తోంది?' అని ఫోన్ చేసిన సునీల్ స్నేహితుడు ఆందోళనతో ఆరా తీశారు.

'ఏమిటా సోషల్ మీడియా పోస్టులు?' అని సునీల్ అయోమయంగా అన్నాడు.

'ఇన్‌స్టాగ్రామ్‌లో, ట్విట్టర్‌లో ఆమె చేసిన పోస్టులు వైరల్ అవుతున్నాయని మీకు తెలియదా?' అని సునీల్ స్నేహితుడు అడిగాడు. సునీల్‌కు వాటిపట్ల అవగాహన లేకపోవడంతో అవాక్కయ్యాడు.

'ఏ పోస్ట్? శృతి, అట్లాంటివేవి పోస్ట్ చేసిందని అనుకోవడం లేదు' అని సునీల్ సమాధానం ఇవ్వడంతో అవతల వ్యక్తి–'అయ్యో! ఇంత పెద్ద వివాదం గురించి మీకు తెలియదా? కొన్ని పోస్టల తాలూకా లింకులను మీతో పంపిస్తాను. మీరు వెంటనే వాటిని చూడండి'అని ఫోన్ చేసిన వ్యక్తి చెప్పడంతో సునీల్ ఊహించని పరిణామం గురించి ఆలోచించాడు.

తర్వాత కొన్ని నిమిషాలకు, శృతి, ఆమె తల్లిదండ్రులలో గందరగోళం నెలకొంది. శృతికి ఇన్‌స్టాగ్రామ్, ట్విట్టర్ ఖాతాలు ఉన్నప్పటికీ, అవి ఖచ్చితంగా ప్రైవేట్‌గా ఉన్నాయి, చాలా రోజులుగా యాక్సెస్ చేయలేదు. ఆమె ఖాతాలు హ్యాక్ చేశారేమోనన్న అశాంతి ఆలోచన వారి మనస్సులు కలచి వేసింది. హడావుడిగా, శృతి తన అకౌంట్‌స్‌కి లాగ్ ఇన్ చేసింది, ఆమె గుండె ఆందోళనతో కొట్టుమిట్టాడుతోంది.

అయినప్పటికీ, ఇటీవలి పోస్ట్‌లు ఏవీ చేయలేదని తెలుసుకోవడంతో వారి అనుమానాలు మరింత బలపడ్డాయి; ఆమె ఖాతాలు నెలల తరబడి ఇన్ యాక్టివ్‌గా ఉన్నాయి. తన సోషల్ మీడియా యాక్టివిటీ గురించి తన తండ్రి స్నేహితుడు ఎందుకు అంతగా ఆందోళన చెందుతున్నాడో ఆలోచిస్తున్నప్పుడు శృతికి దిగ్భ్రాంతి కలిగింది.

నిమిషాల వ్యవధిలో, సునీల్ స్నేహితుడు కొన్ని ఇన్‌స్టాగ్రామ్, ట్విట్టర్ పోస్ట్‌లకు లింక్‌లు పంపాడు. వారు వాటిని తెరిచినప్పుడు, పెద్ద షాక్ తగిలింది. వారు శృతి శర్మగా ఆమె ఫోటలతోకనిపిస్తున్న నకిలీ ఖాతాలను చూశారు.

వారిని ఆశ్చర్యపరిచే విధంగా, ఈ నకిలీ ఖాతాలు లక్షల మంది అనుచరులను కలిగి ఉన్నాయి. మోసపూరితమైన పోస్ట్‌లను జల్లెడ పడుతుండగా, కాళ్ల క్రింద నేల కొట్టుకుపోయినట్లు అనిపించింది. దుర్మార్గులు కొందరు శృతి కొత్త జాతీయ ప్రాముఖ్యతను ఉపయోగించుకున్నారు, అనేక వివాదాస్పద పోస్ట్‌లకు వ్యాప్తి చేయడానికి నకిలీ ఖాతాలను ఉపయోగించారు. వాటిలో రక్షణ దళాలలో రిక్రూట్‌మెంట్ కోసం ప్రభుత్వం రూపొందించిన అగ్నివీర్ పథకంపై విమర్శలు ఉన్నాయి.

వేలాది మంది నుండి స్పందనలు వచ్చాయి, కొందరు ఆమె చెప్పిన అభిప్రాయాలకి మద్దతుగా ఉన్నారు. మరికొందరి పోస్ట్‌లలో ఆమెఅభిప్రాయాలను తీవ్రంగా ఖండించారు. సోషల్ మీడియా ప్లాట్‌ఫామ్‌లలో శృతి పేరు ట్రెండింగ్ హ్యాష్‌ట్యాగ్‌గా మారింది.

శృతి వెంటనే చర్యలు తీసుకొమ్మని నిందితులపై పోలీసులకు ఫిర్యాదు చేసింది. అంతేకాకుండా, ఆమె తన సొంత ట్విట్టర్, ఇన్స్టాగ్రామ్ నిర్వహించడం ద్వారా అసత్యాలను తొలగించడానికి, ఈ మోసపూరిత ఖాతాల ఉనికి గురించి అవగాహన పెంచడానికిప్రయత్నించింది.

అదే సమయంలో, ఆమె సిఎస్ఇ నుండి తన తోటి ఉన్నత స్థాయి అభ్యర్థులను సంప్రదించి, వారి సోషల్ మీడియా ఛానెళ్ల ద్వారా తన నకిలీ ఖాతాల గురించి హెచ్చరికలను వ్యాప్తి చేయడంలో వారి మద్దతు తీసుకుంది.

శృతి కూడా కొన్ని చిన్న చిన్న వివాదాల కారణంగా సోషల్ మీడియాలో పడింది. ముందుగా, ఒక యూట్యూబ్ ఛానెల్‌లో ఇంటర్వ్యూ సందర్భంగా, ఆర్యుల దండయాత్ర సిద్ధాంతం గురించి చర్చించింది. దానిలో వివిధ అంశాలను వివరించింది. దురదృష్టవశాత్తూ, తన ప్రతిస్పందనలోని ఒక కోణాన్ని ఎంచుకుని, వివాదానికి కారణమయ్యింది. అదనంగా, శృతి విజయం తర్వాత ఒక ట్వీట్ వెలువడింది. అందులో

జే ఎన్ యూ విద్యార్థులు నిరసనలలో చురుకుగా ఉండటమే కాకుండా, యుపిఎస్సీ పరీక్షలలో కూడా అగ్రస్థానంలో ఉంటారని వుంది. ఈ వ్యాఖ్య త్వరగా వివాదానికి దారితీసింది. కొంతమంది వ్యక్తులు జె ఎన్ యుకి వ్యతిరేకంగా ట్వీట్ చేశారు, మరికొందరు దానిని సపోర్ట్ చేశారు.

శృతి యుపిఎస్సి విజయం సాధించిన వెంటనే విదేశాలకు సోలో ట్రిప్ ప్లాన్ చేసింది, ఆమె తన తల్లిదండ్రులను కూడా ఒప్పించి, వారి ఆమోదం పొందింది. అయితే, మీడియా వివాదాల సుడిగుండం, సందర్శకుల నిరంతర ప్రవాహం ఆ ప్రణాళికలకు అంతరాయం కలిగించాయి. ఆ తర్వాత శృతి తల్లి రచనకు కేన్సర్ ఉన్నట్లు నిర్ధారణ కావడంతో శర్మ కుటుంబంపై చీకటి మేఘాలు కమ్ముకున్నాయి.

చాలా మంది యూపీఎస్సీ పర్వతాన్ని అధిరోహించినతర్వాత, విజయం సాధించిన ఆనందాన్ని ఆస్వాదిస్తున్నప్పటికీ, ఫలితం వచ్చిన తర్వాత శృతిని ఊహించని విధంగా ఉద్వేగభరితంగా, మానసికంగా క్షీణింపజేసింది.

ఘనమైన నార్త్ బ్లాక్‌లో

7 జూన్ 2022న కేంద్ర సిబ్బంది, ప్రజా ఫిర్యాదులు, పెన్షన్‌ల శాఖ సహాయ మంత్రి డాక్టర్ జితేంద్ర సింగ్ ఆమెను సత్కరిస్తారని తెలియజేసే లేఖ శృతికి అందడంతో రచన, సునీల్ ఆనందానికి లోనయ్యారు.

ఆ రోజు ఉదయం, శృతి నీలం, తెలుపు కాటన్ చీరలో పెద్ద వేడుకకు సిద్ధమైంది. సునీల్ అప్పటికే సిద్ధమయ్యాడు, ఆమెను ఎస్కార్ట్ చేయడానికి

ఆసక్తిగా ఉన్నాడు. అయినప్పటికీ, శృతి తన దుఃఖాన్ని ఆపుకోలేకపోయింది, తన తల్లి అనారోగ్యం, ఆమెను వారితో పాటు వెళ్లకుండా ఆపింది.

కొన్ని గంటల తర్వాత, తండ్రీ కూతుళ్లు సెంట్రల్ సెక్రటేరియట్‌లోని గంభీరమైన నార్త్ బ్లాక్‌లోప్రవేశించారు. సిఎస్ఈ-2021 ఈవెంట్‌కి ఆహ్వానించబడిన ఇరవై మంది ర్యాంక్ హోల్డర్లు చాలా ఉత్సాహంగా ఉన్నారు. వారి తల్లిదండ్రులు మరింత పులకించిపోయారు. శృతి తన బ్యాచ్‌మేట్స్‌తో మొదటిసారిగా ఇంటరాక్ట్ అవ్వడానికి ఇష్టపడింది, గతంలో వారిలో కొందరిని టెలివిజన్‌లో లేదా వార్తాపత్రికలలో చూసింది.

ఓవల్ టేబుల్‌కి ఒక వైపున వారికి కేటాయించిన సీట్లలో వారు కూర్చున్నారు. మంత్రి, శాఖ ఉన్నతాధికారులు ఎదురుగా కూర్చున్నారు. ప్రతి టాపర్‌ను మంత్రి జ్ఞాపికతో సత్కరించారు, సన్మానం సందర్భంగా తల్లిదండ్రులు తమ పిల్లల దగ్గరకి వచ్చారు. వారు గర్వంగా ఫోటోలకి పోజులిచ్చారు.

స్వతంత్ర భారతదేశం శతాబ్దికి చేరువవుతున్న తరుణంలో దేశానికి కొత్త పంథాను నిర్దేశించడానికి సిద్ధంగా ఉన్న 'సెంచరీ ఇండియా' రూపశిల్పిలుగా తమ బ్యాచ్‌ను మంత్రి ప్రశంసించడంతో సాధకుల నుంచి హర్షధ్వానాలు వెల్లువెత్తాయి. సీఎస్ ఈలో తొలిసారిగా మొదటి మూడు ర్యాంకుల్లో నిలిచిన వారందరూ మహిళలే కావడం చారిత్రాత్మక విజయమని ఆయన అన్నారు.

ఇంటికి తిరిగి వచ్చిన తర్వాత, శృతి సన్మాన కార్యక్రమంలో ప్రతి నిమిషం గురించి రచనకు వివరించింది. తన తల్లి కళ్లలో అపారమైన గర్వం మెరుస్తున్నట్లు గమనించింది, ఆమె బాధను, అనారోగ్యాన్నిఆ మధుర క్షణం కప్పివేసింది.

మంత్రముగ్ధులని చేసిన ప్రాంగణం

ముస్సోరీలోని లాల్ బహదూర్ శాస్త్రి నేషనల్ అకాడమీ ఆఫ్ అడ్మినిస్ట్రేషన్ (LBSNAA)లో చేరడం శృతికి ఊపిరి పోసింది.తన తండ్రితో కలిసి, ఈ ప్రయాణంలో తమతో రాలేని తన తల్లి కోసం ఆమెఎంతో బాధ పడింది.

అకాడెమీలో రోజులు క్లాసుల నుండి అవుట్‌డోర్ అడ్వెంచర్‌ల వరకు, ఉత్తేజపరిచే ట్రెక్‌లు, పుదుచ్చేరిలో చిరస్మరణీయమైన గ్రామ సందర్శనతో సహా అనేక కార్యకలాపాలు జరిగేవి.

జామియా రోజుల నుండి శృతికి స్నేహితులు అయిన మినీతో పాటు, అంకిత, నమన్‌లతో, ఆమె రూమ్‌మేట్ శృతితో సన్నిహిత బంధాలను ఏర్పరచుకుంది. వారికి తెలియకముందే రెండు నెలల పాటు సాగిన భారత్ దర్శన్ స్టడీ టూర్ వచ్చేసింది. అయితే, శృతివేదనతో నలిగిపోయింది. చికిత్స కోసం న్యూఢిల్లీలోని ఎయిమ్స్‌లో చేరిన తన తల్లి పక్కనే ఉండాలనే తపనతో ఆమె గుండె బరువెక్కింది. రచన,శారీరకంగా కష్టం అనుభవిస్తున్నప్పటికీ నిస్వార్థంగా,శృతిని భారత్ దర్శనానికి బయలుదేరమని కోరింది.

త్రివిధ సాయుధ బలగాలతో తమ అనుబంధాన్ని ముగించుకుని, లక్షద్వీప్‌లోని మంత్రముగ్ధులను చేసే దీవులపై ఈ బృందం అడుగు పెట్టింది. లక్షద్వీప్ చెదరని సహజ వైభవం, మనోహరమైన ఆకర్షణ లో తమను తాము అద్భుతంగా ఆవిష్కరించుకున్నారు.

ఏమాత్రం సంకోచించకుండా, శృతి స్నార్కెల్, మాస్క్, రెక్కలు ధరించి, సముద్రపు నీలవర్ణంలోని లోతుల్లోకి దూసుకెళ్లింది. ఆమె కళ్ల ముందు, మంత్రముగ్ధులను చేసే నీటి అడుగున బల్లలు-పగడపు దిబ్బలు, పెయింట్‌లను కలపడానికి ఉపయోగపడే చెక్కలా చురుకైన రంగులతో అలంకరించబడ్డాయి, క్లిష్టమైన పగడపు దిబ్బల మధ్య చేపల ఉద్యానవనాలు, అందమైన సముద్ర తాబేళ్లు,సముద్రపు జలాల్లో నిర్మలంగా తిరుగుతాయి.

రాత్రి పడుతుండగా, బయో ల్యుమినిసెంట్ ఆల్గే ఇసుకపై అద్భుతమైన కాంతిని ప్రసరింపజేయడంతో బీచ్ మృదువైన, ఆహ్లాదకరమైన కాంతితో సజీవంగా మారింది.

ఈ బృందం అందమైన బంగారం ద్వీపంలో బస చేసింది. ఇది చాలా చిన్నది, శృతి, ఆమె స్నేహితులు కాలినడకన మొత్తం ద్వీపాన్ని చుట్టుముట్టి వచ్చారు. ద్వీప జీవితంలోని ప్రశాంతమైన లయల మధ్య, లక్షద్వీప్‌లో ఒక సాయంత్రం చెరగని సిరాతో వారి జ్ఞాపకాలలోకి రాసింది.

ప్రశాంతమైన తీరం ఒడ్డున, శృతి, ఆమె స్నేహితురాలు దివ్య కయాకింగ్ పడవల వైపు ఆకర్షితులయ్యారు. వారు ప్రతి ఒక్కరు ఒక విస్తారమైన నీలం రంగు నౌకను తీసుకుని దానిలో బయలుదేరారు. కొంత

సమయం తరువాత, వారు తమ పడవలలో తిరిగి, పడుకున్నారు, సముద్రం లయబద్ధమైన లాలిపాట విశాలమైన సముద్రం మధ్య ప్రశాంతంగా నిద్రపోయేలా చేసింది.

శృతి, దివ్య కయాక్‌లలో ప్రశాంతంగా నిద్రపోతుండగా, వారికి తెలియకుండా, వారి తోటి బ్యాచ్‌మేట్స్ పట్టించుకోలేదు. వారు మేల్కొని, రిఫ్రెష్ అయ్యి, ఉల్లాసంగా ఉన్నప్పుడు, శృతికి ఒక చిలిపి ఆలోచన తట్టింది.

'మన పడవల్లో దీవి చుట్టూ తిరుగుదాం' అని శృతి దివ్యని అడిగింది. ఆమె వారికి ఎదురయ్యే సవాళ్ల గురించి తెలియక వెంటనే అంగీకరించింది.

వారు తీరం నుండి దూరంగా ఒడ్డుకు వెళుతుండగా, సూర్యుడు ఆకాశంలో అస్తమించాడు. చీకటి అలుముకుంది. వారికి దృఢ సంకల్పం ఉన్నప్పటికీ, ముందుకు వెళ్తున్న పని నిరుత్సాహకరమైదని స్పష్టంగా తెలుస్తోంది. ఆ పనిని విడిచిపెట్టి గెస్ట్ హౌస్‌కు తిరిగి వెళ్లవలసి వచ్చింది.

గెస్ట్ హౌస్‌లో, శృతి, దివ్య జాడ కనిపించకపోవడంతో వారి బ్యాచ్‌మేట్‌లు అశాంతికి గురయ్యారు, ముఖ్యంగా ద్వీపంలో చీకటి నెమ్మదిగా కమ్ముకోవడంతో. ఒడ్డుకు కొంత దూరంలో వారి కయాక్‌లలో వారిద్దరూ నిద్రపోతున్నట్లు గుర్తుచేసుకుని, వాళ్ళ గ్రూపులో ఆందోళన అలుముకుంది.

భయంపెరుగుతుండడంతో, వారిలో ఒకరు నిర్వహణకర్తకు కాల్ చేయాలని నిర్ణయించుకున్నారు.

శృతి, దివ్య తమ కయాక్‌లలో గెస్ట్ హౌస్‌కి దగ్గరగా వెళుతుండగా, ఒడ్డున ఒక కోలాహలంగమనించి, అక్కడున్న వాళ్ళని గుర్తుపట్టి, వారి స్నేహితులు వారి వద్దకు పరిగెత్తారు, కోపం, ఉపశమనం కలగలిసి, 'మీరిద్దరూ ఎక్కడ ఉన్నారు? మమ్మల్ని భయపెట్టారు!' అన్నారు .

శృతి, దివ్య చుట్టూ చూసారు, స్థానిక నిర్వహణకర్త, ఒక గణనీయమైన రెస్క్యూ టీమ్‌తో సమావేశమై, వారిని వెతకడానికి సముద్రంలోకి వెళ్లడానికి సిద్ధంగా ఉండడంతో, వారి హృదయాలు అవమానం, అపరాధభావంతో మునిగిపోయాయి. ఇద్దరూ తమ చర్యల తీవ్రతను, వారి స్నేహితులు, అక్కడ సమాజంలో వారు కలిగించిన అనవసరమైన భయాందోళనలను తెలుసుకున్నారు.

ఘన స్వాగతం

శృతి తన ఫోన్ తెరపై ఒక ఇమెయిల్ చదువుతున్నప్పుడు ఆమె హృదయం ఉత్సాహంతో నృత్యం చేసింది. ప్రతిష్టాత్మకమైన గణతంత్ర దినోత్సవం 'ఎట్ హోమ్' ఫంక్షన్‌కు ఆమెను పిలుస్తూ భారత రాష్ట్రపతి నుండి వచ్చిన ఆహ్వానం అది. ఆమెలో గర్వం ఉప్పొంగింది. ఈ గౌరవం సి ఎస్ ఈ, ఇతర ప్రతిష్టాత్మక పరీక్షలలో పురుష, స్త్రీ టాపర్‌లకు అందుతుంది.

మనసు ఉల్లాసంతో నిండిపోయింది, శృతి తన టిక్కెట్‌ను బుక్ చేసుకోవడంలో, 25 జనవరి 2023న ఢిల్లీకి వెళ్లడంలో సమయాన్ని వృథా చేయలేదు. మరుసటి రోజు మధ్యాహ్నం, సొగసైన పట్టు చీర కట్టుకుని, ఆమె ఎంతో ఆసక్తిగా ఎదురుచూస్తున్న ఈవెంట్ కోసం గ్రాండ్ రాష్ట్రపతి భవన్ లాన్‌కి చేరుకుంది.

ఆమె పద్ధతిగా అలంకరించిన పచ్చిక బయళ్లలో అడుగుపెట్టినప్పుడు, శృతి పెదవుల మీద ఒక ప్రకాశవంతమైన చిరునవ్వు మెరిసింది. ప్రముఖుల సముద్రం లా ఉన్న అక్కడ ఆమె, గణతంత్ర దినోత్సవ కవాతుకు ముఖ్య అతిథిగా హాజరైన ఈజిప్ట్ అధ్యక్షుడితో సహా రాష్ట్రపతి, ప్రధాన మంత్రి, గౌరవనీయ అతిథులను చూసి ఆశ్చర్యపోయింది. క్యాబినెట్ మంత్రులు, జాతీయ భద్రతా సలహాదారు, రాయబారులు, ఇతర ప్రముఖ వ్యక్తులు ఈ కార్యక్రమానికి ఘన స్వాగతం పలికారు. తోటి టాపర్లతో పాటు, శృతి ఆత్రుతగా ప్రేక్షకులను స్కాన్ చేసింది, ప్రతి ఒక్కటి ఉత్సాహాన్ని రేకెత్తించింది.

కేంద్ర ఆర్థిక మంత్రి నిర్మలా సీతారామన్ తో భేటీ అయ్యే అవకాశం రావడంతో వారి ఉత్సాహం తారాస్థాయికి చేరింది. రాబోయే బడ్జెట్ కోసం ఆమె వారి అభిప్రాయాలను కోరింది, వారు తమ సూచనలను ఆసక్తిగా పంచుకోవడంతో బృందం మధ్య ఉత్సాహభరితమైన చర్చలకు దారితీసింది. సభికులతో అభిప్రాయాలు పంచుకున్న అనంతరం టీ తాగుతూ ముందుకు సాగారు. ఇక్కడ, వారు చాలా మంది సీనియర్ అధికారులతో కలిసి ప్రత్యక్షంగా సంభాషణల్లో మునిగిపోయారు.

వీడ్కోలు చెప్పడానికి ముందు, శృతి, ఆమె స్నేహితులు గంభీరమైన రాష్ట్రపతి భవన్ విశాలమైన కారిడార్ల లోపల అనేక ఛాయాచిత్రాలను తీయాలనే ప్రలోభానికి లొంగిపోయారు.

కన్నీటి వీడ్కోలు

శృతి అభ్యర్థన మేరకు, ఆమె తన జిల్లా శిక్షణ కోసం మీరట్ జిల్లాకు కేటాయించబడింది, ఇది ఢిల్లీకి దగ్గరగా ఉన్న ప్రదేశం, ఆమె అనారోగ్యంతో ఉన్న తన తల్లి దగ్గర ఉండడానికి. ఏఐఐఎంఎస్ లో వైద్యులు నిరంతరం శ్రమించినప్పటికీ రచన ఆరోగ్యం క్షీణిస్తూనే ఉంది. సంవత్సరం తర్వాత క్యాన్సర్‌తో పోరాడుతూ, రచన ప్రశాంతంగాఈ లోకాన్ని విడిచిపెట్టింది,. విడిచి పెట్టేముందు శృతిని చివరిగా, ప్రేమపూర్వకంగా కౌగిలించుకుంది.

శృతి పూర్తిగా కుంగిపోయింది. రచన ఆమెకు సర్వస్వం, ఆమెకు మార్గదర్శక కాంతి. అంతేగాక తిరుగులేని మద్దతు.

ఆమె తన పిల్లల చదువు, కెరీర్‌లో పురోగతి కోసం ఎన్నో త్యాగాలు చేసింది. సిఎస్ఈలో శృతి విజయం సాధించడంతో,రచన హృదయం గర్వంతో, సంతోషంతో ఉప్పొంగింది. ఐఏఎస్ అధికారిణిగా శృతి ప్రయాణాన్ని చూడాలని ఆమె ఎంతో ఆశపడింది.

రచన సహజమైన దయ, ఇతరులను ఉద్ధరించాలనే అభిరుచి, శృతి మనసు పై చెరగని ముద్ర వేసింది. రచన భౌతికంగా దూరమైపోయినప్పటికీ, ఆమె ఆత్మ శృతిలో ఎప్పటికీ వుండిపోతుంది. మార్గనిర్దేశం చేస్తుంది, ఐఏఎస్ అధికారిగా పని చేసే వారి జీవితాల్లో అర్థవంతమైన మార్పును తీసుకురావడానికి ఉన్నతమైన సంకల్పంతో సాగిపోతుంది .

కఠిన పరీక్ష

'సబ్-డివిజనల్ మేజిస్ట్రేట్ (SDM) కారులోంచి బయటికి వస్తున్న ఆ యువతి ఎవరు?' ఒక వృద్ధ రైతు అప్పుడే ఆగిన ప్రభుత్వ వాహనం వైపు తన చేతితో సైగ చేస్తూ అడిగాడు.

'బహుశా ఎస్ డి ఏం కూతురు కావచ్చు,' అతని తోపాటు వచ్చిన వ్యక్తి అన్నాడు. అతను కుర్తా పైజామా ధరించాడు. మందపాటి మీసాలు అతని ముఖాన్ని అలంకరించినట్లు వున్నాయి.

'అయితే ఆమెను ఇక్కడికి ఎందుకొచ్చింది? మన సమస్యని పరిష్కరించడానికి ఎస్డిఎం ఎక్కడుంది?' ఉత్సుకతతో, మొదటి రైతు ప్రశ్నించాడు. గందరగోళం మధ్య, స్థానిక పరిపాలన, పోలీసు సిబ్బంది,

అమ్మాయి కారులోంచి దిగి నిరసన తెలుపుతున్న రైతుల సమూహం వైపు వెళ్ళేసరికి, ఆమె వైపు పరుగెత్తుకొచ్చారు.

ఆ యువతి మరెవరో కాదు శృతి శర్మ. ఆమెను ఒక వారం ముందు ఎస్ డి ఎం గా నియమించారు.

రెగ్యులర్ ఎస్డిఎం, ఔజస్వి రాజ్, నెల రోజుల సెలవు తీసుకున్నప్పుడు, ఈ బాధ్యత అకస్మాత్తుగా శృతి శర్మ తీసుకోవలసి వచ్చింది.

ఆ ప్రాంతంలో అక్రమ మైనింగ్ ఫిర్యాదులను పరిష్కరించడానికి అర్ధరాత్రి వరుకు గడిపిన తర్వాత, శృతి నిద్రకు భంగం కలిగిస్తూ, తన ఫోన్ నిరంతరాయంగా రింగ్ అవుతోంది. వందలాది మంది రైతులు ధర్నా చేయడంతో స్థానిక తహసీల్దార్ ఆమెకు సమాచారం అందించారు. వారి డిమాండ్: తమ గ్రామం ముందునుండి నేరుగా జాతీయ రహదారికి వెళ్లాలి.

శృతి ఒక్కసారి ఉలిక్కిపడింది. జిల్లాకు కొత్త, ప్రస్తుతం ఆ అసైన్‌మెంట్‌లో అనుభవం లేనిది; ఆమె ఇంతవరకు జనాలను ఎదుర్కోలేదు. చాలా బాధ్యతగా భావించి, మార్గదర్శకత్వం కోసం వెంటనే రెగ్యులర్, ఎస్ డి ఎం గా సర్వీస్‌లో ఉన్న సీనియర్ అయిన ఔజస్వి కి డయల్ చేసింది.

'జాతీయ రహదారికి యాక్సెస్, నిష్క్రమణ నేషనల్ హైవేస్ అథారిటీ ఆఫ్ ఇండియా (NHAI) అధికార పరిధిలో ఉంది' అని అతను ఆమెకు తెలియజేశాడు. ఈ విషయంలో జోక్యం చేసుకునే అధికారం మనకు లేదు.

'అయితే సార్, వాళ్లకు ఏం చెప్పాలి? వారి నిరసనను ఆపడానికి వారిని ఎలా ఒప్పించగలను?' శృతి కంఠం ఆందోళనతో వణికిపోయింది.

'నిశ్చింతగా, సంయమనంతో ఉండండి. వారి మనోవేదనలను శ్రద్ధగా వినండి, వారి సమస్యలను పరిష్కరించడానికి మన శక్తి మేరకు అన్ని విధాలుగా ప్రయత్నం చేస్తామని వారికి హామీ ఇవ్వండి,' అని ఔజస్వి తన స్వరంలో భరోసా ఇచ్చారు.

శృతి రైతుల గుంపు దగ్గరకి వెళ్లి వారిలో కూర్చుంది. గుంపులో, ప్రధానంగా పురుష రైతులతో కూడిన స్త్రీలు, గట్టిగా గొడవ చేస్తున్నారు. వారి వెనుక రైతులను తరలించిన ట్రాక్టర్లు, ట్రాలీలు నిరసన ప్రదేశం లో ఉన్నాయి. పోలీసులు శాంతిభద్రతలను కాపాడ్డానికి చాలా కష్టపడ్డారు, గుంపులోని వారు సౌమ్యంగా వ్యవహరించాలని, నినాదాలు చేయడం మానుకోవాలని కోరారు.

తహసీల్దార్ శృతిని పరిచయం చేసి, వారి ఫిర్యాదులను విని పరిష్కరించేందుకు ఉన్నతాధికారులకు తెలియజేస్తారని చెప్పారు. ఈ సమస్య ఎన్ హెచ్ ఎ ఐ అధికార పరిధిలో ఉందని, జిల్లా యంత్రాగానికి అవకాశాలు పరిమితంగా ఉన్నాయని శృతి చెప్పినప్పుడు, నిస్సహాయ పరిస్థితుల్లో, జనంలో గందరగోళం నెలకొంది. అయినప్పటికీ, ఆమె వారి నిజమైన డిమాండ్ యొక్క ప్రాముఖ్యతని పూర్తిగా గ్రహించానని వారికి హామీ ఇస్తూ, పరిస్థితిని త్వరగానే నియంత్రించింది. సత్వర పరిష్కారం కోసం రాష్ట్ర ప్రభుత్వం, ఎన్ హెచ్ ఏ ఐ అధికారులతో అత్యున్నత స్థాయిలో, ఈ విషయాన్ని తక్షణమే పరిష్కరిస్తామని ఆమె ప్రతిజ్ఞ చేసారు. 'అయితే ఇది ఎప్పుడు జరుగుతుంది?' అని రైతు నేత ఒకరు నిలదీశారు.

'మేము ప్రక్రియను వేగవంతం చేస్తాము, అయితే దీనికి లక్నో, ఢిల్లీలోని సీనియర్ అధికారులతో సమన్వయం అవసరం. దయచేసి మాకు కనీసం రెండు నెలల సమయం ఇవ్వండి' అని ఆమె ప్రశాంతంగా స్పందించింది.

సుదీర్ఘ సంభాషణ, కాలపరిమితిపై చర్చల అనంతరం రైతులు ధర్నా విరమించేందుకు అంగీకరించడంతో శృతి ఊపిరిపీల్చుకున్నారు. ఈ సంఘటన శృతికి అమూల్యమైన పరిజ్ఞానాన్ని అందించింది. ఐఏఎస్ అధికారులు తమ విధుల నిర్వహణలో ప్రతిరోజూ ఎదుర్కొనే తీవ్రమైన సవాళ్లను ఆమెకు తెలియజేసింది.

★★★

శృతి కథలో కీలకమైన అంశాలు

1. **సాటి వారితో చర్చించండి, ఉమ్మడిగానేర్చుకునే అలవాటుని పెంపొందించుకోండి:** సారూప్యత కలిగిన ఐఏఎస్ ఆశావహుల చిన్న సమూహాన్ని ఏర్పాటు చేయడం చాలా ప్రయోజనకరంగా ఉంటుంది. నోట్స్ ని రూపొందించడంలో సహకరించండి, నిజాయితీ గల నిశితమైన సమీక్షలలో పాల్గొనండి. నిర్మాణాత్మక అభిప్రాయాన్ని అందించండి. సంక్లిష్ట సమస్యలను చర్చించండి, నిరంతరం ఒకరినొకరు ప్రేరేపించుకోండి. ఇది ఒక శక్తిగా పనిచేస్తుంది, విస్తారమైన సిలబస్‌ను సమర్థవంతంగా, ప్రభావవంతంగా కవర్ చేయడంలో సహాయపడుతుంది.
2. **దరఖాస్తు ఫారమ్‌లను పూరించేటప్పుడు చాలా జాగ్రత్త వహించండి:** పరీక్ష దరఖాస్తు ఫారమ్‌లను అత్యంత జాగ్రత్తగా పూరించండి. సమర్పించిన సమాచారం సవరించదగినది కాదు. తప్పుల వలన అభ్యర్థులకు తీవ్ర నష్టం వాటిల్లుతుంది. ప్రతి వివరం ఖచ్చితంగా ఉందని నిర్ధారించుకోండి, ముఖ్యంగా మీ వర్గం, పరీక్షా మాధ్యమం, ఇంటి స్థితి, సేవకు సంబంధించిన సమాచారం, అనవసరమైన సమస్యలను నివారించడానికి ప్రాధాన్యత నిస్తుంది.
3. **ప్రిలిమ్స్ పరీక్ష గురించి తొందరపడి ఒక నిర్ణయానికి రాకండి:** కోచింగ్ ఇనిస్టిట్యూట్‌లు పోస్ట్ చేసిన ఆన్సర్ కీలను ఉపయోగించి మీ పనితీరును అంచనా వేయడానికి తొందరపడకండి. ఊహించిన దానికంటే తక్కువ మార్కులు వస్తే నిరుత్సాహపడకండి; కట్-ఆఫ్‌లు ప్రతి సంవత్సరం మారుతూ ఉంటాయి. జవాబు కీల ఆధారంగా మూల్యాంకనం సరికాదని గుర్తుంచుకోండి. మెయిన్స్‌కు పట్టుదలతో సిద్ధమవటం కొనసాగించండి.
4. **ఇంటర్వ్యూ అనేది పూర్తిగా వైయుక్తికమైన అంచనా అని గుర్తుపెట్టుకోండి** వ్యక్తిత్వ పరీక్ష లేదా ఇంటర్వ్యూ అసెస్‌మెంట్‌లు సబ్జెక్టివ్ అని గుర్తించండి. మీకు ఖచ్చితంగా తెలియని ప్రశ్నలకు సమాధానమివ్వడానికి ప్రయత్నించకుండా నిజాయితీగా 'తెలీదు' అని చెప్పినబోర్డు అభినందిస్తుంది. మీరు కొన్ని ప్రశ్నలకు

సమాధానం ఇవ్వడంలో విఫలమైనా లేదా ఇంటర్వ్యూ ఆశించిన విధంగా జరగకపోయినా నిరుత్సాహపడకండి.

5. **విజయం తరువాత మీడియా, సోషల్ మీడియాతో జాగ్రత్తగా వ్యవహరించండి:** విజయం తర్వాత, మీడియా ఇంటర్వ్యూలలో చాలా జాగ్రత్తగా ఉండండి, ఎందుకంటే వాస్తవాలను వక్రీకరించవచ్చు, స్టేట్‌మెంట్‌లను ఎంచుకునే అవకాశం ఉంటుంది. మీకు సంబంధించిన సోషల్ మీడియా పోస్ట్‌లను పర్యవేక్షించండి, మీ పేరుతో సృష్టించబడిన ఏవైనా నకిలీ ఖాతాల గురించి తెలుసుకోండి.

లవిష్ ఒర్దియా

అధ్యాయం 7

అమెరికన్ కలపై ఐఏఎస్ విజయం

హరికేన్ సృష్టించిన మానసిక తుఫాను

28 ఆగస్ట్ 2017న అమెరికా హ్యూస్టన్‌లో హార్వే హరికేన్ ఉగ్రరూపం దాల్చడంతో కుండపోతగా వర్షం కురుస్తోంది. టెక్సాస్ రాష్ట్రంలో భాగమైన హ్యూస్టన్ మెట్రోపాలిటన్ ప్రాంతం లో గంటకు 200 కి.మీ వేగంతో వీచిన గాలులతో, 50 సెం.మీ.వర్షం కురిసింది. ఆకస్మిక వరదలు నగరాన్ని ముంచెత్తాయి. దీనివల్ల ఇళ్లు, వ్యాపారాలు, మౌలిక సదుపాయాలు, పర్యావరణానికి తీవ్ర నష్టం వాటిల్లింది. దాదాపు ఇరవై రోజుల పాటు జనజీవనం స్తంభించిపోయింది. వేలాది మంది నిరాశ్రయులయ్యారు, అనేక మంది మరణించారు. ఈ గందరగోళం మధ్య, ఇరవై నాలుగు సంవత్సరాల భారతీయ వ్యక్తి తన చిన్ని అపార్ట్‌మెంట్ కిటికీ దగ్గర కూర్చున్నాడు. బయట జరిగిన విధ్వంసంపైనే కళ్ళు నిలిచిపోయినా, మనసు మాత్రం ఆలోచనలో మునిగిపోయింది. గత నాలుగు రోజులుగా చాలా మంది ఇతరుల మాదిరిగానే తనుకూడా ఇంటికే పరిమితమై, స్టోర్స్ లో స్టాక్ అయిపోకముందే తెచ్చుకున్న వస్తువులపై బ్రతుకుతున్నాడు. ఈ ప్రకృతి బీభత్సం కలిగించిన నిర్బంధం, భవిష్యత్తు జీవితం గురించి ఆలోచించుకోడానికి, తగినంత సమయాన్ని, అవకాశాన్ని అతడికి ఇచ్చింది.

గత కొన్ని నెలలుగా అతని మనస్సులో ఏర్పడిన తుఫాను, ఈ తుఫానుతో కలిసి, మరింత తీవ్రమైంది.

ఆ యువకుడు ఇండియన్ ఇనిస్టిట్యూట్ ఆఫ్ టెక్నాలజీ (ఐఐటీ) బొంబాయి, గ్రాడ్యుయేట్, లవిష్. రెండు సంవత్సరాల క్రితం కంపెనీ టెక్సాస్ కార్యాలయంలో చేరినప్పటి నుండి, అతని యజమాని షెల్ ఇచ్చిన సకల సౌకర్యాల అపార్ట్మెంట్ లో ఉంటున్నాడు. ప్రపంచవ్యాప్తంగా ప్రసిద్ధి చెందిన ఫార్చ్యూన్ 500లో ఒకటైన లో చమురు, గ్యాస్ దిగ్గజం షెల్ కంపెనీ, ఒక విలాసవంతమైన సెడాన్‌కారు తోపాటుగా, అందమైన జీతం ప్యాకేజీని కూడా ఇచ్చింది.

లవిష్ తాను హ్యూస్టన్లో అడుగుపెట్టిన రోజును ప్రేమగా గుర్తు చేసుకున్నాడు. కంపెనీకి చెందిన బదిలీ సలహాదారు (ట్రాన్స్ఫర్ అడ్వైజర్), ఆత్మీయంగా స్వాగతం పలికి, నగరమంతా పర్యటించి, స్థిరపడటానికి అమూల్యమైన సహాయం అందించింది. బ్యాంకు ఖాతా తెరవడం, సామాజిక భద్రతా సంఖ్యని, డ్రైవింగ్ లైసెన్స్ ని ఇప్పించడంతోపాటు అపార్ట్మెంట్లోకి మారడంలో సహాయపడింది. అతను వచ్చిన పదిహేను రోజుల్లోనే, సరికొత్త లగ్జరీ సెడాన్ కారుతాళాల్ని అప్పగించినప్పుడు లవిష్ ఆశ్చర్యపోయాడు.

ఆఫీసు వాతావరణం స్నేహపూర్వకంగా, స్వాగతం పలికింది. లవిష్ బ్రాడ్ రోడ్జెర్స్ నేతృత్వంలో, సాంస్కృతిక పరంగా విభిన్నమైన బృందంలో (టీం)లో చేరాడు. అతని సహచరులు కజకిస్తాన్, నైజీరియా, స్పెయిన్, మలేషియా నుండి వచ్చారు. క్రిస్మస్, నూతన సంవత్సర సమయంలో వారి ఇళ్లకి ఆహ్వానించడంతో, సామరస్యపూర్వక వృత్తిపరమైన సంబంధాలకు వ్యక్తిగత స్పర్శ కలిసింది. ఐఐటి గౌహతి, పూర్వ విద్యార్థి మనీష్ శ్రీవాస్తవతో, మలేషియా కు చెందిన మరో సహోద్యోగి డానీతో లవిష్ సన్నిహిత బంధాన్ని పెంచుకున్నాడు. శ్రీవాస్తవ, లవిష్‌కి స్నేహితుడు, తత్వవేత్త, గైడ్.

ఇన్ని రకాలుగా, లవిష్ కి వృత్తిపరమైన విజయం, ప్రశాంతమైన జీవితం ఉన్నప్పటికీ, సంతోషంగా లేడు. ఈ యువకుడిని ఇబ్బంది కలిగించేది ఏమిటి?

అమెరికన్ కలను సాకారం చేసుకోవడం

సాధారణ నేపథ్యం నుండి వచ్చి, ఐఐటి బొంబాయిలో విద్యార్థిగా, లవిష్ తన విద్యా రుణాన్ని తిరిగి చెల్లించడానికి, కుటుంబం కొత్త ఇంటిని కొనడంలో సహాయం చేయడానికి, డబ్బు సంపాదించడంపై ప్రధానంగా దృష్టి పెట్టాడు. అందుకని, తన బిటెక్ నాల్గవ సంవత్సరంలో, ప్లేస్‌మెంట్ సీజన్ ప్రారంభమైనప్పుడు, ఏదో ఒక నిర్దిష్ట రంగానికి లేదా పని తాలూకా స్వభావానికి ప్రాధాన్యత ఇవ్వకుండా, అత్యధిక జీతం ప్యాకేజీని అందించే కంపెనీలపైనే దృష్టి పెట్టాడు. పోటీ తీవ్రంగాఉన్నప్పటికీ గత రెండు సంవత్సరాలుగా చదువులో ప్రతిభని మెరుగుపరుచుకుంటూ పరిశోధనలో కూడా రాణించాడు.

షెల్, ఫార్చ్యూన్ 500 కంపెనీ, అపరిమితమైన ప్యాకేజీలతో పాటు అగ్రశ్రేణి ఉద్యోగుల సౌకర్యాలకు ప్రసిద్ధి చెందింది. ప్లేస్‌మెంట్‌ల మొదటి రోజునే రావాల్సి ఉంది. ఈ ప్రపంచ దిగ్గజంలో, అవకాశం కోసం లవిష్ తీవ్రంగా ప్రార్థించాడు. అతను షెల్‌లో అప్పటికే పనిచేస్తున్న సీనియర్‌ల నుండి మార్గదర్శకత్వం పొంది జాగ్రత్తగా సిద్ధమయ్యాడు.

మొదటి పరీక్ష, ఆప్టిట్యూడ్ టెస్ట్, ఉత్సాహంగా జరిగిపోయింది. తరవాత నిర్ణయం తీసుకునే సామర్థ్యాలు, సంఘర్షణల పరిష్కారం, ఆలోచన ప్రక్రియలలో స్థిరత్వాన్ని అంచనా వేయడానికి రూపొందించబడిన సైకోమెట్రిక్ పరీక్ష. చాలా మంది అభ్యర్థులుఆ దశలోనే తప్పుకున్నప్పటికీ, లవిష్ ఈ అడ్డంకినికూడా విజయవంతంగా దాట గలిగాడు.

అంతిమ సవాలు ఇ-ట్రే పరీక్ష, ఒక నిర్దిష్ట ఉద్యోగం కోసం అభ్యర్థుల నైపుణ్యాలు, సామర్థ్యాలను అంచనా వేయడానికి, వాస్తవ ప్రపంచలో ఎదురయ్యే పనికి సంబంధించిన ఆన్‌లైన్ పరీక్ష. ఈ దశలో, అభ్యర్థులకు కంపెనీ పాలసీలు, నియమాలు, నిబంధనలతో కూడిన కంప్యూటర్‌ను కంపెనీ సర్వర్‌కు కనెక్ట్ చేసి అందించారు. ప్రత్యక్ష కంపెనీ వాతావరణంలో, వాస్తవ పరిస్థితులను ఎదుర్కొంటూ ప్రాజెక్ట్ మేనేజర్ పాత్ర స్వీకరించాలి.

అభ్యర్థులు పరిస్థితులని అర్థం చేసుకోవాలి. వర్చువల్ బృందాలతో కమ్యూనికేట్ చేయాలి, వివిధ వ్యాపార నిర్ణయాలు తీసుకోవాలి. ఎంపికచేసే ప్రమాణాల నిర్ణయాల్లో వేగం,నిర్ణయాలని సమర్థించే అభ్యర్థి సామర్థ్యం, పలు సమస్యలను పరిష్కరించగల ఖచ్చితత్వం చుట్టూ తిరుగుతుంది

ఈ పరీక్ష.ఈ దశ తర్వాత రెండు రౌండ్ల ఇంటర్వ్యూలు జరిగాయి. సాయంత్రం లవిష్‌కు లాభదాయకమైన ప్యాకేజీతో,షెల్ తనని ఉద్యోగంలోకి తీసుకుందని తెలిసినప్పుడు ఆనందం కలిగింది.

ఆగస్ట్ 2015లో, లవిష్ బెంగళూరులోని షెల్ ఉన్నతస్థాయి కార్యాలయంలో చేరాడు. మౌలిక సదుపాయాలు, పని వాతావరణం అద్భుతమైనవి. ఉద్యోగులని గౌరవిస్తారు. కంపెనీ వారు ఎంతో వెసులుబాటు కల్పించారు. అనేక దేశాల నుండి వచ్చిన ఉద్యోగులతో వైవిధ్యంగావుండేది. ఎంతో సౌకర్యవంతమైన, ఐదు లేదా ఏడు నక్షత్రాల హోటళ్లలో విలాసవంతమైన బస, వ్యాపార–తరగతి ప్రయాణాలు, ప్రోత్సాహకాలను ఆస్వాదిస్తూ అనేక దేశాలను సందర్శించే అవకాశం కలిగింది.

అతని అంకితభావం, సాంకేతిక చతురత, నైపుణ్యాలు త్వరగా ఉన్నతాధికారుల దృష్టిని ఆకర్షించాయి. చేరిన పది నెలల తర్వాత, యజమాని ముత్తు సుబ్రమణ్యం నుండి పిలుపు వచ్చింది.

'షెల్ సాంకేతికతల్లో ఒకదానిలో నైపుణ్యం సాధించడానికి మీకు ఆసక్తి ఉందా?' లవిష్ తన ఛాంబర్‌లోకి ప్రవేశించిన వెంటనే ముత్తు ఆరా తీశాడు. జనరల్ మేనేజర్, శాండీ లుండీ, ఆయన పక్క కూర్చొని వున్నారు.

కాలుష్య ప్రసరణ తగ్గించడం కోసం షెల్ పేటెంట్ పొందిన సాంకేతిక పరిజ్ఞానాన్ని కలిగి ఉంది. ఈ డొమైన్ లో మనకు అనేక ప్రాజెక్టులు ఉన్నాయి, కానీ ఆసియా–పసిఫిక్ లో ఆ నైపుణ్యం లేదు. మీ బలమైన పరిశోధనా నేపథ్యం, అనుకరణా నైపుణ్యం దృష్ట్యా, నేర్చుకోవడానికి, తరువాత భారతదేశంలో ఒక బృందాన్ని స్థాపించడానికి మిమ్మల్ని యుఎస్‌ఎలోని హ్యూస్టన్‌కి పంపే విషయం పరిశీలిస్తున్నాము' అని శాండీ వివరించారు.

అవకాశం వచ్చినందుకు సంతోషించిన లవిష్ వెంటనే యుఎస్ఏకి వెళ్ళడానికి అంగీకరించాడు. 30 అక్టోబరు 2016 సాయంత్రం, బెంగుళూరులోని అతను ఉన్న అపార్ట్‌మెంట్ బైట లవిష్‌ను విమానాశ్రయానికి తీసుకెళ్ళడానికి డ్రైవర్ తో మెర్సిడెస్ వేచి ఉంది.

హ్యూస్టన్‌కు వెళ్లే ఎమిరేట్ ఫ్లైట్ బిజినెస్ క్లాస్‌లో ఉత్తేజవంతమైన ఆతిథ్యాన్ని ఆస్వాదించినప్పుడు, తను సాధించినదానికి విజయానందంతో మనసు ఉప్పొంగింది.

అమెరికా ఆకర్షణను కమ్మేసిన యూపీఎస్సీ శిఖరం

హ్యూస్టన్‌లో ఒక సంవత్సరం నివసించిన తర్వాత, లవిష్ మనస్సులో అంతర్గత తుఫాను మొదలైంది. ఎంతోమంది కోరుకునే 'అమెరికన్ డ్రీమ్ను'ను సాధించినప్పటికీ, లవిష్‌కి హోమ్‌సిక్‌గా అనిపించడం ప్రారంభించింది. ఏదో శూన్యం ఆవరించింది.

గత సంవత్సరంలో, ఉత్సాహంగా యూఎస్ఏ అంతా పర్యటించాడు. ఐఐటి బాంబేలో చదివిన చాలా మంది సీనియర్లను కలుసుకున్నాడు. వాళ్లతో ఉన్నాడు.వాళ్లంతా పేరున్న కంపెనీలో పని చేస్తున్నప్పటికీ మాములు అపార్ట్‌మెంట్‌లు మాత్రమే కొనగలరని, ఇంటి పనులు మాత్రం వాళ్లే చేసుకోవాలని తెలిసినప్పుడు నిరుత్సాహపడ్డాడు. మరింత నిరుత్సాహపరిచే విషయం ఏమిటంటే, వారి ఉద్యోగ ప్రొఫైల్‌లు, పే ప్యాకేజీలు తనకి వస్తున్న దాంతో చూస్తే పెద్ద తేడా అనిపించలేదు. వృత్తిపరమైన అభివృద్ధి, ఆదాయంలో మెరుగుదల పరిధి అంతంతమాత్రంగా కనిపించింది, పని చాలా వరకు పునరావృతమవుతుంది. జీవితం యాంత్రికంగా అనిపించింది.

దానికి తోడు ఉద్యోగ భద్రత లేదు. లవిష్ యూఎస్ఏ కి బయలుదేరడానికి సిద్ధమవుతున్నప్పుడు, చమురు ధరల తగ్గిన కారణంగా షెల్ చాలామందిని ఉద్యోగాల నుంచి తీసేసింది. అతని స్నేహితులు చాలా మంది తమ ఉద్యోగాలను కోల్పోయారు. మిగిలిన వారు అయిష్టంగానే వేరే బాధ్యతలు స్వీకరించారు.లవిష్ దేశం విడిచిపెట్టిన తర్వాత మరొకసారి కూడా, ఇలా తొలగింపులు జరిగాయి.

యుఎస్ఏలో వారాంతాల్లో బోలెడు ఖాళీ సమయం ఉండటంతో లవిష్ మనసులో ఆలోచనలని పెంచింది. జీవితంలో శూన్యతను అనుభవించడం ప్రారంభించాడు. తన విద్యా రుణాన్నిత్వరలోనే తీర్చేశాడు. తల్లిదండ్రులకి, సోదరుడికి అవసరమైనవి కొన్నాడు. ఇక నెలవారీ జీతం బ్యాంకు ఖాతాలో కేవలం ఒక సంఖ్య లా కనిపించడం ప్రారంభించింది. జీవితంలో ఎటువంటి ముఖ్యమైన మార్పు లేదు. క్రమంగా, ఎంతో గౌరవం గల ఐఏఎస్ కెరీర్ వైపు ఆకర్షణ మొదలైంది.

చిన్నతనంలో, లవిష్‌కి సివిల్ సర్వీసెస్ పైపెద్దగా అవగాహన లేదు. వాళ్ల కుటుంబంలో ఎవరికీ ప్రభుత్వ ఉద్యోగమే లేదు. అయితే, స్నేహితులు అప్పుడప్పుడు: 'నువ్వేమైనా కలెక్టరా?' అని ఆట పట్టించేవారు. ఎవరైనా

అధికారాన్ని నొక్కిచెప్పినప్పుడు లేదా హితబోధ చెయ్యాలనుకున్నప్పుడు, తరచుగా ఉపయోగించే పదబంధం ఇది. ఆమాట ఆ యువ మనస్సుపై శాశ్వత ముద్ర వేసింది. కలెక్టరు, ఐఏఎస్ అధికారి ఎంతో అధికారం చెలాయించేవాడు అనే నమ్మకం నాటుకుపోయింది.

ఆ తరువాత, ఐఐటీ బాంబేలో, రాజస్థాన్‌కు చెందిన తన క్లాస్‌మేట్స్ రింకు మీనా, హనుమాన్ ప్రసాద్ మీనాతో లవిష్ స్నేహాన్ని ఏర్పరచుకున్నాడు. మొదటి నుండి, ఆ ఇద్దరూ ఐఏఎస్ అధికారులు కావాలనే స్పష్టమైన లక్ష్యాన్ని కలిగి ఉన్నారు. ఐఏఎస్ అధికారులు అనుభవించిన గౌరవం, అధికారం, ప్రోత్సాహకాల కథలతో వారు లవిష్‌ను రంజింప చేసేవారు. ఆర్‌బీఐ గవర్నర్, ఎయిర్ ఇండియా ఎండీ, ఉదయపూర్ కలెక్టర్, ఐఐటీ బాంబేలోని వివిధ భవనాల ప్రారంభోత్సవ బోర్డులపై పలువురి పేర్లతో పాటు శక్తివంతమైన స్థానాల్లో ఉన్న వ్యక్తులు ఐఏఎస్ అధికారులు గా ఉండటం కూడా లవిష్‌కు కనిపించడం ప్రారంభించింది. వృత్తిపరమైన, సామాజిక విజయాన్ని సాధించడానికి ఐఏఎస్ లో ప్రవేశం ఒక ఖచ్చితమైన మార్గంగా కనిపించింది. అందువల్ల, రింకూక్యాంపస్ ప్లేస్‌మెంట్‌లను తిరస్కరించినప్పుడు, సివిఎస్ఈకి ప్రిపేర్ కావడానికి బీటెక్ పూర్తి చేసిన తర్వాత నేరుగా ఢిల్లీకి వెళ్లినప్పుడు లవిష్ ఆశ్చర్యపోలేదు.

బెంగళూరులో నివసిస్తున్నప్పుడు,పోలీసులు, ప్రభుత్వ కార్యాలయాలు, స్థానిక విక్రేతలు, తన అపార్ట్మెంట్ భవనంలోని సెక్యూరిటీ గార్డులతో వేధింపులకి గురై ఇబ్బంది పడ్డప్పుడు,ఐఎఎస్ అధికారుల గౌరవం, అధికారంగురించి రింకు, హనుమాన్ కథలను లవిష్ గుర్తు చేసుకున్నాడు:

'నేను అత్యున్నత ఇనిస్టిట్యూట్‌లో చదువుకున్నాను, అంతర్జాతీయంగా పరిశోధనా పత్రాలను ప్రచురించి మంచి ఆదాయాన్ని ఆర్జించాను. అయినప్పటికీ, సెక్యూరిటీ గార్డు, పోలీసు కానిస్టేబుళ్ల నుండి వేధింపులను ఎదుర్కొంటున్నాను.నేను లెక్కలేనంత డబ్బుని దాచినా, అది సమాజంలో నాకు గౌరవాన్ని ఇస్తుందా, అలాంటి వేధింపుల నుండి నన్ను కాపాడుతుందా?' లవిష్ నిస్సహాయతతో ఆలోచించాడు.

ఇంకా, తన విదేశీ పర్యటనల సమయంలో, లవిష్ విమానాశ్రయ ఇమ్మిగ్రేషన్ వద్ద దౌత్య కౌంటర్లను (డిప్లమటిక్ కౌంటర్స్) గమనించాడు. ఇక్కడ ప్రక్రియ వ్యాపార తరగతి కంటే వేగంగా ఉంది. దౌత్యవేత్తలతో

పరస్పర చర్యలు ప్రపంచ వేదికపై దేశానికి ప్రాతినిధ్యం వహిస్తున్నాయని తెలుసుకున్న అతను ఆశ్చర్యానికి లోనయ్యాడు.

గత రెండేళ్లలో, లవిష్ యూఎస్ఏ లో ఉండగా, అతని సీనియర్లు చాలా మంది ఐఏఎస్, ఐపీఎస్ లకు ఎంపికయ్యారు. సన్నిహితులు, సహవిద్యార్థులు కొందరు పరీక్షకు సిద్ధమవుతున్నారు.వారి విజయాల నుండి ప్రేరణ పొందిన లవిష్ సిఎస్ఈ గురించి సమాచారాన్ని సేకరించడం ప్రారంభించాడు, బస్వాన్ కమిటీ నివేదికచూసి కంగారు పడ్డాడు. సివిల్ సర్వీస్ ఆశావాదులకు వయో పరిమితులు, ప్రయత్నాల సంఖ్యను తగ్గించాలని ఇది సిఫార్సు చేసింది. ఇది లవిష్లో అత్యవసరంగా ప్రిపేర్ కావాలనే అంశాన్ని రేకెత్తించింది. 'నాకు ఇప్పటికే ఇరవై నాలుగు సంవత్సరాలు. నేను సిఎస్ ఈ కి హాజరు కావాలనుకుంటే, ఇదే సరైన సమయం; లేకపోతే జీవితాంతం పశ్చాత్తాపపడవచ్చు 'అని ఆలోచనలో పడ్డాడు .

లవిష్ తన కెరీర్ ఎంపికలపై ఇంకా ఆలోచిస్తున్న సమయంలో, ఐఐటి నుండి అతని సన్నిహిత మిత్రుడు, శ్రేయాన్స్ కుమత్, సిఎస్ఈ సన్నాహాల గురించి తరచుగా చర్చించేవాడు, సిఏసిఈకి పూర్తి సమయం కేటాయించడానికి తన ఉద్యోగాన్ని విడిచిపెట్టాడు. అదనంగా, బెంగళూరులోని షెల్‌లో లవిష్ సీనియర్లలో ఒకరైన పియూష్ ప్రసాద్ కూడా అతని ఐఏఎస్ కలను నెరవేర్చుకోమని ప్రోత్సహించారు.దాంతో, యూపీఎస్సీ సిఎస్ఈ పట్ల లవిష్ ఆకర్షణ మరింత పెరిగింది.

ఎడతెగని వర్షం కిటికీలను కొట్టడంతో, హార్వే హరికేన్ హ్యూస్టన్‌ను నాశనం చేయడంతో, లవిష్ మానసిక తుఫాను కూడా అమెరికా భ్రమను వదిలిపెట్టే స్థితికి చేరుకుంది. యుఎస్ఎలో తన కాంట్రాక్ట్ పొడిగింపు కోసం దరఖాస్తు చేసుకోకూడదని, భారతదేశానికి తిరిగి రావాలని నిర్ణయించుకున్నాడు.

గుడ్ బై, షెల్

1 మే 2018న, షెల్ బెంగళూరు కార్యాలయంలో లవిష్ తన పనిలో నిమగ్నమై ఉన్నాడు. ఒక నెలరోజుల నోటీసు కాలానిచ్చి, మునుపటి రోజు తన రాజీనామాను సమర్పించాడు. సాయంత్రం 6 గంటల సమయంలో,అతని బాస్ బ్రాడ్ నుండి కాల్ వచ్చింది.

'మీ రాజీనామా ఇమెయిల్ చూసి నేను ఆశ్చర్యపోయాను. ఎందుకు వెళ్ళిపోతున్నారు లవిష్? మంచి జాబ్ ఆఫర్ వచ్చిందా?' అతని గొంతులో నిరాశ, అపనమ్మకం స్పష్టంగా కనిపించాయి.

లవిష్ చెప్పిన విషయం, బ్రాడ్‌ను ఆశ్చర్యపరిచింది. 'నేను సరిగ్గా విన్నానా? షెల్ లో అధిక జీతం వచ్చే ఉద్యోగాన్ని వదిలేసి ఇంట్లో కూర్చొని రెండేళ్లు చదువుకుని విజయావకాశాలు దాదాపు శూన్యంగా ఉన్న ఉద్యోగం చేయాలనుకుంటున్నావా?' లవిష్ చేసిన దాంట్లో లాజిక్ కనబడక బ్రాడ్ ప్రశ్నించాడు. 'అవును, బ్రాడ్. అందుకే నేను వెళ్లి పోవలసిన అవసరం ఉంది–చదవడం కోసం నన్నునేను అంకితం చేసి విజయవంతంగా ఎదగాలి'లవిష్ సివిల్ సర్వీసెస్ రంగానికి సంబంధించిన విశిష్టతని చెప్పాడు. ఐఏఎస్ అధికారుల ఉద్యోగ ప్రొఫైల్, దానితో అనుబంధించబడిన ప్రోత్సాహకాలు, గౌరవం, అధికారం, వారు అనుభవిస్తున్న అపారమైన ఉద్యోగ సంతృప్తి గురించి వివరాలను కూడా చెప్పాడు

బ్రాడ్ శ్రద్ధగా విన్నాడు కానీ అపనమ్మకం తోనే ఉన్నాడు. ప్రారంభంలో, షెల్‌లో తేలికైన అసైన్‌మెంట్‌ను లవిష్ చేసి, అదే సమయంలో పరీక్షకు సిద్ధం కావాలని సూచించాడు. కానీ, ధైర్యంగా, విజయం కోసం తన సర్వశక్తులు ఉపయోగిస్తానని లవిష్ పట్టుబట్టాడు. అతని దృఢ నిశ్చయాన్ని గుర్తించి, బ్రాడ్ ఒక చదువు కోసం మంజూరు చేసే సెలవును (సబ్బాటికల్ లీవ్) ప్రతిపాదించాడు, యూపీఎస్ఈ డ్రీం అతని సాధన ప్రణాళిక ప్రకారం అనుకున్నట్టు జరగకపోతే రెండు సంవత్సరాల తర్వాత కంపెనీకి తిరిగి రావడానికి అనుమతించాడు.

నెదర్లాండ్స్‌లో ఉన్న మరో జనరల్ మేనేజర్ ఎమ్మా, షెల్‌లో సామాజిక రంగ పాత్రలను (సోషల్ సెక్టార్ రోల్స్) వెతుక్కోమ్మని లవిష్‌ను ప్రోత్సహించారు. లవిష్ హేతుబద్ధంగా ఆలోచించడం లేదని నమ్మి, హేతుబద్ధంగా నిర్ణయం తీసుకోమని సలహా ఇచ్చింది, అతనికి 'థింకింగ్ ఫాస్ట్ అండ్ స్లో' అనే పేరుగల ఒక పుస్తకం అందించింది, నెమ్మదిగా ఆలోచించమని, భావోద్వేగంతో కాకుండా హేతుబద్ధంగా ఆలోచించమని కోరింది.

అయితే, లవిష్ పైనున్న జనరల్ మేనేజర్, శాండీ, సెలవు ఆలోచన గురించి అయిష్టత వ్యక్తం చేశారు. 'షెల్ ఫాల్‌బ్యాక్ ఎంపిక కాదు,' శాండీ,

కంపెనీతో తనకున్న అనుబంధంతో, నిరాశపరిచేలా తెలియజేశాడు. యూపీఎస్సీ లో విజయం సాధించడంలో విఫలమైతే అదే కంపెనీకి తిరిగి రావడం ఒక మెట్టు దిగినట్టేనని లవిష్ కూడా భావించాడు, తన రాజీనామాను ఆమోదించాలని ఒత్తిడి చేశాడు.

అతని కుటుంబాన్ని ఒప్పించడం మరొక కష్టమైన పని పని. అతని నిర్ణయం ప్రారంభంలో కుటుంబం నుండి ప్రతిఘటనను ఎదుర్కొంది, పని చేస్తూ చదువుకోవచ్చుగా అన్నారు. పనిని చదువుని కలపలేనని నిర్ణయించుకున్నాడు. వారి ఆర్థిక పరిస్థితి మునుపటి కంటే స్థిరంగా ఉండటంతో, వారు మంచి ప్రదేశంలో కొత్త ఇల్లు కొనడంతో బాటుగా, లవిష్ వివాహం కోసం ప్రణాళికలు వేసుకున్నారు. అయితే, యూపీఎస్సీ ప్రయత్నం ఫలించకపోతే మరొక ఉద్యోగాన్ని సంపాదించడం కష్టం కాదని వారికి హామీ ఇచ్చాడు.

యుపిఎస్సి సివిఎస్ఈ పర్వతాన్ని అధిరోహించడానికి, లవిష్ కష్టతరమైన ప్రయాణాన్ని ప్రారంభించడానికి వేదిక సిద్ధమైంది.

కోటా యుద్ధభూమిలో విజయం

షెల్‌లో అత్యంత గౌరవనీయమైన, బాగా జీతం వచ్చే ఉద్యోగాన్ని విడిచిపెట్టడం ద్వారా, లవిష్ అసాధారణమైన సాహసోపేతమైన నిర్ణయం తీసుకున్నాడు. చాలా మంది ఐఏఎస్ ఔత్సాహికులు ఇటువంటి అద్భుతమైన ఎంపికలు చేసుకోడానికి కష్టపడతారు. తరచుగా రెండు పడవలను సమతుల్యం చేయడానికి ప్రయత్నిస్తారు, తత్ఫలితంగా వారి కలలు నెరవేర్చుకోలేక పోతారు.

ఆ రాత్రి లవిష్‌కి నిద్ర రాలేదు. బ్రాడ్, ఎమ్మా, శాండీ మాటలు వెంటాడాయి. సివిల్ సర్వీసెస్ పరీక్షలో విజయంపై అనిశ్చితి కూడా చుట్టుముట్టింది. కొత్త ఇల్లు కొనుక్కోవాలనే తల్లిదండ్రుల కలను వాయిదా వేసినందుకు అపరాధ భావాన్ని అనుభవించాడు. 10వ తరగతి తర్వాత తన కోచింగ్‌కు కావాల్సిన డబ్బు సంపాదించేందుకు బ్యాంకులో ఉద్యోగం చేసిన తర్వాత,గంటల తరబడి బట్టలు కుడుతూ తల్లి అలసిపోకుండా శ్రమించిన విషయాన్ని గుర్తుతెచ్చుకొని కన్నీటి పర్యంతమయ్యాడు.

లవిష్ తీవ్రమైన పోటీని ఎదుర్కోవడం, సుదీర్ఘకాలం పాటు కఠినమైన అధ్యయన షెడ్యూల్‌ను భరించడం ఇదే మొదటిసారి కాదు. ఇంతకు ముందు

రెండుసార్లు ఇలాంటి సవాళ్లను అధిగమించాడు: ఒక దశాబ్దం క్రితం, 10వ తరగతి తర్వాత రెండు సంవత్సరాల ఐఐటి జేఈ కోచింగ్ కోసం కోటాకు వెళ్లినప్పుడు, ఆ తరువాత, ఐఐటి బాంబేలో తన బీటెక్ చదివే మూడు సంవత్సరాలలో.

19 ఏప్రిల్ 2009, తన 10వ తరగతి పరీక్షలు ముగిసిన ఇరవై రోజుల తర్వాత, ఉదయపూర్ నుండి కోటాకు తన తల్లితో కలిసి ప్రయాణించిన విషయాన్ని లవిష్ స్పష్టంగా గుర్తు చేసుకున్నాడు. లవిష్ కుటుంబం తీవ్ర ఆర్థిక ఇబ్బందులతో కొట్టుమిట్టాడుతుండగా, రూ. 1.3 లక్షలున్న కోచింగ్ ఫీజు ని నానాజీ (తాతయ్య) ఇవ్వడంతో, తాత గారి పట్ల కృతజ్ఞతా భావంతో వున్నాడు.

రెండు సంవత్సరాల పాటు, ఎయిర్ కండీషనర్, కూలర్, హీటర్ లేదా గీజర్ వంటి ప్రాథమిక సౌకర్యాలు లేని చిన్న పిజీ గది పదిహేనేళ్ల లవిష్‌కి నివాసం అయ్యింది. కోటా బీభత్సమైన వాతావరణానికి ఇది సరిపోదు- వేసవిలో 48 డిగ్రీల సెల్సియస్ వద్ద కాలిపోతే; శీతాకాలంలో 1 డిగ్రీ సెల్సియస్ వద్ద ఎముకలు కొరికే చలి వుంటుంది. డబ్బు ఆదా చేయడానికి, రోజుకు రెండుసార్లు సగం టిఫిన్ తినేవాడు.

ఐఐటీ విజయం సాధించాలనే కలతో, లవిష్ తన కోచింగ్ ఇనిస్టిట్యూట్‌లో తొలిరోజు అడుగుపెట్టినప్పుడు, నమ్మకం లేకుండా పోయింది. నాలుగు ఫుట్‌బాల్ మైదానాలకు సమానమైన విస్తీర్ణంలో ఇనిస్టిట్యూట్ గేట్ నుండి విస్తారమైన సైకిళ్ల సముద్రం విస్తరించి ఉంది. ఈ చక్రాల సముద్రం వెనుక ఒక భారీ ఏడు అంతస్తుల భవనం ఉంది. క్యాంపస్ సుమారు 10,000 మంది విద్యార్థులతో సందడిగా వుంది. అతను ప్రారంభించిన విద్యా ప్రయత్నాల పరిమాణాన్ని తెలియచేసింది.

లవిష్ తన సహవిద్యార్థులలో కొందరితో మాట్లాడినప్పుడు, దాదాపు ప్రతి ఒక్కరూ తమ తమ పాఠశాలల్లో అగ్రశ్రేణి విద్యార్థిగా ఉన్నారని తెలుసుకుని మరింత ఆశ్చర్యపోయాడు. చాలా మంది ఇప్పటికే సిలబస్ మొత్తం మీద పట్టు సాధించారనే అభిప్రాయాన్ని కలిగించారు. 'ఒకే ఇనిస్టిట్యూట్‌లో చాలా మంది అనూహ్యంగా తెలివైన విద్యార్థులు ఉంటే, నేను ఐఐటీలో పరిమిత సీట్లలో ఒకదానిని సాధించే అవకాశం ఉందా?' అని ప్రశ్నించుకున్నాడు. హృదయంలో ఆందోళన చోటుచేసుకుంది.

అయినప్పటికీ, కొన్ని రోజుల్లోనే ధైర్యాన్ని కూడగట్టుకున్నాడు, తన లక్ష్యాన్ని బలపరుచుకుని, స్థిరమైన దృఢ సంకల్పంతో తన సన్నాహాల్లో మునిగిపోయాడు, ప్రతిరోజూ ఆశ్చర్యంగా పద్నాలుగు నుండి పదహారు గంటల సమయాన్ని చదువుకోడానికి కేటాయించాడు. తీవ్రమైన క్రికెట్ అభిమాని అయినప్పటికీ, తన చదువుకు ప్రాధాన్యతనిస్తూ, ఆ సంవత్సరం ప్రపంచ కప్ క్రికెట్ లో ఒక్క మ్యాచ్ కూడా చూడలేదు.

ఐఐటీ- జేఈఈ పరీక్ష జరిగే కీలకమైన రోజు, 11 ఏప్రిల్ 2012న వచ్చింది. ఈ ఒక్క రోజుకి తన తలరాతనే మార్చే శక్తిఉందన్న ఆలోచనతో లవిష్ భయాందోళనలకు గురయ్యాడు. అయితే, మరుసటి రోజు ప్రచురించబడిన సమాధానాల 'కీ'తో చూసుకుంటే, బాగా రాసాడని అర్థమైంది.

24 మే 2012 రాత్రి, ఐఐటీ జేఈఈ లో 254 ర్యాంక్ సాధించాడని తెలుసుకున్నప్పుడు ఆనందంతో మురిసిపోయాడు. యంత్రాలు చేసే పని పట్ల ఆకర్షితుడై, లవిష్ ఎంతో పేరున్న కంప్యూటర్ సైన్స్, ఎలక్ట్రికల్ లని వద్దనుకుని మెకానికల్ ఇంజనీరింగ్‌ని ఎంచుకున్నాడు.

అతని చాచాజీ, మౌసీజీ ముంబైలో ఉండడంతో, ఐఐటి ముంబైని ఎన్నుకున్నాడు. బంధువులు ఆ నగరం గురించి గొప్పగా చెప్పారు-దాని ఎత్తైన భవనాలు, సందడిగా ఉండే లోకల్ రైళ్లు, నిర్మలమైన బీచ్‌లు, బాలీవుడ్ నటుల హడావిడి గురించి ఎన్నో వింతలు వింతలుగా చెప్పారు. 20 జూలై 2012న, లవిష్ తన తల్లిదండ్రులు, సోదరుడితో కలిసి ఉదయపూర్ నుండి ముంబైకి రైలు ఎక్కాడు, తన జీవితంలో కొత్త అధ్యాయాన్ని ప్రారంభించేందుకు సిద్ధంగా ఉన్నాడు.

భ్రమ తొలగిపోయింది

ఐఐటి బొంబాయి క్యాంపస్ అద్భుతంగా ఉంది, దాని చుట్టూ ప్రకృతి అందాలు-పర్వతాలు, ఒక వైపు సంజయ్ గాంధీ నేషనల్ పార్క్, మరోవైపు సరస్సులు ఉన్నాయి. ఈ క్యాంపస్ లవిష్ ఇంతకు ముందెన్నడూ చూడని సౌకర్యాలను కలిగి ఉంది: స్విమ్మింగ్ పూల్, వ్యాయామశాల, బ్యాడ్మింటన్, టెన్నిస్ కోర్టులు, రుచికరమైన ఆహారాన్ని అందించే మెస్, విస్తారమైన పచ్చని ప్రదేశాలతో కూడివుంది.

ఉక్కిరిబిక్కిరి అయిన లవిష్‌కు ఎంతో మనశ్శాంతి లభించింది. 'కఠిన శ్రమ, పోరాటాల శకం ముగిసింది, ఇప్పుడు నేను నా కిష్టమైన జీవితాన్ని గడుపుతాను. పెద్ద బహుళజాతి కంపెనీలు లాభదాయకమైన ఉద్యోగ ఆఫర్లతో నా కోసం పోటీ పడతాయి,'అని తనలో తాను అనుకున్నాడు, కోటాలో వినిపించిన మాటలు ప్రతిధ్వనించాయి. ఈ ఆత్మసంతృప్తి వల్ల సినిమాలు, గేమ్‌లు, సోషల్ మీడియాలో చాలా సమయం వృథా అయింది. తన ప్రపంచంలో ఓడిపోయాడు. చాలా తరగతులకు కూడా హాజరు కాలేదు.

అయితే, ఒక సంవత్సరం తర్వాత సీనియర్ల ప్లేస్‌మెంట్ సీజన్ అతనికున్న భ్రమనుతొలగించింది. ఆశ్చర్యపరిచేటట్టు, 'ప్రశాంతంగా కనిపిస్తూ, తిరిగిన చాలా మంది సీనియర్లు ఉపాధిని పొందేందుకు కష్టపడ్డారు. ఆత్రుతతో, కలవరపడి, తన చివరి సంవత్సరం ఉద్యోగ వేటలో ఎలా గెలవాలో, విజయవంతమైన సీనియర్ల నుండి సలహా కోరాడు. కాబోయే ఉద్యోగులలో కార్పొరేట్‌లు ఏం ఆశిస్తున్నాయో-అకడమిక్స్‌లో తొమ్మిది కంటే ఎక్కువ ఉన్న సిపిఐ (CPI), కరికులం విటే (CV)లో విభిన్నమైన 'స్పైక్' గురించి కఠినమైన నిజాన్ని తెలుసుకున్నప్పుడు నిద్ర పట్టలేదు. సివిలో స్పైక్ అనే అంతుచిక్కని కాన్సెప్ట్ గురించి ఆలోచిస్తూ, లవిష్ దానిని ఎలా సాధించాలో ఆలోచించాడు. పాఠ్యేతర కార్యకలాపాలు, పరిశోధన ప్రయత్నాలు లేదా నాయకత్వ స్థానాలను కలిగి ఉండటంలో అసాధారణమైన విజయాలు సాధించడం వల్ల స్పైక్ ఏర్పడుతుందని సీనియర్లు వివరించారు.

లవిష్ ఇక కష్టపడి చదవాలని నిర్ణయించుకున్నాడు. పరిశోధనా అవకాశాన్ని వెతకాలని కూడా నిర్ణయించుకున్నాడు.కొన్ని రోజుల్లో ప్రొఫెసర్ ఎస్వీ ప్రభు ఫ్లూయిడ్ మెకానిక్స్‌లో అథారిటీ అయిన, వోర్టెక్స్ షెడ్డింగ్‌పై పరిశోధన ప్రాజెక్ట్ కోసం సహాయకులను అడిగారు.

వారాంతాలు, సెలవులు, సెమిస్టర్ విరామాల్లో క్లాసు తర్వాత గంటల తరబడి అంకితభావంతో ప్రొఫెసర్ ప్రభుతో కలిసి రీసెర్చ్ ప్రాజెక్టులో హృదయపూర్వకంగా నిమగ్నమయ్యాడు. ప్రయోగాత్మక వ్యవస్థను రూపొందించడం, పరిశోధన చేయడం, ఫలితాలను డాక్యుమెంట్ చేయడం, ఫలితాలను సమర్పించడం వంటి నైపుణ్యాలను నేర్చుకున్నాడు. ఈ క్రమంలో సాఫ్ట్ వేర్ డెవలప్ మెంట్, డిజైనింగ్, ఇమేజ్ ప్రాసెసింగ్‌లో నైపుణ్యాలు సంపాదించాడు.

ఐఐటి బొంబాయి అసాధారణమైన అండర్ గ్రాడ్యుయేట్ పరిశోధనకు ఇచ్చే అవార్డుతో గుర్తించినప్పుడు కఠిన శ్రమకు తగిన ఫలితం లభించింది. ఇంకా, అతని పరిశోధనా పత్రం పారిస్‌లో ఫ్లూయిడ్ మెకానిక్స్‌పై అంతర్జాతీయ సమావేశంలో ప్రజెంట్ చేయడానికి గౌరవనీయమైన స్థానాన్ని సంపాదించింది.

తన పరిశోధనా అనుభవాన్ని మెరుగుపరుచుకుని, లవిష్ తన మూడవ సంవత్సరం పూర్తి చేసిన తర్వాత జర్మనీలోని పాడర్‌బోర్న్‌లో ప్రసిద్ధ చెందిన అంతర్జాతీయ ఇంటర్న్‌షిప్‌ను సాధించాడు. అదే సమయంలో, లవిష్ గత నాలుగు సెమిస్టర్లలో అద్భుతమైన సిపిఐ స్కోర్లు 9.67, 9.93, 9.7, ఖచ్చితమైన 10 స్కోర్లను సాధించి, ఇనిస్టిట్యూట్ ప్రతిష్టాత్మక అకడమిక్ ఎక్సలెన్స్ అవార్డును సంపాదించాడు.

అతని ఖచ్చితమైన ప్రణాళిక, సంవత్సరాల కృషి 1 డిసెంబర్ 2014న షెల్‌లో ఎంతో గౌరవనీయమైన, ఎక్కువ ప్యాకేజీ ఉద్యోగాన్ని సంపాదించడంతో ముగిసింది.

1 మే 2018, భారతదేశానికి తిరిగి వచ్చినప్పుడు, తన జీవితంలో మరో భయంకరమైన సవాలును ఎదుర్కొన్నాడు అదే: యూపీఎస్సీ సివిఎస్‌సి లక్ష్యంగా పెట్టుకోవడం.అయితే, కోటాలో, ముంబయిలో గతంలో చేసిన పోరాటాలు, సాధించిన విజయాల జ్ఞాపకం లవిష్ సంకల్పాన్ని బలోపేతం చేయడానికి ఉపయోగపడింది. ఈ కష్టమైన సవాలును ఎదుర్కోవడానికి, విజయం సాధించడానికి అవసరమైన ఆత్మవిశ్వాసాన్ని నింపింది.

సివిల్ సర్వీసెస్ సాధించడానికి ఇంత కష్టపడ్డం అవసరమా?

5 జూన్ 2018న, ఢిల్లీలో ఐఏఎస్ ఆశావహులతో సందడిగా ఉండే ప్రపంచంలోకి లవిష్ అడుగుపెట్టాడు. నగరానికి అపరిచితుడైన అతను కరోల్ బాగ్‌లోని కమ్యూనిటీ హాస్టల్‌లో చేరాడు. అక్కడ సామాన్యమైన, భాగస్వామ్య గదులను నెలవారీ అద్దె రూ. 10,000 కి ఇస్తారు. ఇందులోరోజూ రెండు మాములు భోజనాలు ఉన్నాయి. లవిష్ అసౌకర్యాలన్ని పక్కనబెట్టి, తన లక్ష్యంపై మాత్రమే దృష్టి పెట్టాలని నిర్ణయించుకున్నాడు.

మెయిన్స్‌కు ఐచ్ఛిక సబ్జెక్టును ఎంచుకోవడం సవాలుగా మారింది. శ్రేయాన్ష్‌తో ఇతర స్నేహితుల హెచ్చరించిన్నప్పటికీ, లవిష్ సిలబస్‌లోని

సుపరిచితమైన అంశాలకి ఆకర్షితుడయ్యాడు. మెకానికల్ ఇంజనీరింగ్, సబ్జెక్ట్‌లో కొందరు ఎక్కువ స్కోర్ చేసినట్టు కనిపించింది.'ఎక్కువ స్కోర్ చేసినవారిలో నేనెందుకు వుండను?' అని లవిష్ తన బిటెక్ సమయంలోమెకానికల్ ఇంజనీరింగ్‌లో తనకి గల పట్టుని, పరిజ్ఞానాన్ని గుర్తు చేసుకున్నాడు. మరుసటి రోజు, సిఫార్సు చేయబడిన సెకండ్ హ్యాండ్ పుస్తకాలను కొనడానికి లవిష్ నేరుగా దర్యాగంజ్ మార్కెట్‌కి వెళ్లాడు. జిఎస్ కోసం కోచింగ్ ఇనిస్టిట్యూట్‌లో జేరాడు.

కార్పొరేట్ వర్క్ కల్చర్ నుండి తీవ్రమైన ఏకాగ్రతని కోరే వాతావరణానికి మారడం ఒక భయంకరమైన సవాలుగా పరిణమించింది.కంపెనీ లో లవిష్ తరచుగా సమావేశాలు, చర్చలకు అలవాటు పడ్డాడు. అక్కడ సుదీర్ఘమైన ఏకాగ్రత అవసరం లేదు. పనిలో భాగంగా ప్రతి పదిహేను నిమిషాలకు ఇమెయిల్ చూసుకోవడం, ప్రతి గంటకి విరామం తీసుకోవడం జరిగేది.

లవిష్ జిఎస్ సిలబస్ తిరగవేసినప్పుడు, పాఠ్యప్రణాళిక విస్తారత భయపెట్టింది. 'ప్రిలిమ్స్‌కు ఏడాది కంటే తక్కువ సమయం ఉంది. నేను సిలబస్ నయినా కవర్ చేయగలనా? ప్రిలిమ్స్‌ను క్లియర్ చేసినప్పటికీ, మెయిన్స్ పరీక్ష కోసం ఐచ్ఛిక సబ్జెక్ట్, వ్యాసాలు రాయడానికి, జి ఎస్ కోసం ప్రిపేర్ కావడానికి కావలసిన సమయం ఉండదు. హ్యూమానిటీస్‌లో బాగా రాణించగలనా? హైస్కూల్ లో వాటిని పట్టించుకున్నానా?' అనే సందేహంలో పడ్డాడు. రాబోయే అనిశ్చితి తాలూకా ఘర్షణతో పాటు లవిష్ మెకానికల్ ఇంజినీరింగ్ సిలబస్ చూసినప్పుడు, మరొక వాస్తవ పరిస్థితి అర్థమైంది. బిటెక్ సమయంలో దాదాపు 40 శాతం సి ఎస్ ఈ సిలబస్ కూడా కవర్ కాలేదు. మిగిలిన వాటిలో చాలా వరకు జ్ఞాపకం రాలేదు. ఐఐటీ ప్రొఫెసర్లు విదేశీ రచయితల పుస్తకాలకు ప్రాధాన్యత ఇస్తుండగా, సిఎస్ ఈ కోసం భారతీయ రచయితల పుస్తకాలు సిఫార్సు చేయబడ్డాయి.

ఈ భావోద్వేగ కల్లోలం మధ్య, లవిష్‌కు మరో ఎదురుదెబ్బ తగిలింది. మొదటి జిఎస్ మాక్ టెస్ట్‌లో కేవలం ముప్పై మార్కులు రావడం, ఎగ్జామినర్ నుండి వచ్చిన ఘాటైన ఫీడ్‌బ్యాక్ అతనిని విషాదంలో నింపింది. ఒక క్షణం, తన సామర్థ్యాన్ని అనుమానించాడు, నిరాశ చెందాడు, తనకి సి ఎస్ ఈ ఛేదించే సామర్థ్యం లేదని భావించాడు.

అతని బాధని మరింత తీవ్రతరం చేసింది భారత ప్రధానమంత్రి హ్యూస్టన్ పర్యటన వార్త. లవిష్ 'హౌడీ మోడీ' సంఘటన వీడియోలు, ఫోటోలను చూశాడు.హ్యూస్టన్‌లో తన సౌకర్యవంతమైన జీవితాన్ని గుర్తుచేసుకున్నాడు.

'నేను సీఎస్ఈ రాయాలని నిర్ణయించుకోకపోతే, హ్యూస్టన్లో ఉండి, ఈ కార్యక్రమంలో పాల్గొనేవాడిని. అక్కడ చక్కటి జీవితాన్ని గడుపుతున్నాను. ప్రపంచవ్యాప్తంగా పర్యటించాను. బాగా డబ్బు సంపాదించాను. ఇక్కడ పాత, పేలవమైన, భాగస్వామ్య హాస్టల్ గదిలో రోజుకు పద్దెనిమిది గంటలు గడుపుతున్నాను. నేను డబ్బుని,సౌకర్యాన్ని కోల్పోయాను, నా కెరీర్ లో వెనుకబడి ఉన్నాను. ఈ పోరాటం నిజంగా విలువైనదేనా? పరీక్షలో పాస్ అయినప్పటికీ, ఏదైనా ప్రాధాన్యత లేని కేడర్లో పడిపోతే? ఎన్నో ప్రశ్నలు లవిష్ మదిలో మెదిలాయి.

ప్రతి ఐఏఎస్ ఆశావాది వారి సన్నాహక ప్రయాణంలో నిస్పృహ దశల్ని ఎదుర్కొంటారు. దానిని ఎంత త్వరగా అధిగమిస్తే, అంత త్వరగా విజయాన్ని రుచి చూసే అవకాశం ఉంటుంది.

అదృష్టవశాత్తూ, లవిష్ ఈ దశను ఎక్కువసేపు కొనసాగించడానికి ఇష్టపడలేదు. ఆ మానసిక స్థితి నుండి త్వరగా బయటపడ్డాడు 'పోటీ పరీక్షలో నేను ఎప్పుడూ పరాజయం పొందలేదు. నా కోసం మాత్రమే కాకుండా నా కుటుంబం కోసం కూడా విజయం సాధించాలి. అంతేకాక, నా క్లాస్‌మేట్స్, ఇతర ఐఐటి పూర్వ విద్యార్థులు దీన్ని సాధించగలిగినప్పుడు, పరీక్షలో నేను మాత్రం ఎందుకు విజయం సాధించలేను?' అని తనలో తానే అనుకున్నాడు.

కొన్ని రోజుల తరువాత, కోటా, ఐఐటి బొంబాయిలోని తన బెస్ట్ ఫ్రెండ్ శ్రేయాన్స్ కుమట్, మెయిన్స్ క్లియర్ చేసిన విషయం తెలిసి, రెట్టించిన ఉత్సాహంతో లవిష్ ప్రిపేర్ అవడం మొదలు పెట్టాడు .కోటాలో తన ఐఐటి–జెఇ ఇ రోజులలో, తరువాత ఐఐటి బొంబాయిలో రెండు, మూడవ సంవత్సరాలలో రగిలిన స్ఫూర్తి మొదలైంది.

విజయ సూత్రాన్ని రూపొందించడం

లవిష్ మునుపటి సంవత్సరాల పరీక్షా ప్రశ్నలను సూక్ష్మంగా పరిశీలించాడు. కోచింగ్ తరగతులలో బోధించిన పాఠ్యాంశాల మధ్య, యుపిఎస్సి అడిగిన

ప్రశ్నల మధ్య సమన్వయం లేదని గ్రహించాడు. దాంతో, రాజకీయ, ఆర్థిక వ్యవస్థపై కోచింగ్ విషయంలో ఎన్నిక చేసుకున్న సెషన్ల కి హాజర్ కావాలని, మిగిలిన వాటిని సొంతంగా చదువుకోవాలని నిర్ణయించుకున్నాడు. దానితోపాటు, ఆన్‌లైన్‌లో అందుబాటులో ఉన్న భౌగోళిక, ఆర్థిక శాస్త్రంపై చక్కటి ఉపన్యాసాల కోసం వెతికాడు.

లవిష్ క్రమంగా చదువు మీదకి దృష్టి సారించాడు. తన దినచర్యలో తీవ్రమైన మార్పులు చేసుకున్నాడు. రాత్రి సమయపు ప్రశాంతతలో చదువుకోవడం ప్రారంభించాడు. డిసెంబరు మొదలు కావడంతో, లవిష్ తన పురోగతి, ప్రిలిమ్స్‌కు మిగిలి ఉన్న సమయం, విభిన్న అంశాలను సిద్ధమవడానికి అవసరమైన సమయాన్ని నిశితంగా అంచనా వేసాడు. ఈ విశ్లేషణ ఆధారంగా చేసుకుని, రోజు-వారం-నెలవారీ లక్ష్యాలతో షెడ్యూల్‌ను రూపొందించాడు, పరీక్షలు, రివిజన్ కోసం సమయాన్ని బాగాకేటాయించాడు. తన రోజువారీ లక్ష్యాలను చేరుకోవడానికి కట్టుబడి, నిద్రని త్యాగం చేశాడు. రోజుకు మూడు నుండి నాలుగు గంటలు మాత్రమే విశ్రాంతి తీసుకున్నాడు.

జనవరి 2019లో, లవిష్ హాస్టల్‌లోని మరో ముగ్గురు తనలాంటి మనస్తత్వం కలిగిన ఆశావహుల సమూహంలో భాగమయ్యాడు: మనీష్ ధరివాల్, ముకుల్, దీక్షిత్ జైన్. ఒకరికొకరు సహాయం చేసుకోవడంతో పాటు, తమలో తాము ఆరోగ్యకరమైన పోటీని కూడా పెంచుకున్నారు. ఒక ప్రముఖ కోచింగ్ ఇనిస్టిట్యూట్ రోజూ ఇచ్చే ఐదు-ప్రశ్నలు వారికి ప్రధానమైన అభ్యాసంగా మారింది. వారు ప్రతి సమస్య తాలూకా సూక్ష్మ నైపుణ్యాలను అర్థం చేసుకోవడానికి, ప్రశ్నలకి సమర్థవంతంగా జవాబులు రాయడానికి, తెలివిగా వ్యూహాలను రూపొందించుకోవడానికి ఉమ్మడిగా చర్చించుకునేవారు.

పరీక్షా పరిస్థితులను అనుకరించేందుకు, ముగ్గురూ తమ హాస్టల్‌లో ముందుగా నిర్ణయించుకున్న తేదీలలో, సమయాల్లో ఒక టెస్ట్ సిరీస్‌కు సంబంధించిన దాదాపు నలభై పూర్తి-నిడివి ప్రశ్న పత్రాలకు జవాబులు రాసే ప్రయత్నం చేశారు. అందరు కలిసి చేసిన ఈప్రయత్నం క్రమశిక్షణను పెంపొందించడమే కాకుండా, ఉత్సాహం తక్కువగా ఉన్న సమయంలో పరస్పర ప్రేరణను కూడా అందించింది. లవిష్ తన 'చాయ్ స్నేహితుడు'

ఐఐటి బాంబేలో సీనియర్ అయిన గౌరవ్ శర్మతో కూడా పరీక్షా వ్యూహాన్ని చర్చించాడు. లవిష్, శర్మ స్పష్టంగా రాసుకున్న డ్రాఫ్ట్ నోట్స్ నుండి,గుర్తుంచుకునే పద్ధతులు, ప్రశ్నపత్రాల విశ్లేషణ, పరీక్ష కంటెంట్ విజువలైజేషన్ వల్ల ఎంతో ప్రయోజనం పొందాడు,

ఫిబ్రవరి 2019 నుండి, పూర్తిగా ప్రిలిమ్స్ ప్రిపరేషన్‌కే కట్టుబడి ఉన్నాడు. ప్రతి పరీక్ష తర్వాత, తన పనితీరును నిశితంగా విశ్లేషించాడు, తగిన ప్రిపరేషన్ లేకపోవడమా, పరిజ్ఞానం లేకపోవడమా లేదా ప్రశ్నలను తొందరపాటుగా చదవడమా అనే విషయాలు తెలుసుకోడానికి ప్రతి తప్పును వివరంగా విశ్లేషించుకున్నాడు.

సిఎస్ఈ దరఖాస్తు ఫారమ్‌ను పూరిస్తున్నప్పుడు, లవిష్ సాధారణంగా సిఎస్ ఈ లో ప్రిలిమ్స్ పరీక్ష అయిన ఇండియన్ ఫారెస్ట్ సర్వీస్ (IFS)ని కూడా ఎంచుకున్నాడు.

ప్రిలిమ్స్ పరీక్ష 3 జూన్ 2019న జరిగింది. ఆన్సర్ కీతో సరిపోల్చి చూస్తే లవిష్ 140 మార్కులకు పైగా స్కోర్ చేసినట్లు తెలుస్తోంది. ఫలితాలు ప్రకటించబడినప్పుడు, ఊహించిన విధంగా, సిఎస్ఈ, ఐఎఫ్ఎస్ రెండింటికీ, పరీక్షలో ఉత్తీర్ణత సాధించాడు. ఆనంద తరంగాలలో తేలిపోయాడు. ఏది ఏమైనప్పటికీ, 19 సెప్టెంబర్ 2019న ప్రారంభం కావాల్సిన మెయిన్స్‌కి కేవలం 100 రోజుల వ్యవధి వుండడంతో లవిష్‌ను ఆందోళనకు గురిచేసింది. ఆ సమయంలో, శ్రేయాన్స్ తన మెదటి ప్రయత్నంలో సిఎస్ఈలో ఆకట్టుకునే నాల్గవ ర్యాంక్‌ను కైవసం చేసుకున్న వార్త లవిష్ లో స్ఫూర్తిని బాగా పెంచింది.

మెయిన్స్ సన్నాహాల మధ్య, లవిష్ చాలా మంది ఔత్సాహికులకు సుపరిచితమైన సందిగ్ధంలో చిక్కుకున్నాడు–జవాబు–వ్రాత అభ్యాసం, మాక్ పరీక్షలలోకి ప్రవేశించే ముందు సిలబస్ పూర్తి చేయాలా లేదా ఏకకాలంలో అధ్యయనం చేసి పరీక్షలు రాయాలా అని. లవిష్ రెండోదాన్ని ఎంచుకున్నాడు, ఇది ఎంతో అవసరమైన వ్రాత అభ్యాసంతో పాటు తన బలహీనతల గురించి విలువైన జ్ఞానాన్ని అందించింది. క్రమం తప్పకుండా పూర్తి–నిడివి పరీక్ష పత్రాలను వ్రాసాడు. తన సమాధానాలను స్వీయ–మూల్యాంకనం చేసాడు, ఏయే అంశాలు మెరుగుపరచుకోవాలో వాటిని గుర్తించాడు. గత సంవత్సరాల టాపర్ కాపీలు మరొక శక్తివంతమైన అభ్యాస సాధనం. మెయిన్స్ పరీక్షకు కొద్ది రోజుల ముందు, లవిష్, అతని స్నేహితులు 'ఎగ్జామ్

సిమ్యులేటర్'లో మాక్ పరీక్షలలో నమోదు చేసుకున్నారు. ప్రముఖ కోచింగ్ సెంటర్లచే స్థాపించబడిన ఈఎగ్జామ్ సిమ్యూలేటర్ యుపిఎస్ ఈ పరీక్షా హాళ్లను ప్రతిబింబించే ప్రత్యేక పరీక్ష వాతావరణం అందిస్తాయి. వారు అసలు సివిల్ సర్వీసెస్ మెయిన్స్ పరీక్ష లా అదే క్రమం, వ్యవధి, విరామాలతో మాక్ పరీక్షల షెడ్యూల్‌ను ప్రచురిస్తారు. ఈ మాక్ పరీక్షలు, మెయిన్స్‌కు కొన్ని రోజుల ముందు నిర్వహించబడతాయి, అభ్యర్థులకు కీలకమైన అభ్యాసాన్ని అందిస్తాయి. పరీక్ష పరిస్థితులకు అలవాటుపడటానికి వారికి సహాయపడతాయి.

27 సెప్టెంబర్ 2019న సి ఎస్ ఈ మెయిన్స్‌ని పూర్తి చేసిన తర్వాత, లవిష్ కి పూర్తిగా శక్తిని కోల్పోయినట్లనిపించింది.అందువలన, వెంటనే ఉదయపూర్‌కు బయలుదేరాడు. ఇరవై ఐదు రోజుల విరామం తరువాత, ఢిల్లీకి తిరిగి వచ్చాడు. 1 డిసెంబర్ 2019 నుండి షెడ్యూల్ చేయబడిన ఐఎఫ్ఎస్ మెయిన్స్ కోసం సన్నాహాలను తిరిగి ప్రారంభించాడు.

డిఎఫ్ఏని తెలివిగా పూరించడం

ఆసక్తిగా ఎదురుచూస్తున్న శుభవార్త 15 జనవరి 2020 అర్ధరాత్రి వచ్చింది. లవిష్, ముకుల్ సిఎస్ఈ మెయిన్స్‌లో ఉత్తీర్ణులయ్యారు. ఐఎఫ్ఎస్ మెయిన్స్ ఫలితాలు మరుసటి రోజు ప్రకటించబడ్డాయి. దానిలో కూడా వీరిద్దరూ విజయం సాధించారు.

తన లక్ష్యం నుండి కేవలం ఒక అడుగు దూరంలో ఉన్నాడని గ్రహించినప్పుడు లవిష్ లో కొత్త శక్తి ఉప్పొంగింది. అయినప్పటికీ, చివరి జాబితాలో తన పేరు కనిపించకపోతే, ఇంటర్వ్యూలో బాగా చేసినా అర్థం ఏమీ లేదని, పూర్తి వాస్తవికత తో ఆలోచించిన క్షణంలో ఆందోళన మొదలైంది. సిఎస్ఈ వైకుంఠపాళితో(పాములు, నిచ్చెనల ఆటతో) సమానమని తన కుటుంబానికి వివరించి, వారి ఉత్సాహాన్ని తగ్గించడానికి ప్రయత్నించాడు. చివరి దశలో పాము కాటేసినా, సున్నాకి పడిపోవచ్చు. అప్పుడు, మళ్లీ ప్రయత్నాన్ని ప్రారంభించవలసి ఉంటుంది.

ఐఎఫ్ఎస్ ఇంటర్వ్యూ 11 ఫిబ్రవరి 2020న షెడ్యూల్ చేయబడింది. అయితే సిఎస్ఈ ఇంటర్వ్యూ 25 మార్చి 2020న జరగాల్సి ఉంది. చాలా ఇంటర్వ్యూ ప్రశ్నలు అభ్యర్థులు సవివరమైన దరఖాస్తు ఫారమ్ (DAF)లో

అందించిన వివరాలపైనే ఆధారపడి ఉంటాయి కాబట్టి, లవిష్ ఫారమ్‌ను జాగ్రత్తగా నింపాడు. అనవసరమైన వివరాలను రాయలేదు. స్కాలర్‌షిప్‌లు, అవార్డులు, పరిశోధనా పత్రాల గురించిన సమాచారం రాసాడు. పని అనుభవం ఇతర అభ్యర్థుల నుండి వేరు చేసిందని గుర్తించి,ఇంటర్వ్యూ సమయంలో చేసిన పని గురించే ప్రశ్నలను అడిగేటట్టుగా వివరాలు అందించాడు. డిఏఎఫ్ సమర్పించే ముందు, గతంలో పరీక్షలో విజయం సాధించిన తన సీనియర్ల అభిప్రాయాలని తీసుకున్నాడు. సేవలకు ప్రాధాన్యతలను ఎంచుకోవడం చాలా కష్టమైన పని అని నిరూపించబడింది. మొదట్లో విదేశాలలో నివసించే పేరుకి,ప్రతిష్టకి, గల అవకాశాలపట్ల ఆకర్షితుడయ్యాడు. తన మొదటి ఎంపికగా ఇండియన్ ఫారిన్ సర్వీస్‌ను ఎన్నిక చేసుకుందామా అని ఆలోచించాడు. చివరలో, పనిలో మార్పులేనితనం, విస్తృత శ్రేణి సవాళ్ల కోసం కోరిక ఐఏఎస్ వైపు మొగ్గు చూపేలా చేసింది. యూనిఫారమ్ సేవలంటే,అంతగా ఆసక్తి లేకపోవడంతో, ఇండియన్ పోలీస్ సర్వీస్‌కు తక్కువ ప్రాధాన్యం ఇచ్చాడు.

డిఏఎఫ్‌ని పూర్తి చేయడంలో మరో సవాలు ఏమిటంటే కేడర్‌లకు ప్రాధాన్యతలను సూచించడం. సహజంగానే, రాజస్థాన్, మధ్యప్రదేశ్ మొదటి, రెండవ ఎంపికలు, మధ్యప్రదేశ్ ఉదయపూర్‌కు దగ్గరగా ఉన్నందున సెంటిమెంట్ విలువను కలిగి ఉంది. అయితే, ఉత్తరప్రదేశ్, కర్ణాటక మధ్య మూడవ ఎంపికపై నిర్ణయం తీసుకోవడం కష్టతరమై, సవాలుగా మారింది, తన స్నేహితుడు శ్రేయాన్ష్ నుండి మార్గదర్శకత్వం కోరుతూ, విలువైన సలహాలను తీసుకున్నాడు.

'లవిష్, మీరు మీ జీవితాన్ని క్యాడర్‌లో గడుపుతారు, కాబట్టి సమగ్రంగా, దీర్ఘకాలికంగా ఆలోచించాలి. మీ తల్లిదండ్రులు, భార్య, పిల్లల అవసరాలను పరిగణించండి. కర్ణాటకలో బెంగుళూరుతో సహా మంచి కనెక్టివిటీ ఉన్న పెద్ద నగరాలు ఉన్నాయి, మంచి ఆరోగ్యం, విద్యా సౌకర్యాలు, పుష్కలంగా ఉపాధి అవకాశాలు ఉన్నాయి. భాష మొదట్లో ఒక సవాలుగా మారవచ్చు, కానీ దానిని అధిగమించడం కష్టం కాదు,'అని శ్రేయాన్స్ యిచ్చిన సలహాని అంగీకరించాడు.

అభ్యర్థులు ఇంటర్నెట్‌లో పోస్ట్ చేసిన ఇంటర్వ్యూ ప్రశ్నల ట్రాన్‌స్క్రిప్ట్‌లను పరిశీలిస్తే, ఇంటర్వ్యూ బోర్డులలో అభ్యర్థి పేరు అర్థం

గురించి కూడా ప్రశ్నలు అడుగుతున్నారని లవిష్ తెలుసుకున్నాడు.. విచిత్రమేమిటంటే, తన పేరుకి అర్థం తెలీదు. పాఠశాల, కళాశాల అంతటా, లవిష్ సహవిద్యార్థులు తన పేరు అర్థాన్ని శృంగార ప్రేమ, కోరిక, ఆనందం హిందూ దేవుడు అయిన 'కామ్ దేవ్'కి ఆపాదించడాన్ని భరించాడు–ఆ లేబుల్ అతను ఇష్టపడలేదు. కాబట్టి, లవిష్ తన స్వంత వివరణను రూపొందించాలని నిర్ణయించుకున్నాడు. ఇంగ్లీషులోని 'ప్రేమ'ను హిందీలో 'ఇష్'తో కలిపి, లవిష్‌ను దేవుడు ప్రేమించే వ్యక్తిగా నిర్వచించాడు.

డిఎఎఫ్ ఇతర అంశాలను పరిశీలిస్తూ, లవిష్ తన ఇంటి పేరు ఆర్డియా మూలాన్ని అన్వేషించాడు. అంతేకాకుండా, ఉదయపూర్ నుండి వచ్చిన తను ఆ నగరం, దాని పర్యాటక ఆకర్షణలు, పర్యాటక పరిశ్రమపై పరిశోధన చేశాడు. అదనంగా, పేర్లలో సారూప్యత కారణంగా మౌంట్ అబూలోని దిల్వారా జైన దేవాలయాలకు తన తల్లి గ్రామమైన దెల్వారాను పరిశీలించాడు.

ఇంటర్వ్యూ జరిగే విధానాన్ని గ్రహించడానికి, లవిష్ గత ఆరు సంవత్సరాలకి సంబంధించి, వివిధ ప్లాట్‌ఫారమ్‌ల నుండి ఇంటర్వ్యూ ట్రాన్‌స్క్రిప్ట్‌లను డౌన్‌లోడ్ చేసాడు 'టూరిజం', 'ఉదయ్‌పూర్', 'రాజస్థాన్', 'మెకానికల్ ఇంజినీరింగ్', 'ఆయిల్ అండ్ గ్యాస్' వంటి కీలక పదాలను ఉపయోగించి, ఈ అంశాలకు సంబంధించిన ప్రశ్నల కోసం ట్రాన్‌స్క్రిప్ట్‌లను జల్లెడ పట్టాడు. ఇంటర్వ్యూ రూమ్‌లలో జరుగుతున్న ప్రస్తుత చర్చల గురించి అప్‌డేట్‌గా ఉండటానికి, జరుగుతున్న ఇంటర్వ్యూ ట్రాన్‌స్క్రిప్ట్‌లను కూడా విశ్లేషించాడు.

లవిష్ మాక్ ఇంటర్వ్యూల సిరీస్‌లో కూడా హాజరయ్యాడు. కొంత ఫీడ్‌బ్యాక్ నిర్మాణాత్మకంగా ఉన్నప్పటికీ, కొంతమంది ఇంటర్వ్యూయర్లు అపహాస్యం చేస్తూ దారుణనమైన విమర్శలు చేశారు, ఇది అతని విశ్వాసాన్ని దెబ్బతీసింది.

అరణ్య ప్రపంచానికి ఆహ్వానం

11 ఫిబ్రవరి 2020 ఉదయం ధోల్‌పూర్ హౌస్‌లోని గంభీరమైన యూపీఎస్సీ కార్యాలయంలో లవిష్ ప్రవేశించాడు, ఆసక్తిగా, ఐఎఫ్ఎస్ ఇంటర్వ్యూ కోసం సిద్ధంగా ఉన్నారు. మొదటి ప్రశ్నే పట్టి పీడిస్తుందని అతనికి తెలియదు.

'ఐదేళ్లుగా ఇంట్లో ఎందుకు కూర్చున్నావు?' అని బోర్డు చైర్మన్ ఆరా తీస్తూ అడిగిన ప్రశ్న, లవిష్‌ని కోపానికి గురిచేసింది.

నిరుత్సాహపడకుండా, షెల్‌లో తన పని అనుభవాన్ని వివరించడం ప్రారంభించాడు. బోర్డుకి అతని డిఏఎఫ్-1 అందించబడింది. అది అతని అభిరుచులను వివరించింది. వృత్తిపరమైన ప్రయాణం గురించి కీలకమైన వివరాలను కలిగి ఉన్న డిఏఎఫ్-2 వారి ఫోల్డర్‌లలో ఉంచలేదు. ఈ అనూహ్య లోపం ఇంటర్వ్యూని ఊహించిన మార్గం నుండి దూరం చేసింది.

లవిష్ తన అనుభవాన్ని తెలియజేయడానికి ప్రయత్నించినప్పటికీ, బోర్డు డిఏఎఫ్-1లో అందించబడిన పరిమిత సమాచారంపై స్థిరంగా అడిగింది. గోడకి ఉన్నక్యాలెండర్ నుండి కోట్‌ను అర్థం చెప్పమని, యుద్ధం, సంఘర్షణ, వివాదాల మధ్య సూక్ష్మ నైపుణ్యాలను వివరించమని అడగడం వంటి అనూహ్యమైన ప్రశ్నలను వారు సంధించారు. నిరాశ భావనతో ఇంటర్వ్యూ గదిని విడిచిపెట్టిన లవిష్ సమాధానాలు ఇచ్చిన పద్ధతి, తను వేసుకున్న అంచనాల కంటే తక్కువగా ఉందనే భావనను వదులుకోలేకపోయాడు.

దాదాపు సాయంత్రం 5 గంటలైంది. 4 మార్చి 2020న, లవిష్ ఒక ప్రముఖ కోచింగ్ ఇనిస్టిట్యూట్‌లో సిఎస్ ఈ కోసం మాక్ ఇంటర్వ్యూ కోసం సిద్ధమవుతున్నప్పుడు. అకస్మాత్తుగా, స్నేహితులలో ఒకరు, అదే హాస్టల్ లో ఉండే ఐఐటి కాన్పూర్‌కు చెందిన ఒక జూనియర్, హడావిడిగా ప్రవేశించడంతో ఉత్సాహం వెల్లివిరిసింది.

'అభినందనలు, లవిష్! మీరుఐఎఫ్ఎస్ పరీక్షలో విజయం సాధించారు!' అంటు ఉత్సాహంగా వార్తను అందజేస్తూ, లవిష్‌ను కౌగిలించుకున్నాడు.

'అబ్బా! ఇది నిజంగా గొప్ప వార్త. అయితే నా ర్యాంక్ ఎంత?' లవిష్ ఉల్లాసంగా, ఆసక్తిగా అడిగాడు.

లవిష్ఐఎఫ్ఎస్‌పరీక్షలోరెండవర్యాంక్‌సాధించాడనితెలుసుకున్నాడు. అభినందన సందేశాలు వెల్లువెత్తాయి, సిఎస్ఈ కోసం చేసిన ప్రయత్నం ఐఎఫ్ఎస్ మెయిన్స్‌కు సిద్ధ మవ్వడానికి పెట్టుబడి అయిందని ఆశ్చర్యపడ్డాడు. అయితే ఇంటర్వ్యూ అనుభవం అంత ప్రోత్సాహకరంగా లేదు. ఐఎఫ్ఎస్, సిఎస్ఈ పరీక్షా విధానాలు ఒకేలా ఉండటంతో, సిఎస్ఈలో మంచి ఫలితాలు వస్తాయన్న అంచనాలు పెరిగాయి.

అకస్మాత్తుగా, లవిష్ మాక్ ఇంటర్వ్యూకు హాజరు కావాలనుకుంటున్న కోచింగ్ ఇనిస్టిట్యూట్ నుండి ఫోన్ కాల్స్ వచ్చాయి. దానిని వదులుకోకూడదనుకున్నాడు. ఉత్సాహంగా ఐఎఫ్ఎస్ విజయాన్ని జరుపుకోవాలనే తాపత్రయాన్ని ప్రతిఘటిస్తూ, మాక్ ఇంటర్వ్యూకి వెళ్లాలని నిర్ణయించుకున్నాడు.

లవిష్ తన మాక్ ఇంటర్వ్యూ కోసం వచ్చినప్పుడు, తన విజయానికి తగిన రిసెప్షన్ లభించింది. ఇనిస్టిట్యూట్ సిబ్బంది సాదరంగా స్వాగతం పలికారు, మాక్ ఇంటర్వ్యూ బోర్డు సభ్యులు సాధారణంగా అడిగే క్లిష్టమైన ప్రశ్నలని అడగకుండా అభినందించడానికి పోటీ పడ్డారు.

ఇంటర్వ్యూ గది నుండి బైటకి వచ్చిన తర్వాత, ఇనిస్టిట్యూట్ సిబ్బంది లవిష్ ఇనిస్టిట్యూట్ యజమానిని కలవాలని పట్టుబట్టారు . అతను ప్రత్యేక ఇంటర్వ్యూ కోసం కలు సరాయ్ కార్యాలయంలో లవిష్ కోసం ఎదురు చూస్తున్నాడు. మొదట్లో రానని చెప్పినా, లవిష్ చివరికి తప్పక కదిలాడు. కరోల్ బాగ్ నుండి కాలు సరాయ్ వరకు లవిష్ వెళ్ళాడు. విజయవంతమైన ఐఎఫ్ఎస్ అభ్యర్థులందరిని, ఇనిస్టిట్యూట్ సిబ్బంది అక్కడికి పిలిపించారు.

బోలెడు కెమెరాలు వున్న విశాలమైన స్టూడియోలో, ఇనిస్టిట్యూట్య జమాని లవిష్‌ని ఇంటర్వ్యూ చేసి, అతని నేపథ్యం, ప్రిపరేషన్ వ్యూహం, భవిష్యత్తులో ఆ పరీక్షల విజయం సా ధించాలనుకునే వారికి సలహాల్ని అడిగారు. ఇంటర్వ్యూ వెనుక ఉన్న స్పష్టమైన ఉద్దేశ్యం ఇనిస్టిట్యూట్ ర్కెటింగ్. ఇంటర్వ్యూ తర్వాత హాస్టల్ దగ్గర దింపుతామని చెప్పిన విషయాన్ని ఇంటర్వ్యూ అయ్యాక పట్టించుకోలేదు.

మరుసటి రోజు, వార్తాపత్రికలలో కోచింగ్ ఇనిస్టిట్యూట్ ప్రచురించిన ప్రకటనను చూసి లవిష్ ఆశ్చర్యపోయాడు. అతను అక్కడికి ఒక మాక్ ఇంటర్వ్యూకు హాజరయినంత మాత్రాన లవిష్, కోచింగ్ ఇనిస్టిట్యూట్‌లో విద్యార్థిగా ఉన్నారని ఆ ప్రకటనలో ఉంది. అన్ని ప్రముఖ కోచింగ్ ఇనిస్టిట్యూట్‌ల ప్రకటనలపై ఉన్నత విజయాలు సాధించిన వారి చిత్రాలు తరచుగా ఎందుకు కనిపిస్తాయో అర్థమైంది.

ఆ తరువాత, కొత్త ఉత్సాహంతో, లవిష్ తన దృష్టిని 25 మార్చి 2020న జరగబోయే సి ఎస్ ఈ ఇంటర్వ్యూ వైపుకి మార్చాడు.

ఇంటర్వ్యూకి సిద్ధం కావడం

సిఎస్ఈ ఇంటర్వ్యూకి సిద్ధం కావడానికి, లవిష్ హాస్టల్‌లో ఉన్న సహచరులు,ముకుల్, ప్రఖర్, ప్రతీక్–సన్నిహిత బృందాన్ని ఏర్పాటు చేశాడు. వీరందరికీ మొదటిసారిగా యూపీఎస్ఈ నుండి ఇంటర్వ్యూ కాల్స్ వచ్చాయి. వారు డిఏఎఫ్ నుండి ప్రశ్నలు, సమకాలీన సమస్యలు, గత ఇంటర్వ్యూలను అనుకరిస్తూ, ప్రస్తుత వ్యవహారాలపై ముఖాముఖి చర్చలు జరిపారు. ట్రాన్స్‌స్క్రిప్ట్‌ల నుండి సేకరించిన ప్రశ్నలతో ఒకరినొకరు ప్రశ్నించడం ద్వారా అధికారిక ఇంటర్వ్యూలను అనుకరిస్తూ, ప్రస్తుత వ్యవహారాలపై చర్చించుకున్నారు.

వారి సన్నాహాల క్లైమాక్స్ అత్యున్నత స్థాయికి చేరుకున్నప్పుడు, కోవిడ్-19 అంటువ్యాధి దాడితో ఆ వూపు అకస్మాత్తుగా ఆగిపోయింది. రాబోయే లాక్‌డౌన్‌ను పసిగట్టిన లవిష్, కొన్ని ముఖ్యమైన పుస్తకాలను తీసుకుని ప్రధాని దేశవ్యాప్త లాక్‌డౌన్ ప్రకటనకు కొన్ని గంటల ముందు ఉదయపూర్‌కు వెళ్లే రైలు ఎక్కేసాడు.

తర్వాత మూడు నెలలు అనిశ్చితి, నిస్సహాయత కూడిన అశాంతితో నిండిపోయాయి. లవిష్ దాదాపు రెండేళ్లుగా నిరుద్యోగిగా ఉన్నాడు. తరచుగా సిఎస్ఈ కోసం సిద్ధమవుతున్నప్పుడు కరిగిపోతున్న కాలం యొక్క ఆపర్చునిటీ కాస్ట్ గురించి ఎంతో ఆలోచిస్తూ ఉండేవాడు.

మూడు నెలల తర్వాత యూపీఎస్సీ తాజా ఇంటర్వ్యూ తేదీలను ప్రకటించడంతో సుదీర్ఘ విరామం ముగిసింది. వెనిస్ ఆఫ్ ది ఈస్ట్ అని కూడా పిలువబడే సుందరమైన నగరం ఉదయపూర్ నుండి, లవిష్ తన ప్రిపరేషన్ ని వేగవంతం చేశాడు, వాట్సాప్ లో, స్నేహితులతో ఆన్‌లైన్ మాక్ ఇంటర్వ్యూలు, చురుకైన చర్చా కార్యక్రమాలు మొదలు పెట్టాడు.

అయినప్పటికీ, ఏకాగ్రత కోసం ప్రయత్నిస్తున్న లవిష్ సన్నాహాల తీవ్రతను పట్టించుకోకుండా కుటుంబ సభ్యుల నుండి తరచు అంతరాయాలు వచ్చేవి. మాక్ ఇంటర్వ్యూ మధ్యలో కూడా టీ లేదా స్నాక్స్ తీసుకుని, అమ్మమ్మ తరచుగా చదువుకుంటున్న గది లోపలికి వచ్చేస్తూ ఉండేది.

ఇంటర్వ్యూలో ఫేస్ షీల్డ్‌లు, మాస్క్‌లు తప్పనిసరి అయిన కోవిడ్-19 ప్రత్యేక పరిస్థితులను గుర్తించి, లవిష్ నిజమైన ఇంటర్వ్యూ పరిస్థితికి,

సవాళ్లకి అలవాటు పడటానికి సూట్, ఫేస్ షీల్డ్, మాస్క్ ధరించడం ప్రాక్టీస్ చేశాడు. ఇంటర్వ్యూ ముగిసేటప్పటికి, అద్దాల మీద పొగ మంచు ముసురుకున్నట్టు, చెమట బొట్లు ముఖమంతాపరుచుకునేవి.

ఇంటర్వ్యూ జరిగే తేదీకి కొన్ని రోజుల ముందు, లవిష్ ఢిల్లీకి వెళ్ళాడు. 28 జూలై 2020 కీలకమైన ఉదయం. తన హాస్టల్ నుండి ధోల్‌పూర్ హౌస్‌కి ఉబెర్‌ని బుక్ చేసుకున్నాడు. బాగా సిద్ధమైనప్పటికీ. తన వంతు కోసం హాల్‌లో వేచి ఉన్నప్పుడు భయం ఆవరించింది . బోర్డు ముందు తన కంఠం పీలగాఅవ్వకూడదని, వాష్ రూమ్‌కి వెళ్లి అద్దం ముందుధైర్యం కోసం ఇంటర్వ్యూలో అడిగే ప్రశ్నలకు ఎలా జవాబు చెప్పాలో ప్రాక్టీస్ చేశాడు. ఎదురుచూస్తున్న క్షణం రాగానే, లవిష్‌ని ఇంటర్వ్యూ ఛాంబర్‌లోకి పంపించారు. పర్యాటక రంగంపై దృష్టి కేంద్రీకరించిన ప్రశ్నలతో ఇంటర్వ్యూ ప్రారంభమైంది, ఇది ఒక ప్రముఖ పర్యాటక కేంద్రమైన ఉదయపూర్‌లో లవిష్ మూలాలు వుండడంతో ఆ ప్రశ్న వేశారు. 'కోవిడ్-19 మధ్య పర్యాటక పరిశ్రమను మూసివేయాలా, లేదా ప్రతికూల ఆరోగ్య ప్రభావాలు లేకుండా దానిని కొనసాగించడానికి మీ దగ్గర వ్యూహం ఉందా?' అని ఛైర్‌పర్సన్ అడిగారు . దాని తరువాత నమాజ్ కోసం మసీదులను తిరిగి తెరవాలనే డిమాండ్‌పై దృష్టి సారించి. మనం అంగీకరించాలా, లేక ఇది అనాలోచిత డిమాండ్ అని మీరు నమ్ముతున్నారా'అని సభ్యుల్లో ఒకరు ప్రశ్నించారు.

ప్రశ్నలు క్రమంగా షెల్ లో లవిష్ చేసిన వృత్తిపరమైన అంశాల వైపు మళ్లాయి. ఒక బోర్డు సభ్యుడు అతని మెకానికల్ ఇంజినీరింగ్ నేపథ్యం, ఎనర్జీ సెక్టార్ లో ప్రస్తుత పరిస్థితుల గురించి ప్రశ్నించారు. లవిష్ తత్తరపడ్డాడు. ఛైర్‌పర్సన్, 'మీరుఐఏఎస్ లో స్థానం పొందకపోయినా, ఇండియన్ ఆడిట్, అకౌంట్స్ సర్వీస్ వంటి మరొక సేవలో విజయం సాధిస్తే, మీరు షెల్‌ను విడిచిపెట్టడానికి బాధ పడతారా?' అని మరో గమ్మత్తైన ప్రశ్న వేశారు.

కార్పొరేట్ క్యూబికల్ నుండి కలెక్టర్ కుర్చీ వరకు

ఆగస్ట్ 4, 2020 ఉల్లాసకరమైన ఉదయం. లవిష్ ఎప్పటి లానే ఉదయం 10 గంటల ప్రాంతంలో లేచాడు, వెంటనే, అమ్మమ్మ ఒక కప్పు వేడి అల్లం

టీని అందించింది. ఏదో ధ్యాసలో ఉన్న లవిష్, ఆలోచనలతో పెనవేసుకున్న సువాసనగల టీని ఆస్వాదిస్తున్నాడు. అయితే, ఢిల్లీ హాస్టల్‌లో లవిష్ తో పాటు ప్రిపర్ అయిన స్నేహితుడు ప్రఖర్ నుండి అనుకోని ఫోన్ కాల్ ప్రశాంతతకు భంగం కలిగించింది.

'అభినందనలు, లవిష్! మీరు సి ఎస్ ఈ సాధించారు,' స్నేహితుడు అత్యుత్సాహంతో, కంపించిన గొంతుకతో చెప్పాడు. 'ధన్యవాదాలు, మిత్రమా, అయితే నా ర్యాంక్ ఏమిటి?' లవిష్ ఆనందంతో, ప్రతిష్టాత్మకమైన పరీక్షలోఏ ర్యాంకు వచ్చిందో తెలుసుకోవాలనే ఉత్సాహంతో అడిగాడు. 'మీరు అద్భుతంగా సాధించారు. మొదటి ఇరవై మందిలో ఉన్నారు' అని స్నేహితుడు చెప్పాడు. నమ్మలేనట్టుగా లవిష్ కంపించిపోయాడు.

తన ఫోన్‌ను వేగంగా అన్‌లాక్ చేసి చూస్తే, తనకు వచ్చిన అభినందనల సందేశాల ఉప్పెనతో, ఊపిరి ఆగిపోతున్నట్టు ఫీల్ అయ్యాడు. ధృవీకరణ కోసం, టెలిగ్రామ్ యాప్‌లోని ఫలితాల పిడిఎఫ్ ఫైల్‌కి లో వెతికాడు. పేరును చూసుకోడానికి శ్రద్ధగా స్క్రోల్ చేశాడు. సగర్వంగా పద్దెనిమిదవ స్థానం వచ్చింది. అప్పటికీ నమ్మకం కలగక, యుపిఎస్సీ వెబ్‌సైట్‌లో ఫలితాన్ని ధృవీకరించాలని నిర్ణయించుకున్నాడు.

ధృవీకరణతో వచ్చిన ఉత్సాహంతో, లోపల పెరుగుతున్న భావోద్వేగాలను వ్యక్తం చేయడానికి, తన ఇంటి పైకప్పుపైకి ఎక్కాడు. బిగించిన పిడికిలితో ఆకాశంవైపు చూసి ఎగురుతూ, లవిష్ గట్టిగా అరిచాడు, నిశ్శబ్దమైన గాలిలో ప్రతిధ్వనిస్తూ ఒక ఆనందంతో కూడిన ఉద్వేగమది. ఇది వేడుక కంటే ఎక్కువ; ఇది సిఎస్ఈ చక్రం అసాధ్యమైన పట్టు నుండి 'మోక్షం' వచ్చిన పొందిన క్షణం. వార్తను పంచుకోవడానికి ఆనందంగా తన తాతా నాయనమ్మల గదికి పరుగెత్తాడు. జీవితాన్ని మార్చే విషయాన్ని చెప్తున్నప్పుడు,తాతా, నాయనమ్మల కళ్ళలో ఆనందం కన్నీళ్లుగా కారాయి. హడావిడిగా, ఈ సంతోషకరమైన వార్తను తెలియజేయడానికి లవిష్ తల్లిదండ్రులు హేమ, ముఖేష్ లకు ఫోన్ చేశారు. త్వరలో, ఇల్లంతా సందడిగా మారింది. సంతోషంగా వున్న కుటుంబ సభ్యులు, ఆనందం వ్యక్తం చేసినబంధువుల సమక్షంతో మునిగిపోయింది.

ఎడతెగని టెలిఫోన్ కాల్స్, వేడుకలో తెరిచిన పెట్టెల నుండి వెలువడే తీపి వాసనల మధ్య, లవిష్ ఒక అద్భుతమైన అనుభవంలో చిక్కుకున్నాడు.

సంబరాలు అంబరాన్నంటాయి. అయినా తన కళ్ల ముందు జరిగిన దానిని చూసినా నమ్మలేని స్థితిలో ఉన్నాడు.

కొన్ని రోజుల తర్వాత, లవిష్ ఆనందంగా అతని నానాజీ గ్రామమైన డెల్వారా కు వెళ్ళాడు. అక్కడ ఉత్సవాల వాతావరణం దూసుకుపోతున్న కోవిడ్–19 ని ధిక్కరించింది. సవాళ్లు ఉన్నప్పటికీ, గ్రామస్థులు లవిష్‌కి తిలకం దిద్ది పూలమాలలతో స్వాగతం పలికారు. గ్రామంలోని ప్రతి ఇంటిని సందర్శించడానికి లవిష్‌ను ఊరేగింపుగా నడిపించారు. గ్రామస్థులు లవిష్ తాతగారి ని 'కలెక్టర్ సాహబ్ కే నానా [కలెక్టర్ తాత]' అని ముద్దుగా పిలిచేరు.

10 అక్టోబర్ 2020న, లవిష్ అందమైన హిమాలయాలలో ఉన్న లాల్ బహదూర్ శాస్త్రి నేషనల్ అకాడమీ ఆఫ్ అడ్మినిస్ట్రేషన్ (LBSNAA)కి ముఖ్యమైన ప్రయాణాన్ని ప్రారంభించాడు.

కోవిడ్–19తో అంతా అతలాకుతులం

ముస్సోరీలో ఏడు నెలల కఠినమైన శిక్షణ తర్వాత, ఉత్సాహం పొంగిపొర్లుతూ, మైసూర్‌లోని కర్ణాటక రాష్ట్ర అడ్మినిస్ట్రేటివ్ ట్రైనింగ్ ఇనిస్టిట్యూట్ (ATI)కి తదుపరి శిక్షణ కోసం ఆసక్తిగా వెళ్ళాడు. ముందున్న మార్గం ఊహించని సవాళ్లతో కూడుకున్నదని అప్పుడు తెలియదు

కోవిడ్–19 ఘోరమైన రెండవ వేవ్‌లో దేశం కొట్టుమిట్టాడుతోంది. కాబట్టి, కర్నాటక కేడర్‌కు చెందిన లవిష్, తోటి ఐఏఎస్ ట్రైనీలు అంటువ్యాధి కోసం పరీక్షించబడ్డారు.

విధి మలుపులో, లవిష్ కి కోవిడ్ పరీక్షలు పాజిటివ్ గా నిర్ధారణయైంది. తనకి ఎటువంటి లక్షణాలు కనపడకపోవడం కలవరపెట్టింది.

ఏటీఐ పరిధిలో క్వారంటైన్‌లో ఉంటానని విజ్ఞప్తి చేసినప్పటికీ, లవిష్‌ని జిల్లా ఆసుపత్రిలోని వార్డులో చేర్చారు.

తెలియని ప్రదేశంలో చిక్కుకుపోయిన లవిష్, కన్నడ భాష సరిగ్గా అర్థం చేసుకోలేక భయాందోళనలకు గురిఅయ్యాడు. మరుసటి రోజు ఉదయం, ఒక క్యాటరింగ్ అటెండెంట్ తన మంచం మీదకి రాగి బాల్స్ ని, సాంబారున్న ఒక చిన్న పాలిథిన్ ప్యాకెట్‌ను విసిరాడు. తన వద్ద ఎటువంటి పాత్రలు

లేక, లవిష్ కి ఆహారాన్ని ఎలా తీసుకోవాలో అనే సమస్య ఎదురయింది. ఎటువంటి అవకాశం లేకుండా, సాంబార్ ఉన్న పాలిథిన్‌కి ఒక చిన్న రంధ్రం చేసి, ఎలాగోలా దానిలో రాగి బాల్స్‌ను కలిపి మింగగలిగాడు. తన నిస్సహాయతకి కళ్ళు చెమ్మగిల్లాయి.

పనీ పాటూ లేకుండా ఉండటంతో, బయటికి లవిష్ ఫోన్‌లో స్నేహితుడితో మాట్లాడుతూ వార్డు నుండి బయటికి వచ్చాడు. ఒక వైద్యుని కఠినమైన మందలింపు ప్రతిధ్వనించింది. వెంటనే, తన మంచం దగ్గరకి వెళ్ళాడు. మందలింపుగా తిట్లు తిన్నాడు. అనారోగ్యంతో బాధపడుతూ ఆసుపత్రి వార్డులో నాలుగు రోజులు గడిచాయి. చాలా మంది ఆక్సిజన్ మద్దతుపై ఆధారపడి ఉన్నారు. మరుగుదొడ్లు అసహ్యకరమైన వాసన వెదజల్లుతూ, వాతావరణం నిస్సహాయతతో కొట్టుమిట్టాడింది. డిశ్చార్జ్ కోసం డాక్టర్‌ను వేడుకున్నప్పుడు నిరాశ పెరిగింది.

లవిష్ దీనంగా బ్రతిమాలేసరికి స్పందించిన వైద్యుడు, లవిష్ నిజంగా సంపూర్ణ ఆరోగ్యంతో ఉన్నాడని స్కాన్ ద్వారా ధృవీకరించుకున్న తర్వాత డిశ్చార్జ్ చేశాడు. ఏటిఐకి తిరిగి వచ్చినప్పుడు, లవిష్ విధి రాసిన మరొక క్రూరమైన మలుపును ఎదుర్కోవాల్సి వచ్చింది-అతని దాదాజీ కోవిడ్-19 పాజిటివ్ పరీక్షించారు. ఆసుపత్రి పాలయ్యారు. ఆయన పరిస్థితి విషమంగా ఉన్నట్లు సమాచారం. తన తాత పక్కన ఉండాలనే ఆశతో సెలవు అడిగితే,ఏటిఐ సెలవు తిరస్కరించడంఎంతో వేదనకి గురిచేసింది. విధి, దాని కనికరంలేని రూపంలో, 30 మే 2021న దాదాజీ మరణ వార్త తీసుకొచ్చి లవిష్‌ను వ్యక్తిగతంగా క్రుంగ దీసింది.

కష్టపడి నేర్చుకోవడం

ఏటిఐలో శిక్షణ పూర్తి చేసిన తర్వాత, లవిష్ తదుపరి శిక్షణ లో భాగంగా మాండ్య జిల్లాలో తన ప్రయాణాన్ని ప్రారంభించాడు. అయితే, అక్కడ కూడా కఠినమైన పరిస్థితి ఎదురయింది. పిడబ్ల్యుడి అతిథి గృహం పునరుద్ధరణలో ఉన్నందున మంచి వసతిని ఏర్పాటు చేసుకోవడం మొదటి సమస్య.. లవిష్ స్థానిక ఆహారానికి అలవాటుకాకపోవడంతో వంట విషయంలో కూడా ఇబ్బందికరమైన పరిస్థితి ఎదురయ్యింది. పండ్లు, పెరుగు-అన్నం తిని జీవించడంతో రెండు నెలల్లో 8 కిలోల బరువు తగ్గాడు.

పూర్తిగా కన్నడలో సమావేశాలు నిర్వహించడం వల్ల లవిష్ విసుగొచ్చి, నిరాశకు గురయ్యాడు. సరైన ఆహారం లేకపోవడంతో పాటు భాషా అవరోధం ఏర్పడింది.

వసతి, సహవాసం అంతర్గత గందరగోళానికి ఆజ్యం పోశాయి. ఎల్ బి ఎస్ ఎన్ ఏ ఏ లోని కౌన్సెలర్‌కు తప్పనిసరిగా నెలవారీ రాసే డెమి-అధికారిక ఉత్తరాల్లో విషయాలు అతని నిరాశ, తీవ్రమైన పోరాటాన్ని తెలియజేసాయి. ఒక నిష్కపటమైన వ్యక్తీకరణలో, ఇలా వ్రాశాడు, 'గులకరాళ్ల కుండను ఎవరో కదిలించినట్లు నాకు కన్నడ భాష వినిపిస్తోంది.'

మాండ్యాలో నెలలు గడిచేకొద్దీ, లవిష్ అదృష్టవశాత్తూ మనోజ్, ఇతర మార్వాడీ పరిచయస్తుల రూపంలో ఓదార్పు కలిగింది, వారు కొన్ని రోజుల్లోనే మంచి స్నేహితులు అయ్యారు . కొత్తగా వచ్చిన ఈ సాంగత్యం అతని ఏకాంతాన్ని తగ్గించడమే కాకుండా ఆహారం విషయంలో కూడా కొంత ఉపశమనం కలిగించింది.

ఒక నెలరోజులు వృధాగా అయిపోయినట్టు భావించిన తరువాత, లవిష్ తన శిక్షణ మీదే దృష్టి పెట్టాలని నిర్ణయించుకున్నాడు. వివిధ ప్రభుత్వ కార్యాలయాలతో అనుబంధ ఏర్పాటు చేసుకుని, వాటి కార్యకలాపాలలో ఉన్న సమస్య లపట్ల అవగాహన చేసుకున్నాడు.

తన వృత్తిపరమైన కార్యకలాపాలకు అతీతంగా, 1902లో నిర్మించిన ఆసియాలోని మొట్టమొదటి జలవిద్యుత్ ప్లాంట్ అయిన కె ఆర్ ఎస్ (KRS) డ్యామ్ వంటి రత్నాలను కనుగొన్నాడు, అద్భుతమైన మాండ్యా చరిత్ర, సంస్కృతి ల గురించి తెలుసుకున్నాడు.

పట్టు పురుగుల పెంపకం నుండి నేయడం వరకు మొత్తం పట్టు ఉత్పత్తి ప్రక్రియను చూడటం, జిల్లాపై లవిష్ అవగాహనను మరింత సుసంపన్నం చేసింది. నెమ్మదిగా అయినా గాఢంగా, మాండ్యలో జీవితం మరింత ఆహ్లాదకరమైన అనుభవంగా రూపాంతరం చెందింది.

తన జిల్లా శిక్షణ మధ్యలో, లవిష్, తనతోటి ఐఎఎస్ అధికారులతో కలిసి రెండు నెలల పాటు భారత్ దర్శనం కోసం పిలిపించబడ్డాడు. భారత్ దర్శన్ లో భాగంగా కర్ణాటక దర్శన్‌కి రావడంతో ఆ రాష్ట్రంతో సంబంధం మరింతగా పెరిగింది. దాని స్వాభావిక సౌందర్యం ఏంతో ఆనందం కలిగించింది. ఇతర కర్నాటక కేడర్ బ్యాచ్‌మేట్‌లతో సన్నిహితంగా ఉండటంతో

లవిష్ మాండ్యా వచ్చిన మొదట్లో ఎదురైన కష్టాలన్ని గట్టెక్కాయని అని గ్రహించాడు.

అసిస్టెంట్ సెక్రటరీ సాహసోపేతమైన నిర్ణయాలు

వారి జిల్లా అసైన్‌మెంట్‌ల నుండి తిరిగి వచ్చిన లవిష్ బ్యాచ్ ఎనిమిది వారాల ఫేజ్-II శిక్షణ కోసం ఎల్ బి ఎస్ ఎన్ ఎ ఎ కి తిరిగి వచ్చారు. ఇది చాలా కాలంగా ఎదురుచూసిన తరువాత వచ్చిన కొద్దిపాటి విరామం; భారత ప్రభుత్వంలోని వివిధ మంత్రిత్వ శాఖలలో సహాయ కార్యదర్శులుగా మూడు నెలల పని. కేంద్ర సచివాలయంలో ఉన్నత అధికారులు తిరిగిన కారిడార్‌లలో తిరగాలనే ఆలోచన మాత్రమే లవిష్‌లో ఉత్సాహాన్ని రేకెత్తించింది. కృషి భవన్‌లోని వినియోగదారుల వ్యవహారాల మంత్రిత్వ శాఖకు లవిష్‌ను కేటాయించడంతో మొదట్లో ఉన్న ఉత్సాహం తగ్గిపోయింది. గంభీరమైన నార్త్ బ్లాక్ లేదా సౌత్ బ్లాక్‌లో ఆకర్షణీయమైన సహాయ కార్యదర్శి పదవి గురించి అంచనాలు తారుమారయ్యాయి. అంతేకాకుండా, వినియోగదారుల వ్యవహారాలు కనీస కార్యాచరణను కలిగి ఉంటాయని దృఢంగా భావించిన లవిష్ ఉత్సాహం మరింత తగ్గింది.

కానీ త్వరలోనే లవిష్ తప్పుగా భావించినట్టు తెలుసుకున్నాడు. క్రిప్టోకరెన్సీలు, సర్రోగేట్ ప్రకటనలు, ఆన్‌లైన్ వాణిజ్యంతో సహా అసాధారణమైన డైనమిక్ రంగాల డిపార్ట్‌మెంట్లలో మునిగిపోయాడు. డిపార్ట్‌మెంటల్ కార్యకలాపాలలో లవిష్ చురుకుగా పాల్గొనడానికి, ఆ డిపార్ట్‌మెంట్ కి ఉన్న ఉత్సాహభరితమైన సెక్రటరీ ఎటువంటి ప్రయత్నం చేయలేదు, తరచుగా పని గంటలను రాత్రి 8 గంటలు వరకు వుండేవి.

డిపార్ట్‌మెంట్‌లోని సీనియర్ అధికారులతో కలిసి పనిచేయడం లవిష్‌కు నచ్చింది. వినియోగదారు హెల్ప్‌లైన్, చాట్‌బాట్, వెబ్‌సైట్, ఇమెయిల్‌లు, సోషల్ మీడియా ట్యాగ్‌లతో సహా వివిధ మూలాల నుండి వినియోగదారుల నుండి ఫిర్యాదులను నమోదు చేయడానికి ఓమ్ని-ఛానల్‌ను ప్రతిపాదించాడు. ఈ డిజిటల్ ఎకోసిస్టమ్‌కు మరో లేయర్‌ని జోడిస్తూ, లవిష్ వినియోగదారు-ఆధారిత చాట్‌బాట్ అయిన 'జాగృతి'ని రూపొందించారు. సహజ భాష ప్రాసెసింగ్ ద్వారా సాధికారత పొంది, 'జాగృతి' వినియోగదారుల సందేహాలను పరిష్కరిస్తుంది, మానవ ప్రమేయం

లేకుండా కాల్ సెంటర్‌ను శాశ్వతంగా 24×7 సేవగా మారుస్తుంది. అయినప్పటికీ, లవిష్ తను రూపొందించినది జడ్జిమెంట్ రైటింగ్ సిస్టమ్‌కు సహాయపడుతుందని భావించాడు, ఇదిపరిస్థితిని విప్లవాత్మకంగా మారుస్తుందని నమ్మాడు. ఐదు లక్షలకు పైగా పెండింగ్‌లో ఉన్న వినియోగదారుల కేసులకి, సమగ్ర డేటాబేస్‌ను రూపొందించడం, సెక్టార్‌ల వారీగా, ఉత్పత్తుల వారీగా, విభాగాల వారీగా కేసులకు నిశితంగా సూచిక చేయడం, వర్గీకరించడం సిస్టమ్ లక్ష్యంగా పెట్టుకుంది. మెషిన్ లెర్నింగ్ శక్తిని ఉపయోగించడం, గత తీర్పుల నుండి పరిజ్ఞానాని గ్రహించి, ఈ వ్యవస్థ సవరించగలిగే డ్రాఫ్ట్ తీర్పులను రూపొందించగలదనిఊహించాడు. లవిష్, కాన్సెప్ట్ పనితనాన్ని పరీక్షిస్తూ, అమలు చేసే పాత్రను వినియోగదారుల వ్యవహారాల సెక్రటరీకి, అందజేశాడు.

బీదర్‌లో కొత్త జీవితం

అతని శిక్షణ ముగిసిన తరువాత, లవిష్ కర్ణాటక, మహారాష్ట్ర, తెలంగాణ ట్రైజంక్షన్ వద్ద ఉన్న బీదర్‌లో సబ్-డివిజనల్ మేజిస్ట్రేట్ (SDM) పాత్రను స్వీకరించాడు. మాండ్యలో పూర్వ అనుభవాలను బట్టి, లవిష్ తన కొత్త బాధ్యతని సమన్వయంతో నిర్వహించాలనుకున్నాడు.

ఆశ్చర్యపోయేలా బీదర్ ఆయనకు ముక్తకంఠంతో స్వాగతం పలికింది. సిబ్బంది, స్థానికులు అసాధారణమైన ఆప్యాయత, ఆతిథ్యాన్ని ప్రదర్శించారు. భాషావరోధం తొలిగిపోయింది. హిందీ, ఉర్దూ చాలా మందికి అర్థమవుతాయి. లవిష్‌కి వూరట లభించింది. రుచికరమైన, వైవిధ్యమైన వంటకాలు. ఆహ్లాదకరమైన వాతావరణం, స్వచ్ఛమైన గాలి, నీరు, సానుకూల వాతావరణం బీదర్ శోభను మరింత పెంచాయి. రోడ్డు మార్గంలో కేవలం రెండున్నర గంటల దూరంలో హైదరాబాద్‌కు సమీపంలో ఉండడం, అక్కడి నుంచి నేరుగా ఉదయపూర్‌కు ఫ్లైట్ సౌకర్యం ఉండడంతో, ఎంతో సౌకర్యవంతంగా అనిపించింది. అందువల్ల, లవిష్ కు సుఖం గానే కాక సంతోషంగా కూడా ఉంది. బీదర్‌లోని పురాతన సందుల నీడలో కొత్త అధ్యాయానికి బీజం పడింది.

★★★

లవిష్ కథ లో కీలకమైన అంశాలు

1. **త్యాగాలకి, సాహసోపేతమైన నిర్ణయాలకి సిద్ధం కండి:** యుపిఎస్‌సి ఎత్తులను అధిరోహించడానికి చేయడానికి కేవలం ఒక కలకనడం కంటే ఎక్కువ అవసరమైనవి, త్యాగాలు, సాహసోపేతమైన నిర్ణయాలు తీసుకోవడం. బహుళ ప్రాధాన్యతలను సమతుల్యంచేసే ప్రయత్నంలో మీ ఏకాగ్రత దెబ్బతింటుంది. మీరు కట్టుబడి ఉన్నప్పుడు మాత్రమే విజయం మీ ప్రయత్నాలను వరిస్తుంది. అచంచలమైన సంకల్పం తో హృదయపూర్వకంగా సిద్ధం కావాలి.
2. **వ్యూహాత్మకంగా మీ ఆప్షనల్ సబ్జెక్ట్‌ని ఎంచుకోండి:** మీ ఐచ్ఛిక సబ్జెక్ట్ ఎంపిక మీ ప్రిపరేషన్‌ను అనుకూలించవచ్చు లేదా విచ్ఛిన్నం చేయవచ్చు. అన్ని ఎంపికలపై జాగ్రత్తగా ఆలోచించండి, తొందరపాటు నిర్ణయాలు తీసుకోకండి. మీ బలాలకు, ఆసక్తులకు సరిపోయే వ్యూహాత్మక ఎంపిక చేసుకోండి, ఇది మీకు పోటీతత్వాన్ని అందిస్తుంది.
3. **మానసిక సవాళ్లను జయించండి:** ప్రతి ఐఏఎస్ ఔత్సాహికుడు సందేహం, నిరాశ పేరుకున్న క్షణాలను ఎదుర్కొంటారు. ఈ మానసిక అడ్డంకులను ఎంత త్వరగా అధిగమిస్తే అంత త్వరగా విజయాన్ని అందుకుంటారు. మీ బలాలు, విజయాలు, మీ తోటివారి విజయాలు, సారూప్య నేపథ్యాలు కలిగిన వారి నుండి స్ఫూర్తి పొందండి. సి ఎస్ ఈ లో విజయం సాధించాలంటే ఎంతో ఉత్సాహం, మంచి మానసిక ఆరోగ్యం చాలా ముఖ్యం.
4. **మాక్‌టెస్ట్‌లకి, నమూనా ఇంటర్వ్యూలకి హాజరుకండి:** సి ఎస్ ఈ లో రాణించడానికి మాక్‌టెస్ట్‌లు, జవాబు రాసే సాధన, పరీక్షల అనుకరణ చాలా కీలకం. ప్రిలిమ్స్ కోసం దాదాపు ముప్పై మాక్‌టెస్ట్‌లను పూర్తి చేయాలని లక్ష్యంగా పెట్టుకోండి, మెయిన్స్ కోసం తగినన్ని సమాధానాలు రాయడం సాధన చేయండి. వీలైతే, పరీక్షల సిమ్యులేటర్స్ లో జేరండి.

5. **డి ఏ ఎఫ్ ని ఉపయోగించి లబ్ధి పొందండి:** మీ డి ఏ ఎఫ్ జాగ్రత్తగా పూరించడం చాలా ముఖ్యమైనది. బోర్డు తరచుగా మీరు అందించే సమాచారంపై ప్రశ్నలు అడుగుతుంది. మీ బలమైన పాయింట్లు, ప్రత్యేక లక్షణాలను హైలైట్ చేయండి. ఇంటర్వ్యూ సమయంలో మీరు నమ్మకంగా చర్చించలేని వివరాలను చేర్చకండి.
6. **గ్రూప్ డిస్కషన్స్, మాక్ ఇంటర్వ్యూల ప్రయోజనాన్ని అంది పుచ్చుకోండి:** గ్రూప్ డిస్కషన్‌లు, స్నేహితులతో మాక్ ఇంటర్వ్యూలు, ఇంటర్వ్యూ తయారీకి అమూల్యమైన సాధనాలు. రోజూ వాటి ద్వారా యూపీఎస్సీ ఇంటర్వ్యూ వాతావరణాన్ని అనుకరించండి.

అధ్యాయం 8

ఒక ఐఏఎస్ అధికారిగా మారడం: ఆ విజయ సూత్రాలు

మొదటి ఏడు అధ్యాయాలలో, ఇటీవలి సంవత్సరాలలో యూపీఎస్సీనలో విజయంసాధించిన ఏడుగురు యువ హీరోల స్ఫూర్తిదాయకమైన జీవిత కథలను పరిశీలించాము. దాంతో, ఈ పుస్తకాన్ని చదివిన లక్షలాది మంది సివిల్ సర్వీస్ ఔత్సాహికులు నిస్సందేహంగా గెలుపు వ్యూహాలను అలవర్చుకోవడానికి ఆసక్తి చూపుతారు. ఈ రోల్ మోడల్స్ నుండి విజయ సూత్రాలను నేర్చుకోండి. ఈ అధ్యాయంలో, ప్రతిష్టాత్మకమైన సిఎస్ ఈ ని ఛేదించడానికి మన హీరోలు, ఇతర ఐఏఎస్ టాపర్లు ఉపయోగించిన సమర్థవంతమైన వ్యూహాలను అన్వేషిద్దాం. ఇవి క్రింది విభాగాలుగా వర్గీకరించబడ్డాయి:

1. విజయానికి కావాల్సిన వ్యూహాలు
2. కీలక విజయ సూత్రాలు
3. ప్రిలిమ్స్ ఛేదించడం
4. మెయిన్స్‌లో విజయం సాధించడం
5. ఇంటర్వ్యూ బోర్డుని ఆకట్టుకోవడం

ఈ అంశాలలో ప్రతిదానిని వివరంగా చర్చిద్దాం.

గెలుపు వ్యూహాలు

దిగువ చిత్రంలో చూపిన విధంగా యూపీఎస్సీని జయించటానికి విజయవంతమైన వ్యూహాలను ముందుగా చర్చిద్దాం:

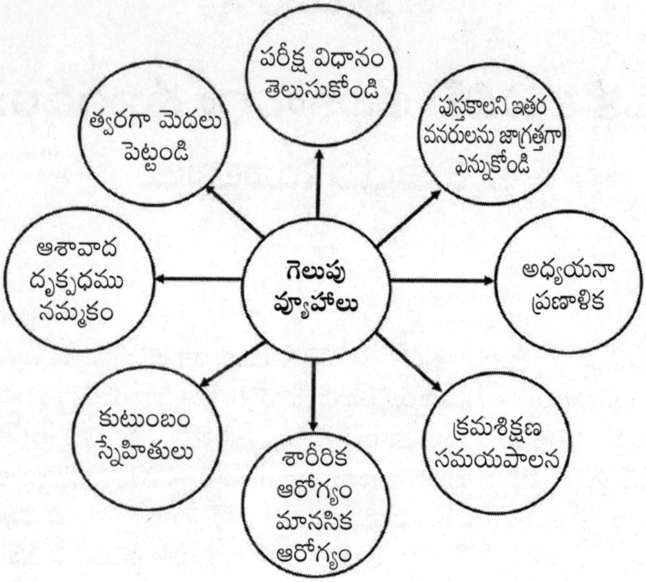

ముందుగా పరీక్ష మెలకువలని గ్రహించండి.

ఐఏఎస్ అధికారి కావడానికి ప్రయాణాన్ని ప్రారంభించాలంటే వ్యూహాత్మక ప్రణాళిక, పరీక్ష జరిగే విధానంపై పూర్తి అవగాహన అవసరం. గ్రాడ్యుయేషన్ సమయంలో లేదా అయిన వెంటనే ప్రిపరేషన్‌ను ప్రారంభించడం ఒక ప్రత్యేక ప్రయోజనాన్ని అందిస్తుంది. విద్యావేత్తలతో మీకుండే సంబంధం, మీకన్నా ముందునుండి రాస్తున్న పోటీదారులకన్నా ఎక్కువ ప్రయోజనం కలిగిస్తుంది. దానివల్ల పటిష్టమైన పునాదిని నిర్మించుకోవచ్చు. రివిజన్స్ కోసం, మాక్ పరీక్షల కోసం తగినంత సమయాన్ని కేటాయించవచ్చు. అదనంగా, అప్పటికీ కళాశాల లేదా విశ్వవిద్యాలయంలో వుంటే, లైబ్రరీలు, హాస్టళ్లు, విద్యాపరమైన మద్దతు నిచ్చే

విలువైన సౌకర్యాలు, వనరులు వుంటాయి. చిన్న వయస్సు వారు అవ్వడం వల్ల త్వరగా స్థిరపడాలన్న ఒత్తిడి కూడాతక్కువగా ఉంటుంది. అయితే, ముందుగా ప్రారంభించడం అంటే కళాశాలలో గడిపే సమయం లో కొన్ని సరదాలని వదులుకోవాలి.

మన ఏడుగురు హీరోల కథలను పరిశీలించండి. సత్యం గ్రాడ్యుయేషన్ చివరి సంవత్సరంలోకి ప్రవేశించిన వెంటనే ప్రిపరేషన్ ప్రారంభించాడు. అంజలి, వసీమ్ గ్రాడ్యుయేషన్ పూర్తి చేసిన వెంటనే ప్రారంభించారు, శృతి,పోస్ట్ గ్రాడ్యుయేట్ స్టడీస్ కొంతకాలం చదివిన తర్వాత ప్రవేశించింది. కాలేజీ చదువులు, యూపీఎస్సీ ప్రిపరేషన్‌ని బ్యాలెన్స్ చేయడం సవాలుతో కూడుకున్నదని శృతి భావించింది. యూపీఎస్సీ పర్వతాన్ని జయించే ప్రయాణాన్ని ప్రారంభించే ముందు గ్రాడ్యుయేషన్ పూర్తి చేయడం మంచిదని నమ్మింది.

సముద్రం నుండి ముత్యాలు సేకరించండి

పరీక్ష కోసం సిఫార్సు చేయబడిన రీడింగ్ మెటీరియల్, సముద్రంలో ప్రయాణం చేయడంలా ఔత్సాహికులను భయపెట్టవచ్చు. ఈ పుస్తకంలోని ఏడుగురు నాయకులు ప్రిపరేషన్ లో గల సూక్ష్మాలను నొక్కిచెప్పారు, ఎంత ఎక్కువగా చదివేమనే దాని కంటే ఎంత బాగా చదువుకున్నాం అనేది ముఖ్యమని,జాగ్రత్తగా ఎన్నిక చేసుకొని చదవడం (సెలెక్టివ్ రీడింగ్) యొక్క ప్రాముఖ్యతను తెలియజేశారు.

గుర్తుంచుకోండి, యూపీఎస్సీ నిపుణులను కాదు, విభిన్న రంగాలలో విస్తృత అవగాహన కలిగిన వ్యక్తులను కోరుకుంటుంది. అతిగా మెటీరియల్ ని పోగేసి, అదనపు భారాన్నిమోసినప్పుడు అది గందరగోళాన్ని సృష్టిస్తుంది. భయాన్ని కలిగిస్తుంది. విశ్వాసాన్ని దెబ్బతీస్తుంది.ఇక, చిందరవందరగా లేకుండా, శుభ్రంగా ఉన్న ప్రిపరేషన్ టేబుల్ ఏకాగ్రతని పెంచుతుంది. ధైర్యాన్ని పెంచుతుంది. మీ సన్నాహాలను క్రమబద్ధం చేస్తుంది, మేధో చతురతను పదునుపెడుతుంది.

ఎన్సీఈఆర్టీ పుస్తకాలు తరతరాలుగా సివిల్ సర్వీసెస్ పరీక్షకి మూలస్తంభంగా ఉన్నాయి. వాటిలో ప్రాథమిక భావనలు, సిద్ధాంతాలు స్పష్టంగా ఉంటాయి. ఆ పుస్తకాలు బలమైన పునాదిని అందిస్తాయి. సమగ్రతను, వివిధ విషయాలపై పట్టును కలగజేస్తాయి.1993లో, నేను

మౌంట్ యూపీఎస్సీ ని అధిరోహించాలని నిర్ణయించుకుని, ఆ కష్టతరమైన ట్రెక్‌ను ప్రారంభించినప్పుడు, 9వ తరగతి నుండి 12వ తరగతి వరకు ఉన్న ఎన్సీఈఆర్టీ పుస్తకాలతో ప్రారంభించమని సలహా ఇచ్చారు. నేటికీ, ఈ పుస్తకాలు వాటి విశ్వసనీయతకి, పొందికకి, ఖచ్చితత్వానికి, సులభమైన భాషకి పేరుపొందాయి. మీ విషయ పరిజ్ఞానం ఆధారంగా, 9వ తరగతి, 10వ తరగతి లేదా 11వ తరగతి, 12వ తరగతి ఎన్సీఈఆర్టీ పుస్తకాలతో మొదలు పెట్టవచ్చు.

మీరు ఎన్సీఈఆర్టీ పుస్తకాలని బాగా చదివాక, మీ అవగాహనను మరింతగా పెంచుకోవడానికి ప్రామాణిక పుస్తకాలు, రిఫరెన్స్ మెటీరియల్‌ని జాగ్రత్తగా ఎంచుకోండి. పుస్తకాలను పోగు చేయాలనే కోరికను వదిలిపెట్టండి; దాని బదులుగా, ఒక్కో సబ్జెక్టుకు ఒకటి లేదా రెండు ప్రామాణిక పుస్తకాలను ఎంచుకోండి. మీ పుస్తకాల జాబితాను చక్కగా తయారు చేసుకోవడానికి గురువులు, మార్గదర్శకులు లేదా విజయవంతమైన అభ్యర్థుల నుండి మార్గదర్శకత్వం పొందండి.సలహాలు తీసుకోండి. అంతేకాకుండా, సిలబస్‌లోని అంశాలపై మాత్రమే దృష్టి పెట్టండి. పుస్తకాల సంఖ్య కంటే సమగ్ర అవగాహన, చాలాసార్లు రివిజన్ చేయడానికి ప్రాధాన్యత ఇవ్వండి.

విశ్వసనీయమైన ఆన్‌లైన్ వనరులతో మీ అభ్యాసాన్ని అనుసంధానించుకోండి. ప్రభుత్వ సంస్థలు, ప్రసిద్ధ పరిశోధనా సంస్థల వెబ్‌సైట్‌లు ప్రస్తుత సమాచారం గల డేటా సంపదను అందిస్తాయి. యోజన, కురుక్షేత్ర వంటి మ్యాగజైన్‌లు, పాలన, వ్యవసాయం, ఆర్థిక శాస్త్రం వంటి కీలకమైన రంగాలలో విలువైన పరిజ్ఞానాన్ని అందిస్తాయి.

కాన్సెప్ట్స్‌ని లోతుగా అర్థం చేసుకోండి. గుర్తుపెట్టుకునే వరకు పునరావృతం చెయ్యటం కంటే విమర్శనాత్మక ఆలోచన, విశ్లేషణాత్మక నైపుణ్యాలను పెంపొందించుకోండి.

వాస్తవాలను గుర్తుంచుకోవడానికి ఉన్న సామర్థ్యం కంటే సమస్యలను తర్కించే, పరిష్కరించే మీ సామర్థ్యానికే యూపీఎస్సీ ఎక్కువ విలువనిస్తుంది. మీ అవగాహనకు పదును పెట్టడానికి, కొత్త దృక్కోణాలను మెరుగుపరచుకోవడానికి తోటి ఆశావహులతో చర్చలలో పాల్గొనండి.

ప్రామాణిక పుస్తకాలపై ఆధారపడి,ఏకాగ్రతతో ఒక పద్ధతిగా, ప్రణాళికాబద్ధంగా పరీక్షకి సిద్ధం కావడం వల్ల, నమ్మకంతో, విస్తారమైన

సమాచార సముద్రాన్ని దాటి వచ్చు. గుర్తుంచుకోండి, ప్రతి ముత్యాన్ని సేకరించాలనుకోకూడదు,అత్యంత విలువైనముత్యాలనుసేకరించి వాటిని కలిపి అద్భుతంగా జ్ఞానమనే ముత్యాల దండని తయారు చేసుకోవాలి.

కట్టుదిట్టమైన అధ్యయనా ప్రణాళికను రూపొందించడం

ప్రసిద్ధ ఫ్రెంచ్ కవి, రచయిత ఆంటోయిన్ డి సెయింట్-ఎక్సుపెరీ ఒకసారి ఇలా అన్నాడు, 'ప్రణాళిక లేని లక్ష్యం కేవలం కోరిక మాత్రమే.' ఒక ఐఏఎస్ ఔత్సాహికుడికి, కలలను వాస్తవికతగా మార్చడానికి, పద్ధతిగా తయారు చేసుకున్న ప్రణాళిక కీలకం. సమర్థవంతమైన ప్రణాళిక, సిలబస్‌ని సమగ్రంగా కవర్ చేస్తుంది. సిలబస్, మాక్ టెస్ట్‌లు, రివిజన్‌లు, ఆన్సర్ రైటింగ్ ప్రాక్టీస్ కోసం సమయాన్ని అనుమతిస్తుంది.చివరికి మిమ్మల్ని విజయానికి సిద్ధం చేస్తుంది.

సిఎస్ఈలో విస్తారమైన సిలబస్‌నిఉంది కాబట్టి, దానిని అనుకూలమైన భాగాలుగా విభజించడం ఎంతో కీలకం.సిలబస్ మొత్తాన్ని కవర్ చేయడానికి నెలవారీ, వారంవారీ, రోజువారీ లక్ష్యాలను నిర్దేశించు కోవడం వలన,ప్రతి అంశానికి సమయం కేటాయించడం తో పాటు,మొత్తం సిలబస్ ని పద్దతిగా, తగినంతగా కవర్ చేయడం సాధ్యమవుతుంది . బలహీనమైన అంశాల మీద ఎక్కువ దృష్టి పెట్టకుండా, పరీక్ష మొత్తానికి ప్రాధాన్యత ఇవ్వండి. రివిజన్స్‌కి, మాక్ పరీక్షలకి, జవాబు-వ్రాత అభ్యాసానికి తగినంత సమయం ఉండేలా చూసుకోండి. మీరు ఏర్పరుచుకున్న లక్ష్యాలు వాస్తవంలో, సాధించగలిగేవిగా వుండాలి. అవి నిస్సత్తువని, నిరుత్సాహాన్ని కలిగించకూడదు. ప్రపంచ చరిత్ర లేదా స్వాతంత్ర్యానంతర చరిత్ర వంటి తక్కువ- మార్కులు వచ్చే విషయాలపై ఎక్కువ సమయాన్ని కేటాయించకండి. వాటిలోంచి సాధారణంగా తక్కువ ప్రశ్నలు వస్తాయి. మన ఏడుగురు నాయకులలో ఒకరైన భరత్, ఈ విషయాలపై ఇరవై ఐదు రోజులు కేటాయించినందుకు విచారం వ్యక్తం చేశారు. మునుపటి సంవత్సరాల్లో వచ్చిన ప్రశ్నలను విశ్లేషించడం ద్వారా, ఎక్కువ మార్కులు వచ్చే అంశాల పై దృష్టి పెట్టడం వలన, శ్రమపడి వెచ్చించిన సమయానికి, ఎక్కువ మార్కులు సాధించే అవకాశం ఉంది.

లక్ష్యాలను సమయ ఆధారితంగా కాకుండా కంటెంట్ ఆధారితంగా నిర్ణయించుకోవాలని, ఎక్కువ మార్కులు వచ్చే సిలబస్‌కి ప్రాధాన్యత

ఇవ్వాలని శృతి సలహా ఇచ్చింది. సత్యం,తాను అధ్యయనం చేయాల్సిన మొత్తం పేజీలను,వాటికి ఎన్ని రివిజన్స్ చేయవలసిన అవసరమొస్తుందో విశ్లేషించుకుని, దాని ప్రకారం రోజువారీ లక్ష్యాలను పెట్టుకున్నాడు. తరువాత వచ్చే మూడునెలలలో అలాగే ఆరు నెలలలో తను చేయగలిగేది వూహించుకుని ఆ మైలురాళ్ల వైపు క్రమపద్ధతిలో సాగిపోయాడు.

అందరికీ ఒకే రకమైన విధానం సరిపోదని, పని చేయదని గుర్తించుకోండి. ప్రతి ఒక్కరికీ,ప్రత్యేకమైన అభ్యాసనా శైలి, ఇష్టపడే అధ్యయన సమయాలు ఉంటాయి. వేరొకరి వ్యూహాన్ని గుడ్డిగా అనుసరించడం లేదా ఆన్‌లైన్ హ్యాక్‌లు మిమ్మల్ని తప్పుదారి పట్టించవచ్చు. అత్యున్నత సామర్థ్యంతో పనిచేయడానికి శైలి, అభ్యాస సామర్థ్యాలు, షెడ్యూల్, ప్రాధాన్యతలు, బలాలు, బలహీనతలకు అనుగుణంగా మీ వ్యూహాన్ని రూపొందించుకోండి.

మీ పురోగతిని నియమిత కాలంలో విశ్లేషించుకోవడమూ కీలకమే. మీ పురోగతి విషయంలో, మీపట్ల మీరు నిజాయితీగా ఉండండి. అవసరమైనప్పుడు మీ వ్యూహాన్ని సర్దుబాటు చేసుకోడానికి వెనుకాడవద్దు. అనుకూలంగా మార్చుకోవడం అనేది బలహీనత కాదు. ప్రిలిమ్స్, మెయిన్స్ ప్రిపరేషన్ కోసం సమగ్ర అవగాహన ఎంతో ప్రయోజనకరంగా ఉంటుంది. ఉమ్మడి సిలబస్ ఉన్న రెండు దశలను, ఒకే పరీక్షలో భాగాలుగా చూడటం వల్ల మరింత సమన్వయంగా, సమర్థవంతంగా అధ్యయన వ్యూహాన్ని రూపొందించుకోవచ్చు. ప్రిలిమ్స్ సమయంలో చదువుకున్నది మెయిన్స్ పరీక్ష జివస్ పేపర్‌లకు ఎంతో సహాయకారిగా ఉంటుంది. ప్రిలిమ్స్‌కు ముందే పూర్తిస్థాయిలో, మెయిన్స్ ప్రిపరేషన్‌ను పూర్తి చేయడం కూడా ఒక ముఖ్యమైన వ్యూహం. ఇది ప్రిలిమ్స్ తర్వాత పునశ్చరణకు, మెయిన్స్‌లో కీలకమైన జవాబు-వ్రాత నైపుణ్యాలను మెరుగుపర్చుకోడానికి తగినంత సమయాన్ని యిస్తుంది.

సాంకేతిక పరిజ్ఞానాన్ని ఉపయోగించుకోవడంవల్ల, అది మీ ప్రిపరేషన్‌కి అనుకూలంగా పనిచేస్తుంది. మీ అభ్యాసం కోసం, సమగ్రంగా నోట్స్‌ను తయారు చేసుకోవడం కోసం, సమూహ చర్చల(గ్రూప్ డిస్కషన్స్) కోసం, ఇంటరాక్టివ్ ప్లాట్ఫారమ్స్, యాప్స్‌ని ఉపయోగించండి. కరెంట్ అఫైర్స్ మీద అప్డేటెడ్‌గా ఉండటానికి పాడ్కాస్ట్‌లు, యూట్యూబ్ ఛానెల్స్ సహాయపడతాయి.

క్రమశిక్షణ, సమయ పాలన: విజయానికి రెండు స్తంభాలు

ఐఏఎస్ ఆశించేవారికి, వ్యవస్థీకృత, సంఘటిత క్రమశిక్షణతో కూడిన దినచర్యను పాటించడం చాలా ముఖ్యమైనది. ప్రతి వారం, అలాగే ప్రతి నెలవారీ లక్ష్యాలను సాధించడం చాలా కీలకం. తప్పినపోయిన ప్రతి గడువు ఒత్తిడిని జోడిస్తుంది. పనిభారాన్ని పెంచుతుంది. దీని కోసం, మీరు మీ కంఫర్ట్ జోన్ నుండి బయటపడాలి, క్రమం తప్పకుండా మీ సరిహద్దులను పెంచుకోండి. స్థిరంగా మిమ్మల్ని మీరు సవాలు చేసుకోండి.

తెలివైన సమయ పాలన విజయానికి మరొక ముఖ్యమైన అంశం. అధ్యయనం చేయడానికిఎన్ని గంటలు పనిచేయాలన్నది ముఖ్యము కాదు; అధ్యయనం రాశి కాదు, వాసి ముఖ్యం. దానికోసం పూర్తి ఏకాగ్రతతో చదవడం అవసరం. అదనంగా, మీ షెడ్యూల్ మీ మనస్సును ప్రశాంతంగా, ఏకాగ్రతగా ఉంచడానికి మీ మానసిక స్థితి, ప్రాధాన్యతల ఆధారంగా, వివిధఅంశాల మధ్య మార్పులు చేర్పులు చేసుకోవడానికి కూడా అవకాశం కల్పించాలి.

రోజువారీ అధ్యయన షెడ్యూల్‌ను రూపొందించడం, వివిధ కార్యకలాపాలపై గడిపిన సమయాన్ని గుర్తించడం ద్వారా, సమయాన్ని సమర్థవంతంగా ఉపయోగించుకోవడంతో పాటు వృధాని తగ్గించడం కూడా సాధ్యమవుతుంది. ఉదాహరణకు, సత్యం, నిద్రకుపక్రమించే ముందు తన రోజువారీ సమయాన్ని ఎలా వినయోగించాడో విశ్లేషించాడు. తనకు తానుగా ఇలా పరిశీలించుకోవడం వల్ల క్రమశిక్షణను మెరుగుపర్చడానికి, ఎంత సమయం వృధా అయ్యిందో తెలుసుకోవడానికి అవకాశం కలిగింది.

యూపీఎస్సీ పర్వతాన్ని అధిరోహించడానికి ఉన్న మార్గం మారథాన్ (చాలా దూరం పరుగు) లాంటిదని, స్ప్రింట్ (తక్కువ దూరం పరుగు) కాదని గుర్తుంచుకోండి. ప్రిపేర్ అవ్వడం క్రమంగా అలసటగానూ, కష్టంగానూ మారవచ్చు. కాబట్టి, మీ షెడ్యూల్‌లో రెగ్యులర్ బ్రేక్‌లతో పాటు, విశ్రాంతిని, వినోదాన్ని కూడా చేర్చుకోండి.

శారీరిక ఆరోగ్యమే మానసిక ఆరోగ్యం

యూపీఎస్సీ ప్రయాణం సుదీర్ఘమైనది, శ్రమతో కూడుకున్నది. శారీరకంగా, మానసికంగా కష్టంతో కూడుకున్నది. ఈ కఠోర యాత్రలో, మీ తెలివితేటలతో

పాటు, చక్కటి ఆరోగ్యం కూడా ఒక సంపదే. ఔత్సాహికులు తరచుగా నెలరోజులపాటు తమ అధ్యయనాలకు రోజుకు పన్నెండు గంటల కంటే ఎక్కువ సమయం కేటాయిస్తారు. హాస్టల్ ఆహారం, టిఫిన్ సేవల ద్వారా అందించబడే ఆహారంపై ఆధారపడి చాలా మంది అధ్వాన్నమైన జీవన పరిస్థితులను భరిస్తున్నారు. కదలకుండాఉండే జీవనశైలి, విద్యాపరంగా తీవ్రమైన ఒత్తిడి, కనికరంలేని పోటీ, కఠినమైన గడువులు, నిరంతరం విస్తరిస్తున్న సిలబస్ ల కలయిక శరీరం, మనస్సు రెండింటిపై తీవ్రమైన నష్టాన్ని కలిగిస్తుంది. దీనికి తోడు మాక్ పరీక్షలలో ఎదురయ్యే ఎదురుదెబ్బలు, జవాబు-వ్రాసే అభ్యాసం వల్ల ఒత్తిడి, వైఫల్య భయం వంటివి వస్తాయి. ఈ పోటీ వాతావరణంలో, ఆరోగ్యానికి ఉన్న ప్రాముఖ్యత చాలా ముఖ్యమైనది.

ప్రతిరోజు క్రమబద్ధంగా శారీరక శ్రమ, చిన్నచిన్న దూరాలైనా నడవడం లేదా సరళమైన వ్యాయామం చేయడం మెదడును ఆక్సిజనేట్ చేస్తుంది. మానసిక పనితీరుతో పాటు, జ్ఞాపకశక్తి ని మెరుగుపరుస్తుంది. ధ్యానం, యోగా, దీర్ఘ శ్వాస వ్యాయామాలు వంటి మైండ్‌ఫుల్‌నెస్ అభ్యాసాలు ఏకాగ్రతను పదును పెడతాయి, ఒత్తిడి స్థాయిలను తగ్గిస్తాయి.

వీటితోపాటు, మంచి నిద్ర కూడా ముఖ్యమే. చక్కటి నిద్ర శరీర అవయవాలకి విశ్రాంతి, కొత్త బలాన్ని పొందేందుకు వీలు కల్పిస్తుంది. దానితో అత్యుత్తమ సామర్థ్యాన్ని కనబరిచే అవకాశం ఉంది.

సానుకూల దృక్పథాన్ని, ఆత్మవిశ్వాసాన్ని పెంచుకోండి

ఐఏఎస్ అధికారి కావడానికి గల మార్గం సవాళ్లతో కూడుకున్నది. ఆశావహులు బలమైన మానసిక ఒత్తిళ్లతోపాటు, భావోద్వేగ ఎదురుదెబ్బలను ఎదుర్కొంటారు. దానివల్ల డిప్రెషన్ అగాధాన్ని ఎదుర్కొన్న మిన్నూనే తీసుకోండి, మూడవ సారే ఇంటర్వ్యూ దశకు చేరుకునేటప్పటికీ, నాలుగు, ఐదు ప్రయత్నాలలో ప్రిలిమ్స్‌ను క్లియర్ చేయడంలో విఫలమైంది. మెయిన్స్‌కు కొద్దిరోజుల ముందు సత్యం పూర్తిగా ప్రిపేర్ కాలేదనే భయంతో కృంగిపోయాడు. శృతి తన రెండవ ప్రయత్నంలో ప్రిలిమ్స్ తర్వాత, ఇంటర్వ్యూ అయ్యాకా, కన్నీళ్లు పెట్టుకుంది. వసీం తన మొదటి ప్రయత్నంలో 225 ర్యాంక్ సాధించినప్పటికీ, రెండవ ప్రయత్నంలో ప్రిలిమ్స్ క్లియర్ చేయడంలో విఫలమైనప్పుడు ప్రతికూల పరిస్థితిని ఎదుర్కొన్నాడు.

బాహ్య ఒత్తిళ్లు తరచుగా మానసిక వేదనని పెంచుతాయి. ఉపాధ్యాయుల నుండి అపహాస్యం, బంధువుల నుండి ఎగతాళి, చుట్టూ ఉన్న సమాజం వ్యక్తం చేసే సందేహం నమ్మకాన్ని దెబ్బతీస్తాయి. అయినాకూడా, కచ్చితంగా ఈ పరిస్థితుల్లోంచే, భవిష్యత్ లో సాధించే విజయానికి బీజాలు ఏర్పడతాయి.సత్యాన్ని ఉపాధ్యాయులు 'చూడండి, కలెక్టర్ సాహబ్ ఈరోజు క్లాస్‌కి వచ్చారు', అని ఆటపట్టించేవారు. 'మీకు ప్రాథమిక అంశాలు కూడా తెలియవు; ఐఏఎస్ అధికారి కావాలని ఎలా కలలు కంటారు?' అని మిన్నూ చేసిన ప్రయత్నాలు విఫలమైనప్పుడు సహచరులు ఎగతాళి చేశారు. భరత్‌ని కజిన్ వెక్కిరించాడు. ఆ కజిన్ భరత్ తల్లితో ఇలా అన్నాడు, 'వాడు ఇంట్లో ఎందుకు కూర్చున్నాడు? నా పిల్లలకు ట్యూషన్ చెప్పి, కొంత డబ్బు సంపాదించుకోవచ్చుగా' అన్నాడు.

సానుకూలదృక్పథానిఅందించే,పుస్తకాలు,వీడియోలు,విజయగాథలు వంటి స్ఫూర్తినిచ్చే సాధనాల ఆసరా తీసుకోండి. ఉదాహరణకు మిన్నూ, నిరుత్సాహంగా అనిపించినప్పుడల్లా. అంకితభావంతో కష్టపడి పనిచేసే జిల్లా

కలెక్టర్ మీద వచ్చిన చలనచిత్రంతో చూసి స్ఫూర్తి పొందేది. ఏకాగ్రత, సానుకూలత కొనసాగించడానికి ప్రతిరోజూ దీపం వెలిగించిన తర్వాత కొద్దిసేపు ప్రార్థన చేయాలని భరత్ తల్లిసూచించింది.

ఎప్పుడూ, మూడు 'శీ'లన్ని వదలకండి. కన్సిస్టెన్సీ (స్థిరత్వం, నిలకడగా ఉండడం), కాన్ఫిడెన్స్ (నమ్మకం), కామ్‌నెస్ (ప్రశాంతం) 'స్థిరత్వం, నమ్మకం, ప్రశాంతత'లను అలవర్చుకోండి. మీ ప్రయత్నాలలో స్థిరత్వం, మీ సామర్థ్యాలపై నమ్మకం, సవాళ్లను ఎదుర్కొనే ప్రశాంతత కలిగి ఉండాలి. అనుకున్నవి అనుకున్నట్టు జరగకపోయినా ప్రశాంతంగా ఉండండి.శాయ శక్తులా ప్రయత్నాలకు ఆటంకం కలగకుండా చూసుకోండి. కొన్నిసార్లు, అధ్యయనం ఒక లయ (స్టడీ రిథమ్)లో పడడానికి సమయం పడుతుంది. కొద్ది కొద్దిగా ఒక క్రమ పద్ధతిలో పరిజ్ఞానాన్ని పెంచుకోండి. ఎదురుదెబ్బలు లేదా అడ్డంకులు ఎదుర్కొన్నప్పటికీ, వేసుకున్న ప్రణాళికకి అనుగుణంగా చదవండి. ఈ అడ్డంకుల వల్ల వేగాన్ని తగ్గించుకోకండి. ప్రిపరేషన్ మీద నమ్మకంతో ఉండి, లక్ష్యాలకు కట్టుబడి శ్రమించండి.

ప్రతి అడ్డంకిని అధిగమించి, అంకితభావంతో అధ్యయనం చేసిన ప్రతి రోజూ, విజయమనే భవననిర్మాణంలో ఒక ఇటుక ని పేర్చినట్టే.

కుటుంబం, సహచరుల కీలక పాత్ర

యూపీఎస్సీపరీక్ష లో విజయం సాధించడానికి చేసే ప్రయాణం ఎంతో శ్రమతో కూడుకున్నది. దృఢమైన అంకితభావం, పట్టుదల అవసరం. ఈ కఠోర ప్రక్రియ మధ్య, కుటుంబం, సన్నిహితులు, సహచరుల ప్రోత్సాహం ప్రయత్నాన్ని సులభతరం చేస్తుంది.వారి ప్రోద్బలంతో లభించిన విజయం మరింత అద్భుతంగా ఉంటుంది.

కుటుంబం, సన్నిహిత స్నేహితుల నుండి మానసిక, ఆర్థిక సహకారం, ఒత్తిడి తగ్గిస్తుంది. అభ్యర్థులు వారి చదువులపై పూర్తిగా దృష్టి పెట్టడానికి వీలు కల్పిస్తుంది. సన్నిహితుల ప్రోత్సాహం, అవగాహన, సానుకూల భావోద్వేగాలకి పునాది అవుతాయి. అభ్యర్థులకి ఒడిదుడుకులు వచ్చినప్పటికీ, సానుకూలంగా, పట్టుదలగా ఉండటానికి సహాయపడతాయి.

పరీక్ష రాసే అభ్యర్థి వేరే ఆలోచనలు ఏమీ లేకుండా, ఏకాగ్రతతో చదువుకోగలిగేలా కుటుంబ సభ్యులు ఎన్నో త్యాగాలు చేయడం మన ఏడుగురు హీరోల కథల్లో చాలాసార్లు చూశాం. ఈ భావోద్వేగ మద్దతు చాలా ముఖ్యమైనది, ముఖ్యంగా మీ మీద మీకు నమ్మకం పోయినప్పుడు, స్వీయ సందేహం కలిగినప్పుడు, బాగా అలసిపోయినప్పుడు, మీ కుటుంబం మీకు వెన్ను దన్నుగా ఉందనే ధైర్యం,మిమ్మల్ని ముందుకు నడిపించడానికి శక్తివంతమైన స్ఫూర్తి అవుతుంది.

పరీక్ష రాస్తున్న సహచరులు కూడా ఎంతో కీలకం. ఇది స్నేహ భావాన్ని పెంచుతుంది. వారి సహచర్యం వల్ల ప్రిపేర్ అవుతున్నప్పుడు ఒంటరి తనం తగ్గి, మరింత,ఉత్సాహంగా కృషి చేస్తారు. తోటివారితో చర్చలు సంక్లిష్ట సమస్యలపై అవగాహనను పెంచుతుంది, సందేహాలను నివృత్తి చేస్తుంది, విషయాల పట్ల పరిజ్ఞానాన్ని దృఢ పరిచి, కాన్సెప్ట్ ని పటిష్టం చేస్తుంది. తోటి ఆశావహులతో చర్చించడం వల్ల, మీ పరిగణలోకి రాని కొత్త దృక్కోణాలు, విషయాలు తెలుస్తాయి.

శృతి జామియాలో ఒక చిన్న గ్రూపులో చేరారు. ఆ గ్రూపులో అందరూ ప్రశ్నలకి సమాధానాలు రాయడం, ఒకరి జవాబులు మరొకరు విశ్లేషించుకోవడం చేసేవారు. ఈ రకంగా కలిసి చదువుకోవడంవల్ల ఒకరి నుండి మరొకరు నేర్చుకోవడానికి, వారి నైపుణ్యాలను సమిష్టిగా మెరుగు పరచుకోవడానికి వీలు కలిగింది. నోట్స్ తయారు చేసుకోవడానికి, షేర్

చేసుకోవడానికి వాళ్ళు గూగుల్ డాక్స్‌ని కూడా ఉపయోగించారు. 'మంచి సహచరుల గ్రూపుని కలిగి ఉండటం చాలా సహాయపడింది; మేము ఒకరికి తెలుసున్నది మరొకరు చెప్పుకున్నాం' అని శృతి వివరించింది.

అదేవిధంగా, చర్చల కోసం లవిష్ ఒక చిన్న సహచరుల బృందాన్ని ఏర్పాటు చేశాడు. వాళ్లంతా, మాక్ టెస్ట్‌ల కోసం నిర్దిష్ట తేదీలు, సమయాలను సెట్ చేసుకునేవారు. ప్రిపరేషన్‌ను మెరుగుపరచడానికి,పరీక్ష రాసేటప్పుడు వుండే పరిస్థితులని తయారు చేసుకునేవారు. 'కొన్నిసార్లు, మీకు ఆత్మనూన్యతా భావం కలిగి, పరీక్ష ని వదిలి పెట్టేయాలనే ఆలోచన కలిగినప్పుడు, సహచరుల గ్రూపు స్ఫూర్తినిస్తుంది. ఒకరి నుండి ఒకరు నేర్చుకుంటారు, ఒకరినొకరు ప్రోత్సహించుకుంటారు,' అని లవిష్ చెప్పాడు.

కోచింగ్ వర్సెస్ సెల్ఫ్ స్టడీ

కోచింగ్ ఇనిస్టిట్యూట్‌లో చేరాలా వద్దా అనే ప్రశ్న చాలా మంది ఔత్సాహిక ఐఏఎస్ అభ్యర్థులను వేధిస్తున్న క్లిష్టమైన ప్రశ్న.

సత్యంమొదట్లో కోచింగ్ ఇనిస్టిట్యూట్‌లో చేరాడు కానీ తన సమయం చాలా వృధా అయిపోతోందని వెంటనే గ్రహించాడు. కోచింగ్ సెంటర్లో చెప్పే సిలబస్ కంటే ముందు ఉండాలని నిర్ణయించుకున్నాడు. స్వీయ-అధ్యయనంలో, క్లిష్టంగా భావించిన అంశాలను కవర్ చేసే తరగతులకు మాత్రమే హాజరయ్యాడు. చాలా మంది కోచింగ్ టీచర్లు కథలు, జోకులు, ఉపాఖ్యానాలపై గణనీయమైన సమయాన్ని వృధా చేయడాన్ని సత్యం గమనించాడు, అది పనికిరానిదిగా,సమయాన్ని,దుర్వినియోగం చేస్తోందని భావించాడు.

అదేవిధంగా, లవిష్, కొన్ని తరగతులకు హాజరైన తర్వాత, గత సంవత్సరాల ప్రశ్నలను విశ్లేషించిన తర్వాత, యూపీఎస్సీ అడిగే ప్రశ్నలకు, కోచింగ్ పాఠ్యాంశాల మధ్య సంబంధం ఉండట్లేదని గమనించాడు. కోచింగ్ క్లాసులకి హాజరవ్వడం తగ్గించుకున్నాడు. సంబంధిత ఆన్‌లైన్ ఉపన్యాసాలపై ఎక్కువగా ఆధారపడ్డాడు.

అంజలి పూర్తిగా స్వీయ అధ్యయనం ద్వారా విజయం సాధించింది. కోచింగ్ తరగతులలో చాలామంది ఉండటం, అసంబద్ధమైన చర్చల కారణంగా శృతి కూడా కోచింగ్ క్లాస్ లకి వెళ్లలేదు. 'సీఎస్ఈ రాయాలంటే

కోచింగ్ ఇనిస్టిట్యూట్‌లో చేరాలనే అభిప్రాయం సర్వత్రా ఉంది. అయితే ఇది నిజం కాదు. ఇతర సాధనాల నుండి కూడా మార్గదర్శకత్వం పొందవచ్చు, 'అని' చెప్పింది.

మరోవైపు, కోచింగ్ క్లాస్‌లు, తను జేరిన కోచింగ్ ఇనిస్టిట్యూట్ అందించే మెంటర్‌షిప్ ప్రోగ్రాం నుండి వసీం గణనీయంగా ప్రయోజనం పొందాడు. భరత్, మిన్నూ వారి ఐచ్ఛిక సబ్జెక్టుల కోసం ప్రత్యేకంగా కోచింగ్ తరగతులకు హాజరయ్యారు. విజయవంతమైన అభ్యర్థులతో చర్చలు, విస్తృతమైన పరిశోధనలు సివిఎస్ఈలో విజయం సాధించడానికి,కోచింగ్ సెంటర్‌లో చేరడం అవసరం లేదని వెల్లడిస్తున్నాయి. కోచింగ్ తరగతుల్లో జేరకుండానే యుపిఎస్‌సి పర్వతాన్ని అధిరోహించడం సాధ్యమవుతుంది. అభ్యర్థులు విజయవంతమైన అభ్యర్థుల బ్లాగ్‌లు, ఆన్‌లైన్ వీడియోలు, పరీక్షలో వివిధ దశల్లో ఉత్తీర్ణులైన వారితో చర్చల ద్వారా మార్గదర్శకత్వం పొందవచ్చు. అంతేకాకుండా, ఆర్థిక స్తోమత లేని వారు,కోచింగ్‌లో చేరాలనుకుంటే వారు, ప్రభుత్వ వారు అందిస్తున్న ప్రాయోజిత కోచింగ్ తరగతుల లో జేరి ప్రయోజనం పొందవచ్చు.

కొన్ని రాష్ట్రప్రభుత్వాలు,ప్రయివేటు అకాడమీలలో కోచింగ్ ఖర్చులను భరించేందుకు తెలివైన విద్యార్థులకు స్కాలర్‌షిప్‌లను కూడా అందిస్తున్నాయి.

అయితే, అభ్యర్థులు చాలాజాగ్రత్తగా ఉండాలి. ఆన్‌లైన్‌లో వీడియోలు, మెటీరియల్‌లను పోస్ట్ చేసే టాపర్‌లను లేదా వ్యక్తులను గుడ్డిగా అనుసరించకూడదు. స్వయం ప్రకటిత యూపీఎస్సీ 'నిపుణులు', తరచుగా కోచింగ్ హబ్‌లలోని టీ స్టాల్స్‌లో, యూట్యూబ్‌లో, లైబ్రరీలలో, ఇతర ప్రదేశాలలో, తమ దగ్గర సీఏసీని సాధించే ఖచ్చితమైన వ్యూహాలు ఉన్నాయని చెప్పి, అభ్యర్థులను తప్పుదారి పట్టించవచ్చు. ఎవరికి వారు సొంతంగా విశ్లేషించుకుని,తమ శక్తులని,అభిరుచులని పరిగణలోకి తీసుకుని, బలాలు, బలహీనతలను బేరేజు వేసుకుని పరీక్షకి అనుకూలమైన వ్యూహాన్ని సిద్ధం చేసుకోవడం ఎంతో కీలకం.

డి–డే చిట్కాలు

మీరు ఎంత శ్రద్ధగా సిద్ధమైనప్పటికీ, అంతిమ విజయం పరీక్ష రోజున పనితీరుపై ఆధారపడి ఉంటుంది. ఒత్తిడి పెరగడం సహజం, చాలా మంది

ఔత్సాహికులు ముందు రోజు రాత్రి నిద్రలేకుండా ఉంటారు. నెలల తరబడి శ్రద్ధతో కూడిన అధ్యయనాన్ని బలహీనపరిచే ఆందోళనతో మునిగిపోతారు. ఈ ఒత్తిడిని తట్టుకోవడం, ఆందోళనను తగ్గించుకోవడం చాలా ముఖ్యం. ఈ పోరాటంలో ఒంటరిగా లేరని మీకు మీరు గుర్తు చేసుకోండి-ప్రతి ఔత్సాహికుడు పరీక్షకు ముందు గందరగోళాన్ని ఎదుర్కొంటాడు. మీరు కష్టపడి పనిచేశారని, విజయానికి అర్హులని మీకు మీరు భరోసా ఇచ్చుకోండి. బాగా విశ్రాంతిగా, అప్రమత్తంగా ఉన్నారని నిర్ధారించుకోవడానికి పరీక్షకు ముందు బాగా నిద్రపోవడాన్ని లక్ష్యంగా పెట్టుకోండి.

పరీక్ష జరగడానికి ముందే, దినచర్యను సర్దుబాటు చేసుకోవడం చాలా అవసరం. సత్యం, లవిష్ వంటి కొందరు ఔత్సాహికులు ఉదయంవేళలో నిద్రపోతూ,తెల్లవారుజామున చదువుతారు. అయితే, మీరు రాత్రిపూట షెడ్యూల్‌ని అనుసరిస్తే, పరీక్ష సమయంలో, పూర్తిగా మెలకువగా, అప్రమత్తంగా ఉండడానికి, పరీక్షకు కొన్ని రోజుల ముందు మీ శరీర గడియారాన్ని పగలు మెలుకువగా ఉండేలా మలుచుకోండి

పరీక్షకు ఒక రోజు ముందు, చివరి నిమిషంలో ఎలాంటి భయాందోళనలకి ఆస్కారం ఇవ్వకుండా, మీ అడ్మిట్ కార్డ్, గుర్తింపు కార్డు సిద్ధంగా ఉన్నాయని నిర్ధారించుకోండి. సత్యం తన మొదటి మెయిన్స్ పేపర్ ఉదయం తన అడ్మిట్ కార్డ్, ఆధార్ కార్డును ఎక్కడ పెట్టాడో గుర్తు లేక, ఒత్తిడితో కూడిన పరిస్థితిని ఎదుర్కొన్నాడు. ఇది ఎంతో సమయాన్ని వృధా చేసింది. రక్తపోటును పెంచింది. ఏకాగ్రతను ప్రభావితం చేసింది. ఆ భయంతో, ఆ రోజు పేపర్ కోసం కంఠస్థం చేసిన పాఠాలు, ఉదాహరణలు, డేటాను మరచిపోయాడు.

మీరు సివిల్ సర్వీసెస్ ఆశించేవారు ఎక్కువగాఉండే ప్రాంతంలో నివసిస్తుంటే, పరీక్షా కేంద్రానికి రవాణాను ముందుగానే ఏర్పాటు చేసుకోవడం మంచిది. వేరే అభ్యర్థులు అందుబాటులో ఉన్న అన్ని ఆటోలు, టాక్సీలను ముందస్తుగా బుక్ చేసుకోవచ్చు, అప్పుడు, చివరి నిమిషంలో పరీక్షా కేంద్రానికి వెళ్లడం సవాలుగా మారుతుంది. వసీం ఈ పరిస్థితి ఎదుర్కొన్నాడు, రవాణా అందుబాటులో లేని కారణంగా ప్రిలిమ్స్ పరీక్షా కేంద్రానికి వెళ్లడానికి చాలా కష్టపడాల్సి వచ్చింది.

పరీక్ష రోజున, ఎక్కువ నీరు తాగుతూ ఉండండి, లోతైన శ్వాస తీసుకోండి, వీలైతే దేవుడ్ని ధ్యానం చేయండి . వ్రాస్తున్నప్పుడు రిలాక్స్‌గా ఉండండి. పూర్తి ఏకాగ్రతను కొనసాగించండి. ఒత్తిడి లేకుండా పరీక్ష రాయడానికి ప్రశాంతంగా, ఏకాగ్రతతో కూడిన మనస్సుతో ఉండడం ఎంతో ముఖ్యం.

గుర్తుంచుకోండి, మీ కృషి ఆ క్షణం కోసం మిమ్మల్ని సిద్ధం చేసింది. ఆత్మవిశ్వాసంతో ఉండండి, ప్రిపరేషన్‌పై నమ్మకం ఉంచండి, సానుకూల మనస్తత్వంతో పరీక్ష రాయండి. అంకితభావం, పట్టుదల ఫలిస్తాయి.

కీలక విజయ సూత్రాలు

కీలకమైన ప్రిపరేషన్ స్ట్రాటజీలను చర్చించిన తర్వాత, దిగువ చిత్రంలో చూపిన విధంగా కొన్ని కీలక విజయ సూత్రాలను ఇప్పుడు పరిశీలిద్దాం:

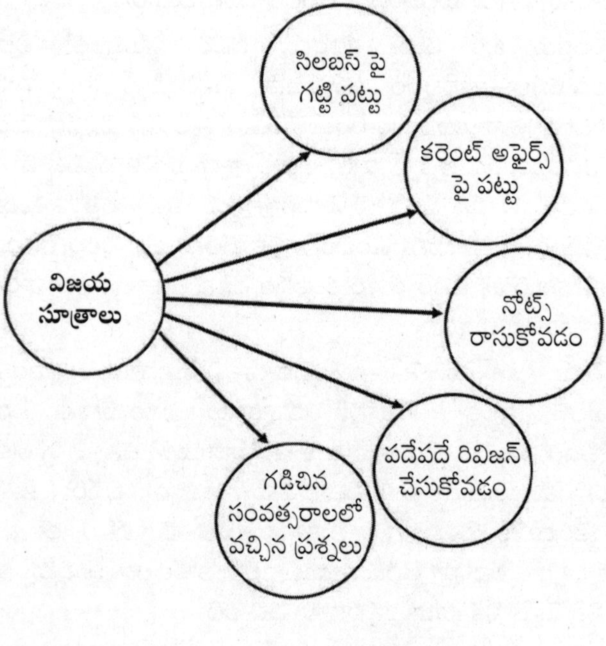

సిలబస్‌పై గట్టి పట్టు

సి ఎస్ ఈ లో ప్రావీణ్యం సంపాదించడానికి దాని విస్తృతమైన సిలబస్‌పై సమగ్ర అవగాహన అవసరం. ప్రిలిమ్స్ కోసం, యూపీఎస్సీ టాపిక్స్ గల విస్తృత జాబితాను ఇస్తుంది, అయితే మెయిన్స్ పరీక్ష కోసం, విస్తృత శ్రేణి విషయాలను కవర్ చేసే సిలబస్‌ని సవివరంగా ఇస్తుంది. మీకు క్లిష్టమైన మొదటి దశ ఏమిటంటే, ప్రతి అంశాన్ని, ఉప-అంశాన్ని (టాపిక్, సబ్ టాపిక్) గమనిస్తూ, సిలబస్‌ను నిశితంగా చదవడం. మళ్లీ మళ్లీ చదవండి. ఈ సమగ్ర అవగాహన ప్రభావవంతమైన, లక్ష్య అధ్యయనానికి పునాదిని ఏర్పరుస్తుంది.

పరీక్షలో ప్రశ్నలన్నీ సిలబస్ మీదే ఆధారపడే వస్తాయి కాబట్టి, పరీక్షలో సాధన చేయడానికి వ్యూహాత్మక పఠనం కీలకం. అనేకమార్గాల నుండి లభించిన విస్తృత సమాచారాన్ని నిలక్ష్యంగా చదవడం ఆత్మహత్యా సదృశ్యం. ఐఏఎస్ టాపర్లు కేవలం సిలబస్‌ను మాత్రమే అధ్యయనం చేయరు; ఆ సిలబస్ తోనే జీవిస్తారు. ఈ రకంగా జ్ఞాపకం పెట్టుకోవడం వల్ల, ఆ సిలబస్సే స్ఫూర్తిగా, మార్గదర్శిగా పనిచేస్తుంది.

సిలబస్ ని మొదటి సారి చూసినప్పుడు, దాని పరిధి చాలా ఎక్కువ అనిపించవచ్చు. కానీ దాని పరిమాణం చూసి కంగారు పడకండి. భయపడకండి. ఎవరెస్ట్ శిఖరాన్ని అధిరోహించినట్లే, అంచెలంచెలుగా విజయం వరిస్తుంది. అలాగే ప్రతి రివిజన్ (సమీక్ష) సవాలును సాధించగలమన్న ధీమానిస్తుంది. సిలబస్‌ను జ్ఞాన నిధిగా పరిగణించండి. క్రమక్రమంగా ఒక్కోపొరని విడదీసుకుంటూ వెళ్తే, సరికొత్త దృక్కోణాన్ని, సూక్ష్మ అంశాలని అందిస్తుంది. అద్భుతమైన పరిజ్ఞానాన్ని, ప్రావీణ్యాన్ని అందిస్తుంది.

ప్రతి పేపర్‌కు సంబంధించిన సిలబస్‌ను చదవడం, విశ్లేషించడం, అవగాహన చేసుకోవడం, పూర్తిగా గుర్తుంచుకోవడం వంటివి ప్రిపరేషన్ కోసం స్పష్టమైన రోడ్‌మ్యాప్‌ను రూపొందించడంలో, సమయాన్ని సమర్థవంతంగా ఉపయోగించుకునేలా చేయడంలో సహాయపడతాయి. ఇది అధ్యయనం చేయడానికీ, ఏది కీలకం, దేన్ని వదిలిపెట్టేయొచ్చు, అనే దానిపై మార్గనిర్దేశం చేయడానికి ఉపయోగపడుతుంది. సిలబస్‌పై దృఢమైన పట్టు అసంబద్ధమైన అంశాల నుండి సంబంధిత సమాచారాన్ని ఫిల్టర్ చేయడానికి, చదివిన వార్తాపత్రికలు, మ్యాగజైన్‌లు, కథనాలు లేదా పుస్తకాల నుండి

చక్కటి నోట్స్ రాసుకోవడానికి, రివిజన్ చేయడానికి,సిలబస్‌లోని సంబంధిత భాగాలతో వాటిని అనుసంధానించుకోవడానికి అవకాశం కనిపిస్తుంది—ఈ అవగాహన ఎంతో అమూల్యమైనది.

మీ స్టడీ స్పేస్‌లో సిలబస్‌ను కనిపించేలా వుంచుకోండి, ప్రతిరోజూ ఉదయం మీరు చూసే మొదటి విషయం ఇదే. ప్రతిరోజు దాన్నే చూడటం వల్ల ఏకాగ్రతగా ఉంచుతుంది. టాపిక్ గుర్తు చేసుకోవడానికి సహాయపడుతుంది. ఆ టాపిక్ లో ఉన్న అంశాలని ప్రస్తుతం జరుగుతున్న వాటికి లింక్ చేస్తుంది. కష్టతరమైన అంశాలను ముందుగానే గుర్తించండి. వాటిని బాగా చదవడానికి వ్యూహాన్ని రూపొందించండి.

కరెంట్ అఫైర్స్ లో పట్టు సాధించాలి

కరెంట్ అఫైర్స్ సిలబస్‌లో కీలకమైన, క్రియాశీలకమైన విభాగం. సివిఎస్‌ఈ అన్ని పేపర్‌లలో, దాని విస్తృతమైన ఉనికి కారణంగా తగినంత శ్రద్ధ, సమయం అవసరం. ప్రస్తుత సంఘటనలపై తాజా వార్తల నుండి పొందిన పరిజ్ఞానాన్ని, విషయాన్ని మీ సమాధానాలలో, వ్యాసాలలో రాయడం వలన సందర్భానుసారంగా వాటి ఔచిత్యం పెరుగుతుంది, సమగ్ర దృక్పథాన్ని పెంపొందిస్తుంది, వాస్తవ-ప్రపంచ సమస్యలపై లోతైన పట్టును తెలియజేస్తుంది., మీ వాక్య నిర్మాణాన్ని, వ్యక్తీకరణను మెరుగుపరుస్తుంది. అందువలన, విజయం సాధించిన ప్రతి ఐఏఎస్ అభ్యర్థి తాజా జాతీయ, అంతర్జాతీయ పరిణామాలను తెలుసుకోవడంలో ఉన్న ప్రాముఖ్యతని నొక్కి చెప్పారు.

వివిధ కోచింగ్ ఇనిస్టిట్యూట్‌లు కరెంట్ అఫైర్స్ మీద వరస క్రమంలో సంకలనాలను ప్రచురిస్తాయి. అయితే, ఈ సంకలనాలు అందుబాటులో ఉన్నప్పటికీ, ఈ పుస్తకంలోని ఏడుగురు హీరోలు ప్రిలిమ్స్, మెయిన్స్ పరీక్షలకు సిద్ధమవుతున్నప్పుడు, ప్రతిరోజూ కనీసం ఒక వార్తాపత్రిక చదవాలని, ఇంటర్వ్యూ కోసం రెండు వార్తాపత్రికలను చదవాలని సిఫార్సు చేశారు. వార్తాపత్రికలు చదవడానికి మరో ప్రత్యామ్నాయం లేదని ఉద్ఘాటించారు. కరెంట్ అఫైర్స్‌కి సంబంధించిన మాసపత్రిక ఒకటి చదవడం కూడా మంచిది. కొంతమంది ఆశావహులు వార్తల విశ్లేషణ పాడ్‌కాస్ట్‌లతో లేదా రోజువారీ అప్‌డేట్‌ల కోసం ప్రసిద్ధ ఆన్‌లైన్ ప్లాట్‌ఫారమ్‌లను బ్రౌజ్ చేయడం ద్వారా కరెంట్ అఫైర్స్ పట్ల పరిజ్ఞానాన్ని,అవగాహనని

పెంచుకున్నారు. అయితే, అభ్యర్థులు ప్రిలిమ్స్, మెయిన్స్ పరీక్షలకు సిద్ధమవుతున్నప్పుడు, రోజువారీ వార్తాపత్రికలు చదవడానికి ఒక గంట కంటే ఎక్కువ సమయం కేటాయించకూడదు. వార్తలే కాకుండా సమస్యలపై దృష్టి పెట్టాలి. ఒక సమస్య వార్తల్లో ఎందుకు ఉందో అర్థం చేసుకోండి. నేపథ్య పరిజ్ఞానాన్ని, దాని ప్రస్తుత స్థితిని తెలుసుకోండి. సమస్యని విభిన్న కోణాలను అర్థం చేసుకోండి. సంబంధిత అంశాలు, సవాళ్లు, ముందుకు వెళ్లే మార్గానికి సంబంధించి సూచనలను లేదా అభిప్రాయాలను తెలుసుకోండి. ఇంకా, ఆ విషయానికి సంబంధించిన గణాంకాలను సంపాదించండి.

నోట్స్ రాయడమే విజయానికి కీలకం

ప్రభావవంతమైన నోట్స్-మేకింగ్ అంటే బాగా నోట్స్ రాసుకోవడం అనేది నోట్స్ కేవలం సమాచార అందించేవిగా మాత్రమే కాకుండా, ఆలోచనలను రేకెత్తించడానికి, అవగాహనను పెంపొందించడానికి, సమర్థవంతంగావుండి, రివిజన్ చేయడానికి శక్తివంతమైన సాధనాలుగా ఉపయోగపడతాయి. టైపింగ్ చేయడంతో పోలిస్తే,ఆలోచిస్తూ చేతితో రాయడం వల్ల జ్ఞాపక శక్తి ఎంతో మెరుగుపడుతుందని పరిశోధనలో తేలింది.

సంక్షిప్తంగా, ఉద్దేశపూర్వకంగా, వివిధ మూలాలు,సాధనాల నుండి సేకరించిన కీలక అంశాలు, కాన్సెప్ట్స్, వాస్తవాలు, సూత్రాలు, ఉదాహరణలను నోట్స్ లో పొందుపరచండి. ఐఎఎస్ టాపర్లు, యుపిఎస్సి సిలబస్‌లోని కీలక పదాల చుట్టూ నోట్స్‌ను రూపొందించాలని, వివిధమార్గాల నుండి సమాచారాన్ని ఏకీకృతం చేయాలని సూచించారు. ఈ విధానం వల్ల సంబంధిత సమాచారమంతా పలుమార్గాలద్వారా సేకరించినా, చెల్లాచెదురుగా కాకుండా ఒకే చోటే లభిస్తుంది.

బుల్లెట్ పాయింట్‌లు, రేఖాచిత్రాలు, మ్యాప్‌లు, ఫ్లో చార్ట్‌లు, మైండ్ మ్యాప్‌లను సంక్లిష్టమైన అంశాలను సులభతరం చేయడానికి, గుర్తుంచుకోవడానికి, మీ సమాధానాల నాణ్యతను మెరుగుపరచడానికి ఉపయోగించుకోండి. ముఖ్యాంశాలు, ముఖ్యమైన వాస్తవాలు, సూత్రాలు, సంబంధిత ఉదాహరణలు కూడా మీ నోట్స్‌లో వుండాలి. చాలా మంది ఆశావహులు నోట్‌బుక్‌ల కంటే ఫైల్‌లు లేదా ఫోల్డర్‌లను ఇష్టపడతారు,

ఎందుకంటే అవి ప్రిపరే అవుతున్నప్పుడు ఒక అంశంపై సమాచారాన్ని చేర్చడాన్ని సులభతరం చేస్తాయి.

మన ఏడుగురు హీరోల్లో మిన్నూ ఒక్కో పేపర్‌కి సమగ్రమైన నోట్స్ సిద్ధం చేసింది. సత్యం రెండు లేదా అంతకంటే ఎక్కువ మూలాధారాల నుండి ఒక అంశాన్ని ఏకకాలంలో చదివి, గణనీయమైన, వివరణాత్మక నోట్స్ ను తయారు చేసుకున్నాడు.. అతను రిజిస్టర్‌కు బదులుగా వదులుగా ఉండే షీట్‌లను ఉపయోగించడాన్ని ఇష్టపడ్డాడు, ఎందుకంటే తరువాత ఎప్పుడైనా వివిధ అంశాలపై విషయాలను సులభంగా జోడించడానికి అవకాశం ఉంటుంది. కోచింగ్ క్లాస్‌ల సమయంలో వసీం చాలా జాగ్రత్తగా ఓ పక్క ఖాళీని వదిలేసి నోట్స్ రాసుకున్నాడు, తర్వాత ఇంట్లో ఆ నోట్స్ ని మెరుగుపరుచుకున్నాడు.

అయితే, ప్రతి పుస్తకం నుండి నోట్స్ తయారు చేయవద్దని శృతి సలహా ఇచ్చింది. ఆమెచెప్పిన దాని ప్రకారం, లక్ష్మీకాంత్, స్పెక్ట్రమ్ వంటి కొన్ని పుస్తకాలు సంక్షిప్తమైనవి, నోట్‌స్‌తో సమానంగా ఉంటాయి. అదనపు నోట్-టేకింగ్ అనవసరం. దాని బదులు, ముందు చెప్పిన పుస్తకాల నుండి నుండి నేరుగా చదివింది. ఆమె మొదటినుంచి సిలబస్‌తో ప్రతి పేపర్‌కి నోట్‌బుక్‌లను తయారుచేసుకుంది. ఆ పేపర్‌కి సంబంధించిన కథనాలు, డేటా లేదా సమాచారం దొరికినప్పుడల్లా, సంబంధిత సిలబస్ శీర్షికల కింద వాటిని అతికించేది. ఇలా ప్రతి సంబంధిత అంశంపై సమాచారాన్ని, డేటాను కంపైల్ చేసుకుంది. వసీం, నిర్వచనాలు, స్వాతంత్ర సమరయోధులు, తత్వవేత్తలు, నిర్వాహకుల ఉదాహరణలు, పట్టిక పద్ధతి(ట్యాబులర్ మేనర్)లో రూపొందించారు. ఇది పరీక్ష సమయంలో ఉదాహరణలను తక్షణమే సులభంగాగుర్తు తెచ్చుకునేలా చేసింది.

పునశ్చరణ శక్తి

విస్తారమైన, విభిన్నమైన సిలబస్‌తో, అనేక సబ్జెక్టులను కవర్ చేయడం వల్ల, ఔత్సాహికులు కాలక్రమేణా చదివిన వాటిని మరచిపోవడం సహజం. స్థిరమైన, సమగ్రమైన పునర్విమర్శ (రివిజన్) మీ అవగాహనను పటిష్టం చేయడమే కాకుండా విజయవంతం కావడానికి అవసరమైన విశ్వాసాన్ని

కూడా పెంచుతుంది. రివిజన్ గుర్తు పెట్టుకోవడానికి సహాయపడుతుంది, గ్రహణశక్తిని పెంచుతుంది, కాన్సెప్ట్స్ ని బలపరుస్తుంది, బలహీనమైన అంశాలని గుర్తించడంలో సహాయపడుతుంది. శ్రద్ధతో కూడిన పునర్విమర్శ లేకపోతే, జ్ఞానం అస్పష్టంగా,అర్థంకాకుండా మారే ప్రమాదంతో పాటు, నెలల తరబడి అంకితభావంతో చేసిన ప్రిపరేషన్ న్ని కూడా బలహీనపరుస్తుంది. పదేపదే రివిజన్ చేయడమే పరీక్ష రాసే వారందరికీ విజయ సూత్రం.

ఐఏఎస్ టాపర్‌ల కోసం, వారి ప్రిపరేషన్ వ్యూహంలో రివిజన్స్ ప్రధాన స్థానాన్ని ఆక్రమించాయి. శృతి దాని ప్రాముఖ్యతను నొక్కి చెప్పింది, 'పరీక్ష రాసేటప్పుడు మనస్సు లో లోతుగా పాతుకుపోయిన ముఖ్యమైన పాయింట్లు మాత్రమే సహాయ పడతాయి. అందుకే తప్పనిసరిగా చాలాసార్లు రివిజన్ చేయాలి.' ఎన్నిసార్లు రివిజన్ చేయాలనేది,వారి వారి సామర్థ్యం మీదా, అందుబాటులో ఉన్న సమయంమీద ఆధారపడి ఉంటుంది.

చాలా మంది ఔత్సాహికులు ప్రతిరోజూ రివైజ్ చేసే పద్ధతిని అవలంబిస్తారు. ప్రతి రోజు చివరిలో, వారు చదివిన వాటిని సమీక్షిస్తారు. ఇది అభ్యాసాన్ని బలోపేతం చేస్తుంది, కీలకమైన కాన్సెప్ట్స్ జ్ఞాపకం ఉండేలా చేస్తుంది. ఒక అంశంపై అధునాతన సెషన్ తర్వాత ప్రాథమిక కాన్సెప్ట్స్‌ని బలోపేతం చేయడానికి ఎన్ సి ఈ ఆర్ టి పుస్తకాలను మళ్లీ చూడడం మంచి వ్యూహం. మీకు పట్టు తక్కువగా ఉన్న సబ్జెక్టులు లేదా అంశాల రివిజన్ కి ప్రాధాన్యత ఇవ్వడం విలువైనది.

కాగితపు షీట్‌లపై ముఖ్యమైన నిబంధనలు, నిర్వచనాలు, ఉదాహరణలు, సూత్రాలను వ్రాసి, వాటిని తరచుగా సమీక్షించడానికి, గుర్తుంచుకోవడానికి అధ్యయన స్థలంలో అతికించడం ఔత్సాహికుల కున్న ఒక సాధారణ పద్ధతి. కొంతమంది అభ్యర్థులు, త్వరగా చాలా సార్లు రివైజ్ చేసుకోవడానికి, బాగా గుర్తు పెట్టుకోవడానికి, వివిధ అంశాలలో క్లిష్టమైన పాయింట్‌లు, డేటాపై దృష్టి సారించేటట్టు, క్లుప్తంగాసారాంశాలు ఉన్న మైక్రో నోట్‌ల ప్రత్యేకమైన నోట్స్ ని తయారు చేస్తారు.

రాసేటప్పుడు వర్తమాన పరిణామాలను చేర్చడం పోటీ పరీక్షల ప్రపంచంలో ఒక అడుగు ముందుకు తీసుకెళ్తుంది. ఇది మీ సమాధానాలను మెరుగుపరుస్తుంది, మీ ప్రిపరేషన్‌ను మరింత పటిష్టంగా, సమగ్రంగా చేస్తుంది.

గత సంవత్సరాల ప్రశ్నలతో యూపీఎస్సీ ప్రశ్నాపరంపర ధోరణిని తెలుసుకోవడం

గత సంవత్సరాల ప్రశ్నల భాండాగారం ఐఏఎస్ ఔత్సాహికులకు నిధి. ఈ ప్రశ్నలు ఖచ్చితమైన విశ్లేషణ, పరీక్ష యొక్క నమూనాని, రూపాన్ని, పునరావృత విషయాలపై క్లిష్టమైన పరిజ్ఞానాన్ని అందిస్తుంది. ఇది అభ్యర్థులకు పరీక్షలోని కష్టతరమైన స్థాయిని అర్థం చేసుకోవడానికి, గుర్తించడానికి, దానికి అనుగుణంగా ప్రిపేర్ కావడానికి సహాయపడుతుంది. చక్కటి స్టడీ మెటీరియల్స్ తయారు చేసుకోవడానికి, ఎగ్జామినర్ల అంచనాలకు అనుగుణంగా జవాబులు రాయడానికి ఉపయోగపడుతుంది. దానితోపాటు, ఇటీవల వస్తున్న ట్రెండ్‌లను, ప్రాధాన్యత ఇవ్వాల్సిన అధిక-వెయిటేజీ గల అంశాలను గుర్తించడానికి, సహాయపడుతుంది. గత సంవత్సరాల నుండి పునరావృతమయ్యే ప్రశ్నలకు సమాధానాలు, ఈ అభ్యాసానికి మరింత ప్రాముఖ్యతను జోడిస్తుంది.

గడచిన సంవత్సరాల ప్రశ్నలు ప్రింట్‌లోనూ, ఆన్‌లైన్‌లోనూ అందుబాటులో ఉంటాయి, సౌలభ్యం కోసం టాపిక్ ప్రకారం వర్గీకరించబడతాయి. ఔత్సాహిక ఐఏఎస్ అభ్యర్థులు గత ఇరవై ఐదు సంవత్సరాల నుండి ప్రశ్న పత్రాలను సంపాదించాలని సూచించారు.ఒక్కో టాపిక్‌ని పూర్తి చేసిన వెంటనే ఈ ప్రశ్న పత్రాలలో వచ్చిన ప్రశ్నలకి జవాబులు రాయడం తెలివైన వ్యూహం. ఈ విధానం అభ్యాసాన్ని బలోపేతం చేయడమే కాకుండా ఎంత బాగా ప్రిపేర్ అయ్యారు కూడా వాస్తవంగా తెలియజేస్తుంది.దానివల్ల ఆత్మవిశ్వాసం బ్రహ్మాండంగా పెరుగుతుంది.

ప్రముఖ కోచింగ్ ఇనిస్టిట్యూట్‌ల వెబ్‌సైట్‌లలో ప్రతిరోజూ పోస్ట్ చేసే ప్రశ్నలను అభ్యసించడం ద్వారా చాలా మంది ఆశావాదులు కూడా ప్రయోజనం పొందుతారు.

ప్రిలిమ్స్‌లో విజయం సాధించడానికి

మాక్ టెస్ట్‌లు: ప్రిలిమ్స్‌లో విజయం సాధించడానికి

యూపీఎస్సీ ప్రిలిమ్స్ పరీక్షలో విజయం ఒక కీలకమైన అభ్యాసంపై ఆధారపడి ఉంటుంది: **మాక్ టెస్ట్‌లు** రాయడం. ప్రిపరేషన్‌లో కీలకమైన

అంశంగా, ప్రతిఒక్కరు మాక్ టెస్ట్‌లు రాయవలసిన అవసరం ఎంతో ఉంది. కాబట్టి, అభ్యర్థులు తమ షెడ్యూల్‌లో గణనీయమైన సంఖ్యలో మాక్ టెస్ట్‌ల కోసం తగినంత సమయాన్ని కేటాయించాలి. చాలా మంది ఔత్సాహికులు కోచింగ్ ఇనిస్టిట్యూట్‌లు అందించే మాక్ టెస్ట్ సిరీస్‌లో నమోదు అవుతారు. క్రమం తప్పకుండా ఈ పరీక్షలను రాస్తారు. తమ సామర్థ్యాన్ని అంచనా వేసుకుంటారు. బలహీనంగా ఉన్న అంశాలని సవరించుకుంటారు, అధ్యయన ప్రణాళికలను దాని ప్రకారం మార్చుకుంటారు. టెస్ట్ సిరీస్ రాయడానికి, అభ్యర్థులు తమ తోటివారితో పోటీపడినప్పుడు, తమ సామర్థ్యాన్ని అంచనా వేసుకునే అవకాశం కలుగుతుంది.

మాక్ టెస్ట్ సమాధానాలను స్వయంగా-అంచనా వేసుకునేటప్పుడు, తప్పుగా రాసిన సమాధానాలు, సవాలు చేసే అంశాలు, తగినంత వివరాలు మిస్ అయిన గమ్మత్తైన ప్రశ్నలను క్షుణ్ణంగా విశ్లేషించడం చాలా అవసరం. ఉదాహరణకు, లవిష్ అనేక మాక్ టెస్ట్‌లు రాసాడు. తన తప్పులను నిశితంగా విశ్లేషించాడు. ప్రశ్నలను తప్పుగా చదవడంవల్లా,అసలు చదవకపోవడంవల్లా లేదా ఇతర కారణాల వల్లా, ఎందువల్ల తప్పుగా జవాబులు రాయడం జరిగిందో గుర్తించాడు. అదేవిధంగా, వసీం మొదట్లో ప్రతి సబ్జెక్టును పూర్తి చేసిన తర్వాత టాపిక్ వారీగా మాక్ టెస్ట్‌లను రాసాడు. తప్పులను విశ్లేషించాడు. అవగాహనను బలోపేతం చేయడానికి మెటీరియల్‌ని చదివాడు. కొంతమంది అభ్యర్థులు 'తప్పుల పుస్తకాన్ని' కూడా రాస్తారు. టెస్ట్ సిరీస్‌లో చేసిన తప్పుల్ని, పునరావృతం కాకుండా చూసేందుకు ఆ పుస్తకాన్నినిశితంగా పరిశీలిస్తారు.

మాక్ పరీక్షలు అనేక కీలకమైన ప్రయోజనాలను అందిస్తాయి. అవి పరీక్షా విధానాన్ని అభ్యర్థులకు పరిచయం చేస్తాయి. పరీక్ష స్వభావాన్ని,పరీక్ష జరిగే వాతావరణాన్ని, వేగాన్ని, ఖచ్చితత్వాన్ని మెరుగుపరుచుకోవడాన్ని, సమయ పాలనని, అంత దాకాచదవని విషయాలను, ఇంకా బాగా చదవాల్సిన విషయాలని హైలైట్ చేస్తాయి. వసీమ్‌తో సహా చాలా మంది ఐఎఎస్ టాపర్లు ప్రిలిమ్స్‌కు ముందు నలభై నుండి నలభై ఐదు పూర్తి-నిడివి పరీక్షలకు హాజరయ్యారు. ఈ పరీక్షలను సమయబద్ధమైన వాతావరణంలో రాయడం వల్ల సమయ పాలనా నైపుణ్యాలను మరింత మెరుగుపరుస్తుంది, అభ్యర్థులు పరీక్ష ఒత్తిడిని తట్టుకోవడానికి సహాయపడుతుంది.

భరత్ మాక్ టెస్ట్‌ల ప్రాముఖ్యతను నొక్కి చెప్పాడు: 'మాక్ టెస్ట్‌లు రాయడం ద్వారా, మీ ప్రిపరేషన్ స్థాయి గురించి ఒక అవగాహన వస్తుంది. అయినాకూడా,అభ్యర్థులు తమ ప్రిపరేషన్‌లో చాలా ముందునుండే మాక్ టెస్ట్‌లు రాయకూడదు. ఎందుకంటే తక్కువ స్కోర్లు ఆత్మవిశ్వాసాన్ని, స్ఫూర్తిని, ప్రభావితం చేస్తాయి. సత్యం చెప్పేదేమిటంటే, 'మొదట గాఢంగా అధ్యయనం చేసి, రివిజన్ చేసి, ఆ తరువాత మాక్ టెస్ట్‌లకు హాజరు కావాలి. మీరు తక్కువ స్కోర్ చేసిన అంశాలపై దృష్టి పెట్టండి, వాటిని మెరుగుపరచండి'

సి శాట్ ని నిర్లక్ష్యం చేయకండి–మీకే నష్టం

యూపీఎస్సీ ప్రిలిమ్స్‌ను జయించాలనే తపనతో, చాలా మంది ఔత్సాహికులు కీలకమైన భాగాన్ని పట్టించుకోరు: అదే సి శాట్ అని పిలువబడే జి ఎస్ పేపర్-2. ఈ పేపర్ క్వాలిఫైయింగ్ స్వభావం తరచుగా అభ్యర్థులు దాని ప్రిపరేషన్ లో నిర్లక్ష్యం చేయడానికి దారి తీస్తుంది, ఇది చిన్న అడ్డంకి అని తప్పుగా భావిస్తారు. అయితే, ఈ ఆలోచన విపత్తుకు దారితీస్తుంది. ఉత్తీర్ణత సాధించడానికి 200 మార్కులకు కేవలం అరవై ఆరు మాత్రమే అవసరం అయినప్పటికీ, సి శాట్ ని తక్కువగా అంచనా వేయడం చాలా మంది ఔత్సాహికుల స్వప్నాలని చిన్నాభిన్నం చేసింది. మూడింటిని క్లియర్ చేసిన కొందరు అభ్యర్థులు కూడా వారి ర్యాంక్‌ను మెరుగుపరిచే లక్ష్యంతో చేసిన తరువాత ప్రయత్నాలలో సి శాట్ లో విఫలమయ్యాయి. ఉదాహరణకు, మిన్నూకి, సి శాట్‌లో అర్హత మార్కులు స్కోర్ చేయకపోవడంతో జివిస్ పేపర్-1లో బాగా రాణించినా, ప్రిలిమ్స్‌లో రెండుసార్లు పరాజయం పాలయింది.

మెయిన్స్ కి ప్రిపేర్ అవుతున్న సమయంలో సిశాట్ ని నిర్లక్ష్యం చేయడంతో పాటు, ప్రిలిమ్స్ జరిగే రోజున కూడా దానిపై దృష్టిపెట్టకపోవడం కూడా సీ శాట్ లో వైఫల్యానికి కారణమవుతుంది. ఆ రోజు, జివిస్ పేపర్-1, సి శాట్ మధ్య మూడు గంటల విరామంలో, చాలా మంది అభ్యర్థులు జివిస్-1ఎలా రాశారో విశ్లేషిస్తూ సమయాన్ని వృథా చేస్తారు. అలా చేయడం ఆ తర్వాత రాసే సి శాట్ మీద ప్రతికూల ప్రభావాన్ని చూపిస్తుంది.

మిన్నూ దీనిని ప్రత్యక్షంగా అనుభవించింది; ఆమె జివిస్-1 సమాధానాలను అంచనా వేయడం, విరామం సమయంలో ఇంటర్నెట్‌ని బ్రౌజ్ చేయడంపై దృష్టి కేంద్రీకరించడంతో అది ఆమె మానసిక స్థితిమీద

ప్రభావాన్ని చూపింది. సి శాట్ లో రెండుసార్లు పేలవమైన ప్రదర్శనకు కారణమైంది. చాలా మంది అభ్యర్థులు జిఎస్-1 పరీక్ష తర్వాత సి శాట్ పై దృష్టి పెట్టకుండా,ఎలా రాశారు అన్న దానిని విశ్లేషించడానికి విలువైన సమయాన్ని వృధా చేశారని కూడా వసీమ్ గమనించాడు. కొన్ని కోచింగ్ ఇనిస్టిట్యూట్‌లు విరామ సమయంలో జిఎస్-1 సమాధానాలను చర్చించే వీడియోలను పోస్ట్ చేయడం ద్వారా దీన్ని మరింత తీవ్రతరం చేస్తాయి.

సి శాట్ క్లిష్టత స్థాయి ప్రతి సంవత్సరం పెరుగుతోంది, ఈ పేపర్‌పై తగిన శ్రద్ధ చూపడం ఔత్సాహికులకు కీలకం. 'చాలా విశ్లేషణాత్మక నైపుణ్యాలు, గణితంతో, సి శాట్ ఇప్పుడు ఐఐఎం లు నిర్వహించే కామన్ అడ్మిషన్ టెస్ట్ (క్యాట్)లాగా మారుతోంది.' అని సత్యం హెచ్చరించాడు. అతని సూటి హెచ్చరిక: 'ప్రిలిమ్స్‌కు మూడు నెలల ముందు, పరీక్ష రాసే వాతావరణంలో గత సంవత్సరం సి శాట్ పేపర్‌ను రాయండి.' 100 మార్కుల కంటే తక్కువ స్కోర్ చేస్తే, సి శాట్ కోసం ప్రిపేర్ కావడానికి కొంత సమయం కేటాయించాలి.

సి శాట్ కోసం ప్రిపర్ అవుతున్నప్పుడు, అది ఎలా ఉంటుందో తెలుసుకోవడానికి మునుపటి సంవత్సరాల పేపర్‌లను రాయాలి. కష్టంగా అనిపిస్తే, దానిమీద దృష్టి పెట్టి, నేర్చుకోవడానికి మార్గాలను వెంటనే వెతుక్కోవాలి. అభ్యర్థులు కష్టతరమైన ప్రశ్నలతో సమయాన్ని వృథా చేయకుండా సమర్ధవంతంగా రాయగల ప్రశ్నలు ముందుగా గుర్తించి, ఆయా విభాగాలపై దృష్టి పెట్టాలని వసీం సూచించారు. మిన్నూ, ఆమె బలాలు, బలహీనతలను విశ్లేషించిన తర్వాత, గట్టిపట్టున్న కాంప్రహెన్షన్, రీజనింగ్, సాధారణ గణితంపై దృష్టి పెట్టింది.

అందువల్ల, సి శాట్ కోసం తగిన తయారీ, తమ బలాలపై వ్యూహాత్మక దృష్టితో పాటు, ఈ పేపర్ మీ ఐఏఎస్ కలలను ఛిన్నాభిన్నం చేయకుండా ఉండేలా చూసుకోవడం చాలా అవసరం.

మెయిన్స్‌లో విజయం సాధించడం

సరైన ఆప్షనల్ సబ్జెక్ట్‌ని ఎంచుకోవడం

ఐఏఎస్ అధికారి కావాలనే మీ ప్రయత్నంలో సరైన ఐచ్ఛిక సబ్జెక్టును ఎంచుకోవడం అనేది ఒక కీలకమైనది. దీని కోసం జాగ్రత్తగా ఆలోచించడం,

వ్యూహాత్మక ప్రణాళిక అవసరం. 500 మార్కులున్న ఐచ్ఛిక సబ్జెక్ట్‌లో వచ్చే మార్కులు, ఐఏఎస్ అధికారి అయ్యే అవకాశాలను గణనీయంగా ప్రభావితం చేస్తుంది. దీనికి విరుద్ధంగా, తప్పుగా ఐచ్చిక సబ్జెక్టుని ఎన్నుకుంటే అనవసరమైన ఒత్తిడికి దారి తీస్తుంది. ఒకటి లేదా అంతకంటే ఎక్కువ ప్రయత్నాల తర్వాత సబ్జెక్టులను బలవంతంగా మార్చుకోవాల్సిన పరిస్థితి అభ్యర్థులకు రావచ్చు. మొదట్లో గూగుల్‌లో పైపైన పరిశోధన చేసి భౌగోళిక శాస్త్రాన్ని ఎంచుకున్న భరత్ విషయం తీసుకోండి. అతను ఈ నిర్ణయానికి బాధపడ్డాడు. తన చివరి ప్రయత్నంలో తన ఐచ్ఛిక అంశాన్ని మార్చుకున్నాడు. మెకానికల్ ఇంజినీరింగ్ సిలబస్‌ను పూర్తిగా పరిశీలించకుండా, తన అండర్ గ్రాడ్యుయేట్ చదువులో ఎంత చదివేడో సరిగ్గా చూసుకోకుండా, దాన్ని ఎంచుకున్న తర్వాత లవిష్ ఇలాంటి ఇబ్బందినే ఎదుర్కొన్నాడు.

మరోవైపు, మిన్నూ 10వ తరగతి తరువాత చదవనప్పటికీ, సబ్జెక్ట్‌పై నిజమైన ప్రేమతో భౌగోళిక శాస్త్రాన్ని ఎంచుకుంది. అంజలి పొలిటికల్ సైన్స్, ఇంటర్నేషనల్ రిలేషన్స్ అనే సబ్జెక్టను ఎంచుకుంది.ఆ సబ్జెక్టని ఇష్టపడి కాలేజీలో మైనర్‌గా చదువుకుంది. శృతికి, చరిత్ర అనేది సహజమైన ఎంపిక. ఆమెకు ఇష్టమైన సబ్జెక్ట్ కళాశాలలో ప్రధానమైనది కూడా. వసీం తన బలాలు, సబ్జెక్ట్‌పై ఆసక్తిని జాగ్రత్తగా అంచనా వేసిన తర్వాత ఆంత్రో పాలజీనిఎంచుకున్నాడు.

ఐచ్ఛిక సబ్జెక్టు (ఆప్షనల్ సబ్జెక్టు) ఎంపికకు అనేక అంశాలను జాగ్రత్తగా పరిశీలించడం అవసరం. ఔత్సాహికులు తీసుకునే ప్రతి సబ్జెక్ట్‌లో ఉన్న లాభ నష్టాలను క్షుణ్ణంగా విశ్లేషించాలి. సిలబస్‌ని లోతుగా పరిశోధించాలి. మునుపటి సంవత్సరాల ప్రశ్నపత్రాలను సమీక్షించాలి. స్టడీ మెటీరియల్ ఎక్కడ దొరుకుతుందో తెలుసుకోవాలి. సబ్జెక్ట్‌పై ఆసక్తి, అకడమిక్ నేపథ్యం, జిఎస్ పేపర్‌లతో వాటిలోని అంశాలు,సిలబస్ కలవడం, సామర్థ్యం, సౌలభ్యం వంటి ముఖ్యమైన అంశాలు పరిగణలోకి తీసుకోవాలి.

మీ ఐచ్ఛిక సబ్జెక్టు చదవడానికి ఆనందం కలిగించేదిగా ఉండాలి. ప్రత్యేకించి జిఎస్ పేపర్ల నుండి విరామం,మార్పు అవసరమైనప్పుడు, మక్కువ ఉన్న సబ్జెక్ట్ ఆసక్తి కలిగించి, అధ్యయన ప్రక్రియను మరింత ఆనందదాయకంగా మారుస్తుంది. సబ్జెక్టులో ముందస్తు పరిజ్ఞానం లేదా అకడమిక్‌గా ఉన్న అవగాహన సమయాన్ని ఆదా చేస్తుంది, మెరుగ్గా

స్కోర్ చేయడంలో సహాయపడుతుంది. జీఎస్ పేపర్‌లలో, ఐచ్ఛిక సబ్జెక్టు లోని ముఖ్యమైన సిలబస్ కలిసివుండడం ప్రయోజనకరంగా ఉంటుంది. ఆత్మవిశ్వాసంతో సాగిపోవడానికి,పరీక్షలో బాగా రాయడానికి, సబ్జెక్ట్‌లో మీకు గల సామర్థ్యాన్ని, అనుకూలతని అంచనా వేయడం చాలా ముఖ్యం.

ఐఏఎస్ టాపర్లు ప్రిలిమ్స్‌కు ముందే, కనీసం ఒక్కసారైనా ఐచ్ఛిక సబ్జెక్టు సిలబస్‌ను చదవడం పూర్తి చేయాలని సలహా ఇస్తున్నారు. ప్రిలిమ్స్, మెయిన్స్ మధ్య సమయం తక్కువగా ఉండడంతో ఈరకమైన వ్యూహం చాలా కీలకం. ఈ సమయాన్ని ప్రాథమిక అభ్యాసం కంటే పునశ్చరణ, లోతైన అధ్యయనం కోసం ఉపయోగించాలి.

మీ వ్రాత నైపుణ్యాలను మెరుగుపరుచుకోవడం

సివిల్ సర్వీసెస్ మెయిన్స్ పరీక్షలో, విజయం మీకు తెలిసిన వాటిపై మాత్రమే కాకుండా, పరిమిత కాల వ్యవధిలో ఆ జ్ఞానాన్ని ఎంత సమర్థవంతంగా వ్యక్తీకరించగలరనే దానిపై కూడా ఆధారపడి ఉంటుంది. ప్రతి పేపర్‌ను సకాలంలో పూర్తి చేయడమనేది కఠినమైన సవాలు. దీనికి వేగం మాత్రమే కాకుండా,ఆలోచనలను పొందికగా వ్యక్తీకరించే సామర్థ్యం కూడా అవసరం. కాబట్టి మెయిన్స్ పరీక్షలో విజయం సాధించడానికి బలమైన వ్రాత నైపుణ్యాలు కీలకం.

'ప్రాథమిక అవగాహన ఉంటే బాగా ప్రిపేర్ అవ్వడానికి జవాబులు రాయడం ఒక్కటే మార్గం అంటోంది శృతి.' 'ఎంత పరిజ్ఞానం ఉన్నా పకడ్బందీగా సమాధానాలు రాయలేకపోతే ప్రయోజనం లేదు.'

వ్రాత నైపుణ్యాలను అభివృద్ధి చేయడం అనేది రాత్రికి రాత్రే జరిగే ప్రక్రియ కాదు. చాలాకాలంగా స్థిరమైన అభ్యాసం చేయాలి. క్రమం తప్పకుండా జవాబులు రాయడమనే అభ్యాసం, ఔత్సాహికులు వారి విశ్లేషణాత్మక ఆలోచనలను మెరుగుపరుచుకోవడానికి, స్పష్టంగా వ్యక్తీకరించడానికి, వాదనలను తార్కికంగా అందించడానికి, అన్నివిషయాల పట్ల గల పరిజ్ఞానాన్ని ఏకీకృతం చేయడానికి సహాయపడుతుంది. రాయడం అలవాటైతే, ప్రతి ప్రశ్నకు సంబంధించిన ప్రధాన అంశాలను, సమాధానాలను,నిర్ణీత సమయంలో సమర్థవంతంగా పూర్తి చేయగలుగుతారు

సమాధానాలు రాయడం తోపాటు వాటిని స్వీయ-మూల్యాంకనం చేసుకోవడం కూడా చక్కటి కంటెంట్ జ్ఞాపకముండేలా చేస్తుంది. సబ్జెక్టుపై పట్టును మెరుగుపరుస్తుంది. సమయ పాలన నైపుణ్యాలనుపదును పెట్టి, పద పరిమితుల (వర్డ్ లిమిట్స్)కు కట్టుబడి ఉండటంలో సహాయపడుతుంది. ఇవన్నీ విశ్వాసాన్ని పెంచుతాయి. శృతి రివిజన్ స్ట్రాటజీ సమాధానాలు రాయడం చుట్టూ తిరిగింది. 'సమాధానాలు వ్రాసిన తర్వాత, నేను నా నోట్స్ దగ్గర పెట్టుకుని స్వీయ-మూల్యాంకనం చేసుకుంటాను. ఇంకా ఏమి జోడించవచ్చో లేదా నా సమాధానాలను ఎలా మెరుగ్గా రూపొందించగలనో అని చూస్తాను. తను మునుపటి సంవత్సరాల టాపర్‌ల సమాధాన పత్రాలను కూడా అధ్యయనం చేసింది. వారి సమాధానాల నుండి ఎన్నో మెలుకువలను నేర్చుకుంది.

పరీక్ష రాసేవారు తమ ప్రిపరేషన్‌లో ముందుగానే సమాధానాలు రాయడం ప్రాక్టీస్‌ను ప్రారంభించాలని సూచించారు. ఎన్సీఈఆర్టీ పుస్తకాలలో ప్రశ్నలకు సమాధానాలు రాయడం ద్వారా ప్రారంభించండి. మీ ప్రిపరేషన్ సాగుతున్నప్పుడు, మునుపటి సంవత్సరాల ప్రశ్నలతో ప్రాక్టీస్ చేయండి. కొందరు అభ్యర్థులు రోజూ పది ప్రశ్నలకు సమాధానాలు రాయడం అలవాటు చేసుకున్నారు. కోచింగ్ సెంటర్లు అందించే మోడల్ సమాధానాల నుండి కూడా నేర్చుకోవాలి. విశ్లేషణాత్మక, విమర్శనాత్మక ఆలోచనా సామర్థ్యాలను పెంపొందించడంపై దృష్టి పెట్టాలి. మీరు ఆర్థికంగా భరించగలిగితే, పేరున్న కోచింగ్ ఇనిస్టిట్యూట్‌లో మెయిన్స్ టెస్ట్ సిరీస్‌లో చేరండి. అవి అందించిన ఫీడ్‌బ్యాక్‌పై పని చేయండి.అసలు పరీక్ష జరిగే సమయం ప్రకారమే పూర్తి-నిడివి పేపర్‌లను ప్రాక్టీస్ చేయడం వల్ల పనితీరు గణనీయంగా మెరుగుపడుతుంది. పరీక్షను పూర్తి చేసిన తర్వాత, మీరు రాసిన సమాధానాలను మోడల్ సమాధానాలతో సరిపోల్చుకోండి. రాయలేకపోయిన వాటిని గుర్తించండి.దాని ప్రకారం నోట్స్‌ని మార్చుకోండి. మెరుగుపరుచుకోండి

కొంతమంది ఐఏఎస్ టాపర్లు సంపూర్ణంగా, పరీక్షకి సిద్ధంగా ఉండాలంటే అసలు పరీక్ష జరిగే తేదీకి రెండు రోజుల ముందు నాలుగు జీఎస్ పేపర్‌లను రాయాలని సూచిస్తున్నారు. లవిష్, అతని స్నేహితులు మెయిన్స్ పరీక్షకు ఒక వారం ముందు ఒక కోచింగ్ సెంటర్‌లో నమూనా

పరీక్ష రాశారు. ఈ నమూనా పరీక్షలు, పరీక్ష జరిగేవాతావరణం, షెడ్యూల్‌ను ప్రతిబింబిస్తాయి. నిజమైన పరీక్ష లని అనుకరించే పరిస్థితులలో జరగడం వల్ల అమూల్యమైన అభ్యాసాన్ని అందిస్తాయి.

సమాధానాలను పొందికగా ఆకర్షణీయంగా రాయండి

మీ సమాధానాలు వేగంగా రాయడంతో పాటు రాసిన విషయము, రాసిన విధానం, ఎంత చక్కగా రాసేరనేదే,మీ పేరును విజయవంతమైన అభ్యర్థుల తుది జాబితాలో అగ్రస్థానంలో నిలవడానికి కారణం అవుతుంది. ప్రశ్నలోని, ప్రతి అంశానికి ఏ రకంగా జవాబు యివ్వాలో అర్థం చేసుకోవడం చాలా కీలకం. మీ సమాధానాలు వార్తాపత్రికల సంపాదకీయ ప్రమాణాల స్థాయిలో ఉండవలసిన అవసరం లేదు.

అవి సరళంగా ఉండాలి. చక్కగా, పొందికగా, స్పష్టంగా, సంక్షిప్తంగా, కాన్సెప్ట్ ని సూటిగా చెప్పాలి. స్ఫుటమైన వాక్యాలతో, బుల్లెట్ పాయింట్‌లలో రాయడం మంచిది. తక్కువ స్పష్టతతో ఎక్కువ పాయింట్లను చేర్చడం కంటే తక్కువ పాయింట్లను స్పష్టంగా, ప్రభావవంతంగా రాయడం ఉత్తమం.

చక్కటి పొందికైన సమాధానం ఆ ప్రశ్నకి తగినట్టుగా స్పష్టమైన పరిచయం (ఇంట్రడక్షన్)తో ప్రారంభమవుతుంది. ఇది అంశం యొక్క సంక్షిప్త నేపథ్యం, దాని సారాంశం లేదా ప్రశ్నలోని కీలక పదం యొక్క నిర్వచనం కావ చ్చు. మీరు రాసే పరిచయం, మిగతా సమాధానానికి వేదికను సిద్ధం చేస్తుంది .అది ప్రశ్నలోని ముఖ్యమైన అంశాన్ని సంగ్రహంగా చెప్పినట్టు ఉండాలి.

పరిచయం రాసిన తర్వాత సమాధానంలోని ముఖ్యమైన భాగంలో నిర్దిష్టమైన ప్రశ్నకి నేరుగా, ప్రశ్నలోని అన్ని అంశాలను కవర్ చేస్తూ సమగ్రంగా రాయండి.

కీలక పదాలు కలిగి ఉన్న వినూత్న ఉప-శీర్షికల (సబ్ హెడ్డింగ్స్)తో ప్రశ్నను భాగాలుగా విభజించడం ద్వారా రాయండి సామాజిక, రాజకీయ, ఆర్థిక, పర్యావరణం వంటి వివిధ కోణాల నుండి సమస్యలను విశ్లేషించడం ద్వారా బహుమితీయ (మల్టీ డైమెన్షనల్) దృక్పథంతో రాయండి. మీ కేస్ స్టడీస్‌లని, ఉదాహరణలను సమాధానాలలో చేర్చండి. వసీం వంటి కొంతమంది అభ్యర్థులు తమ సమాధానాల పక్కన బాక్స్ లువేసి లోవాటిలో

కేస్ స్టడీస్ రాయడానికి ఇష్టపడతారు. చివర్లో సమాధానాన్ని, ఉత్తేజ భరితంగా, ఆశావాద దృక్పథంతో ముగించండి.

ఈ విధంగా రాయడం, పరీక్ష పేపర్లను దిద్దే ఎగ్జామినర్ పనిని సులభతరం చేస్తుంది కాబట్టి,సమాధానాలు సూటిగా, స్పష్టంగా రాయడం ఎంతో ముఖ్యం. చాలా మంది రాసిన సమాధానాలు దిద్దే సమయంలో ఆకర్షణీయంగా, చదవగలిగేలా, అర్థమయ్యేలా సమాధానాలు రాస్తే అవి ప్రత్యేకంగా నిలుస్తాయి. స్పష్టమైన శీర్షికలు, బుల్లెట్ పాయింట్లు, తగినంత ఖాళీ వదులుతూ రాసిన మీ సమాధానాలు చూసిన వెంటనే ఆకట్టుకునేలా ఉండాలని నిర్ధారించుకోండి.సాంకేతిక పరిభాష (టెర్మినాలజీ)ని ఉపయోగించండి. వాటిని అండర్లైన్ చేయండి. ఉదాహరణకు, నాయకత్వంపై కేస్ స్టడీలో, 'ప్రేరణ' (మోటివేషన్), 'సహానుభూతి' (ఎంపతి) వంటి పదాలను ఉపయోగించండి, సులభంగా గుర్తించడం కోసం వాటిని హైలైట్ చేయండి. ముఖ్యమైన పాయింట్లను అండర్లైన్ చేయడం కూడా ఉపయోగకరంగా ఉంటుంది. కరెంట్ అఫైర్స్ ని మీ సమాధానం లో చేర్చడం వల్ల ఆ విషయంపై విస్తృతంగా మీకు గల అవగాహనని జవాబు రూపంలో ఇచ్చినట్టు అవుతుంది. నివేదికలు, సూచికలు, డేటా నుండి ఉల్లేఖనాలు మీ సమాధానాలను ధృవీకరించడమే కాకుండా ఆ అంశంపై చక్కటి అవగాహనను తెలియజేస్తాయి. గ్రాఫ్లు, రేఖాచిత్రాలు, ఫ్లోచార్ట్లు, మ్యాప్లు, పట్టికలను విస్తారంగా ఉపయోగించండి. ఈ సాధనాలు,పద్ధతులు సమయాన్ని ఆదా చేయడమే కాకుండా డేటాను స్పష్టంగా, సంక్షిప్తంగా ప్రదర్శిస్తాయి. పట్టికలు డేటాను సమర్థవంతంగా అందించడంలో సహాయపడతాయి. ఎగ్జామినర్కి సమాచారాన్ని గుర్తించడం సులభం చేస్తుంది. మ్యాప్కి సంబంధించిన ప్రశ్నలకు సమాధానం ఇవ్వడానికి, డేటాని అందించడానికి మ్యాప్లు ఉపయోగపడతాయి. రేఖాచిత్రాలు, ఫ్లోచార్ట్లలో అందించిన వాటిని పునరావృతం చేయకండి. ఆ ప్రశ్నలో అడిగిన అంశానికి సంబంధించిన అనుబంధ సమాచారాన్ని మిగిలిన జవాబు గా రాయండి.

ఎథిక్స్ పేపర్ బాగా రాయడం ఎలా

జి ఎస్ పేపర్–4, లేదా ఎథిక్స్ పేపర్, మెయిన్స్ పరీక్షలో ఒక ప్రత్యేక భాగం. ఇది మానవ విలువలు, పబ్లిక్ అడ్మినిస్ట్రేషన్లో నైతికత, జవాబుదారీతనం,

పాలనలో నిజాయితీ తో సహా విస్తృత శ్రేణి అంశాలను కవర్ చేస్తుంది. ఈ పేపర్‌లో విజయానికి నైతిక సూత్రాలపై సూక్ష్మమైన అవగాహన అవసరం. నిజ జీవిత పరిస్థితులకు ఈ సూత్రాలని అన్వయించగల సామర్థ్యం, స్పష్టంగా సమాధానాలను ఇవ్వగల నైపుణ్యం ఎంతో అవసరం.

కేస్ స్టడీస్ ఎథిక్స్ పేపర్‌లో ముఖ్యమైన భాగం. అభ్యర్థులకి ఇచ్చిన సమస్యలకి జవాబులు రాయడానికి నైతిక సూత్రాలను అన్వయించాలి. ప్రశ్నలో అడిగిన అంశంపై ఆచరణాత్మక అవగాహనని జవాబుగా రాయాలి.ఈ పరీక్షలో రాణించడానికి, అభ్యర్థులు కేసు స్టడీస్ ని విశ్లేషించడం ప్రాక్టీస్ చేయాలి. కేసు స్టడీ లను అధ్యయనం చేసి,వాటిలో ఉన్న నైతిక సందిగ్ధతలను గుర్తించి, దానితో సంబంధం ఉన్న వివిధ వ్యక్తుల దృక్పథాలను పరిగణనలోకి తీసుకొని, సమతుల్య, సమర్థనీయమైన పరిష్కారాలను ప్రతిపాదించాలి. అంతర్ పరిశీలన (ఇంట్రోస్పెక్షన్) ప్రత్యేకమైన పరిజ్ఞానాన్ని అందిస్తుంది. సమాధానాలకు సంపూర్ణతనిస్తుంది.

కరెంట్ అఫైర్స్‌లో ముఖ్యంగా పాలన, పబ్లిక్ అడ్మినిస్ట్రేషన్, సామాజిక న్యాయానికి సంబంధించిన సమస్యల పై పట్టు వుండాలి. నిజ జీవితంలోని ఉదాహరణలు,వర్తమాన సంఘటనలు, చారిత్రక సంఘటనలు చేర్చడం వలన మీ సమాధానాలు మెరుగవుతాయి, అవి ఎగ్జామినర్‌కి ఎంతో ఆకర్షణీయంగా కనిపించి, ప్రభావవంతం చేస్తాయి.

ప్రాక్టికల్ స్ట్రాటజీలు ఎథిక్స్ పేపర్ ప్రిపరేషన్‌లో గణనీయంగా ఉపయోగపడతాయి. అన్ని సంబంధిత కీలక పదాలు, వాటి పదబంధాల కోసం నిర్వచనాల సంకలనాన్ని తయారు చేసుకోవడం, వాస్తవ జీవితంలోని ఉదాహరణలు, మహానుభావులు చేసిన సూచనలు ఎంతో ఉపయోగపడతాయి. ఉదాహరణకు, మిన్నూ రోజువారీ వార్తలలో నైతిక కోణాలను గుర్తించడం ప్రారంభించి, ఒక సివిల్ సర్వెంట్‌గా ఈ సమస్యలను ఎలా పరిష్కరించాలో ఆలోచించడం మొదలు పెట్టింది. ఆమె రామాయణం, మహాభారతం వంటి సాంస్కృతిక ఇతిహాసాల నుండి, బైబిల్, బుద్ధుని జీవితం వంటి మతపరమైన గ్రంథాలను నుండి కూడా ఉదాహరణలు, కథలు, సేకరించారు.

సత్యం, భరత్‌లు వారి వ్యక్తిగత జీవితాల నుండి ఉదాహరణలను సేకరించారు. పలు అంశాలకు సంబంధించిన రోల్ మోడల్‌లను గుర్తించారు. మరోవైపు, శృతి ప్రత్యేకంగా ఒక నోట్‌బుక్ లో రాసుకుంది.

ఆ నోట్ బుక్ లో పుస్తకాలు, మ్యాగజైన్‌లు లేదా వార్తాపత్రికల లో వచ్చిన చక్కటి కొటేషన్లు సేకరించి, తన సన్నాహకాల సమయంలో సులభంగా చూడ్డం కోసం సంబంధిత శీర్షికల క్రింద వాటిని రాసుకుంది.

ఆకట్టుకునే వ్యాసాలను రాయడం

1993లో సి ఎస్ ఈలో నా మొదటి ప్రయత్నంలో, వ్యాస రచనని ప్రవేశపెట్టడం స్పష్టంగా గుర్తుంది. ఈ పేపర్ కేవలం సృజనాత్మక రచనా నైపుణ్యాల పరీక్ష మాత్రమే కాదు. ఇది అభ్యర్థి విమర్శనాత్మకంగా ఆలోచించే సామర్థ్యాన్ని అంచనా వేస్తుంది,.ఆలోచనలను స్పష్టంగా వ్యక్తపరుస్తూ, వివిధ సమస్యలపై సమతుల్య దృక్పథాలను ప్రదర్శించాలి. వ్యాసాలను రాయడానికి వ్యూహాత్మక విధానం అవసరం. వ్యక్తీకరణలో స్పష్టత,విషయ పరిజ్ఞానంలో లోతు సమతుల్యంగా వుండాలి.

అభ్యర్థులు రెండు వ్యాసాలు రాయాల్సి ఉంటుంది. ఎక్కువ మార్కులు రావడానికి, ఈ వ్యాసాలు నిర్మాణాత్మక ఆలోచన, పొందిక, ఎంచుకున్న అంశాలపై లోతైన అవగాహనల యొక్క మేలు కలయికగా ఉండాలి. ఆలోచనలను చక్కగా, సమయ పరిమితులలో ప్రభావవంతంగా వ్రాయడానికిగల నైపుణ్యాని పెంపొందించడానికి, శాస్త్రీయ ఆలోచనల మొదలు సమకాలీన సమస్యల వరకు అనేక విషయాలపై క్రమబద్ధమైన అభ్యాసం అవసరం.

వ్యాసాలకి సంబంధించిన సమాచారంతో రాయడానికి జాతీయ, అంతర్జాతీయ వర్తమాన వ్యవహారాల పట్ల, అవగాహన ఎంతో ముఖ్యం. వాతావరణ మార్పు, ఉగ్రవాదం, మహిళా సాధికారత వంటి నిత్య నూతన అంశాలపై నోట్స్ ని ముందుగానే సిద్ధం చేసుకోవడం తెలివైన పని. దానివల్ల వివిధ విషయాలపై సమాచారం అందుబాటులో ఉంటుంది. సహధ్యాయిలతో సమీక్షలు, చర్చలలో పాల్గొనడం, ఉపాధ్యాయులు లేదా కోచింగ్ ఇనిస్టిట్యూట్‌ల నుండి ఫీడ్ బ్యాక్ తీసుకోవడం కూడా అమూల్యమైనది.

ఇదివరలో టాప్ ర్యాంకులు సాధించిన వారు వ్యాసాలను ఎలా రాశారో, విషయాన్ని ఎలా అందించారో విశ్లేషించడం వల్ల,ఎంతో పరిజ్ఞానం కలిగి, వ్యాసాలు రాసేటప్పుడు అవి బెంచ్ మార్క్ లుగా ఉపయోగపడతాయి. పరీక్ష రోజున, మీకు బాగా తెలిసిన టాపిక్‌ను ఎంచుకోండి. దాని గురించి

సమగ్రంగా చర్చించడానికి,బహుముఖీయ అవగాహనతో రాయడానికి, సాధ్యమవుతుంది. 'రాయడం ప్రారంభించే ముందు, మీకు ఇచ్చిన రఫ్ షీట్‌లపై ఫ్రేమ్ వర్క్‌ను తయారుచేసుకోండి' అని భరత్ సలహా ఇస్తాడు. అలాంటి ఫ్రేమ్ వర్క్ పకడ్బందీగా వ్యాసాలు రాయడానికి అవకాశం కలిపిస్తుంది. వ్యాసాన్ని, మీ వాదాన్ని లేదా ప్రతిపాదనను, స్పష్టంగా తెలిపే అంశంతో ప్రారంభించండి. మూల్యాంకనం చేసేవారి దృష్టిని ఆకర్షించడానికి ఆ విషయానికి సంబంధించిన అంశంతో, ఆశ్చర్యపరిచే వాస్తవంతో, ప్రశ్నతో లేదా సంక్షిప్త వృత్తాంతంతో ప్రారంభించవచ్చు. వ్యాసం మొత్తాన్ని పేరాగ్రాఫ్‌లుగా విభజించాలి. ప్రతి పేరా ఒక్కో ప్రత్యేకమైన పాయింట్ లేదా వాదనను ఉదాహరణల ద్వారా సమర్ధిస్తుంది. ప్రతి పేరాని సజావుగా, తరువాత పేరాకి సంబంధం ఉండేలా, తార్కికం గా రాయడం చాలా కీలకం. సంక్లిష్ట వాదనలను, విభాగాలుగా విభజించడానికి ఉపశీర్షికలను ఉపయోగించవచ్చు.

వ్యాసంలో చర్చించిన ముఖ్య అంశాలను సంగ్రహింగా రాసి, మీ వాదనని కొత్త కోణంలో పునఃప్రారంభించడం ద్వారా, విస్తృత అంశాలని నొక్కి చెప్పి, భవిష్యత్తు దృష్టి కోణాలను తెలియజేసి వ్యాసాన్ని ముగించండి. ముగింపు బలమైన ప్రభావాన్ని చూసి, వ్యాసంలోని ప్రధాన అంశాల పొందికగా వుండాలి.

ఒక మంచి వ్యాసాన్ని, సామాన్యమైన వ్యాసం నుండి, విషయం యొక్క లోతు, విశ్లేషణ లో నాణ్యత. సమస్యపై పలు దృక్కోణాలను అందించడం, చక్కటి అవగాహన, విమర్శనాత్మక ఆలోచన, ఆ విషయానికి సంబంధించిన ఉదాహరణలు వేరు చేస్తాయి. అలాగే కేసు స్టడీస్‌ని రాసి మీ వాదనలకి బలాన్ని చేకూర్చండి. చక్కటి అధ్యయనాలు, చారిత్రక విషయాలు, ప్రస్తుత సంఘటనలు. పాలన, విదేశాంగ విధానం, చట్టం, రాజకీయాలు, ఆర్థిక వ్యవస్థ, సామాజిక సమానత్వం వంటి యూపీఎస్సీకి ఆసక్తి ఉన్న అంశాలతో ఈ విషయాలను కలపడంవ్యాసాల లోతుని, ఔచిత్యాన్ని పెంచుతాయి.

మీ అభిప్రాయాలు, ఆలోచనలు, బాగా పరిశోధించినవని, వాస్తవాలపై ఆధారపడి ఉన్నాయని చూపించడానికి, ప్రామాణికమైన మూలాల నుండి డేటా, గణాంకాలు, అంశాలు, నివేదికలను ఉపయోగించండి. ఉదాహరణకు సత్యం, విద్య, మహిళాసాధికారతతో, వాతావరణం లో మార్పు వంటి వివిధ

సమస్యలపై జాతీయాలని, కోటేషన్స్‌ని సేకరించి, వాటిని తను రాసిన వ్యాసాలలో తగిన విధంగా ఉపయోగించారు.

సమర్థవంతంగా సమాచారం ఇవ్వడం మరొక క్లిష్టమైన అంశం. అ ప్రామాణికమైన భాష, మితిమీరిన సంక్లిష్టమైన వాక్యాలను రాయకండి. సంక్షిప్తంగా,స్పష్టంగా వ్రాయండి. వ్యాసం అంతటా స్థిరంగా, ఏకధారని కొనసాగించండి. అధికారిక, అనధికారిక భాషల మధ్య అటు ఇటుమారకుండా రాయండి.ఒకే పద్ధతిలో స్పష్టంగా వ్రాయండి. అండర్‌లైన్ లేదా పెద్ద అక్షరాలను ఎక్కువగా ఉపయోగించకుండా ఉండండి. బుల్లెట్ పాయింట్లను తక్కువగా వాడి, అవసరమైనప్పుడు మాత్రమే వాటిని ఉపయోగించండి.

లాంగ్వేజ్ (ప్రాంతీయ భారతీయభాష) పేపర్ల మీద కూడా శ్రద్ధ పెట్టాలి

సివిల్ సర్వీసెస్ మెయిన్స్ పరీక్షలో లాంగ్వేజ్ పేపర్ల ప్రాముఖ్యత తరచుగా తక్కువగా అంచనా వేస్తుంటారు. ఇంగ్లీష్, షెడ్యూల్ లో ఉన్న భాషాపరీక్షలో అర్హత పొందితే చాలు. కానీ చాలా మంది అభ్యర్థులు సులభంగా ఉత్తీర్ణత సాధించగమని భావించి, వాటి ప్రిపరేషన్‌లో నిర్లక్ష్యం చేస్తారు.అయితే, 10 శాతం మంది అభ్యర్థులు ఈ భాషా పరీక్ష క్లియర్ చేయడంలో విఫలమయ్యారని లెక్కలు చెబుతున్నాయి. దానివల్ల ప్రిలిమ్స్, మెయిన్స్ పేపర్‌ల కోసం వారు పడిన కష్టమంతా నిష్ఫలమైనట్టే. ఈ పేపర్లలో అర్హత సంపాదించకపోతే, మీ ఇతర పేపర్లు ఏవీ మూల్యాంకనం చేయబడవు, దానివల్ల మీ శ్రమ అంతా బూడిదలో పోసిన పన్నీరే.

కాబట్టి, అభ్యర్థులు ప్రత్యేకంగా 10వ తరగతి తర్వాత భాషను చదవకపోయినా లేదా వారి నైపుణ్యంపై నమ్మకం లేకపోయినా, ఈ భాషా పేపర్ల ని సీరియస్‌గా తీసుకుని చదవాలి. మన ఏడుగురు హీరోల్లో మిన్నూ తన ద్వితీయ భాషగా మలయాళాన్ని ఎంచుకుంది. ఆమె తన భాషను మెరుగుపరుచుకోవాల్సిన అవసరాన్నిగ్రహించి తన తల్లి, స్నేహితురాలు ఐశ్వర్యల సహాయం కోరింది. భాష మీద పట్టు రావడానికి అంతకు ముందు సంవత్సరాల లో వచ్చిన ప్రశ్నాపత్రాలను శ్రద్ధగా అభ్యసించింది. అదేవిధంగా, 10వ తరగతి వరకు మాత్రమే ఉర్దూ చదివిన వసీం, తన నైపుణ్యాని మెరుగుపరుచుకోవడానికి సోదరి అర్జూ నుండి ముఖ్యంగా వ్యాకరణంలో పాఠాలు నేర్చుకున్నాడు.

ఇంటర్వ్యూ బోర్డ్‌ను ఆకట్టుకోవడం

మెయిన్స్ పరీక్షను క్లియర్ చేయడం ఒక ముఖ్యమైన మైలురాయి. కానీ చివరి కఠినమైన అడ్డంకి మిగిలి ఉంది: పర్సనాలిటీ టెస్ట్. సాధారణంగా ఇంటర్వ్యూ అని పిలుస్తారు. ఇరవై, ముప్పై నిమిషాల మధ్య ఉండే, 275 మార్కులతో, ఐఏఎస్‌లో మీ ర్యాంక్, సర్వీస్ కేటాయింపు, కేడర్‌ను నిర్ణయించడంలో ఇంటర్వ్యూ కీలక పాత్ర పోషిస్తుంది.

ప్రిలిమ్స్, మెయిన్స్‌లా కాకుండా, ఇంటర్వ్యూ అనేది మీ జ్ఞానానికి పరీక్ష కాదు. అది మీ వ్యక్తిత్వాన్ని సమగ్రంగా అంచనా వేస్తుంది. ఇంటర్వ్యూ బోర్డు స్పష్టమైన, విమర్శనాత్మక ఆలోచన, విశ్లేషణాత్మక సామర్థ్యం, తార్కిక వివరణ, సమతుల్యమైన తీర్పు, ఏకాగ్రత, వ్యవహార దక్షత, నాయకత్వం, మేధస్సు చిత్తశుద్ధి, విశ్వాసం, మొత్తంగా పౌర సేవల వృత్తి (సివిల్ సర్వీసెస్)కి అనుకూలత వంటి లక్షణాలను అంచనా వేస్తుంది.

మీ ఆసక్తులు, అభిరుచులు, విద్య, పని అనుభవం, ఐచ్ఛిక విషయం, అధ్యయన రంగానికి సంబంధించిన ప్రశ్నలకు సమాధానం ఇవ్వడానికి సిద్ధంగా ఉండాలి. అదనంగా, మీ రాష్ట్రం, మీరు నివసిస్తున్న నగరం గురించి ప్రశ్నలు సర్వసాధారణం. మీ వ్యక్తిత్వాన్ని, పరిజ్ఞానం యొక్క లోతుని, వివిధ అంశాల పట్ల అవగాహనని లోతుని అంచనా వేయడమే ఇంటర్వ్యూ బోర్డు లక్ష్యం. పరిపాలనావ్యవహారాలలో నెగ్గుకు రాగల సామర్థ్యానికి తగిన, లక్షణాలను ఉన్నాయని ఇంటర్వ్యూ బోర్డే నిర్ధారిస్తుంది.

మీ ఇంటర్వ్యూని ప్రభావితం చేసే అనేక అంశాలు మీ పరిధికి మించినవి. మీ ఇంటర్వ్యూ సమయం, ప్యానెల్ లో ఉన్నవారు, ఛైర్మన్ మూడ్, ఆ రోజు ఇంటర్వ్యూల క్రమంలో మీ పొజిషన్ వంటివిమీ నియంత్రణలో ఉండవు. అయితే, ఇది ఏ అభ్యర్థి చేతిలోను లేదు కనుక, అభ్యర్థులందరికీ ఒకే విధంగా ఉంటాయి కాబట్టి వాటిపై దృష్టి పెట్టకపోవడమే మంచిది. దాని బదులు, మీ పరిధిలో ఉన్న అంశాలపై దృష్టి పెట్టండి. శ్రద్ధగా సిద్ధం కండి.

ఈ కఠినమైన సవాలుకు ఎలా సిద్ధం కావాలో క్లుప్తంగా చర్చిద్దాం.

డి ఎ ఎఫ్ అనే బంగారు గని

ప్రిలిమ్స్ అడ్డంకిని దాటిన అభ్యర్థులు తప్పనిసరిగా వివరణాత్మక దరఖాస్తు ఫారమ్-1 (DAF-1) సమర్పించాలి. మెయిన్స్‌ను క్లియర్ చేసి, ఇంటర్వ్యూకు పిలిచిన వారు డి ఎ ఎఫ్-2 అనే మరో ఫారమ్‌లో అదనపు వివరాలను అందించాలి. ఈ ఫారమ్‌లు, విద్యా నేపథ్యం, నివాస స్థలం, అభిరుచులు, పని అనుభవం, ఆసక్తి ఉన్న విషయాలు, సాధించిన విజయాలు, సేవా ప్రాధాన్యతలు, కేడర్ ఎంపికలు, ఇతర వ్యక్తిగత వివరాల తో సహా ఇంటర్వ్యూ బోర్డుకు అభ్యర్థి గురించి సమగ్ర సమాచారాన్ని అందిస్తాయి.డి ఎ ఎఫ్-1, డి ఎ ఎఫ్ -2 లో ఇచ్చిన సమాచారం ఆధారంగా ఇంటర్వ్యూ బోర్డు తరచుగా, తన ప్రశ్నలను తయారు చేస్తుంది. కాబట్టి, ఈ ఫారమ్‌లను నిజాయితీగా, అత్యంత జాగ్రత్తగా, శ్రద్ధగా నింపడం చాలా అవసరం.

ఇంటర్వ్యూకి పిలిచిన తర్వాత, అభ్యర్థులు వారి డిఐఎఫ్ ని నిశితంగా సమీక్షించాలి, వాటిలో ప్రస్తావించిన వివరాల నుండి వచ్చే అవకాశం ఉన్న ప్రశ్నలను తయారు చేసుకోవాలి. ఆ తర్వాత, మీరిచ్చేజవాబుల నుండి రా వడానికి అవకాశం ఉన్న ప్రశ్నల గురించి ఆలోచించాలి. ఆ ప్రశ్నలకు బాగా ఆలోచించి సమాధానాలను తయారు చేసుకోవడం చాలా కీలకం. విద్య లేదా ఉపాధి చరిత్రలో ఏదైనా వెలితి, ఖాళీ వుంటే దానికి సంబంధించి ఆమోదయోగ్యమైన వివరణ తో సిద్ధంగా ఉండాలి.

ఉదాహరణకు, దేశరక్షణ (డిఫెన్స్) నేపథ్యం ఉన్న అభ్యర్థి రక్షణ రంగంలో అవసరమైన సంస్కరణలు, ప్రస్తుత సమస్యలు, ఇతర సంబంధిత సమాచారం వంటి అంశాలను చర్చించడానికి సిద్ధంగా ఉండాలి. అదేవిధంగా, ఒక అభ్యర్థి క్రికెట్‌ను అభిరుచిగా, సరదాగా ఫామ్ లో రాస్తే, క్రికెట్ ఆట నియమాలు, భారత జట్టు ఇటీవల పాల్గొన్న పోటీలు, క్రీడకు సంబంధించిన వివాదాలు, బోర్డ్ ఆఫ్ కంట్రోల్ ఫర్ క్రికెట్ ఇన్ ఇండియా (BCCI) పనితీరుపై పూర్తి అవగాహన కలిగి ఉండాలి.

కరెంట్ అఫైర్స్‌లో పట్టు సాధించాలి

కరెంట్ అఫైర్స్‌ని ఎప్పటికప్పుడు తెలుసుకోవడం అనేది ఇంటర్వ్యూకి ప్రిపేర్ కావడంలో కీలకమైన అంశం. జాతీయ, అంతర్జాతీయ సంఘటనల

సమగ్ర అవగాహన మీ ప్రావీణ్యాన్ని తెలియజేయడమే కాకుండా, సమకాలీన సమస్యల పట్ల మీకు గల శ్రద్ధని, విమర్శనాత్మక దృష్టిని కూడా ప్రదర్శిస్తుంది. ఇది సివిల్ సర్వీసెస్ కెరీర్ లో ఎదురయ్యే బహుముఖ సవాళ్లకు ఎదుర్కోగల సామర్థ్యాన్నిని కూడా నిరూపిస్తుంది.

అప్‌డేట్‌గా ఉండటానికి, అభ్యర్థులు రోజువారీ వార్తాపత్రికలు, కరెంట్ అఫైర్స్ మ్యాగజైన్‌లను చదవడం అలవాటు చేసుకోవాలి. దీనితోపాటు ప్రస్తుత వార్తల విశ్లేషణపై పోడ్ కాస్ట్‌లతో పాటు, టెలివిజన్ ఛానెల్‌లలో చర్చలు, వార్తలు చూడటం చక్కటి అవగాహనని కలిగిస్తాయి. జాతీయ, అంతర్జాతీయ సమస్యలకు కన్నా, మీ స్వంత రాష్ట్రం, ఐచ్ఛిక విషయం(ఆప్షనల్ సబ్జెక్టు), గ్రాడ్యుయేషన్ సబ్జెక్టుకు సంబంధించిన వార్తలలోని అంశాలపై బాగా ప్రావీణ్యం కలిగి ఉండటం ఎంతో ముఖ్యం.

వివిధ సమస్యలపై, ముఖ్యంగా వివాదాస్పదమైన వాటిపై ముందస్తుగా సమాచారాన్ని సేకరించి విశ్లేషణ తో సిద్ధ కావడం ఎంతో సహాయంగా ఉంటుంది. అభ్యర్థులని అడిగిన అంశానికి, దానికి సంబంధించిన సమస్యలకి మధ్య అనుసంధానం చేయగలగాలి. ఇది మొదట అడిగిన ప్రశ్నకి, జవాబు ఇస్తున్నప్పుడు,మధ్యలో దానికి సంబంధించి వేరే ప్రశ్నలు వేస్తే వాటికి సమాధానం చెప్పడానికి అవసరమైన నైపుణ్యాన్ని అందిస్తుంది. ఉదాహరణకు, ఒక వార్తా వ్యాసం పబ్లిక్ అకౌంట్స్ కమిటీ నివేదికను చర్చిస్తే, అభ్యర్థి తన పాఠ్యపుస్తకాల్లో పేర్కొన్న విధంగా కమిటీ పాత్ర, విధులను వెంటనే గుర్తుచేసుకోవాలి. ప్రస్తుత వ్యవహారాలు, అంతకుముందే నేర్చుకున్న విషయాల మధ్య విశ్లేషణ ఇంటర్వ్యూ సమయంలో ఎంతో ప్రయోజనకరంగా ఉంటుంది.

భావవ్యక్తీకరణలో మెలకువలని నేర్చుకోండి

ఇంటర్వ్యూ సమయంలో ప్రభావవంతమైన కమ్యూనికేషన్ నైపుణ్యాలు చాలా ముఖ్యమైనవి. దానికి విస్తృతమైన పదజాలం లేదా డాంబికమైన భాష అవసరం లేదు. మీ ఆలోచనలను స్పష్టంగా, సరళంగా వ్యక్తీకరించడం చాలా అవసరం. సమర్థవంతంగా మీ ఆలోచనలను స్పష్టంగా తెలియజేయడం అనేది సివిల్ సర్వీసెస్‌లో మీ కెరీర్‌ను అంచనావేయడానికి ఇంటర్వ్యూ బోర్డుకి ఆస్కారం కలిగిస్తుంది. మీ కమ్యూనికేషన్ నైపుణ్యాలను మెరుగుపరచడానికి, స్పష్టంగా, నమ్మకంగా మాట్లాడటం ప్రాక్టీస్ చేయండి. నిర్మాణాత్మకమైన

పద్ధతిలో ప్రశ్నలకు సమాధానమివ్వండి. మీ జవాబులు పొందికగా, తార్కికంగా ఉండాలి. మామూలు ప్రశ్నలకి, అనుబంధంగా వచ్చే అవకాశం ఉన్న ప్రశ్నలకు సమాధానాలను రిహార్సల్ చేయడం ముఖ్యం. ఇంటర్వ్యూ వాతావరణాన్ని అనుకరించడానికి కుటుంబ సభ్యులు, స్నేహితుల ముందు క్రమం తప్పకుండా ప్రాక్టీస్ చేయండి. వాస్తవిక ఇంటర్వ్యూ పరిస్థితులను రూపొందించడానికి మాక్ సెషన్‌లలో ఫార్మల్ దుస్తులు ధరించండి. ఇంట్లో ఇంటర్వ్యూ వాతావరణాన్ని అనుకరించడం విశ్వాసాన్ని పెంపొందించడంలో సహాయపడటమే కాకుండా జవాబులు చెప్పే విధానం లో మెరుగుపరుచు వలసిన విషయాలను తెలియజేస్తుంది.

ఇంటర్వ్యూలో 'మీ గురించి చెప్పండి', 'మీరు సివిల్ సర్వీసెస్‌లో ఎందుకు చేరాలనుకుంటున్నారు?', 'మీ బలాలు, బలహీనతలు ఏమిటి?', 'మీ పేరుకు అర్థం ఏమిటి?' 'మీ విజయాలు, వైఫల్యాలు ఏమిటి?' వంటి కొన్ని ప్రశ్నలు తరచుగా అడుగుతారు. ఈ ప్రశ్నలకి ముందుగానే సిద్ధమవడం వలన ఆలోచనాత్మకంగా, ప్రశాంతంగా సమాధానాలు ఇవ్వగలుగుతారు.

వార్తల్లో ఆప్షనల్ సబ్జెక్టుకి, మీరు చదివిన గ్రాడ్యుయేషన్ కి, సంబంధించి, ఇటీవల జరిగిన పరిణామాలను గురించి తెలుసుకోవడం కూడా చాలా కీలకం. చాలా మంది అభ్యర్థులు ఇంటర్వ్యూ బోర్డు వారు అడిగిన ప్రశ్నలను వివిధ స్టడీ గ్రూప్స్, ఫోరమ్‌లద్వారా తెలుసుకుని అధ్యయనం చేస్తారు. ఆ ప్రశ్నల పిడిఎఫ్ సంకలనాలు ఆన్‌లైన్‌లో కూడా అందుబాటులో ఉన్నాయి. అవి మిమ్మల్ని అడిగే అవకాశం ఉన్న వివిధ రకాల ప్రశ్నలను తెలియజేస్తాయి. అటువంటి ప్రస్తుత, గత ట్రాన్స్ స్క్రిప్ట్స్ నుండి ప్రొఫైల్–స్పెసిఫిక్ ప్రశ్నలకు సమాధానం ఇవ్వడం ప్రాక్టీస్ చేయండి. ఇవి గాక, ఇంకా ఎక్కువగా ప్రాక్టీస్ చేయడం కోసం కోచింగ్ ఇనిస్టిట్యూట్‌లు ఆన్‌లైన్‌లో పోస్ట్ చేసిన ప్రశ్నలను ఉపయోగించుకోండి.

మాక్ ఇంటర్వ్యూలు చాలా కీలకమైనవి

ప్రిలిమ్స్, మెయిన్స్ పరీక్షలకు ప్రిపేర్ కావడానికి టెస్ట్ సిరీస్‌లు ఎంత కీలకమో, ఇంటర్వ్యూకు కూడా మాక్ ఇంటర్వ్యూలు తప్పనిసరి. ఆ ఇంటర్వ్యూలు నిర్వహిస్తున్న వారు, అసలైన ఇంటర్వ్యూ వాతావరణానికి,

వాస్తవిక అనుకరణను అందిస్తారు. అభ్యర్థులు ఇంటర్వ్యూని ధైర్యంగా, సౌకర్యవంతంగా అటెండ్ కావడానికి వీలు కల్పిస్తారు. మరీ ముఖ్యంగా, మాక్ ఇంటర్వ్యూలు మీ సమర్థతపై అమూల్యమైన అభిప్రాయాన్ని అందిస్తాయి, అభ్యర్థుల కి బాడీ లాంగ్వేజ్, కమ్యూనికేషన్ స్కిల్స్, మొత్తంగా నమ్మకాన్ని మెరుగుపరచడానికి సహాయపడతాయి.

చాలా మాక్ ఇంటర్వ్యూలలో పాల్గొనడం వల్ల ఆసక్తి పోతుంది. కాబట్టి, పేరున్న కోచింగ్ ఇనిస్టిట్యూట్‌లలో బాగా ఎంపిక చేసుకున్న మూడు నుండి నాలుగు మాక్ ఇంటర్వ్యూలకు హాజరు కావడం మంచిది. వారు అందించిన ఫీడ్‌బ్యాక్ ఆధారంగా, మిమ్మల్ని మీరు మెరుగుపరుచుకోవడానికి అవసరమైన అంశాలపై శ్రద్ధగా పని చేయండి. విమర్శలను వ్యక్తిగతంగా తీసుకోకూడదు; దాని బదులు, మీ పనితీరును మెరుగుపరచడానికి నిర్మాణాత్మకంగా కృషి చేయండి. ఇతరుల నుండి నేర్చుకోవడం తాలూకా ప్రాముఖ్యతను సత్యం నొక్కి చెప్పారు. అతను 200 కంటే ఎక్కువ మార్కులు సాధించిన, గత సంవత్సరాల అభ్యర్థుల మాక్ ఇంటర్వ్యూలను చూశాడు. 'మాక్ ఇంటర్వ్యూలో ప్రతికూల స్పందన వస్తే నిరుత్సాహపడకండి'అని సలహా ఇచ్చారు. 'మాక్ ఇంటర్వ్యూ ప్రక్రియలో అభ్యర్థులు తరచుగా చేసే సాధారణ తప్పులు ఏమిటంటే చాలా వేగంగా మాట్లాడటం, అతి విశ్వాసం లేదా అహంకారం ప్రదర్శించడం, అస్పష్టమైన లేదా నిరాధారమైన సమాధానాలు ఇవ్వడం, పక్షపాత ధోరణిలో మాట్లాడడం, ఇంటర్వ్యూ ప్రక్రియమీద దృష్టి పెట్టడంలో విఫలమవడం, డి ఎ ఎఫ్ గురించి పూర్తి అవగాహన లేకపోవడం మొదలైనవి బాగా అధ్యయనం, అభ్యాసం చేయడం, ఈ ఇబ్బందులను నివారించడానికి సహాయపడుతుంది.

ఒత్తిడిలేకుండా, ప్రశాంతంగా ఉండటం చాలా ముఖ్యం. దీర్ఘ శ్వాస వ్యాయామాలు, ధ్యానం వంటి టెక్నిక్‌లు మీ ఆలోచనలను స్పష్టంగా, నమ్మకంగా వ్యక్తీకరించడానికి దోహదమవుతాయి. ఇంటర్వ్యూకి ముందు రోజు, రాసిన అన్ని వివరాలతో గల పరిచయాన్ని నిర్ధారించుకోవడానికి మీ డి ఎ ఎఫ్ ని సమీక్షించండి. ఇంటర్వ్యూకి ముందు రోజు రాత్రి మంచి నిద్ర అవసరం. ఇంటర్వ్యూ రోజు ప్రశాంతంగా, అప్రమత్తంగా ఉండడానికి అంతకు ముందు రోజు రాత్రి చక్కటి నిద్ర ఎంతో అవసరం.

గ్రాండ్ ఫైనల్ కోసం వ్యూహం

ఇంటర్వ్యూ ఖచ్చితమైన ప్రిపరేషన్ ని, ప్రశాంతతను కోరుతుంది. ఇది మీ కష్టార్జితానికి పరాకాష్ట, మీ పనితీరు మీ భవిష్యత్తును నిర్ణయించే క్షణం. ఫస్ట్ ఇంప్రెషన్ చాలా ముఖ్యమైనది కాబట్టి, వ్యవహారికం(ఫార్మల్)గా, సౌకర్యవంతంగా వుండే దుస్తులు ధరించండి, మీ రూపాన్ని చక్కగా ఉండేలా చూసుకోండి. చివరి నిమిషంలో రద్దీని నివారించడానికి చాలా ముందుగానే సెంటర్ దగ్గరికి చేరుకోండి. కాల్ లెటర్‌లో పేర్కొన్న విధంగా అవసరమైన అన్ని పేపర్లని తీసుకెళ్లండి. భయాందోళనలు కలగడం సహజమైనప్పటికీ, ప్రశాంతంగా, ధైర్యంగా ఉండటానికి ప్రయత్నించండి.

మిమ్మల్ని ఎప్పుడు ఇంటర్వ్యూ చేస్తారనే క్రమం, మీ నియంత్రణలో లేదు.అది మీ పనితీరుపై ప్రభావం చూపుతుంది.

ఉదాహరణకు, మిన్నూ మొదటి సారి ఇంటర్వ్యూకి వెళ్ళినప్పుడు, లంచ్‌కు ముందు చివరిగా అభ్యర్థిగా ఇంటర్వ్యూ చేశారు. లంచ్ సమయం సమీపిస్తున్నట్లు ఛైర్మన్ చేసిన వ్యాఖ్య ఆమెను కలవరపెట్టింది. దీనికి విరుద్ధంగా, శృతి ఉదయం జరిగే ఇంటర్వ్యూలలో మొదటిది, ఆమె సెటిల్ కావడానికి తక్కువ సమయమే దొరికింది. అది ఆమె ఏకాగ్రత మీద ప్రభావం చూపింది. అలాంటి పరిస్థితులలో, మీ ఏకాగ్రతకి భంగం కలిగించకుండా చూసుకోవడానికి మానసికంగా సిద్ధమవ్వడం చాలా ముఖ్యం.

అసలు ఇంటర్వ్యూ గదికి, మాక్ ఇంటర్వ్యూ గదికి చాలా తేడా ఉండొచ్చు. యూపీఎస్సీ గదులు చిన్నవిగావుండి, బోర్డు సభ్యులు ఒకరికొకరు దగ్గరగా కూర్చుంటారు. ఈ వ్యత్యాసం చూసి ఆశ్చర్యపోకండి.

మీరు ఇంటర్వ్యూ గదిలోకి ప్రవేశించినప్పుడు, ప్యానెల్‌ని మర్యాదపూర్వకంగా పలకరించండి, కూర్చోమని చెప్పే వరకు వేచి ఉండండి. విశ్వాసాన్ని, ప్రశాంతతని, సానుకూల వైఖరిని ప్రదర్శించండి. మీ బాడీ లాంగ్వేజ్ నమ్మకాన్ని శ్రద్ధని, గౌరవాన్ని తెలియజేయాలి. చక్కటి భంగిమలో, నిటారుగా కూర్చోండి. చేతులు కదపకండి. అయినప్పటికీ సహజంగా చేసే సంజ్ఞలు ఆమోదయోగ్యమైనవి. ప్యానెల్ అడిగే ప్రశ్నలను శ్రద్ధగా వినండి.

ఇంటర్వ్యూ బోర్డ్‌ను గౌరవప్రదంగా సంబోధించండి, ఇంటర్వ్యూ జరుగుతున్నంతసేపు మర్యాదపూర్వకమైన ప్రవర్తనను కొనసాగించండి. తదేక దృష్టితో చూడకండి. కదలకండి. ఏవైనా ఇబ్బందికరమైన అలవాట్లు ఉంటే వాటిని నియంత్రించండి. ఒత్తిడిగా అనిపిస్తే, లోతుగా శ్వాస తీసుకోండి. మీరు సివిల్ సర్వీస్ లో ఉత్తమ అభ్యర్థి అని నిరూపించడం కోసం శాయ శక్తులా ప్రయత్నించండి.

ఊహించని ప్రశ్నలు తరచుగా అభ్యర్థులను ఇబ్బంది పెట్టవచ్చు. ఉదాహరణకు, 'మీ డి ఏ ఎఫ్ లో మీ గురించి మీరు ప్రస్తావించని ఏదైనా విషయం ఉంటే చెప్పండి?' అని మిన్నూని అడిగారు.

ఏదైనా బైటశబ్దం మిమ్మల్ని ఇబ్బందిపెడితే లేదా మీరు గట్టిగా మాట్లాడాల్సిన అవసరం ఉన్నట్లయితే, బోర్డుకి తెలియజేయండి. ఉదాహరణకు, వసీమ్‌కి తన ఇంటర్వ్యూలో భారీగా వర్షం కురుస్తున్న శబ్దం వినిపించింది. అతను చైర్‌పర్సన్‌కు ఆ విషయాన్ని ధైర్యంగా చెప్పాడు, చాలా మంది అభ్యర్థులు ఇలా చెప్పడానికి సందేహిస్తారు. అది ప్రశ్నలను తప్పుగా అర్థం చేసుకోవడానికి, తప్పుగా సమాధానాలు ఇవ్వడానికి దారితీస్తుంది.

గుర్తుంచుకోండి, ఇంటర్వ్యూ అనేది సంభాషణ, క్రాస్ ఎగ్జామినేషన్ కాదు. బోర్డు మిమ్మల్ని ఒక వ్యక్తిగా అర్థం చేసుకుని, సివిల్ సర్వీసెస్ వృత్తికి మీ అనుకూలతను అంచనా వేయడం లక్ష్యంగా పెట్టుకుంది. మీరు నిజాయితీగా ఉండి, మీ వ్యక్తిత్వాన్ని ప్రతిబింబించండి. మీకు ఒక ప్రశ్నకు సమాధానం తెలియకపోతే, తెలియదన్న విషయాన్ని మర్యాదపూర్వకంగా చెప్పండి. ఆ అంశం గురించి మరింత తెలుసుకోవడానికి సుముఖత వ్యక్తం చేయండి. ఈ నిజాయితీ మీ వ్యక్తిత్వాన్ని ప్రతిబింబిస్తుంది, ఇంటర్వ్యూ బోర్డు కూడా ప్రశంసిస్తుంది.

ముక్తాయింపు

ఈ పుస్తకంలోని ఏడుగురు హీరోల జీవిత కథల ద్వారా, మీరు చదివినట్లుగా, ఐఏఎస్ అధికారిగా మారడానికి ప్రయాణం నిజంగా కష్టమైనది. ఇది తెలివితేటలు, అంకితభావం, వ్యూహాత్మక ప్రణాళికల శక్తివంతమైన మేలు కలయికని ఆశిస్తుంది. వీటితోపాటు కొంచెం అదృష్టం కూడా కలిసి రావాలి. యూపీఎస్సీ సివిఎస్ఈ ని జయించటం చాలా క్లిష్టమైన ప్రక్రియ. కానీ సరైన విధానం, అచంచలమైన అంకితభావం, నిర్మాణాత్మక అధ్యయన ప్రణాళికతో, దాదాపు 180 మంది అభ్యర్థులు ఐఏఎస్ లో చేరాలనే వారి కలను సాకారం చేసుకుంటారు. విశేషమేమిటంటే, కొందరు తమ మొదటి ప్రయత్నంలోనే విజయాన్ని దక్కించుకుంటారు.

వెళ్ళవలసిన దూరాన్ని ఊహించుకుని, ప్రయాణానికి భయపడకండి. ఎదురుదెబ్బలకు నిరుత్సాహపడకండి. ఈ సవాళ్లు మీ సామర్థ్యాన్ని వెలికితీస్తాయి, ధైర్యంగా, క్రమశిక్షణ తో మిమ్మల్ని మీరు విశ్వసించండి, స్థిరంగా ఉండి, కష్టపడి పనిచేయడం తప్ప ప్రత్యామ్నాయం లేదని అర్థం చేసుకోండి.

గుర్తుంచుకోండి, వెయ్యి మైళ్ల ప్రయాణం ఒక్క అడుగుతో ప్రారంభమవుతుంది. ప్రతి రోజు, మీరు అధ్యయన ప్రణాళికకు కట్టుబడి, సమయాన్ని సమర్ధవంతంగా ఉపయోగించుకోవడం ద్వారా, మీలక్ష్యాన్ని సాధిస్తారు. మీరు శ్రమించిన ప్రతి క్షణమూ మిమ్మల్ని భవిష్యత్ నాయకుడిగా మారుస్తుంది.

ఐఏఎస్ అధికారిగా దేశానికి సేవ చేసిన నా ముప్పై సంవత్సరాల అనుభవం నుండి, ఐఏఎస్ అందించిన వైవిధ్యం, పరిపూర్ణత, సవాళ్లు, ప్రజలకు సేవ చేసే అవకాశం, మౌంట్ యూపీఎస్సీ అధిరోహించడానికి కష్టమైన ట్రెక్‌ను నిజంగా విలువైనదిగా చేస్తాయని గట్టిగా చెప్పగలను. కాబట్టి, ఈరోజే యూపీఎస్సీ సివిఎస్ఈ పరీక్షలో ఉత్తీర్ణత సాధించడానికి మీ ప్రయాణాన్ని ప్రారంభించండి! ఈ పరీక్ష అధిగమించలేనిది కాదు; ఇది మీలాంటి దృఢమైన ఆత్మవిశ్వాసం గలవారు జయించగలిగేలా రూపొందించబడింది.

కృతజ్ఞతలు

మొట్టమొదట ఉత్సాహాన్ని స్ఫూర్తిని ఒత్తిడి లేని వాతావరణాన్ని కలిపించి, తిరుగులేని మద్దతు, ప్రోత్సాహాన్ని అందించినందుకు కేంద్ర ఆర్థిక మంత్రి శ్రీమతి నిర్మలా సీతారామన్‌కి నా ప్రగాఢ కృతజ్ఞతలు తెలియజేస్తున్నాను.

నా గురువు, అద్భుతమైన వ్యక్తి, పూర్తిస్థాయి నిపుణుడు, భారత ప్రభుత్వ కేబినెట్ కార్యదర్శి డాక్టర్ టి.వి. సోమనాథన్‌కు ఎన్నో కృతజ్ఞతలు. ఆయన నిరంతర ప్రోత్సాహం, మార్గదర్శకత్వం అమూల్యమైనది.వారి మద్దతు లేకుండా ఈ పుస్తకం వెలుగు చూసేది కాదు.

ఈ పుస్తకంలోని ఏడుగురు హీరోలకు నేను రుణపడి ఉంటాను, ఎంతో ఓపికతో, నాతో గంటల తరబడి గడిపి, వారి జీవిత ప్రయాణాలను వివరిస్తూ మౌంట్ యూపీఎస్సీని అధిరోహించడానికి వారు అనుసరించిన వ్యూహాలను పంచుకున్నారు. శృతి శర్మ, వసీమ్ అహ్మద్ భట్, అంజలి శర్మ, లవిష్ ఓర్దియా, భరత్ సింగ్, సత్యం గాంధీ మరియు మిన్నూ పి.ఎమ్., మీ కథలు ఈ పుస్తకానికి ప్రాణం.

ఈ పుస్తక రచనలో చేదోడు వాదోడుగా నిలిచిన నా ప్రియమైన మిత్రులందరికీ నా హృదయపూర్వక ధన్యవాదాలు. మీ ఫీడ్ బ్యాక్, మద్దతు తిరుగులేనివి

అద్భుతంగా ఈ పుస్తకాన్ని మెరుగుపరిచే విషయంలో, నామీద మీకున్న దృఢ మైన విశ్వాసానికి ఎంతో కృతజ్ఞుడను.

పెంగ్విన్ ర్యాండమ్ హౌస్ ఇండియాలో బిజినెస్ మరియు నాన్-ఫిక్షన్ ఎడిటర్ అయిన మనీష్ ఖురానా ఈ పుస్తకం యొక్క ఆలోచనను

రూపొందించినందుకు, ప్రారంభం నుండి పూర్తయ్యే వరకు నిరంతరం మార్గదర్శకత్వం వహించినందుకు కృతజ్ఞతలు. ఈ పుస్తకాన్ని రూపొందించడంలో ఆయన దృష్టి, పరిజ్ఞానము ఎంతో కీలకమైనవి.

డాక్టర్ మనోజ్ గోవిల్, సెక్రటరీ (ఎక్స్‌పెండిచర్)కి, ఆ విభాగంలోని, నా సహచరులు, సంజయ్ ప్రసాద్, పరమ సేన్, అమిత్ నేగి, మనోజ్ సహాయ్, ఆశిష్ వచాని, సంజయ్ అగర్వాల్‌లకు ప్రత్యేక ధన్యవాదాలు. ఈ ప్రయాణంలో మీ మద్దతు, స్నేహం అమూల్యమైనవి.

చివరగా, నా భార్య సునీత, కూతురు సియా కొడుకు కరణ్‌లకు నా ప్రగాఢ ధన్యవాదాలు. వారికే ఈ పుస్తకం అంకితం చేశాను. వారు ఏ ఫిర్యాదు లేకుండా ఈ పుస్తకం రాసే సమయంలో, నా ప్రయత్నాలని ఓపిగ్గా భరించారు వాళ్లే నా నిజమైన బలానికి మూలస్తంభాలు. మీ ప్రేమ , మద్దతు ఈ ప్రయాణాన్ని సాధ్యం చేసింది, ఎప్పటికీ కృతజ్ఞుడిని.

అనుబంధం

మన ఏడుగురు హీరోలు చదువుకున్న ముఖ్యమైన అంశాలు, వ్యూహాలు

మిన్ను పి.ఎమ్.			
ఐఏఎస్‌కు ఎంపిక అయిన సంవత్సరం	**2021**	**ఆప్షనల్ సబ్జెక్టు**	**జాగ్రఫీ**
ప్రిలిమ్స్‌కు కీలక వ్యూహం	సరైన ప్లానింగ్, ఒక టైమ్ టేబుల్ తయారుచేసుకుని దానిప్రకారం చదవడం, వార్తాపత్రికలను రోజూ చదవడం, మునుపటి సంవత్సరాల ప్రశ్నలు, టెస్ట్ సిరీస్‌లు ప్రాక్టీస్ చేయడం		
మెయిన్స్‌కి కీలక వ్యూహం	విస్తృతంగాచదవండి. టెస్ట్ సిరీస్ రాయండి, ప్రతి రోజు సమాధానాలు రాయడాన్ని ప్రాక్టీస్ చేయండి, మునుపటి సంవత్సరాల ప్రశ్నలకి, జవాబులు రాయండి. మీ ఐచ్ఛిక సబ్జెక్టును బాగా చదవడానికి ప్రాధాన్యత ఇవ్వండి.		

మెయిన్స్, పేపర్ల వారీగా సిఫార్సు చేసిన పుస్తకాలు/రీడింగ్ మెటీరియల్	
జనరల్ స్టడీస్-I	**భారతీయ వారసత్వం, సంస్కృతి:** ఇండియన్ ఆర్ట్ అండ్ కల్చర్ – నితిన్ సింఘానియా **చరిత్ర:** – 6వ తరగతి నుంచి 12వ తరగతి వరకు ఎన్సీఈఆర్టీ పుస్తకాలు (పాతవి, కొత్తవి) ద వండర్ దట్ వాస్ ఇండియా —ఎ.ఎల్. బాషమ్ – ఇండియాస్ స్ట్రగుల్ ఫర్ ఇండిపెండెన్స్: 1857–1947 బిపిన్ చంద్ర ఏ బ్రీఫ్ హిస్టరీ ఆఫ్ మోడ్రన్ ఇండియా – రాజీవ్ అహిర్ (స్పెక్ట్రం) – ఎన్సీఈఆర్టీ పుస్తకాలు **భూగోళ శాస్త్రం:** 6వ తరగతి నుంచి 12వ తరగతి వరకు ఎన్సీఈఆర్టీ పుస్తకాలు (పాతవి, కొత్తవి); మాజిద్ హుస్సేన్ రచించిన భారతదేశ భౌగోళిక శాస్త్రం; ఆక్స్ ఫర్డ్, అట్లాస్ **సొసైటీ:** ఎన్సీఈఆర్టీ పుస్తకాలు
జనరల్ స్టడీస్-II	**పరిపాలన, రాజ్యాంగం, ప్రభుత్వ విధానం:** 6వ తరగతి నుంచి 12వ తరగతి వరకు ఎన్సీఈఆర్టీ పుస్తకాలు (కొత్తవి); ఎం.లక్ష్మీకాంత్ రచించిన ఇండియన్ పాలిటీ **సామాజిక న్యాయం:** యోజన, కురుక్షేత్ర పత్రికలు అంతర్జాతీయ సంబంధాలు: వార్తాపత్రిక, పత్రిక వ్యాసాలు
జనరల్ స్టడీస్-III	**ఆర్థికాభివృద్ధి:** 6వ తరగతి నుంచి 12వ తరగతి వరకు ఎన్సీఈఆర్టీ పుస్తకాలు (కొత్తవి); ఇండియన్ ఎకానమీ; కీ కాన్సెప్ట్స్ శంకరగణేష్ కరుప్పయ్య, ఇండియన్ ఎకానమీ బై రమేష్ సింగ్ **ఎన్విరాన్మెంట్:** కోచింగ్ అకాడమీ పుస్తకాలు **టెక్నాలజీ:** ఎన్సీఈఆర్టీ పుస్తకాలు, వార్తాపత్రికలు, కరెంట్ అఫైర్స్ మ్యాగజైన్లు
	డిజాస్టర్ మేనేజ్మెంట్: వార్తాపత్రికలు, మ్యాగజైన్లు

జనరల్ స్టడీస్–IV	డి.కె. బాలాజీ వ్రాసిన ఎ ప్రాక్టికల్ అప్రోచ్ టు ఎథిక్స్ ఇంటిగ్రిటీ అండ్ ఆప్టిట్యూడ్; ఐఎఎస్ స్కోర్ ఇచ్చిన కేస్ స్టడీస్
వ్యాసం	ఫండమెంటల్స్ ఆఫ్ ఎస్సే అండ్ ఆన్సర్ రైటింగ్–అనుదీప్ దురిశెట్టి
ఆప్షనల్ సబ్జెక్టు (పేపర్–1)	ఫిజికల్ జాగ్రఫీ– సవీంద్ర సింగ్ హ్యూమన్ జాగ్రఫీ – మాజిద్ హుస్సేన్ – ఐలెర్న్ఐఎఎస్ నుండి నిఖిల్ రాసిన క్లాస్ నోట్స్ – హిమాన్షు శర్మ రాసిన 500+ ప్రశ్నలు – 6వ తరగతి నుంచి 12వ తరగతి వరకు ఎన్సీఈఆర్టీ జాగ్రఫీ పుస్తకాలు (పాత, కొత్తవి)
ఆప్షనల్ సబ్జెక్టు (పేపర్–2)	ఇండియా ఎ కాంప్రహెన్సీవ్ జియోగ్రఫీ–డి.ఆర్.ఖుల్లార్ – మాజిద్ హుస్సేన్ రాసిన భారతదేశ భూగోళ శాస్త్రం – ఆక్స్ఫర్డ్ వరల్డ్ అట్లాస్ – క్లాస్ నోట్స్ – 500+ ప్రశ్నలు హిమాన్షు శర్మ – 6 నుండి 12వ తరగతి వరకు ఎన్సీఈఆర్టీ పుస్తకాలు (పాత, కొత్త) – పత్రికలు: డౌన్ టు ఎర్త్, టెల్మి వై, యోజన,కురుక్షేత్ర – వార్తాపత్రిక వ్యాసాలు – యూట్యూబ్ ఛానల్స్ (టాపిక్–స్పెసిఫిక్)
ఇంటర్వ్యూ కోసం కీలక వ్యూహం	మునుపటి ఇంటర్వ్యూల ట్రాన్స్క్రిప్ట్ లను చదవండి, వార్తాపత్రిక పఠనం ద్వారా అప్ డేట్ అవ్వండి, మీ డి ఎ ఎఫ్ని పూర్తిగా అర్థం చేసుకోండి. ఎంపిక చేసుకున్న మాక్ ఇంటర్వ్యూల్లో పాల్గొనండి, గ్రూపు డిస్కషన్ లో పాల్గొనండి, స్నేహితులు, కుటుంబ సభ్యులతో ముఖాముఖి ఇంటర్వ్యూల ద్వారా ప్రాక్టీస్ చేయండి.

ఐఏఎస్ ఆశావహులకు సందేశం	వాస్తవాలను గుర్తుంచుకోవడం కంటే ఎక్కువగా ఈ పరీక్ష ప్రతి దశలో మీ వ్యక్తిత్వాన్ని పరీక్షిస్తుంది. ధైర్యంతో, రిస్క్ తీసుకోవడానికి సుముఖతతో, అచంచల నిబద్ధతతో ముందుకు సాగాలి. మీ పట్ల మీరు నిజాయితీగా ఉండండి, మీ ఉత్తమ నైపుణ్యాన్ని బయటకు తీసుకురావడానికి ప్రయత్నించండి

సత్యం గాంధీ			
ఐఏఎస్ కు ఎంపిక అయిన సంవత్సరం	**2021**	**ఆప్షనల్ సబ్జెక్టు**	**పొలిటికల్ సైన్స్, ఇంటర్నేషనల్ రిలేషన్స్**
ప్రిలిమ్స్ కు కీలక వ్యూహం	ఎన్ సీఈఆర్ టీ, ప్రామాణిక పుస్తకాలను చదవాలి, సిలబస్ ను క్షుణ్ణంగా కవర్ చేయాలి, బేసిక్ కాన్సెప్ట్ లు, మల్టిపుల్ రివిజన్స్ పై స్పష్టత ఉండేలా చూసుకోవాలి, కరెంట్ అఫైర్స్ పై దృష్టి పెట్టాలి, మాక్ టెస్ట్ లు, గత సంవత్సరాల ప్రశ్నలను ప్రాక్టీస్ చేయాలి, విశ్లేషణాత్మక నైపుణ్యాలను మెరుగుపరుచుకోవాలి, సమయాన్ని సమర్థవంతంగా నిర్వహించాలి, నెగెటివ్ మార్కింగ్ గురించి తెలుసుకోవాలి, ఆరోగ్యాన్ని శ్రద్ధగా కాపాడుకోవాలి.		
మెయిన్స్ కు కీలక వ్యూహం	సమగ్ర నోట్స్ తయారుచేసుకోవడం, క్రమం తప్పకుండా జవాబులు రాసే అభ్యాసం, క్రమపద్ధతిలో రివిజన్ చేసుకోవడం.		
మెయిన్స్ పేపర్ల వారీగా సిఫార్సు చేసిన పుస్తకాలు/రీడింగ్ మెటీరియల్			
జనరల్ స్టడీస్-I	**భారతీయ వారసత్వం, సంస్కృతి:** ఇండియన్ ఆర్ట్ అండ్ కల్చర్ – ఇండియన్ ఆర్ట్ పార్ట్-1 అండ్ 2 (ఎన్సీఈఆర్టీ) పరిచయం; కోచింగ్ క్లాసు నోట్స్ హిస్టరీ: ఎ బ్రీఫ్ హిస్టరీ ఆఫ్ మోడ్రన్ ఇండియా బై రాజీవ్ అహిర్ (స్పెక్ట్రమ్); కోచింగ్ క్లాస్ నోట్స్; ప్రపంచ చరిత్ర, స్వాతంత్ర్యానంతర చరిత్రపై నితిన్ సంగ్వాన్ నోట్స్		

	జాగ్రఫీ: ఎన్సీఈఆర్టీ పుస్తకాలు; కోచింగ్ క్లాస్ నోట్స్; సర్టిఫికేట్ ఫిజికల్ అండ్ హ్యూమన్ జాగ్రఫీ–జి.సి. లియోంగ్ (సెలెక్టివ్ రీడింగ్) **సొసైటీ:** కోచింగ్ క్లాస్ నోట్స్
జనరల్ స్టడీస్–II	**పరిపాలన, రాజ్యాంగం, ప్రభుత్వ విధానం:** ఎం.లక్ష్మీకాంత్ రచించిన ఇండియన్ పాలిటీ; విజన్ ఐఏఎస్ కరెంట్ అఫైర్స్; వార్తాపత్రికలు; కోచింగ్ క్లాస్ నోట్స్; నీతి ఆయోగ్ 3 సంవత్సరాల కార్యాచరణ ఎజెండా; నీతి ఆయోగ్ ఇండియా @75 కార్యాచరణ ప్రణాళిక **అంతర్జాతీయ సంబంధాలు:** మాస పత్రికలు, వార్తాపత్రిక వ్యాసాలు; కోచింగ్ క్లాస్ నోట్స్
జనరల్ స్టడీస్–III	**ఆర్థికాభివృద్ధి:** కోచింగ్ అకాడమీ విలువ ఆధారిత మెటీరియల్; నీతి ఆయోగ్ 3 సంవత్సరాల కార్యాచరణ ఎజెండా; నీతి ఆయోగ్ ఇండియా @ 75 యాక్షన్ ప్లాన్; కరెంట్ అఫైర్స్ మ్యాగజైన్లు; కోచింగ్ క్లాస్ నోట్స్ **టెక్నాలజీ:** ఇంటర్నెట్; పత్రికలు; కోచింగ్ క్లాస్ నోట్స్
	విపత్తు నిర్వహణ: కోచింగ్ అకాడమీ వాల్యూ యాడెడ్ మెటీరియల్ **పర్యావరణం:** కోచింగ్ అకాడమీ పుస్తకం **భద్రత:** కోచింగ్ క్లాస్ నోట్స్, కోచింగ్ అకాడమీ విలువ ఆధారిత మెటీరియల్; వార్తాపత్రికలు
జనరల్ స్టడీస్–IV	కోచింగ్ అకాడమీ విలువలతో కూడిన ఆధారిత మెటీరియల్; టెస్ట్ సిరీస్
వ్యాసం	ఫండమెంటల్స్ ఆఫ్ ఎస్సే అండ్ ఆన్సర్ రైటింగ్–అనుదీప్ దురిశెట్టి, వార్తాపత్రికలు, కరెంట్ అఫైర్స్ మ్యాగజైన్లు
ఆప్షనల్ సబ్జెక్టు (పేపర్–1)	యాన్ ఇంట్రడక్షన్‌టు పొలిటికల్ థియరీ – ఒ.పి.గౌబా, ఎ హిస్టరీ ఆఫ్ పొలిటికల్ థాట్: ప్లేటో టు మార్క్స్ బై ముఖర్జీ, రామస్వామి

	– మోడ్రన్ ఇండియన్ పొలిటికల్ థాట్– బిద్యుత్ చక్రవర్తి ఫౌండేషన్ ఆఫ్ ఇండియన్ పొలిటికల్ థాట్ ––వి.ఆర్. మెహతా – శుభ్ర రంజన్ ఐఏఎస్ క్రాష్ కోర్సు నోట్స్, మోడల్ సమాధానాలు – తుషార్ గుప్తా నోట్స్ ఇండియన్ పొలిటి– ఎం.లక్ష్మీకాంత్ ,వార్తాపత్రికలు
ఆప్షనల్ సబ్జెక్టు (పేపర్–2)	గ్లోబల్ పాలిటిక్స్ – ఆండ్రూ హేవుడ్, బెన్ విథమ్ – శుభ్రా రంజన్ నోట్స్, నమూనా సమాధానాలు గ్లోబలేషన్ ఆఫ్ వరల్డ్ పాలిటిక్స్– బేలిస్, స్మిత్, ఓవెన్స్ – తుషార్ గుప్తా నోట్స్
	– ఫారిన్ పాలసీ మ్యాగజైన్ – ఇండియన్ ఎక్స్ప్రెస్, ది హిందూ వార్తాపత్రికలు – అబ్జర్వర్ రీసెర్చ్ ఫౌండేషన్ (ఓఆర్ఎఫ్) వెబ్ సైట్ వ్యాసాలు – పీఎస్ఐఆర్ కోచింగ్ అకాడమీ మెటీరియల్ – ది ఆక్స్ ఫర్డ్ హ్యాండ్బుక్ ఆఫ్ ఇండియన్ ఫారిన్ పాలసీ– మలోన్, రాజా మోహన్, శ్రీనాథ్ రాఘవన్
ఇంటర్వ్యూ కోసం కీలక వ్యూహం	డిటైల్డ్ అప్లికేషన్ ఫారం (డిఎఎఫ్) ఆధారంగా వచ్చే ప్రశ్నలకి సమగ్రంగా ప్రిపరే అవ్వడం, అకడమిక్, ఆప్షనల్ సబ్జెక్టులను సమీక్షించండి, మాక్ ఇంటర్వ్యూలలో పాల్గొనండి, కరెంట్ అఫైర్స్ పై అప్ డేట్ గా ఉండండి.
ఐఏఎస్ ఆశావహులకు సందేశం	మీరు ప్రారంభించడానికి ముందు, సరైన అధ్యయన ప్రణాళికను సిద్ధం చేయండి, ఈ పరీక్షను ఎందుకు ఎంచుకున్నారనే దాని పట్ల మీతో మీరు నిజాయితీగా ఉండండి. రోజూ పది నుంచి పన్నెండు గంటలు చదవండి, సామాజిక మాధ్యమాలు, బంధువులు, స్నేహితులు, ఇతరులతో సహా పరధ్యానాలకు దూరంగా ఉండండి.

<table>
<tr><th colspan="4">భరత్ సింగ్</th></tr>
<tr><td>ఐఏఎస్ కుఎంపిక అయిన సంవత్సరం</td><td>2021</td><td>ఆప్షనల్ సబ్జెక్ట్</td><td>పొలిటికల్ సైన్స్, ఇంటర్నేషనల్ రిలేషన్స్</td></tr>
<tr><td>ప్రిలిమ్స్‌కు కీలక వ్యూహం</td><td colspan="3">గత సంవత్సరాల ప్రశ్నలపై దృష్టి పెట్టండి; ముప్పై నుంచి ముప్పై ఐదు మాక్ టెస్ట్ లకు ప్రయత్నించండి; పొలిటికల్ సైన్స్, ఎకనామిక్స్, హిస్టరీ, జాగ్రఫీ, ఎన్విరాన్మెంట్ అనే ఐదు ప్రధాన సబ్జెక్టులపై దృష్టి పెట్టాలి.</td></tr>
<tr><td>మెయిన్స్‌కి కీలక వ్యూహం</td><td colspan="3">జవాబు రాసే సాధనలో నిమగ్నమవ్వాలి. కరెంట్ అఫైర్స్ తో స్టాటిక్ భాగాన్ని అప్ డేట్ చేయండి; టెస్ట్ సిరీస్, మునుపటి సంవత్సరాల ప్రశ్నలపై దృష్టి పెట్టండి; ఎస్సే, జీఎస్–4, మీ ఆప్షనల్ సబ్జెక్టు వంటి అధిక స్కోరింగ్ పేపర్లపై దృష్టి పెట్టండి.</td></tr>
<tr><th colspan="4">మెయిన్స్ పేపర్ల వారీగా సిఫార్సు చేసిన పుస్తకాలు/రీడింగ్ మెటీరియల్</th></tr>
<tr><td>జనరల్ స్టడీస్–I</td><td colspan="3">భారతీయ వారసత్వం, సంస్కృతి: ఇండియన్ ఆర్ట్ అండ్ కల్చర్ – నితిన్ సింఘానియా
చరిత్ర: ఎ బ్రీఫ్ హిస్టరీ ఆఫ్ మోడ్రన్ ఇండియా – రాజీవ్ అహిర్ (స్పెక్ట్రం)
జాగ్రఫీ: ఎన్సీఈఆర్టీ (11, 12 తరగతులు); సర్టిఫికేట్ ఫిజికల్ అండ్ హ్యూమన్ జాగ్రఫీ: జి.సి.లియోంగ్
సొసైటీ: సొంతంగా నోట్స్ రాసుకోవడం (కరెంట్ అఫైర్స్ తో అప్ డేట్)</td></tr>
<tr><td>జనరల్ స్టడీస్–II</td><td colspan="3">పరిపాలన, రాజ్యాంగం, ప్రభుత్వ విధానం: ఎం.లక్ష్మీకాంత్ రాసిన ఇండియన్ పాలిటీ; సొంతంగా రాసుకున్న నోట్స్ (కరెంట్ అఫైర్స్ తో అప్ డేట్ చేయబడింది)
అంతర్జాతీయ సంబంధాలు: సొంతంగా రాసుకున్ననోట్స్ (కరెంట్ అఫైర్స్ తో అప్ డేట్)
సామాజిక న్యాయం: సొంతంగా రాసుకున్న నోట్స్ (కరెంట్ అఫైర్స్ తో అప్ డేట్)</td></tr>
</table>

జనరల్ స్టడీస్–III	ఆర్థికాభివృద్ధి: కోచింగ్ అకాడమీ ఎకానమీ నోట్స్; ఆర్థిక సర్వే; కేంద్ర బడ్జెట్ (కరెంట్ అఫైర్స్ తో అప్ డేట్ చేయబడింది) పర్యావరణం: కోచింగ్ అకాడమీ పుస్తకం (కరెంట్ అఫైర్స్ తో అప్ డేట్)
	టెక్నాలజీ: సొంతంగా రాసుకున్ననోట్స్ **భద్రత:** కోచింగ్ అకాడమీ నోట్స్ (కరెంట్ అఫైర్స్ అప్డేట్) **విపత్తు నిర్వహణ:** సొంతంగా రాసుకున్న నోట్స్
జనరల్ స్టడీస్–IV	నీరజ్ కుమార్ రాసిన ది లెక్సికాన్ ఫర్ ఎథిక్స్, ఇంటిగ్రిటీ అండ్ ఆప్టిట్యూడ్ 2024, సొంతంగా రాసుకున్న నోట్స్ (కరెంట్ అఫైర్స్ తో అప్డేట్); కేస్ స్టడీస్, టెస్ట్ సిరీస్, గత సంవత్సరాల ప్రశ్నలు
వ్యాసం	అనుదీప్ దురిశెట్టి నోట్స్; సొంతంగా రాసుకున్న నోట్స్ (కరెంట్ అఫైర్స్ తో అప్ డేట్ చేయబడింది); టెస్ట్ సిరీస్, మునుపటి సంవత్సరాల ప్రశ్నలు
ఆప్షనల్ సబ్జెక్టు	శుభ్ర రంజన్ క్లాస్ నోట్స్, సప్లిమెంటరీ రీడింగ్ మెటీరియల్; టెస్ట్ సిరీస్, గత సంవత్సరాల ప్రశ్నలు; కరెంట్ అఫైర్స్ తో స్టాటిక్ భాగాన్ని అప్ డేట్ చేయడం
ఇంటర్వ్యూ కోసం కీలక వ్యూహం	డిఏఎఫ్, కరెంట్ అఫైర్స్ పై దృష్టి పెట్టండి, ఆప్షనల్, గ్రాడ్యుయేషన్ సబ్జెక్టులపై దృష్టి పెట్టండి, ప్రామాణికంగా ఉండండి, మీ నిజమైన వ్యక్తిత్వాన్ని చూపించండి, మూడు లేదా నాలుగు మాక్ ఇంటర్వ్యూలలో పాల్గొనండి.
ఐఏఎస్ ఆశావహులకు సందేశం	ఇది దేశంలోనే అత్యంత కఠినమైన పరీక్షల్లో ఒకటి. దీనికి శ్రద్ధ ఏకాగ్రత ఎంతో అవసరం. మనస్ఫూర్తిగా చేసే ప్రయత్నాలు మాత్రమే విజయానికి దారితీస్తాయి.

<table>
<tr><th colspan="4">అంజలి శర్మ</th></tr>
<tr><td>ఐఏఎస్ కు ఎంపిక అయిన సంవత్సరం</td><td>2023</td><td>ఆప్షనల్ సబ్జెక్టు</td><td>సోషియాలజీ</td></tr>
<tr><td>ప్రిలిమ్స్ కు కీలక వ్యూహం</td><td colspan="3">సరైన ప్లానింగ్, ఒక టైమ్ టేబుల్ తయారు చేసుకుని దానికి కట్టుబడి ఉండటం, వార్తాపత్రికలను రోజూ చదవడం, మునుపటి సంవత్సరాల ప్రశ్నలు వాటి టెస్ట్ సిరీస్ లను ప్రాక్టీస్ చేయడం</td></tr>
<tr><td>మెయిన్స్ కి కీలక వ్యూహం</td><td colspan="3">విస్తృతంగాచదవండి. టెస్ట్ సిరీస్ రాయండి. ప్రతిరోజూ సమాధాన రచనను ప్రాక్టీస్ చేయండి, మునుపటి సంవత్సరాల ప్రశ్నలకు జాబులు రాయండి.మీ ఐచ్ఛిక సబ్జెక్టును చదవడానికి ప్రాధాన్యత ఇవ్వండి.</td></tr>
<tr><th colspan="4">మెయిన్స్ పేపర్ల వారీగా సిఫార్సు చేసిన పుస్తకాలు/రీడింగ్ మెటీరియల్</th></tr>
<tr><td>జనరల్ స్టడీస్–I</td><td colspan="3">స్టాటిక్ పోర్షన్ కు ప్రామాణిక పుస్తకాలు, ఎన్ సీఈఆర్ టీ పుస్తకాలు, కరెంట్ అఫైర్స్ బులెటిన్లు, గత సంవత్సరాల ప్రశ్నలు, కోచింగ్ అకాడమీల మెటీరియల్స్</td></tr>
<tr><td>జనరల్ స్టడీస్–II</td><td colspan="3">ఎం.లక్ష్మీకాంత్ రచించిన ఇండియన్ పాలిటీ, వార్తాపత్రికలు</td></tr>
<tr><td>జనరల్ స్టడీస్–III</td><td colspan="3">కోచింగ్ అకాడమీల వెబ్ సైట్లలో వార్తాపత్రికలు, ఆర్థిక సర్వే, వాల్యూ యాడెడ్ మెటీరియల్</td></tr>
<tr><td>జనరల్ స్టడీస్–IV</td><td colspan="3">కాన్సెప్ట్, వాల్యూ యాడెడ్ మెటీరియల్ కొరకు నిఘంటువు పుస్తకాలు</td></tr>
<tr><td>వ్యాసం</td><td colspan="3">వార్తాపత్రికలు, వ్యాసరచన అభ్యాసం, వాల్యూ యాడెడ్ మెటీరియల్</td></tr>
<tr><td>ఆప్షనల్ సబ్జెక్టు</td><td colspan="3">ప్రాథమికాంశాల కోసం ఇగ్నో మెటీరియల్; నితిన్ సంగ్వాన్, సీమా, శ్రుతి జాఖర్ రచించిన ఎసెన్షియల్ సోషియాలజీ; వార్తాపత్రికలు; మునుపటి సంవత్సరాల ప్రశ్నలు</td></tr>
</table>

ఇంటర్వ్యూ కోసం కీలక వ్యూహం	ఆత్మవిశ్వాసాన్ని పెంపొందించుకోండి, మీ డి ఎ ఎఫ్ లోని ప్రతి వివరానికి క్షుణ్ణంగా సిద్ధమవ్వండి. మాక్ ఇంటర్వ్యూలలో పాల్గొనండి, తోటివారితో ప్రాక్టీస్ చేయండి.
ఐఏఎస్ ఆశావహులకు సందేశం	ఓర్పు, పట్టుదల ముఖ్యం. ప్లాన్–బి కలిగి ఉండటం కూడా ఒత్తిడిని తగ్గించడంలో సహాయపడుతుంది

వసీం అహ్మద్ భట్			
ఐఏఎస్ కు ఎంపిక అయిన సంవత్సరం	**2023**	ఆప్షనల్ సబ్జెక్టు	ఆంథ్రోపాలజీ
ప్రిలిమ్స్‌కు కీలక వ్యూహం	కోచింగ్ క్లాసుల సమయంలో శ్రద్ధతో నోట్స్ తయారు చేయండి, తరువాత వాటిని ప్రామాణిక పుస్తకాలలోఉన్న సమాచారంతో అనుబంధించండి. మాక్ టెస్ట్‌లపై దృష్టి సారించడం, పదేపదే పునఃశ్చరణ (రివిజన్) చేయండి. కనీసం గత పదిహేనేళ్లలో ప్రిలిమ్స్ లో అడిగిన ప్రశ్నలకు జవాబులు రాయండి		
మెయిన్స్‌కి కీలక వ్యూహం	కోచింగ్ అకాడమీల యొక్క గత మూడు సంవత్సరాల నమూనా సమాధానాలుఅధ్యయనం చేయండి, కరెంట్ అఫైర్స్‌తో అప్ డేట్ గా ఉండటం, మునుపటి సంవత్సరాలలో పునరావృతమయిన ప్రశ్నలు రాయడం, ప్రాక్టీస్ చేయడం, స్వీయ మూల్యాంకనం, నిరంతరం నేర్చుకోవడం, టెస్ట్ సిరీస్ రాయడం, మెరుగుదల కొరకు ఫీడ్ బ్యాక్ ని జాగ్రత్తగా పరిగణనలోకి తీసుకోవడం		
మెయిన్స్ పేపర్ల వారీగా సిఫార్సు చేసిన పుస్తకాలు/రీడింగ్ మెటీరియల్			
జనరల్ స్టడీస్–I	**భారతీయ వారసత్వం, సంస్కృతి:** ఎన్సీఈఆర్టీ పుస్తకాలు; బిపిన్ చంద్ర రచించిన ఇండియాస్ స్ట్రగుల్ ఫర్ ఇండిపెండెన్స్, ;కోచింగ్ అకాడమీ నమూనా సమాధానాలు; సొంతంగా రాసుకున్న నోట్స్		

	భూగోళశాస్త్రం: ఎన్సీఈఆర్టీ పుస్తకాలు; గత 3 సంవత్సరాలుగా కోచింగ్ అకాడమీ యొక్క నమూనా సమాధానాలు; సొంతంగా రాసుకున్న నోట్స్ **సొసైటీ:** గత మూడేళ్లుగా కోచింగ్ అకాడమీ నమూనా సమాధానాలు; సొంతంగా రాసుకున్న నోట్స్
జనరల్ స్టడీస్-II	**పరిపాలన, రాజ్యాంగం, ప్రభుత్వ విధానం:** గత మూడేళ్లుగా కోచింగ్ అకాడమీ నమూనా సమాధానాలు; సొంతంగా రాసుకున్న నోట్స్ **సామాజిక న్యాయం:** గత మూడేళ్లుగా కోచింగ్ అకాడమీ నమూనా సమాధానాలు; సొంతంగా రాసుకున్న నోట్స్ **అంతర్జాతీయ సంబంధాలు:** కోచింగ్ అకాడమీ మెయిన్స్ 365 పుస్తకం; సొంతంగా రాసుకున్న నోట్స్
జనరల్ స్టడీస్-III	**ఆర్థికాభివృద్ధి:** గత మూడేళ్లుగా కోచింగ్ అకాడమీ నమూనా సమాధానాలు; సొంతంగా రాసుకున్న నోట్స్ **పర్యావరణం:** గత మూడేళ్లుగా కోచింగ్ అకాడమీ నమూనా సమాధానాలు; కోచింగ్ అకాడమీ మెయిన్స్ 365 పుస్తకం; సొంతంగా రాసుకున్న నోట్స్ **టెక్నాలజీ:** కోచింగ్ అకాడమీ మెయిన్స్ 365 పుస్తకం; సొంతంగా రాసుకున్న నోట్స్ **భద్రత:** గత మూడేళ్లుగా కోచింగ్ అకాడమీ నమూనా సమాధానాలు; కోచింగ్ అకాడమీ మెయిన్స్ 365 పుస్తకం **విపత్తు నిర్వహణ:** గత మూడేళ్లుగా కోచింగ్ అకాడమీ నమూనా సమాధానాలు; సొంతంగా రాసుకున్న నోట్స్
జనరల్ స్టడీస్-IV	గత మూడేళ్లుగా కోచింగ్ అకాడమీ నమూనా సమాధానాలు; సొంతంగా రాసుకున్న నోట్స్; కోట్ లు, ఉదాహరణలను కలిగి ఉన్న పట్టిక ఆకృతిలో నోట్స్
వ్యాసం	నాన్-ఫిక్షన్/ఫిక్షన్ పుస్తకాలు, గత సంవత్సరాల టాపర్ల వ్యాసాలు

ఆప్షనల్ సబ్జెక్టు	యంత్రాపాలజీ బై ఎంబర్ అండ్ ఎంబర్, నదీమ్ హస్నైన్ రచించిన ఆంత్రోపాలజీపై బుక్స్, సుసాన్ సి.ఆంటన్ రాసిన పి.నాధ్ రాసిన బయోలాజికల్ ఆంత్రోపాలజీ , మీకు సమయం ఉంటే, బయోలాజికల్ ఆంత్రోపాలజీ కోసం జారెడ్ డైమండ్, క్రిస్ స్ట్రింగర్, డేవిడ్ రీచ్, ఇతరులు రాసిన పుస్తకాలు చదివి నోట్స్ తయారు చేసుకోండి; నెపోలియన్ చాగ్నన్, రిచర్డ్లీ, డేవిడ్ గ్రేబర్, ఇతరులు సోషల్ ఆంత్రోపాలజీ కోసం రాసిన పుస్తకాలు; సాధారణ అవగాహన కోసం యువల్ నోవా హరారీ, గయా విన్స్, ఇతరుల పుస్తకాలు; భారతీయ ఆంత్రోపాలజీ కోసం డాక్టర్ బి.ఆర్.అంబేడ్కర్, ఎం.ఎన్.శ్రీనివాస్, జీన్ డ్రెజ్ తదితరుల పుస్తకాలు
ఇంటర్వ్యూ కోసం కీలక వ్యూహం	మీ డిఎఎఫ్ లో రాసిన విషయాల మీద ప్రశ్నలకు సమాధానాలు సిద్ధం చేసుకోండి. కరెంట్ అఫైర్స్ చదివేటప్పుడు సందర్భాన్ని అర్థం చేసుకోవడంపై దృష్టి పెట్టండి. నాన్ ఫిక్షన్ చదవడానికి ఖాళీ సమయాన్ని ఉపయోగించుకోండి. SWOT విశ్లేషణ నిర్వహించడం, స్నేహితులతో చర్చించడం ద్వారా మీ వ్యక్తిత్వాన్ని పెంపొందించుకోండి. పేరున్న వక్తల ఆన్ లైన్ ప్రసంగాలు, చర్చలను చూడండి. మాక్ ఇంటర్వ్యూలకు హాజరు అవ్వండి, ఆ ఇంటర్వ్యూలో వచ్చిన సమీక్షల ని జాగ్రత్తగా పరిశీలించుకోండి .
ఐఏఎస్ ఆశావహులకు సందేశం	భయపడకండి. ఈ పరీక్షలో మీ విజయం మీ భయాలు, అభద్రతలను ఎలా మేనేజ్ చేస్తారనే దానిపై ఆధారపడి ఉంటుంది. మీ కుటుంబం, స్నేహితులనుండి మద్దతు తీసుకోండి. అవసరమైనప్పుడు సహాయం పొందడానికి వెనుకాడకండి. కేవలం గుర్తుపెట్టుకోవడం కంటే, చదివినదాన్ని అర్థం చేసుకోవడం,విశ్లేషించడంపై దృష్టి పెట్టండి. మీ ప్రయత్నాల పట్ల నమ్మకంగా ఉండండి, ప్రిపేర్ అవుతున్నప్పుడు ఆశావాద దృక్పథంతో ఉండండి

శృతి శర్మ			
ఐఏఎస్ కు ఎంపిక అయిన సంవత్సరం	**2022**	**ఆప్షనల్ సబ్జెక్టు**	**చరిత్ర**
ప్రిలిమ్స్‌కు కీలక వ్యూహం	కరెంట్ అఫైర్స్‌ని టెన్షన్ పడకుండా మేనేజ్ చేయడం, గత సంవత్సరాల ప్రశ్నలకు క్షుణ్ణంగాజవాబులు రాయడం, వచ్చే ఏడాది రావచ్చునుకున్న అనుబంధ ప్రశ్నలకు నాలుగు ఆప్షన్లను విశ్లేషించడం. ఎలిమినేషన్ టెక్నిక్ లను ప్రాక్టీస్ చేయండి, సమర్థవంతమైన రివిజన్ కొరకు షార్ట్ లేదా మైక్రో నోట్స్ క్రియేట్ చేయండి, మాక్ టెస్ట్ ల్లో పాల్గొనండి, సి-శాట్ కొరకు తగినంత ప్రిపరేషన్ ఉండేలా చూసుకోండి, పరీక్షల సమయంలో ప్రశాంతంగా, ఆత్మవిశ్వాసంతో ఉండండి, నెగిటివ్ మార్కింగ్ పట్ల జాగ్రత్తగా ఉండండి.		
మెయిన్స్‌కి కీలక వ్యూహం	మెయిన్స్ కంటే ముందుగానే సిలబస్ పూర్తి చేసి, మీ సమాధానాల్లో ఉపయోగించడానికి డేటా, కోట్స్, గ్రాఫ్స్, డయాగ్రమ్స్, మ్యాప్స్, కీ పాయింట్ల భాండాగారాన్ని సంకలనం చేయండి. సొంతంగా నోట్స్ రాసుకుని ఎప్పటికప్పుడు అప్డేట్ చేసుకోండి. పరీక్షలప్పుడు త్వరగా రివిజన్ చేసుకోవడం కోసం మైక్రో నోట్స్ సిద్ధం చేయండి. సమాధానాలు రాయడాన్ని తగినంతగా ప్రాక్టీస్ చేయండి. బాగా రాయవలసిన అంశాలని గుర్తించడానికి ప్రతిస్పందనలను విశ్లేషించండి. మీ సమాధానాలను మెరుగుపరచడానికి , ప్రావీణ్యాన్ని పెంపొందించుకోవడానికి గత టాపర్ల సమాధానాల కాపీలను చదవండి		
మెయిన్స్ పేపర్ల వారీగా సిఫార్సు చేసిన పుస్తకాలు / రీడింగ్ మెటీరియల్			
జనరల్ స్టడీస్-I	**భారతీయ వారసత్వం, సంస్కృతి:** ఎ ఇంట్రడక్షన్ టు ఇండియన్ ఆర్ట్ పార్ట్ 1 అండ్ 2 (ఎన్సీఈఆర్టీ) **చరిత్ర:** ఎ బ్రీఫ్ హిస్టరీ ఆఫ్ మోడర్న్ ఇండియా - రాజీవ్ అహిర్ (స్పెక్ట్రం); సొంతంగా తయారు చేసుకున్న నోట్స్ **భూగోళశాస్త్రం:** ఎన్ సీఈఆర్ టీ క్లాస్ 11, 12 పుస్తకాలు		

	సొసైటీ: సొంతంగా తయారు చేసుకున్న నోట్స్
జనరల్ స్టడీస్-II	**పరిపాలన, రాజ్యాంగం, ప్రభుత్వ విధానం:** ఎం.లక్ష్మీకాంత్ రాసిన ఇండియన్ పాలిటీ; కోచింగ్ అకాడమీ- ఎల్లో బుక్; కోచింగ్ అకాడమీ - ఐఏఎస్ పిటి & మెయిన్స్ 365; కరెంట్ అఫైర్స్ కోసం కోచింగ్ అకాడమీ - 'మోస్ట్ ప్రాబబుల్ టాపిక్స్' ప్రెస్ ఇన్ఫర్మేషన్ బ్యూరో (పిఐబి), న్యూ ఇండియా సమచార్ పత్రికా లలోఎంపిక చేసి అధ్యయనం చేయడం
జనరల్ స్టడీస్-III	**ఆర్థికాభివృద్ధి:** వార్తాపత్రికలు, జుల్ఫికర్ నోట్స్ నుంచి వర్తమాన సమస్యలు **టెక్నాలజీ:** అయాజ్ ఖాన్ నోట్స్, విజన్ ఐఏఎస్ మెయిన్స్ 365, ప్రాథమిక అవగాహన కోసం 9, 10 తరగతుల ఎన్సీఈఆర్టీ పుస్తకాలు, ముఖ్యంగా నాన్ సైన్స్ బ్యాక్ గ్రౌండ్ అభ్యర్థులకు **విపత్తు నిర్వహణ:** సొంతంగా తయారు చేసుకున్న నోట్స్ **పర్యావరణం:** కోచింగ్ అకాడమీ పుస్తకం **భద్రత:** కోచింగ్ అకాడమీ ఎల్లో బుక్
జనరల్ స్టడీస్-IV	కోచ్ అకాడమీ తరగతి నోట్స్; వ్యాసాలకి కూడా వార్తాపత్రికల నుండి అనేక ఉదాహరణలు, కోట్స్, కేస్ స్టడీల సేకరణ
ఆప్షనల్ సబ్జెక్టు	సెల్ఫ్ నోట్స్, మ్యాప్స్ కంబైన్డ్ ప్యాకేజ్, సెల్ఫ్ స్టడీ హిస్టరీ నుంచి గత సంవత్సరాల ప్రశ్నపత్రాలు; ప్రాథమిక పుస్తకాలలో ఉన్న అంశాలతో పాటు, ఉదాహరణలు, వాదనలు, దృక్పథాలను జోడించడానికి టెస్ట్ సిరీస్, వార్తాపత్రికలు

ఇంటర్వ్యూ కోసం కీలక వ్యూహం	మెయిన్స్ పరీక్ష తర్వాత రోజూ కనీసం ఒక వార్తాపత్రిక చదవాలి. 'త్రీ థింగ్స్', 'కట్ ది క్లాటర్' వంటి పాడ్ కాస్ట లను వినండి. మీ డిఎఎఫ్ ను జాగ్రత్తగా విశ్లేషించండి .అలాగే ప్రశ్నలను రూపొందించండి. డిఎఎఫ్‌కు సంబంధించి కోచింగ్ అకాడమీలు తయారు చేసిన మోడల్ ప్రశ్నలను సమీక్షించండి. ఈ ప్రశ్నలకు సమాధానాలు ఇస్తున్న వీడియోలను రికార్డ్ చేయండి, వాటిని విశ్లేషించండి. అద్దం ముందు సమాధానం చెప్పడం ప్రాక్టీస్ చేయండి.
ఐఏఎస్ ఆశావహులకు సందేశం	మీ అధ్యయన వనరులను పరిమితం చేయండి, భావనాత్మక అవగాహనకు ప్రాధాన్యత ఇవ్వండి.

లవిష్ ఒర్డియా			
ఐఏఎస్ కు ఎంపిక అయిన సంవత్సరం	**2020**	**ఆప్షనల్ సబ్జెక్టు**	**మెకానికల్ ఇంజనీరింగ్**
ప్రిలిమ్స్‌కు కీలక వ్యూహం	విస్తృతమైన సిలబస్ ద్వారా నావిగేట్ చేయడానికి గత సంవత్సరాల ప్రశ్నల విశ్లేషణను ఒక వ్యూహాత్మక సాధనంగా ఉపయోగించండి; సమయానుకూల పరిస్థితులలో సిమ్యులేటెడ్ ప్రాక్టీస్ టెస్ట్‌లు రాసి, అంతగా పట్టు లేని అంశాలని, సాధారణ తప్పులని ఖచ్చితంగా విశ్లేషించండి; సిలబస్‌ను సాధించగల లక్ష్యాలుగా విభజించండి, స్థిరమైన అధ్యయన షెడ్యూల్‌ను ఏర్పాటు చేసుకోండి.		

మెయిన్స్‌కి కీలక వ్యూహం	మీ చదువులో లోతు కంటే విరివిగా చదవడం పై దృష్టి పెట్టండి. సబ్జెక్టు స్పెషలైజేషన్ అవసరం లేదు. 200 పదాల సంక్షిప్త సమాధానాలు రాయడానికి తగినంత పరిజ్ఞానం కలిగి ఉండాలని లక్ష్యంగా పెట్టుకోండి. గత సంవత్సరాల ప్రశ్నలను విశ్లేషించి కీలక అంశాలను గుర్తించి, తదనుగుణంగా ప్రాక్టీస్ చేయండి. పరీక్షా పత్రాలను సకాలంలో పూర్తి చేయడానికి కఠినమైన సమాధాన రచన సాధనచేయాలి. స్పష్టమైన ప్రజంటేషన్, రీడబిలిటీకి ప్రాధాన్యత ఇవ్వడం ద్వారా ఎగ్జామినర్ పనిని సులభతరం చేయండి
మెయిన్స్ పేపర్ల వారీగా సిఫార్సు చేసిన పుస్తకాలు/రీడింగ్ మెటీరియల్	
జనరల్ స్టడీస్–I	**భారతీయ వారసత్వం, సంస్కృతి:** ఇండియన్ ఆర్ట్ అండ్ కల్చర్ – నితిన్ సింఘానియా **చరిత్ర:** తమిళనాడు బోర్డు 11వ తరగతి పాఠ్యపుస్తకం; రాజీవ్ అహిర్ రాసిన ఏ బ్రీఫ్ హిస్టరీ ఆఫ్ మోడరన్ ఇండియా (స్పెక్ట్రం)
	భూగోళశాస్త్రం: ఎన్సీఈఆర్టీ 11వ తరగతి, 12వ తరగతి పుస్తకాలు; యూట్యూబ్ లో మృణాల్ జాగ్రఫీ వీడియోలు
జనరల్ స్టడీస్–II	**పరిపాలన, రాజ్యాంగం, ప్రభుత్వ విధానం:** ఎం.లక్ష్మీకాంత్ రాసిన ఇండియన్ పాలిటీ; కోచింగ్ అకాడమీ నోట్స్ **సామాజిక న్యాయం:** కోచింగ్ ఇనిస్టిట్యూట్ నోట్స్ అండ్ మెయిన్స్ 365 పుస్తకం **అంతర్జాతీయ సంబంధాలు:** కోచింగ్ అకాడమీ మెయిన్స్ 365 పుస్తకం
జనరల్ స్టడీస్–III	**ఆర్థికాభివృద్ధి:** యూట్యూబ్లో శ్రీరామ్ శ్రీరంగం, మృణాల్ వీడియోలు **పర్యావరణం:** పర్యావరణంపై కోచింగ్ అకాడమీ పుస్తకం **టెక్నాలజీ:** కోచింగ్ అకాడమీ నోట్స్ అండ్ మెయిన్స్ 365 పుస్తకం

జనరల్ స్టడీస్-IV	డీకోడ్ ఎథిక్స్ —ముదిత్ జైన్, అమృత జైన్
వ్యాసం	ఇతర సాధారణ సిలబస్ సబ్జెక్టులు, కరెంట్ అఫైర్స్ చదవడం వ్యాసాలు రాయడానికి తగినంత కంటెంట్ ను అందిస్తుంది, కానీ ప్రతిదాన్ని సమగ్రంగా సమీకృతం చేయడానికి, తయారు చేయడానికి, రాయడానికి అభ్యాసం అవసరం.
ఆప్షనల్ సబ్జెక్టు	గత సంవత్సరాల ప్రశ్నలు (సాల్వ్ చేసినవి), పరీక్ష పేపర్లు; కోచింగ్ అకాడమీ పుస్తకాలు; నేషనల్ ప్రోగ్రామ్ ఆన్ టెక్నాలజీ ఎన్ హేన్స్ డ్ లెర్నింగ్ (ఎన్పీటీఈఎల్) ఉపన్యాసాలు; ప్రామాణిక పాఠ్యపుస్తకాలు
ఇంటర్వ్యూ కోసం కీలక వ్యూహం	మీ డిఎఎఫ్ కు సంబంధించిన ప్రశ్నలను గుర్తించడం కోసం గత నాలుగైదేళ్ల నుంచి అభ్యర్థుల ఇంటర్వ్యూ ట్రాన్స్ క్రిప్ట్ లను విశ్లేషించండి. స్నేహితులతో రోజువారీ మాక్ ఇంటర్వ్యూలు (నాలుగైదు ప్రశ్నలు), కోచింగ్ అకాడమీల్లో సెలెక్టివ్ మాక్ ఇంటర్వ్యూల ద్వారా నిరంతరం మెరుగుపరచండి.
ఐఏఎస్ ఆశావహులకు సందేశం	సిద్ధమవుతున్నప్పుడు గట్టిగా ప్రయత్నించండి. అలాగని అతిగా మునిగిపోకండి.

అనువాదకుని గురించి

ఆకెళ్ళ శివప్రసాద్, రెండు వందలకి పైగా చిన్న కథలు, ఐదు నవలలు, ముప్పై నాటికలు వెయ్యికి పైగా టీవీ ఎపిసోడ్స్ రాశారు. ఇరవై కథలకి, రెండు నవలలకి, పలు పరిషత్తులలో నాటికలకి బహుమతులతోపాటు, రెండుసార్లు నంది అవార్డు, ఆకాశవాణిలో చేసిన రచనలకి ఐదుసార్లు జాతీయస్థాయిలో బహుమతులు వచ్చాయి. వీటితోపాటు ఆ నలుగురు, ఆశల పల్లెకి, కరెంట్, హోరాహోరీ, రంగమార్తాండ, కన్నప్ప వంటి చలనచిత్రాలకు రచయితగా పనిచేశారు. 1880-2020, 140 సంవత్సరాల్లో ఎన్నిక చేసిన 100 నాటకాలలో వీరి నాటకం నరవాహనం ప్రచురితమైంది.

కిటికీలోంచి వాన, మౌనభాష్యం కథల సంపుటాలతోపాటు, బాలసాహిత్యం, అనువాద సాహిత్యం కలిపి యిప్పటివరకు పలు పుస్తకాలు ప్రచురించబడ్డాయి.

akellasivaprasad@gmail.com